ಓದಿ ಓದಿ ಮರುಳಾಗಿ!

ಸಚಿನ್ ಕುಂಡಲ್‌ಕರ್

ಕೋಬಾಲ್ಟ್ ಬ್ಲೂ

ಮರಾಠಿ ಕಾದಂಬರಿ

ಕನ್ನಡಕ್ಕೆ

ಸಪ್ನಾ ಕಟ್ಟಿ

Cobolt Blue
-A novel in Marathi by Sachin Kundalkar
translated to Kannada by Sapna Katti
Published by Chanda Pustaka,
I-004, Mantri Paradise,
Bannerughatta Road, Bangalore-560 076
ISBN: 978-81-957904-8-7

ಮೊದಲ ಮುದ್ರಣ: 2023

ಮುಖಪುಟ: ಕಿರಣ್ ಮಾಡಾಳು
ಲೇಖಕರ ಪಟ: ಅಮಿತ್ ದೇಸಾಯ್
ಕರಡು ತಿದ್ದುವಿಕೆ: ಲಕ್ಷ್ಮಣ ಬಾದಾಮಿ / ಕಾವ್ಯಾ ಕಡಮೆ
ಪುಟಗಳು: 132 ಬೆಲೆ: ₹ 150
ಕಾಗದ: ಎನ್‌ಎಸ್ ಮ್ಯಾಪ್ಲಿತೊ 70 ಜಿಎಸ್‌ಎಂ, 1/8 ಡೆಮಿ

ಪ್ರತಿಗಳಿಗಾಗಿ ಸಂಪರ್ಕಿಸಿ:

ಛಂದ ಪುಸ್ತಕ
ಐ–004, ಮಂತ್ರಿ ಪ್ಯಾರಡೈಸ್
ಬನ್ನೇರುಘಟ್ಟ ರಸ್ತೆ
ಬೆಂಗಳೂರು–560 076
ಸೆಲ್: 98444 22782
me@vasudhendra.com

ಮುದ್ರಣ:

ಟ್ರಿನಿಟಿ ಅಕಾಡೆಮಿ, ಕುಡ್ಲು ಗೇಟ್, ಹೊಸೂರು ರಸ್ತೆ, ಬೆಂಗಳೂರು

ಸಚಿನ್ ಕುಂಡಲ್‌ಕರ್

ಶ್ರೀ ಸಚಿನ್ ಕುಂಡಲ್‌ಕರ್ ಮರಾಠಿ ಚಿತ್ರರಂಗದ ಸುಪ್ರಸಿದ್ಧ ದಿಗ್ದರ್ಶಕರು ಹಾಗೂ ಚಿತ್ರಕಥಾ ಲೇಖಕರು. ಅವರಿಗೆ 2007 ರಲ್ಲಿ 'ನಿರೋಪ್' ಚಲನಚಿತ್ರದ ನಿರ್ದೇಶನಕ್ಕೆ ಮತ್ತು 2009 ರಲ್ಲಿ 'ಗಂಧ' ಚಿತ್ರಕತೆಗಾಗಿ ರಾಷ್ಟ್ರ ಪ್ರಶಸ್ತಿ ದೊರಕಿದೆ. 'ಕೋಬಾಲ್ಟ್ ಬ್ಲೂ' ಅವರು ತಮ್ಮ ಇಪ್ಪತ್ತರ ಎಳೆಯ ವಯಸ್ಸಿನಲ್ಲಿ ಬರೆದ ಚೊಚ್ಚಲ ಕಾದಂಬರಿ. 'ನೈನ್ಟೀನ್ ನೈನ್ಟಿ' ಎಂಬ ಪ್ರಬಂಧಗಳ ಸಂಕಲನ, 'ಮೊನೋಕ್ರೋಮ್' ಎಂಬ ಕಾದಂಬರಿ, 'ಫ್ರಿಜ್ ಮಧೆ ಠೇವಲೇಲೇ ಪ್ರೇಮ ಪೂರ್ಣವಿರಾಮ' ಎಂಬ ನಾಟಕ ಇವರ ಇತರ ಪ್ರಸಿದ್ಧ ಕೃತಿಗಳು.

ಸಪ್ನಾ ಕಟ್ಟಿ

ಶ್ರೀಮತಿ ಸಪ್ನಾ ಕಟ್ಟಿ ಮೂಲತಃ ಧಾರವಾಡದವರು, ಭೌತಶಾಸ್ತ್ರ ಸ್ನಾತಕೋತ್ತರ ಪದವೀಧರೆ. ಇವರ ಅನೇಕ ಕತೆಗಳು ಕನ್ನಡದ ಬಹುತೇಕ ಪತ್ರಿಕೆಗಳಲ್ಲಿ ಪ್ರಕಟವಾಗಿವೆ. 2018ರ ಕರ್ಮವೀರ ದೀಪಾವಳಿ ಕಥಾಸ್ಪರ್ಧೆಯಲ್ಲಿ ಇವರ 'ಯಂತ್ರ' ಕತೆಗೆ ವಿಶೇಷ ಬಹುಮಾನ ಸಂದಿದೆ. 'ಹಿ, ಶಿ, ಇಟ್' ಎಂಬ ಇಂಗ್ಲಿಷ್ ಕತೆಗೆ 'ಸೈನ್ಸ್ ರಿಪೋರ್ಟರ್' ಪತ್ರಿಕೆಯು 2021 ಜುಲೈನಲ್ಲಿ ಏರ್ಪಡಿಸಿದ ರಾಷ್ಟ್ರೀಯ ಕಥಾಸ್ಪರ್ಧೆಯಲ್ಲಿ ಮೂರನೆಯ ಬಹುಮಾನ ಬಂದಿದೆ. ಮರಾಠಿಯ ಸುಪ್ರಸಿದ್ಧ ಸಾಹಿತಿ ಶ್ರೀ ವ. ಪು. ಕಾಳೆಯವರ 'ಮಹೋತ್ಸವ' ಕೃತಿಯನ್ನು ಕನ್ನಡಕ್ಕೆ ಅನುವಾದಿಸಿದ್ದಾರೆ.

sapnakatti@gmail.com | 87885 72776

ಉಮೇಶನಿಗೆ

ಸಾಹಿತ್ಯಕ್ಕೆ ಪರಿಚಯಿಸಿದ ನನ್ನ ಪೂಜ್ಯ ತಂದೆ
ದಿ. ಶ್ರೀ. ಆರ್. ಕೆ. ಕೋಟೇಶ್ವರ ಅವರಿಗೆ

ಅನುವಾದಕರ ನುಡಿ

ಮೂರು ಹೃದಯಗಳು, ನೂರಾರು ಸೂಕ್ಷ್ಮ ಸಂವೇದನೆಗಳು, ಸಂತಾಪಗಳು– ರೋಮಾನ್ಸಿನ ನವಿರಾದ ಎಳೆಯಲ್ಲಿ ಇವುಗಳ ನೇಯ್ಗೆ – "ಕೋಬಾಲ್ಟ್ ಬ್ಲೂ" ಮೊದಲ ಬಾರಿ ಓದಿದಾಗ ನನ್ನನ್ನು ತಟ್ಟಿದಂಶಗಳು. ಮರಾಠಿ ಭಾಷೆಯ ಸೊಗಸುಗಾರಿಕೆಯನ್ನು ದುಡಿಸಿಕೊಂಡಿರುವ ಶ್ರೀ ಸಚಿನ್‌ರ ವೈಶಿಷ್ಟ್ಯಪೂರ್ಣ ಶೈಲಿಯನ್ನು ಓದಿಯೇ ಅನುಭವಿಸಬೇಕು. ಆದರೂ ಮರಾಠಿಯ ಕ್ಲಿಷ್ಟ ವ್ಯಾಕರಣ ನೆನೆದು ಅನುವಾದಿಸಲು ಮನಕ್ಕೆ ತುಸು ಅಳುಕುಂಟಾದಾಗ ಬೆನ್ನು ತಟ್ಟಿ ಹುರಿದುಂಬಿಸಿದ ಪತಿ ಶ್ರೀ ಶ್ರೀಧರ ಕಟ್ಟಿಯವರಿಗೆ, ಕನ್ನಡ ಸರಿಯಾಗಿ ಬಾರದಿದ್ದರೂ ಕಷ್ಟಪಟ್ಟು ಮೊದಲ ಭಾಗ ಓದಿ "ಅಮ್ಮಾ ಸೂಪರ್!" ಎಂದು ಮೆಸೇಜಿಸಿದ ಕಣ್ಮಣಿಗಳು ಪ್ರಬೋಧ, ಘನಶ್ಯಾಮರಿಗೆ, ಮನೆಯಲ್ಲಿಯೇ ಪುಟ್ಟ ಲೈಬ್ರರಿ ನಿರ್ಮಿಸಿ ಎಲ್ಲ ಬಗೆಯ ಸಾಹಿತ್ಯಕ್ಕೆ ಬಾಲ್ಯದಿಂದಲೇ ಪರಿಚಯಿಸಿದ ನನ್ನ ತಂದೆ ಶ್ರೀ ಆರ್. ಕೆ. ಕೋಟೇಶ್ವರ, ವಿಮರ್ಶೆ ಮತ್ತು ಪ್ರಶಂಸೆ ಮಾಡುತ್ತಲೇ ಇರುವ ನನ್ನ ತಾಯಿ ಶ್ರೀಮತಿ ಬೀನಾ ಕೋಟೇಶ್ವರ ಮತ್ತು "ಯಾವತ್ತೂ ಬರೆಯೋದನ್ನು ಮಾತ್ರ ಬಿಡಬ್ಯಾಡ" ಎನ್ನುತ್ತ ತಪ್ಪದೆ ನನ್ನೆಲ್ಲ ಕತೆಗಳನ್ನು ಓದುವ ನನ್ನ ಬಾಲ್ಯದ ಗೆಳತಿಯರಿಗೆ ಪ್ರೀತಿಪೂರ್ವಕ ಕೃತಜ್ಞತೆಗಳು.

ಛಂದ ಪ್ರಕಾಶನದಲ್ಲಿ ನನ್ನ ಮೊದಲ ಅನುವಾದ ಹೊರತರುತ್ತಿರುವ ಶ್ರೀ ವಸುಧೇಂದ್ರ ಅವರಿಗೆ ನಲ್ಮೆಯ ನಮನಗಳು. ಕನ್ನಡಕ್ಕೆ ತಮ್ಮ ಕೃತಿಯನ್ನು ಅನುವಾದಿಸಲು ಅನುಮತಿಯಿತ್ತ ಶ್ರೀ ಸಚಿನ್ ಕುಂಡಲ್‌ಕರ್‌ರಿಗೆ ಹೃತ್ಪೂರ್ವಕ ನಮಸ್ಕಾರಗಳು.

ಸಪ್ನಾ ಕಟ್ಟಿ

ನಿನ್ನ ತೊಟ್ಟಿಲು ತೂಗಿದ ಮೇಲೆ
ನನ್ನನ್ನು ನಾನೇ ಮರೆತುಹೋದೆ

ನೀ ಮರಳಿ ನನ್ನ ಹೃದಯದಲ್ಲಿ ನಿಂದು
ಈ ಮಮತೆಯ ಋಣವ ತೀರಿಸಲೇ ಬೇಕು ಪಾಂಡುರಂಗ

ನಿನ್ನ ಹುಚ್ಚಿನಲ್ಲಿ ಸಂಬಂಧಗಳನೆಲ್ಲ ತೊರೆದೆ
ಜನನಿಂದೆಯನ್ನೂ ಸಹಿಸಿದೆ

ತುಕಾ ಹೇಳುತ್ತಾನೆ
ನನ್ನ ಜೀವ ನಿನಗಾಗಿ ಹಂಬಲಿಸಿದಂತೆ
ನಿನ್ನ ಜೀವ ನನಗಾಗಿ
ಹಂಬಲಿಸಲೇಬೇಕು

– ಸಂತ ತುಕಾರಾಮ್

ನಮ್ಮಿಬ್ಬರಿಗೂ ಇಷ್ಟವಾಗುವಂತಹ ಸಂಗತಿಗಳು ನಡೆದಾಗಲೆಲ್ಲಾ ನೀ ಇಲ್ಲದಿರುವುದು ಹೊಸ ವಿಷಯವೇನಲ್ಲ ಬಿಡು. ಇವತ್ತು ಕೂಡಾ ಅಷ್ಟೆ, ನೀನಿಲ್ಲಿ ಇಲ್ಲವೇ ಇಲ್ಲ. ಎಷ್ಟೋ ಸಲ ಬರಿದೇ ನಮ್ಮಿಬ್ಬರ ಮಾತಿಗೆ ವಸ್ತುವಾಗಿದ್ದ ಆ ಗಳಿಗೆಯನ್ನು ನಾನಿವತ್ತು ಅಕ್ಷರಶಃ ಅನುಭವಿಸಿದೆ. ಬೆಳಿಗ್ಗೆ ಮನೆ ಶಾಂತವಾಗಿತ್ತು. ನನ್ನ ಹೊರತು ಬೇರೆ ಯಾರೂ ಇರಲಿಲ್ಲ. ಮನದಲ್ಲೇ ಯೋಚಿಸುತ್ತಾ ನಾನದೆಷ್ಟು ಹೊತ್ತು ಹಾಗೆಯೇ ಮನೆಯೊಳಗೆ ಕೂತಿದ್ದೆನೋ ಏನೋ? ಆಮೇಲೆ ನಿಧಾನವಾಗೆದ್ದು ಹಿತ್ತಲಿನ ಕಟ್ಟೆಯ ಮೇಲೆ ಕಾಲಿಳಿಬಿಟ್ಟುಕೊಂಡು ನಂದಿಬಟ್ಟಲ ಮರದ ಎಲೆಗಳ ನಡುವಿನಿಂದ ತೂರಿ ಬಂದು ಮಣ್ಣಿನ ಮೇಲೆ ಡಿಸೈನ್ ಮೂಡಿಸಿದ ಸೂರ್ಯಕಿರಣಗಳಿಗೆ ಮೈಕಾಸುತ್ತಾ ಒಂದು ಗಳಿಗೆ ಕೂತೆ.

ಆಮೇಲೆ ಮನೆಯ ಸುತ್ತಾ ಅಡ್ಡಾಡಿದೆ, ಹಾಗೇ ಸುಮ್ಮನೆ. ಹಬ್ಬಿದ್ದ ಪ್ರಶಾಂತತೆಯಿಂದಾಗಿ ಬೇರೆ ಯಾರದೋ ಮನೆಯಲ್ಲಿ ಅಡ್ಡಾಡಿದಂತೆ ಭಾಸವಾಯ್ತು. ಅಡುಗೆಮನೆಯ ಕಿಟಕಿಯಲ್ಲಿ ಕೂತ ಗುಬ್ಬಿಯ ಚಿಲಿಪಿಲಿ ಇಡೀ ಮನೆಯನ್ನು ತುಂಬಿಕೊಂಡಿತ್ತು. ಎಲ್ಲಾ ಕೋಣೆಗಳು ಒಂದಕ್ಕಿಂತಾ ಒಂದು ಖಾಲಿ, ಒಂದಕ್ಕಿಂತ ಒಂದು ಸ್ತಬ್ಧ. ಪಡಸಾಲೆಯ ನಟ್ಟ ನಡುವೆ ಗುಡಾರದಂತೆ ಹೊಚ್ಚ ಹೊಸ ನ್ಯೂಸ್ ಪೇಪರ್ ಕೂತಿತ್ತು. ಬಾಗಿಲಲ್ಲಿ ಹಾಲಿನ ಪಾಕೀಟು; ಅಲ್ಲೇ ಒಂದು ಹೂವಿನ ಕಟ್ಟು.

ಆದರೆ ಗೋಡೆಯ ಮೇಲೆ ಕಣ್ಣು ಹಾಯಿಸಿದಾಗಲೇ ಗೊತ್ತಾಯ್ತು, ಅಂಥಾ ಖಾಸಾ ಏಕಾಂತ ಇದೇನಾಗಿರಲಿಲ್ಲ ಅಂತ. ಅಜ್ಜ ಅಜ್ಜಿ ತಮ್ಮ ತಮ್ಮ ಫೋಟೋಫ್ರೇಮಿನಲ್ಲಿ ಕೂತು ನನ್ನತ್ತಲೇ ದುರುಗುಟ್ಟುತ್ತಿದ್ದಾರೆ, ಅಪನಂಬುಗೆಯಲ್ಲಿ! ನಾನು ಕೋಣೆಯ ತುಂಬ ಅಡ್ಡಾಡಿ ಬೇರೆ ಬೇರೆ ಕೋನದಲ್ಲಿ ನಿಂತು ಅವರತ್ತ ನೋಡಿದೆ. ಅವರೂ ನನ್ನತ್ತಲೇ ದುರುಗುಟ್ಟಿದರು. ಕಡೆಗೆ ನಾನು ಅಡುಗೆ ಮನೆಗೆ ಹೋಗಿ ಕಾಫಿ ಮಾಡಿಕೊಂಡು ಬಂದು ನಡುಮನೆಯ ಕಿಟಕಿಯ ಬಳಿ ಕೂತುಕೊಂಡೆ. ಪಕ್ಕಕ್ಕಿದ್ದ ಲೇಡಿಜ್ ಹಾಸ್ಟೆಲ್‌ನ ಗದ್ದಲ ಕೂಡಾ ಇಂದು ಬಂದ್! ಅದ್ಹ್ಯಾಗೆ?

ದಟ್ಟ ಹೊಗೆಯಾಡೋ ಇಂಥಾ ಕಾಫಿಯನ್ನು ಇಷ್ಟು ಪ್ರೀತಿಯಿಂದ ಒಬ್ಬನೇ ಕುಡಿವುದೇ? ಅದೂ ಅಕ್ಕಪಕ್ಕ ಯಾರೂ ಇಲ್ಲದಾಗ. ಛೇ... ನಮ್ಮಿಬ್ಬರಿಗೂ

ಇಷ್ಟವಾಗುವಂತಹ ಸಂಗತಿ ನಡೆವಾಗಲೆಲ್ಲಾ ನೀ ಇಲ್ದೇ ಇರೋದೇನು ಹೊಸತಲ್ಲ ಬಿಡು. ಇಂದೂ ಅಷ್ಟೆ.

ನೀ ನಮ್ಮಲ್ಲಿಗೆ ಬಂದಾಗ ನಾ ಎಂಥಾ ಮನಸ್ಥಿತಿಯಲ್ಲಿದ್ದೆನೆಂದರೆ ಮ್ಯಾನೇಜ್‌ಮೆಂಟ್ ಪುಸ್ತಕ ಓದುವ, ಸಾಫ್ಟ್‌ವೇರ್ ಕಲಿಯುವ ಅಥವಾ ಅಮೆರಿಕೆಗೆ ಹೋಗಿ ನೆಲೆಸಬೇಕೆಂದು ಬಯಸುವ ಒಬ್ಬ ಮಾಮೂಲೀ ಹುಡುಗ ಸಿಕ್ಕರೆ... ಯಾರೋ ಒಬ್ಬ ಹುಡುಗನೇಕೆ, ಯಾವುದೇ ಹುಡುಗಿ ನನ್ನ ಬದುಕಲ್ಲಿ ಬಂದಿದ್ದರೂ ಅವರ ಗೆಳೆತನಕ್ಕೆ ಹಾತೊರೆಯುತ್ತಿದ್ದೆ.

ನೀ ಬಂದಿದ್ದು ಮಾತ್ರ ತಿಂಗಳು ತಿಂಗಳು ಹಣ ಕೊಡುವ ಬಾಡಿಗೆದಾರನಾಗಿ; ಪೇಯಿಂಗ್ ಗೆಸ್ಟ್! ಅಪ್ಪ ಅಮ್ಮನಿಗೇನೋ ಬರೀ ಬಾಡಿಗೆ ಕೊಟ್ಟೆ, ಆದರೆ ನನಗೆ ಏನೇನೋ ಕೊಟ್ಟು ಜಾರಿಕೊಂಡುಬಿಟ್ಟೆ.

ಕರ್ಕಶ ಸ್ವರದಲ್ಲಿ ಧಾಂದಲೆ ಎಬ್ಬಿಸುವ ಈ ಹುಡುಗಿಯರು ಆಗೆಲ್ಲ ನಮ್ಮ ಮೇಲೊಂದು ನಝರ್ ಇಟ್ಟಿರಲಿಕ್ಕಿಲ್ಲವೆ ಹೇಳು? ಇಲ್ಲೇ ಕಟ್ಟೆಯ ಮೇಲೆ ಕುಳಿತು ಕಾಫಿ ಕುಡಿದ ಮೇಲೆ ಮಗ್‌ನ ತಳದಲ್ಲಿ ಮೆತ್ತಿಕೊಂಡಿರುವ ಕರಗದ ಜಿಗುಟು ಕಾಫಿಯನ್ನು ಬೆರಳಿನಲ್ಲಿ ನೆಕ್ತೇನೆ ನಾನೀಗ, ಆಮೇಲೆ ಶರ್ಟ್ ಕಿತ್ತು ಬಿಸಾಕಿ ತಣ್ಣಗೆ ಈ ಕಟ್ಟೆಯ ಮೇಲೆ ಕೂತು ಬಿಡ್ತೇನೆ.

ಎಷ್ಟು ಬೇಕೋ ಅಷ್ಟೇ ಬಟ್ಟೆ ಹಾಕಿಕೊಂಡು ಅಥವಾ ಅದೂ ಕೂಡಾ ತೆಗೆದುಹಾಕಿ ಮನೆಯ ತುಂಬ ಅಡ್ಡಾಡುವುದು ನಿನ್ನ ದೃಷ್ಟಿಯಲ್ಲಿ ಪ್ರತಿಯೊಬ್ಬರ ಮೂಲಭೂತ ಹಕ್ಕು ಅಲ್ಲವೆ? ಆದರೆ ಈ ಹುಡುಗಿಯರ ಹಾಸ್ಟೆಲ್ಲಿನಿಂದಾಗಿ ನಮ್ಮ ಈ ಹಕ್ಕಿಗೆ ಗ್ರಹಣ ಬಡೆದಿತ್ತಲ್ಲ!

ಕೊರೆವ ತಣ್ಣೀರಿನ ಸ್ನಾನದಿಂದೆದ್ದ ಸೋಪಿನ ಸುವಾಸನೆ ಅಡಗಿಹೋಗಿ ಮೈ ಮೇಲೆ ನಾಲ್ಕು ಬೆವರಿನ ಹನಿ ಇಳಿದಿರಬೇಕು– ಅಲ್ಲಿಯವರೆಗೆ ಈ ಕಟ್ಟೆಯ ಮೇಲೇನೇ ಕೂತಿರುತ್ತಿದ್ದೆಯಲ್ಲ ನೀ! ನಾನಾದ್ರೋ ಸ್ನಾನ ಮುಗಿಸಿದ್ದೇ ಬಟ್ಟೆ ಏರಿಸಿಕೊಂಡು ಸರ್ರನೆ ನಾಷ್ಟಾಕ್ಕೆಂದು ಕೆಳಗಿಳಿದು ಹೋಗುವವ– ನನ್ನ ಆ ರೂಢಿ ಮುರಿದವ ನೀನೇ ಕಣೋ.

ದಿನದ ಖರ್ಚನ್ನೆಲ್ಲ ನೆನಪು ಮಾಡಿಕೊಂಡು ಲೆಕ್ಕ ಬರೆದಿಡೋದು ನನ್ನ ಮತ್ತೊಂದು ರೂಢಿ. ಕೃಷ್ಣನೊಟ್ಟಿಗೆ ಕಾಫಿ 40 ರೂಪಾಯಿ, ಬೈಕಿನ ಪೆಟ್ರೋಲ್ 100 ರೂಪಾಯಿ... ಹೀಗೇನೇನೋ ನಾನೊಮ್ಮೆ ಬರೆಯುತ್ತಿದ್ದೆ. ಆಗ ನೀನೆಂದೆ...

"ಇದೆಲ್ಲದರಿಂದ ಏನುಪಯೋಗ?"

"ಏನೋ ಒಂಥರಾ ನೆಮ್ಮದಿ, ಯಾವುದರ ಮೇಲೆ ಎಷ್ಟು ಹಣ ಖರ್ಚು ಆಗ್ತದೆ ಎನ್ನೋದು ತಿಳೀತದೆ" ನನ್ನ ತಡಬಡಿಸುವ ಉತ್ತರ.

"ಸರಿ... ತಿಳಕೊಂಡ ಮೇಲೆ ಏನು ಸಿಗ್ತದೆ?"

ನನಗೆ ಜವಾಬು ಹೊಳೆದಿರಲೇ ಇಲ್ಲ.

ಅಂದು ರಾತ್ರಿ ಅಪ್ಪನ ಬಳಿ ನಿಂತು ಮತ್ತದೇ ಪ್ರಶ್ನೆ ರಿಪೀಟ್ ಮಾಡಿದ್ದೆ.

"ವರ್ಷಗಳಿಂದ ಆಯಾ ದಿನದ ಖರ್ಚು ಬರೆಯೋದಕ್ಕೆ ಹೇಳಿದ್ದೆಯಲ್ಲಾ;

ಯಾತಕ್ಕಾಗಿ?"

ಅಪ್ಪ ಎಂಥಾ ಬೊಗಳೆ ಉತ್ತರ ಕೊಟ್ಟರೆಂದರೆ ಆ ಕ್ಷಣ ನನಗೆ ಅಮ್ಮನ ಮೇಲೆ ಕರುಣೆ ಉಕ್ಕಿ ಬಂತು. ನಾನು ಆ ರಾತ್ರಿ ತಿರುಗಾಡಿ ಬರುವಾಗ ಗಡದಸ್ತಾದ ಪಾನ್ ತಿಂದು ಬಂದೆ ಮತ್ತು ಅದೇ ಕೊನೆ; ಮುಂದೆಂದೂ ಲೆಕ್ಕ ಬರೆಯಲೇ ಇಲ್ಲ.

ನಮ್ಮಿಬ್ಬರಿಗೂ ಬೇಗ ಹೊಂದಾಣಿಕೆಯಾಯ್ತು. ಯಾಕ್ಹೇಳು? ನಮ್ಮಿಬ್ಬರಿಗೂ ಭಾವಗೀತೆ ಹಾಡುವ ಹುಡುಗಿ ಮತ್ತು ತೋಳಿನ ಬನಿಯನ್ ತೊಡುವ ಹುಡುಗ–ಇಬ್ಬರೂ ಇಷ್ಟ ಇರಲಿಲ್ಲ. ಇವಲ್ಲದೆ ಮತ್ತೊಂದು ನನಗಿಷ್ಟವಿಲ್ಲದ ಸಂಗತಿಯೆಂದರೆ ಮದುವೆ. ಅದೊಂದರಿಂದಲೇ ಹುಟ್ಟಿಕೊಳ್ಳುವ ಅಸಂಖ್ಯ ಸಂಗತಿಗಳ ಮೇಲೆ ಸದಾ ಚರ್ಚಿಸುವ ಬಳಗದ ಮಂದಿ. ಅರೆ... ನಿನಗೋ ಬಳಗವೇ ಇರಲಿಲ್ಲ!

ಆದರಿಂದು ನಮ್ಮಿಬ್ಬರಿಗೆ ಬೇಕು ಬೇಕು... ಎಂದೆನ್ನಿಸುತ್ತಿದ್ದ, ಯಾವಾಗಾದರೊಮ್ಮೆ ಉಡಿಯಲ್ಲಿ ಬಂದು ಬೀಳುವ ಇಂಥಾ ಏಕಾಂತವನ್ನು ನಾ ಒಂಟಿಯಾಗೇ ಅನುಭವಿಸಿದೆ.

ಇಂದು ಬೆಳಿಗ್ಗೆ ನಿದ್ದೆಯಿಂದಲೂ ಶಾಂತವಾಗೇ ಎದ್ದಿದ್ದೆ. ಬಿಸಿಲಲ್ಲಿ ಬೆಂದು ಬಂದು ತಣ್ಣನೆಯ ನೀರು ಕಾಲಿಗೆ ಹಾಕಿಕೊಂಡ ತಂಪು ನನ್ನಲ್ಲಿ ತುಂಬಿತ್ತು. ಮುಂದೆ ಬಿದ್ದುಕೊಂಡಿದ್ದ ಒಂದಿಡೀ ದಿನದ ಬಗ್ಗೆ ಮನಸ್ಸಿನಲ್ಲಿ ಗಾಬರಿ ಇರಲೇ ಇಲ್ಲ. ರಾತ್ರಿ ಮಾತನಾಡಿದ, ನಡೆದ ಯಾವುದೇ ವಿಷಯದ ಬಗ್ಗೆ ದುಃಖವೂ ಇರಲಿಲ್ಲ. ಕಣ್ಣುಗಳು ಜಡವಾಗಿರಲಿಲ್ಲ. ನಾನು ಹಾಗೆಯೇ ಕಣ್ತೆರೆದು ತಾರಸಿಯನ್ನೇ ದಿಟ್ಟಿಸುತ್ತಾ ತುಸು ಹೊತ್ತು ಮಲಗಿದ್ದೆ.

"ಸಮಾಧಾನದಿಂದ ನಿದ್ದೆಯಿಂದೇಳೋದು ನಿತ್ಯದ ಅದೃಷ್ಟವಲ್ಲ. ಆದರೆ ಎಂದಾದರೊಮ್ಮೆ ಅಂಥಾ ಸುಖದ ಅನುಭವ ಆದಾಗ ಮಾತ್ರ ಹೊಸ ಜೀವ ಬಂದಂತಾಗ್ತದೆ." ಹಾಗಂತ ನಾನಲ್ಲ ನೀ ಹೇಳ್ತಾ ಇದ್ದೆ.

ಒಮ್ಮೆ ಹೀಗೆಯೇ ನಿದ್ದೆಯಿಂದ ನಾನೆದ್ದಾಗ ಪಕ್ಕದಲ್ಲಿದ್ದ ನೀ...

"ಹಣೆಯ ಮೇಲೆ ಸುಕ್ಕುಗಳೇಕೆ? ಮುಖದ ಮೇಲೆ ಯಾಕಿಂಥಾ ನೋವಿನ ಭಾವ?" ಎಂದಿದ್ದೆ.

ನಾನೂ ಒಮ್ಮೆ ನಿದ್ದೆಯಿಂದೆದ್ದು ನಿನ್ನನ್ನೇ ದಿಟ್ಟಿಸುತ್ತಾ ಕೂತಿದ್ದೆ; ಅದೇ ನೋವಿನ ಗೆರೆಗಳು ನಿನ್ನ ಮುಖದಲ್ಲೂ. ಕಾರಣ ಕೇಳಿದ್ದಕ್ಕೆ,

"ಏನಿಲ್ಲ, ಜಾಗ ಹೊಸದಲ್ಲಾ ಅದಕ್ಕೇ ಹಾಗೆ ಕೆಲವೊಮ್ಮೆ..." ನೀನು ತಡವರಿಸಿದ್ದೆ. ನಾನು 'ಆ ನೋವಿನ' ಬಗ್ಗೆ ಮಾತಾಡೋದನ್ನೇ ಬಿಟ್ಟು ಬಿಟ್ಟಿದ್ದೆ.

ನಾ ನಿದ್ರೆಯಿಂದ ಶಾಂತವಾಗಿ ಎದ್ದೆ, ಬಿಸಿಲಲ್ಲಿ ತಿರುಗಾಡಿ ಬಂದು ಕಾಲಮೇಲೆ ತಣ್ಣೀರೆರಚಿಕೊಂಡಂಥಾ ಶಾಂತತೆಯೂ ಮನದಲ್ಲಿ ತುಂಬಿತ್ತು. ಆದರೆ ಇದೀಗ ಕಾಫಿ ಮಾಡುವಾಗ ಹಣೆಯ ಮೇಲೊಂದು ನರವೆದ್ದು ಕುಣಿದಿತ್ತು; ಮನದಲ್ಲಿ ಏನೇನೋ ವಿಚಾರ... ನನ್ನಲ್ಲಿ ಇಂಥಾ ಶಾಂತತೆ ಯಾಕಿದೆ? ನಾ ಅಳಬೇಡವೆ? ರಂಪ ಮಾಡಬೇಡವೆ? ಯಾರ ಬಳಿಯಾದ್ರೂ ತಕರಾರು ಹೇಳೋದು ಬೇಡವೆ?

ನಿನ್ನ ಸಾಮಾನುಗಳೆಲ್ಲಾ ಕೋಣೆಯ ತುಂಬ ಬಿದ್ದಿದ್ದವು. ಬಟ್ಟೆ ತುಂಬಿದ ಚೀಲ, ಕ್ಯಾನ್ವಾಸ್ ಸ್ಟ್ಯಾಂಡ್, ಗಿಟಾರ್, ಪುಸ್ತಕಗಳ ಬಾಕ್ಸು, ಒಂದು ರಾಶಿ ಕೆಸೆಟ್ಟುಗಳು, ಕ್ಯಾಮರಾ, ವಾಕ್‌ಮನ್, ದುಂಡು ಸುರುಳಿಗಳಲ್ಲಿದ್ದ ಕ್ಯಾನವಾಸ್‌ಗಳು ಮತ್ತು ಪಾಸ್ತಾದ ರೆಸಿಪಿ ಪುಸ್ತಕಗಳು!

ಅಂದು ಅಪ್ಪನ ಬೆಳಗಿನ ಚಹದ ಐದನೇ ಸುತ್ತು ಮುಗಿದಿತ್ತು. ಅಮ್ಮ ಆರನೇ ಕಪ್ಪಿನ ತಯ್ಯಾರಿಯಲ್ಲಿದ್ದಳು. ಅಸೀಮ್ ಇನ್ನೂ ಹಾಸಿಗೆಯಲ್ಲೇ ಇದ್ದ.

ಬಾಗಿಲಲ್ಲಿ ನಿಂತ ರಿಕ್ಷಾದಿಂದ ಅನುಜಾ ಇಳಿದಿದ್ದಳು. ಎಂದಿನಂತೆ "ಚಿಲ್ಲರೆ ಬೇಕಿತ್ತು..." ಅಂತ ಜೋರಾಗಿ ಕೂಗಿಕೊಂಡಾಗ ನೀ ಹತ್ತರ ನೋಟು ಹಿಡಕೊಂಡು ಅವಳ ಹತ್ತಿರ ಹೋಗಿದ್ದೆ. ಅದೇ ನಿಮ್ಮಿಬ್ಬರ ಮೊದಲ ಭೇಟಿ ಅಲ್ಲವೇನೋ? ಅನುಜಾ ಗಟ್ಟಿಯಾಗಿ ಕೈ ಕುಲುಕಿ ನಿನ್ನ ಕೈ ಜುಮುಗುಟ್ಟಿಸಿದ್ದಳಲ್ಲ! ಊಟ ಮಾಡುವಾಗ ಅಮ್ಮ ಮತ್ತೊಮ್ಮೆ "ಇವಳು ಅನುಜಾ... ತನಯ ಮತ್ತು ಅಸೀಮ್‌ರ ತಂಗಿ" ಅಂತ ಪರಿಚಯಿಸಿದ್ದಳು.

ಈ ಎರಡು ವರ್ಷಗಳಲ್ಲಿ ನನ್ನ ತಂಗಿ ಇನ್ನೂ ಯಾವ ಯಾವ ರೀತಿ ಪರಿಚಯವಾದಳೋ ನಿನಗೆ? ಗುಡ್ಡಕ್ಕೆ ಟ್ರೆಕ್ಕಿಂಗ್ ಹೋಗುವ, ಸಣ್ಣಗೇ ಆದರೂ ಗೊರಕೆ ಹೊಡೆವ, ಬೆರಳು ಮುರಿವಂತೆ ಕೈ ಕುಲುಕುವ ಅನುಜಾಳ ಮಾತನ್ನು ಲಕ್ಷವಿಟ್ಟು ಕೇಳುವಾಗ ಮಾತ್ರ ತೀರಾ ಆಪ್ತಳೆನ್ನಿಸುತ್ತಾಳೆ.

ಇದೆಲ್ಲಾ ನನ್ನ ಅನುಜಾಳ ಪರಿಚಯವಾಯ್ತು. ಆದರೆ ನಿನ್ನ ಪರಿಚಯ ಅವಳಿಗೆ ಯಾವಾಗಾಯ್ತು? ಅದೂ ಈ ಥರಾ? ಇಷ್ಟೆಲ್ಲ ನಡೆದ ಮೇಲೂ ತೀರ ಕೊನೆಯ ಗಳಿಗೆಯ ತನಕವೂ ಅದ್ಹ್ಯಾಗೆ ನನಗೆ ತಿಳಿಯಲಿಲ್ಲ?

ನೀನಿಲ್ಲಿ ಕೆಳಗೆ ರಿಕ್ಷಾವಾಲಾನಿಗೆ ದುಡ್ಡು ಕೊಡುವಾಗ ನಾನಲ್ಲಿ ಅಟ್ಟದ ನಿನ್ನ ಕೋಣೆಯಲ್ಲಿ ನೀ ಬಿಸುಟಿದ್ದ ಶರ್ಟು ಎತ್ತಿಕೊಂಡು ಮೂಗಿಗ್ಗಚ್ಚಿ ವಾಸನೆ ನೋಡುತ್ತಿದ್ದೆ. ನೀ ಮೇಲೆ ಬಂದಾಗ ನಾನು ನಿನ್ನನ್ನು ಕೇಳದೇನೇ ನಿನ್ನ ಬ್ಯಾಗಿನಲ್ಲಿದ್ದ ಫೋಟೋ ಅಲ್ಬಮ್ ಹಿರಿದುಕೊಂಡು ನೋಡುತ್ತಾ ಕೂತಿದ್ದೆ. ನೀ ಬಂದು ನನ್ನ ಹೆಗಲ ಮೇಲೆ ಕೈಯಿಟ್ಟು ಉಸುರಿದ್ದೆ.

"ಈ ಫೋಟೋ ಆಯಿ ಬಾಬಾ ಎಕ್ಸಿಡೆಂಟನಲ್ಲಿ ಹೋಗುವ ಎರಡೇ ದಿನ ಮುಂಚೆ ತೆಗೆದಿದ್ದು, ಕಡೇದು."

ನಮ್ಮಂಥಾ ಮರಾಠಿ ಮಾಧ್ಯಮದಲ್ಲಿ ಕಲಿತ ಹುಡುಗರಿಗೆ 'ಓಹ್, ಐ ಎಮ್ ಸೋ ಸಾರಿ' ಅಂತ ಹೇಳೋದಕ್ಕೆ ಯಾರೂ ಕಲಿಸಿರೋದೇ ಇಲ್ಲ, ನಾನು ನಿನ್ನ ಕೈ ಮಾತ್ರ ಗಟ್ಟಿಯಾಗಿ ಹಿಡಕೊಂಡಿದ್ದೆ.

ಇಂಥಾ ಉಲ್ಟಾ ಪಲ್ಟಾ ಸಂಗತಿಗಳನ್ನು ಹೇಳೋದಕ್ಕೆ ಮೊದಲ ದಿನವೇ ಬೇಕಾಗಿತ್ತೇ?– ಕಾಕಾ ಕಾಕುವಿನ ಮನೆಯಲ್ಲಿ ನೀ ಕಳೆದ ದೀಪಾವಳಿಯ ಸೂಟಿ,

ಖಾನಾವಳಿಯ ಊಟ, ಮುಂಜಾನೆದ್ದು ರಸ್ತೆಯ ಡಬ್ಬಾ ಅಂಗಡಿಗಳಲ್ಲಿ ಕುಡಿದ ಚಹಾ ಏನೆಲ್ಲದರ ಬಗ್ಗೆ ಹೇಳಿದ್ದೆ– ಇವೆಲ್ಲಾ ನಿನಗೆ ನಮ್ಮ ಮನೆಗೆ ಪಟ್ಟೆಂದು ಹೊಂದಿಕೊಳ್ಳುವಂತೆ ಮಾಡಿದ್ದವೇನೋ!

ಅಥವಾ ಪೇಯಿಂಗ್ ಗೆಸ್ಟ್ ಆಗಿ ಇರೋದು ಬಹುಶಃ ನಿನಗೆ ಹೊಸದಾಗಿರಲೇ ಇಲ್ಲ. ಜೊತೆಗೆ ಯಥೇಚ್ಚ ಗಾಳಿ ಬೀಸುವ ಮೇಲಿನ ಕೋಣೆ, ಅದಕ್ಕೆ ಹೋಗೋದಕ್ಕೆ ಹೊರಗಿನ ಅಟ್ಟ! ಕೋಣೆ ತುಸು ಕತ್ತಲಿದ್ದರೇನಂತೆ, ನನಗೆ ಅದರ ಮೇಲೆಷ್ಟು ಕಣ್ಣಿತ್ತು? ನಾವು ದೊಡ್ಡವರಾಗುವಾಗ ಅದೊಂದೇ ಅಲ್ಲವೆ ಮನೆಯೊಳಗಿದ್ದ ಸ್ವತಂತ್ರ ಠಿಕಾಣಿ ಅಂದರೆ? ಹೊರಗಿನಿಂದ ಹೋಗಿ ಬಂದು ಮಾಡುವಾಗ ಯಾರ ನಜರಿಗೂ ಬೀಳುವ ಮಾತೇ ಇರಲಿಲ್ಲ. ಬೇಕಾದಂತೆ ಅದನ್ನು ಅಲಂಕರಿಸಬೇಕು, ಬಣ್ಣ ಹಚ್ಚಬೇಕು... ಏನೆಲ್ಲ ಆಸೆಯಿತ್ತು ನನಗೆ. ಆದರೆ ಅಮ್ಮ ಅಪ್ಪ ಬಾಡಿಗೆಗೆ ಅದೇ ಕೋಣೆ ಆರಿಸಿದಾಗ ನಾನು ಸಿಟ್ಟಿನಿಂದ ದುಮುಗುಡುತ್ತಲೇ ಬಂದವರಿಗೆ ಕೋಣೆ ತೋರಿಸುತ್ತಿದ್ದೆ.

ಆ ಕೋಣೆಗೇನೋ ಒಂದು ಭವ್ಯತೆಯಿತ್ತು. ಆದರೆ ನಾನು ಶಾಲೆಯಲ್ಲಿದ್ದಾಗ ಅದು ಅಜ್ಜ ಅಜ್ಜಿಯ ಕಾಯಿಲೆ ಕೋಣೆಯಾಗಿತ್ತು– ಎದುರು ಬದುರಾಗಿ ಗೋಡೆಗೆ ತಾಗುವಂತೆ ಅಡ್ಡಡ್ಡವಾಗಿ ಹಾಕಿದ ಎರಡು ಮಂಚಗಳು. ಒಂದರ ಮೇಲೆ ಅಜ್ಜ– ಇನ್ನೊಂದರ ಮೇಲೆ ಅಜ್ಜಿ. ಅಜ್ಜನ ನಂತರ ಬರೀ ಅಜ್ಜಿ; ಮತ್ತೆ ಸಾಥಿಯಾಗಿ ಅಮೃತಾಂಜನದ ವಾಸನೆ. ಏನೇನು ಭೋಗಿಸುವುದಿತ್ತೋ ಅದನ್ನೆಲ್ಲ ಭೋಗಿಸಿ ಅಜ್ಜಿಯೂ ಹೋದ ನಂತರ ಉಳಿದಿದ್ದು ಆ ಘಮಲೊಂದೇ. ಫಿನಾಯಿಲ್ ಹಾಕಿ ಫರಸಿಯೆಲ್ಲಾ ತೊಳೆದ ಮೇಲೆ ಔಷಧಿಗಳ, ಬಹಾಡಾ ಎಲೆಗಳ, ಸುಪಾರಿಯ, ಅಜ್ಜಿಯ ದೇಹದ ವಾಸನೆಗಳೆಲ್ಲ ಹಾರಿಹೋದವು, ಆದರೆ ಅಮೃತಾಂಜನದ ವಾಸನೆಯೊಂದು ಮಾತ್ರ ಉಳಿದುಕೊಂಡಿತ್ತು.

ನೀ ಮೊದಲ ಬಾರಿ ಈ ಖೋಲಿಗೆ ಬಂದಾಗ "ವ್ಹಾ ಎಂಥದೋ ಟೆಂಪ್ಟಿಂಗ್ ವಾಸನೆಯಿದೆಯಿಲ್ಲಿ. ಕದ್ದು ಮುಚ್ಚಿ ಸಿಗರೇಟ್ ಸೇದಲು ಇಲ್ಲೇ ಬರ್ತಿದ್ದೆಯೋ ಹೇಗೆ?" ಅಂತ ಚೇಷ್ಟೆ ಮಾಡಿದೆಯಲ್ಲ.

ಅವತ್ತೇ ನನಗೆ ತಿಳೀತು ಈ ವಾಸನೆ ಅನ್ನೋದಿದೆಯಲ್ಲ ಅದು ಕೇವಲ ಮನಸ್ಸಿನದು ಮಾತ್ರವಲ್ಲ ಅಂತ. ಆದರೆ ಮುಂದೆ ನೀ ಎಂಥೆಂಥಾ ಪರಿಮಳ ತಂದೆ ಕೋಣೆಯಲ್ಲಿ. ರಮ್, ಸಿಗರೇಟು, ಬೆವರು, ಒಮ್ಮೊಮ್ಮೆ ಹೋಟಲಿನ ಹುರಿದ ಮಾಕ್‌ರೋನಿಯದು! ಕೆಲವೊಮ್ಮೆ ಮಾತ್ರ ನನಗೆ ಸೇರ್ತದೆ ಅಂತ ನೀ ಹಾಕ್ಕೊಂಡು ಬರುತ್ತಿದ್ದ ಅತ್ತರಿನದು. ಮತ್ತೆ ನಿನ್ನ ಆ ವಾಸನೆ... ಹೌದು ನಿನ್ನದೇ ಆದ ಒಂದು ವಿಶಿಷ್ಟ ಸುಗಂಧವಿತ್ತು. ನಿನ್ನ ನೆನಪಾದಾಗೊಮ್ಮೆ ಈಗಲೂ ನನ್ನನ್ನದು ಆವರಿಸಿಕೊಳ್ಳುತ್ತದೆ.

ನೀ ಕೋಣೆಗೆ ಬಂದಾಗ "ವ್ಹಾ ಈ ಕೋಣೆಯಲ್ಲಿ ಎಂಥದೋ ಟೆಂಪ್ಟಿಂಗ್ ವಾಸನೆ ಬರ್ತದೆ" ಅಂದೆಯಲ್ಲಾ, ಆಗ ನನಗೆ ಈ ಹುಡುಗ ಕೋಣೆಯಲ್ಲಿರುವಾಗ ಏನಾದ್ರೂ ಇಂಟ್ರೆಸ್ಟಿಂಗ್ ಘಟಿಸಿಯೇ ಘಟಿಸುತ್ತದೆ ಅಂತ ಖಾತ್ರಿಯಾಯ್ತು. ನಾನು ಎದೆತುಂಬಾ ಕೋಣೆಯ ವಾಸನೆ ಎಳೆದುಕೊಂಡೆ. "ಕದ್ದು ಇಲ್ಲಿ ಸಿಗರೇಟು ಸೇದಲು ಬರ್ತಿದ್ಯಾ

ಹ್ಯಾಗೆ?" ಅಂತ ನೀನೆಂದಾಗಲೇ ನನಗೆ ತಿಳಿದದ್ದು, ಈ ವಾಸನಾಗಳಿರೋದೆಲ್ಲ ಮನಸ್ಸಿನಲ್ಲೇ ಅಂತ.

ಕೋಣೆಯ ಕಿಟಕಿಯ ಅಂಚಿಗೊತ್ತಿಕೊಂಡು ನಿನ್ನ ಜೊತೆಗೆ ಕುಳಿತು ತಂಪು ಹವೆ ಕುಡಿಯುತ್ತಾ ಹರಟೆ ಹೊಡೆವಾಗ ನಿನ್ನ ಬದುಕಿನೆದುರು ನನ್ನದೆಷ್ಟು ಸಪ್ಪೆಯಾಗಿತ್ತೆಂದು ತಿಳೀತು. ಅದು 'ಗಾದಿಯ ಮೇಲೆ ಲಾಗ ಒಗೆದಂತೆ' ಅಂತಾರಲ್ಲ ಹಾಗೆ ಸುರಳೀತವಿತ್ತು.

ಹತ್ತನೇ ತರಗತಿಯಲ್ಲಿದ್ದಾಗಲೇ ನಿನ್ನ ಆಯಿ ಬಾಬಾ ತೀರಿಹೋಗಿದ್ದು, ಆಮೇಲೆ ಯಾರೆಷ್ಟು ಹೇಳಿದರೂ ಕೇಳದೆ ಹಟ ಮಾಡಿ ಹಾಸ್ಟೆಲ್ ಸೇರಿದುದು, ನಿನ್ನ ಬದುಕನ್ನು ನೀನೇ ರೂಪಿಸಿಕೊಂಡದ್ದು, ಎಲ್ಲ ನಿರ್ಣಯಗಳನ್ನು ನೀನೇ ತಗೊಂಡಿದ್ದು, ಮೇಲಾಗಿ ಎಂಥಾ ಪರಿಸ್ಥಿತಿ ಬಂದರೂ ಕಣ್ಣಲ್ಲಿ ನೀರಾಡಗೊಡದ ಆ ನಿನ್ನ ಆತ್ಮಾಭಿಮಾನ!

ಹತ್ತನೇ ತರಗತಿಯಲ್ಲಿ ನೀನು ಉತ್ತಮ ಮಾರ್ಕ್ಸ್ ತಗೊಂಡಿದ್ದೆ. ಫಲಿತಾಂಶದ ದಿನ ಶಾಲೆಯಲ್ಲಿ ನೆರೆದಿದ್ದ ಹೆತ್ತವರ ಗದ್ದಲಕ್ಕೆ ಅಸ್ವಸ್ಥನಾಗಿ, ಮಾವಶಿಯ ಮನೆಗೆ ಓಡೋಡಿ ಬಂದರೆ ಬಾಗಿಲಿಗಿದ್ದದ್ದು ದೊಡ್ಡ ಬೀಗ! ಎಲ್ಲಾ ಹೊರಗಡೆಯೆಲ್ಲೋ ಅಡ್ಡಾಡಲು ಹೋಗಿದ್ದರು, ನೀ ಕೈಯಲ್ಲಿ ಮಾರ್ಕ್ಸ್ ಕಾರ್ಡ್ ಹಿಡಿದು ಗಂಟೆಗಟ್ಟಲೆ ರಣಗುಟ್ಟುವ ಬಿಸಲಲ್ಲಿ ಕಾಯ್ದ ಮೆಟ್ಟಿಲುಗಳ ಮೇಲೆ ಕೂತಿದ್ದು- ಇದೆಲ್ಲ ಹೇಳುವಾಗ ಮಾತ್ರ ನಿನ್ನ ಕಾಲ ಕೆಳಗೆ ಸುಡುವ ಮೆಟ್ಟಲಿರಲಿಲ್ಲವಲ್ಲ?

ಅಂಥಾ ಮಧ್ಯರಾತ್ರಿಯಲ್ಲಿ ತಂಪು ಹವೆಯಲ್ಲಿ ನನ್ನ ಪಕ್ಕ ಕೂತು ಇದನ್ನೆಲ್ಲ ಹೇಳುವಾಗ ಕೂಡಾ ನೀ ಬಿಕ್ಕಿ ಬಿಕ್ಕಿ ಅತ್ತಿರಲಿಲ್ಲ. ನನಗೋ ನಿನ್ನ ಆಯಿ, ಬಾಬಾ, ದೋಸ್ತ, ತಮ್ಮ ಎಲ್ಲಾ ಒಮ್ಮೆಗೇ ಆಗಿಬಿಡುವ ತವಕ. ಆದರೆ ನೀನು? ಏನನ್ನೋ ಹೇಳ್ತಾ ಹೇಳ್ತಾ ಭಾವುಕತೆಯ ತುತ್ತ ತುದಿಗೇರಿದವ ತಟ್ಟನೆ ಸಾವರಿಸಿಕೊಂಡು ನಿರ್ಭಾವುಕನಾಗಿ ಬಿಡುತ್ತಿದ್ದಿ.

ರಾತ್ರಿ ನಿನ್ನ ಜೊತೆಗೇ ಅಭ್ಯಾಸ ಮಾಡಿದರಾಯ್ತು ಅಂತ ಅಟ್ಟದ ಮೇಲೆ ತಂದ ನನ್ನ ಹಾಸಿಗೆ ಮತ್ತೆಂದೂ ಕೆಳಗೆ ಹೋಗಲೇ ಇಲ್ಲ. ಆಮೇಲೆ ಕಿಟಕಿಯಿಂದ ಚೂರು ಚೂರೇ ಸರಿಯುತ್ತಾ ನಿನ್ನ ಬಳಿಗೇ ಬಂದಿತ್ತದು. ಪ್ರತಿ ಇಂಚು ಸರಿಸಿದಾಗಲೂ 'ಇಲ್ಲೀ ತನಕ... ಹಾ, ಇಲ್ಲೀ ತನಕ ಬಂದರೆ ಇವನಿಗೆ ಅಡ್ಡಿ ಇರಲಿಕ್ಕಿಲ್ಲ' ಅಂತ ನನಗೆ ನಾನೇ ಹೇಳಿಕೊಳ್ಳುತ್ತಿದ್ದೆ.

ಒಂದಿನ ರಾತ್ರಿ ಎಲ್ಲ ಉಂಡು ಮಲಗಿದ ಮೇಲೆ ನಾ ಸಾವಕಾಶವಾಗಿ ಅಟ್ಟ ಹತ್ತಿ ಮೇಲೆ ಬಂದರೆ ನೀ ನನ್ನ ತಿಳಿ ಹಳದಿ ಬಣ್ಣದ ಕುರ್ತಾ ಹಾಕ್ಕೊಂಡು ನನ್ನದೇ ಸ್ಕೆಚ್ ಮಾಡುತ್ತಿದ್ದೆ. ನಾ ಹತ್ತಿರ ಬಂದಿದ್ದು ನಿನಗೆ ಇಷ್ಟವಾಗಿದೆ ಅಂತ ನನಗಾಗ ತಿಳಿದಿತ್ತು. ಆ ಸ್ಕೆಚ್ ನನ್ನ ದಿಂಬಿನಡಿ ನೀನಿಡಬೇಕೆಂಬಾಸೆ ನನಗೆ. ಅದಕ್ಕೆಂದೇ ಮೆಲ್ಲನೆ ಸಪ್ಪಳ ಮಾಡದಂತೆ ಮೆಟ್ಟಲಿಳಿದು ಹೋಗಿ ಅಟ್ಟದ ಬುಡದಲ್ಲಿ ರಾತ್ರಿರಾಣಿಯ ಸುಗಂಧ ಸವಿಯುತ್ತಾ ಕೂತಿದ್ದೆ.

ಗಾಳಿ ನಿಂತು ಹೋಗಿತ್ತು. ಅಡುಗೆಮನೆಯ ದೀಪ ಬೆಳಗುತ್ತಿತ್ತು. ಆದರೆ ಅಪ್ಪನ ಕೆಮ್ಮು ಕ್ಯಾಕರಿಕೆ ನಿಂತ ಮೇಲೆ ಅದೂ ಆರಿಹೋಗಿತ್ತು. ಹುಡುಗಿಯರ ಹಾಸ್ಟೆಲ್‌ನಲ್ಲಿ

ಮಾತ್ರ ಇನ್ನೂ ಗದ್ದಲವಿತ್ತು. ಕೆಲ ಹುಡುಗಿಯರು ತಲೆಗೆ ಎಣ್ಣೆ ಹಚ್ಚಿ ತಿಕ್ಕಿಕೊಳ್ಳುತ್ತಾ ಕಾರಣವಿಲ್ಲದೆ ಕುಲುಕುಲು ನಗುತ್ತಿದ್ದರು. ಇನ್ನುಳಿದ ಖೋಲಿಗಳಿಂದ ಅಂತಾಕ್ಷರಿ ಕೇಳಿಬರುತ್ತಿತ್ತು. ಯಾಕೋ ಅಕಾರಣವಾಗಿ ನನಗೆ ಈ ಹುಚ್ಚು ಹುಡುಗಿಯರ ಭವಿಷ್ಯದ ಗತಿಯೇನು? ಅಂತ ತಟ್ಟನೆ ಆತಂಕವೊಂದು ಹುಟ್ಟಿ ಮರೆಯಾಯ್ತು.

ಅಟ್ಟದ ದೀಪ ಬೆಳಗಿತ್ತು. ನಾ ಮೇಲೆ ಬಂದು ನೋಡಿದಾಗ ಹಾಸಿಗೆಯ ಅರ್ಧಭಾಗವನ್ನಷ್ಟೇ ನನಗುಳಿಸಿ ನೀ ಬೋರಲು ಮಲಗಿದ್ದೆ. ದಿಂಬಿನಡಿ ಸ್ಕೆಚ್ ಇತ್ತು. ಆದರದು ನಾ ಹಿಂದೆ ನೋಡಿದ್ದಾಗಿರಲೇ ಇಲ್ಲ. ಅದರಲ್ಲಿದ್ದುದು– ಅಟ್ಟದ ಬುಡ, ನಾನು ಮತ್ತು ರಾತ್ರಿರಾಣಿಯ ಗಿಡ! ಬಗ್ಗಿ ನೋಡಿದರೆ ಮಗುವಂತೆ ಗಟ್ಟಿಯಾಗಿ ಕಣ್ಮುಚ್ಚಿಕೊಂಡು ಗಲ್ಲ ದಿಂಬಿಗೊತ್ತಿ ನೀ ಸುಳ್ಳು ಸುಳ್ಳೇ ನಿದ್ದೆಯ ನಾಟಕವಾಡುತ್ತಿದ್ದೆ.

ನಾಟಕದ ಸ್ಪರ್ಧೆಯಲ್ಲಿ ನಾ ಸೋತಾಗ ಥೇಟರಿನ ಬಿಸಿ ಬಿಸಿ ಫರಸಿಯ ಮೇಲೆ ಕೂತು ಗಳಗಳ ಅತ್ತಿದ್ದೆ. ನೀನಾಗ ಬಂದು ನನ್ನೆದುರು ಕೂತು ರಮಿಸುತ್ತಾ ಬಳಿಗೆಳೆದುಕೊಂಡಿದ್ದೆ. ನನಗಾಗ ಕೋಣೆಯಲ್ಲಿ ಆ ದಿನ ಕುಡಿದ ಮಧ್ಯರಾತ್ರಿಯ ತಂಪು ಹವೆ ಮತ್ತೊಮ್ಮೆ ಸೋಕಿದನುಭವ!

ನೀ ಅನುಜಾಳೊಡನೆ ಹೊರಟು ಹೋದ ಮೇಲೆ ಅಪ್ಪ ನಿನ್ನ ಖೋಲಿ ಪೂರ್ತಿ ಕಿತ್ತಾಡಿಬಿಟ್ಟರು, ನೀವಿಬ್ಬರು ಮನೆ ಬಿಟ್ಟು ಹೋದ ಮರುದಿನ ಅಪ್ಪ ಮುಂಜಾನೆಯ ಚಹಾ ಕುಡಿಯುತ್ತ ಕುಳಿತವರು– ಅದೇನೆನ್ನಿಸಿತೋ ತಟ್ಟನೆದ್ದು ಅಸೀಮನನ್ನು ಕರಕೊಂಡು ಮಾಳಿಗೆಗೆ ಧಾವಿಸಿದ್ದರು; ನಾನು ಮತ್ತು ಅಮ್ಮನೂ ಹಿಂದೆಯೇ ಓಡಿದ್ದೆವು. ಕೋಣೆಯಲ್ಲಿ ಹೇಳಿಕೊಳ್ಳುವಂಥದ್ದೇನೂ ಇರಲಿಲ್ಲ. ಅಪ್ಪ ಎಸೆದಾಡುತ್ತಿದ್ದ ಸಾಮಾನುಗಳನ್ನು ನೋಡುತ್ತಾ ನಾನು ಕಿಟಕಿಯ ಬಳಿ ಮೂಕನಾಗಿ ನಿಂತಿದ್ದೆ. ಮಾತಾಡಲು ಕೂಡಾ ನನ್ನಲ್ಲಿ ತ್ರಾಣವೇ ಉಳಿದಿರಲಿಲ್ಲ. ಹರಡಿದ ಸಾಮಾನುಗಳನ್ನು ನೋಡಿದಾಗ ನೀ ಕೋಣೆಗೆ ಬಂದ ಮೊದಲ ದಿನ ನೆನಪಾಗಿ ಗಂಟಲುಬ್ಬಿ ಬಂತು. ನನ್ನ ಕಣ್ಣು ನೀರಾಡಿದ್ದು ನೋಡಿ ಅಮ್ಮ ನಾ ಅನುಜಾಳನ್ನು ನೆನಪಿಸಿಕೊಳ್ಳುತ್ತಿದ್ದೇನೆ ಎಂದುಕೊಂಡು ಹತ್ತಿರ ಬಂದು ಎದೆಗೊತ್ತಿಕೊಂಡಳು. ಅಪ್ಪನಿಗೆ ಕೋಣೆಯಲ್ಲೆಲ್ಲೂ ನಿನ್ನ ವಿಳಾಸ, ಟೆಲಿಫೋನ್ ನಂಬರ್, ಚೀಟಿ ಗೀಟಿ ಏನೆಂದರೆ ಏನೂ ಸಿಗಲಿಲ್ಲ. ಆಶ್ಚರ್ಯವೆಂದರೆ ಕಿತ್ತಾಡಿ ಬಿಸುಟಿದ್ದ ಸಾಮಾನುಗಳಲ್ಲಿ ಬಹಳಷ್ಟು ನನ್ನವೇ ಆಗಿದ್ದವೆಂಬ ಅಂಶ ಯಾರ ಗಮನಕ್ಕೂ ಬರಲೇ ಇಲ್ಲ.

ಅಮ್ಮ, ಅಪ್ಪ, ಅಸೀಮ ಕೆಳಗಿಳಿದು ಹೋದ ಮೇಲೆ ನಾನು ಕೋಣೆಯೊಳಕ್ಕೆ ಬಂದಿದ್ದೆ. ಯಾವುದೋ ಫೈಲಿನಿಂದಿಣುಕುತಿದ್ದ ಐದಾರು ಫೋಟೋಗಳು ಕಂಡಿದ್ದವು. ನಾನೇ ತೆಗೆದ ನಿನ್ನ ಫೋಟೋಗಳು; ಒಂದೂವರೆ ವರ್ಷದಲ್ಲಿ ತುಸು ಹಳದಿಗಟ್ಟಿ ಒಂದಕ್ಕೊಂದು ಅಂಟಿಕೊಂಡಿದ್ದವು. ನಾನು ಒಂದೊಂದೇ ಫೋಟೋ ನಾಜೂಕಾಗಿ ಬಿಡಿಸಿದ್ದೆ.

ನಾ ನನ್ನ ಪೆಂಟೆಕ್ಸ್ ಕ್ಯಾಮರಾ ಬ್ಯಾಗಿನಿಂದ ಹೊರತೆಗೆದಾಗ ನೀ ಮಳೆಯಲ್ಲಿ ತೋಯ್ದು ತಪ್ಪಡಿಯಾಗಿದ್ದೆ, ತೊಳೆದು ಸ್ವಚ್ಛವಾಗಿದ್ದ ಕಪ್ಪು ಬಂಡೆಯೊಂದರ ಬಳಿ ನಿಂತು ಕೈಗಳನ್ನು ತಲೆಯ ಹಿಂದೆ ಕಟ್ಟಿಕೊಂಡು ಆಕಾಶವನ್ನೇ ದಿಟ್ಟಿಸುತ್ತಿದ್ದೆ. ಹಣೆಯಿಂದಿಳಿದ ಹನಿಯನ್ನು ಒರೆಸಲು ತೋಳೆತ್ತಿದಾಗ ನಡುವೆಯೇ ನಾ ಕ್ಲಿಕ್ಕಿಸಿದ್ದೆ. ಅದಾಗ ಹುಟ್ಟಿಕೊಂಡಿದ್ದ ಸೂರ್ಯನ ಕಿರಣಗಳಲ್ಲಿ ಹೊಳೆದ ನೀರ ಹನಿ, ಅರೆಬರೆ ಒರೆಸಿದ ನಿನ್ನ ಒದ್ದೆ ಮೊಗದ ಮಿಂಚು– ಎಲ್ಲ ಇದೆ ಈ ಫೋಟೋದಲ್ಲಿ.

ಒಮ್ಮೆ ನಿನ್ನ ಹೊಸ ಚಿತ್ರ ಪೂರ್ಣವಾಗುತ್ತ ಬಂದಿತ್ತು. ಕ್ಯಾನ್ವಾಸಿನ ತುಂಬ ಹರಡಿದ್ದ ಗೆರೆಗಳ ನಡುವೆ ಒಂದು ದೊಡ್ಡ ಪಂಜರವಿತ್ತು. ಅದರ ಸಲಾಕೆಗಳ ಹಿಂದೆ ಇದ್ದಿದ್ದು ನನ್ನ ಮುಖವಲ್ಲವಾದರೂ ಹೋಲಿಕೆ ಮಾತ್ರ ನನ್ನದೇ. ರಾತ್ರಿ ನಾ ಮಾಳಿಗೆಗೆ ಬಂದಾಗ ಚಿತ್ರಕ್ಕೆ ರಂಗು ತುಂಬುತ್ತಿದ್ದ ನೀ ಆವೇಶದಿಂದ ಬರಸೆಳೆದಿದ್ದೆ. ನನ್ನ ಮೈ ತುಂಬ ಹಳದಿ ಕೆಂಪಿನ ಬೆರಳು ಮೂಡಿದ್ದವು. ನಾನೂ ಸಿಟ್ಟು ನಟಿಸುತ್ತಾ ಕಟ್ಟಿಗೆಯ ಪ್ಯಾಲೇಟನ್ನೆತ್ತಿ ನಿನ್ನ ತಲೆಯ ಮೇಲೆ ಸುರಿದು ಬಣ್ಣ ತಟಕುತ್ತಿದ್ದ ನಿನ್ನ ಮುಖವನ್ನು ರಾತ್ರಿಯ ಲ್ಯಾಂಪಿನ ಕೆಂಬೆಳಕಲ್ಲಿ ಕ್ಯಾಮರಾದಲ್ಲಿ ಸೆರೆ ಹಿಡಿದಿದ್ದೆ.

ಕೆಳಗಿನ ಕೋಣೆಯ ತುಂಬ ನಿನ್ನದೇ ಕ್ಯಾನವಾಸ್‌ಗಳನ್ನು ತೂಗುಹಾಕಿದ್ದೆ. ಆದರೆ ಯಾರಿಗಾದರೂ ವಿಚಿತ್ರ ಅನ್ನಿಸೀತೆಂದು ಅಮ್ಮ ಅಪ್ಪನದೊಂದು, ಕಾಲೇಜಿನ ಇಬ್ಬರು ಗೆಳತಿಯರದೊಂದು, ಅನುಜಾ ಸಣ್ಣವಳಿದ್ದಾಗ ಆಟಿಕೆ ಹರಡಿಕೊಂಡು ಅಳುತ್ತಾ ಕೂತ ಫೋಟೋವೊಂದು... ಹೀಗೆ ಚಿಲ್ಲರೆ ಪಲ್ಲರೆ ಫ್ರೇಮ್‌ಗಳನ್ನೂ ತೂಗುಬಿಟ್ಟಿದ್ದೆ. ಅಸೀಮ ಕೋಣೆಗೆ ಬಂದು ಸಿಗರೇಟು ಹಚ್ಚಿ ಭಸಭಸನೆ ಹೊಗೆ ಬಿಟ್ಟು "ಸಾಯಿಬಾಬಾನ ಫೋಟೋವೊಂದನ್ನು ತಂದು ಕೊಡ್ತೇನೆ ನಾಳೆ, ಅದನ್ನೂ ತೂಗು ಹಾಕಿಬಿಡು. ಅಂದರೆ ಪೂರ್ಣವಾಗ್ತದೆ. ಗೋಡೆಗಳನ್ನೆಲ್ಲಾ ಸೆಲೋಟೇಪ್ ಅಂಟಿಸಿ ಕೆಡಿಸಿಬಿಡು" ಅಂತ ಒದರಾಡಿ ಹೋಗಿದ್ದ. ಹೀಗೆ ಯಾಕೋ ಎಲ್ಲಾ ಸಹನಾತೀತವಾದಾಗ ನಿನ್ನನ್ನೊಮ್ಮೆ "ಇಲ್ಲಿಂದ ದೂರ ಓಡಿಹೋಗೋಣ. ಬೇರೊಂದು ಖೋಲಿ ಹಿಡಿದು ಸ್ವತಂತ್ರವಾಗಿ ಬದುಕೋಣ" ಅಂತ ಯಾಕೆ ಕೇಳಬಾರದು? ಅನ್ನಿಸೋದು.

ಆಮೇಲೆ ನಿಜವಾಗಿ ಒಮ್ಮೆ ಪರೀಕ್ಷೆ ಮಾಡಿಯೇ ನೋಡಿದರೆ ಹೇಗೆ? ಅಂತ ವಿಚಾರ ಬಂತು. "ಬದುಕಿನ ಬಗ್ಗೆ ನೀ ಏನು ಯೋಚಿಸಿದ್ದೀಯಾ? ಖಾಯಂ ಆಗಿ ಒಂದು ಸಂಬಂಧ ನಿನಗೆ ಬೇಕೇ ಬೇಡವೆ? ಇಂಥಾದ್ದೊಂದು ಧಾಡಸಿ ನಿರ್ಧಾರ ತಗೊಳ್ಳಲು ನೀ ತಯ್ಯಾರಿದ್ದೀಯಾ?" ಅಂತೆಲ್ಲ ಕೇಳಿಯೇ ಬಿಡಬೇಕೆಂದು ನಿರ್ಧರಿಸಿ ಕೈಯಲ್ಲಿ ಎರಡು ಪುಸ್ತಕ ಹಿಡಿದು ಅಟ್ಟಕ್ಕೆ ಹೋಗಬೇಕೆಂದು ಸದ್ದಿಲ್ಲದೆ ನಾ ಮುಂದಿನ ಖೋಲಿಗೆ ಬಂದಿದ್ದೆ. ಎಷ್ಟೇ ಸಾವಕಾಶ ಅಗುಳಿ ತೆಗೆದರೂ ಮುಂದಿನ ಕೋಣೆಯಲ್ಲಿ ಕೂತು ಧ್ವನಿ ಹತ್ತಿಕ್ಕಿ ಚಿಂತೆಯಲ್ಲೇನೋ ಪಿಸುಗುಟ್ಟುತ್ತಿದ್ದ ಅಪ್ಪ ಅಮ್ಮನಿಗೆ ನನ್ನ ಕಾಲ ಸದ್ದು ಕೇಳಿತ್ತು. ಅವರ ಮಾತೂ ನಿಂತಿತ್ತು. ಮೊದಲ ಬಾರಿ ಅವ್ವನ ಕೈ ತಮ್ಮ ಕೈಯಲ್ಲಿ ತಗೊಂಡಿದ್ದ ಅಪ್ಪನನ್ನು ಕಂಡ ನಾ ದಂಗಾಗಿದ್ದೆ. ಅಪ್ಪ ಒಮ್ಮೆಲೆ ಸಂಭಾಳಿಸಿಕೊಂಡು "ಯಾಕೋ ನಿದ್ದೆ ಬರಲಿಲ್ಲವೇನೋ? ಬಾ ತಲೆಗೆ ಎಣ್ಣೆ ಹಚ್ಚಿ ಚೆನ್ನಾಗಿ ಮಾಲಿಶ್

ಮಾಡ್ತೇನೆ" ಅಂದಾಗ... ಊಹುಂ ಇದ್ಯಾಕೋ ಅಟ್ಟಕ್ಕೆ ಹೋಗಲು ಸರಿಯಾದ ವೇಳೆ ಅಲ್ಲ, ಆಮೇಲೆ ನಿನ್ನ ಕೇಳಿದರಾಯ್ತು ಎಂದುಕೊಂಡು ಮರಳಿದ್ದೆ.

ಬ್ಯಾಗಿನಿಂದ ನನ್ನ ಪೆಂಟೆಕ್ಸ್ ಕ್ಯಾಮರಾ ಹೊರತೆಗೆದಿದ್ದೆನಲ್ಲಾ ಆಗ ಮಳೆ ನಿಂತಿತ್ತು. ನೀ ತೊಳೆದು ಸ್ವಚ್ಛವಾಗಿ ನಿಂತಿದ್ದ ಕರೀ ಬೋರ್ಗಲ್ಲಿನೆದುರು ತಲೆ ಹಿಂದೆ ಕೈಕಟ್ಟಿ ಆಕಾಶ ನೋಡುತ್ತಿದ್ದೆ, ಆಗ ಕಣ್ಣಿಗೆ ಕ್ಯಾಮರಾ ಹಚ್ಚಿಕೊಂಡು ನಾ ಲೆನ್ಸಿನ ಮೂಲಕ ನಿನ್ನನ್ನೇ ನೋಡುತ್ತಿದ್ದೆ. ಥಂಡಿಗೆ ನನ್ನ ಕೈ ಥರಥರ ನಡುಗುತ್ತಿದ್ದರಿಂದ ಫ್ರೇಮ್ ಒಂದೇ ಕಡೆ ನಿಲ್ಲುತ್ತಲೇ ಇರಲಿಲ್ಲ. ಏಕದಂ ಮನದಲ್ಲಿ ಏನೋ ಅನ್ನಿಸಿತಲ್ಲಾ, ಅದನ್ನು ಈಗಲೇ ಹೇಳಿಬಿಡಲೆ? ಅದೇನಾಗ್ತದೋ ಆಗಿಯೇ ಬಿಡಲಿ. ಅಷ್ಟರಲ್ಲಿ ನೀನು ಮುಖದ ಮೇಲಿನ ಹನಿಗಳನ್ನು ಒರೆಸಿಕೊಳ್ಳತೊಡಗಿದ್ದೆ, ಆದರೆ ನಾ ಅರ್ಧದಲ್ಲೇ ನಿನ್ನ ತಡೆದಿದ್ದೆ.

ನೀ ನಮ್ಮಲ್ಲಿಗೆ ಬಂದಾಗ ನಾನಿದ್ದ ಮನಸ್ಥಿತಿಯಲ್ಲಿ ಮ್ಯಾನೇಜ್‌ಮೆಂಟಿನ ಪುಸ್ತಕ ಓದುವ, ಅಮೆರಿಕೆಯಲ್ಲಿ ನೆಲಸಬೇಕೆನ್ನುವ ಯಾವುದೇ ಹುಡುಗ ಸಿಕ್ಕಿದ್ದರೂ ದೋಸ್ತಿಗಾಗಿ ಹಾತೊರೆಯುತ್ತಿದ್ದೆ. ಕಾರಣ, ಎಲ್ಲಾ ವಿಷಯದ ಮೇಲೂ ಏನೋ ಒಂಥರಾ ಬೇಸರ, ಜಿಗುಪ್ಸೆ ಬಂದುಬಿಟ್ಟಿತ್ತು. ಅತಿ ಬೇಸರ ಬಂದುಹೋಗಿದ್ದೆಂದರೆ ನನ್ನೀ ದೇಹ. ದೇಹವಾಂಛೆ ತೀರಿಸಲು ಕೇವಲ ಒಂದು ಫೋನಕಾಲ್ ಅಥವಾ ಇಂಟರನೆಟ್ ಕಾಲ್ ಸಾಕು ಅಂತ ಗೊತ್ತಾಗಿಹೋಗಿದ್ದ ಕಾಲವದೇನೋ ನಿಜ. ಆದರೆ ಶಾಲೆ-ಕಾಲೇಜಿನ ಪ್ರಾರಂಭಿಕ ದಿನಗಳವು, ನಿನ್ನ ಸ್ವಭಾವದಂತೆಯೇ ಶಾಂತ ದಿನಗಳು. ಮನಸ್ಸಿನಲ್ಲಿನ್ನೂ 'ಕಮಿಟ್‌ಮೆಂಟ್' ಎಂಬ ಶಬ್ದ ಹೊಯ್ದಾಡುತ್ತಿದ್ದ ದಿನಗಳು!

ಶ್ರೀಕೃಷ್ಣ ಪೆಂಡ್ಸೆ ಅಥವಾ ಕೃಷ್ಣಾ ನನ್ನ ಕ್ಲಾಸಿನ ಇತರ ಹುಡುಗರಂತೆಯೇ ಒಬ್ಬ. ಆದರೆ ದೀಪಾವಳಿಯ ಸೂಟಿ ಮುಗಿಸಿ ಬಂದವನ ಥಾಟುಬಾಟೇ ಬೇರೆಯಾಗಿತ್ತು. ಅವ ಸದಾ ಶರಟಿನ ಮೇಲಿನ ಗುಂಡಿ ಬಿಚ್ಚಿಕೊಂಡೇ ತಿರುಗಲಾರಂಭಿಸಿದ್ದ. ಎಲ್ಲಾರನ್ನೂ ಕಣ್ಣಗಲಿಸಿ ನೋಡುತ್ತಿದ್ದ. ಪಕ್ಕದಲ್ಲಿ ಬಂದು ಕುಳಿತು ನನ್ನ ಬೆನ್ನ ಮೇಲೆ ಕೈ ಹಾಕುತ್ತಿದ್ದವನ ದೇಹದಲ್ಲಿ ಬೇಕು ಬೇಕೆನ್ನಿಸುವ ಎಂಥದೋ ಮಾದಕ ಪರಿಮಳ.

ಶಾಲೆ ಶುರುವಾಗುವ ಮುನ್ನ ಅಥವಾ ಮುಗಿದ ಮೇಲೆ ಇಲ್ಲಾ ಪ್ರಯೋಗಾಲಯಕ್ಕೆ ಹೋಗಲೆಂದು ಒಂದಿಡೀ ಪಿರಿಯಡ್ಡು ಕ್ಲಾಸ್ ಖಾಲಿಯಾದಾಗ- ಇಂಥಾ ಒಂದೇ ಒಂದು ಅವಕಾಶವನ್ನು ನಾವು ಬಿಡುತ್ತಿರಲಿಲ್ಲ. ಆಗ ಒಂಬತ್ತನೇಯದೋ ಹತ್ತನೆಯದೋ ಕ್ಲಾಸಿರಬಹುದು, ಅದಾಗ ನಮ್ಮನ್ನು ನಾವು ಹುಡುಕೋ ವಯಸ್ಸು. ಶ್ರೀಕೃಷ್ಣನ ಸತತ ಹರಟೆ, ಪಟಪಟನೆ ಜ್ಯಾಮಿತಿಯ ಲೆಕ್ಕ ಬಿಡಿಸುವ ಅವನ ಜಾಣತನ, ಗಣಿತದ ನೂರಕ್ಕೆ ನೂರರ ಸ್ಕೋರು, ಮತ್ತೆ ಆಗಾಗ ಅವನೆದೆಯಲ್ಲಿ ನಿಧಾನವಾಗಿಳಿಯುತ್ತಿದ್ದ ಆ ಪುಟ್ಟ ಬೆವರಹನಿ. ನಾನದಕ್ಕಾಗಿ ಕಳಕೊಂಡ ದಿನಗಳೆಷ್ಟೋ, ತಿಂಗಳುಗಳೆಷ್ಟೋ ಯಾರಿಗೆ ಗೊತ್ತು?

ನೀ ಪ್ರೀತಿ ಮಾಡುವ ರೀತಿ ಮಾತ್ರ ಎಷ್ಟು ಬೇರೆಯಾಗಿತ್ತು? ರಾತ್ರಿ ಮೂರು ಗಂಟೆಯ ಸುಮಾರಿಗೆ ನೀ ನನ್ನ ಬರಸೆಳಕೊಂಡಾಗ ನನಗೆ ಮೊದಲ ಬಾರಿ ಒಳಗಿನಿಂದ

ನಿಧಾನಕ್ಕೇನೋ ಅರಳಿಕೊಳ್ಳುತ್ತಾ ಹೋದಂತೆ ಭಾಸ. ಕೃಷ್ಣ ಮತ್ತು ನನ್ನ ದೇಹಗಳ ಬೆಸೆತ ಎಂಥಾ ಒರಟು! ಯಾರಾದ್ರೂ ಒಳಬಂದಾರು ಏನಾದ್ರೂ ನೋಡಿಯಾರೆಂಬ ಸತತ ಭಯದಲ್ಲಿ ಬಾಯಿಯಿಂದ ಶಬ್ದವೇ ಹೊರಡುತ್ತಿರಲಿಲ್ಲ. ಕೃಷ್ಣ ಮತ್ತು ನಿನ್ನ ನಡುವೆ ಅದೆಷ್ಟು ಶರೀರಗಳು ಬಂದು ಹೋದವು? ಇಪ್ಪತ್ತೈದು ಮೂವತ್ತಾದರೂ ಇದ್ದಿರಬೇಕು. ಆದರೆ ಎಲ್ಲಾ ಕಾಲ ಕಳೆಯಲೆಂದು ಬಂದವು; ಅಭ್ಯಾಸವಾಗಿ ಹೋದಂಥವು. ಬರೀ ಶಬ್ದವೇಕೆ ಮುಖವೇ ನೋಡದಿದ್ದರೂ ನಡೆದೀತು–ಅಂಥಾ ಶರೀರಗಳು!

ನಾನೊಮ್ಮೆ ಕೃಷ್ಣನ ಮನೆಗೆ ಹೋದಾಗ ಅವ ಸ್ನಾನಕ್ಕೆ ಹೋಗಿದ್ದ, ಅವನಮ್ಮ ನನ್ನನ್ನು ಕೋಣೆಯಲ್ಲಿ ಕೂಡಲು ಹೇಳಿದ್ದರು. ನಾ ಕೋಣೆಯಲ್ಲಿ ಬಿದ್ದಿದ್ದ ಯಾವುದೋ ಸಿನಿಮಾ ಮ್ಯಾಗಝಿನ್ ಎತ್ತಿಕೊಂಡು ಪುಟ ತಿರುವಿದ್ದೆ. ಅದರಲ್ಲಿ ಮಾಧುರಿ ದೀಕ್ಷಿತಳ ಈಜುಡುಗೆಯ ಫೋಟೋ ಇತ್ತು. ಎಷ್ಟೋ ದಿನಗಳ ಮೇಲೆ ಒಂದು ರಾತ್ರಿ ಆ ಕಟ್ಟಕಡೆಯ ಗಳಿಗೆಯಲ್ಲಿ ಕೃಷ್ಣ ನನ್ನನ್ನು ಗಟ್ಟಿಯಾಗಿ ಹಿಡಕೊಂಡು ಉಸಿರು ಬಿಗಿ ಹಿಡಿದು ಕಣ್ಮುಚ್ಚಿಕೊಂಡು ಮೆಲ್ಲನೆ ಪಿಸುಗುಟ್ಟಿದ್ದ, 'ಶೀತಲ್...' ಅಂತ. ಶೀತಲ್ ನಮ್ಮ ಕ್ಲಾಸಿನಲ್ಲಿದ್ದ ಹುಡುಗಿ. ನನಗಾಗ ಬರಿದೇ ಆಶ್ಚರ್ಯವಾಗಿತ್ತು.

ಒಮ್ಮೆ ಸ್ನಾನ ಮುಗಿಸಿ ಒದ್ದೆ ಮೈಯಲ್ಲಿ ಹೊರಬಂದು ಬಟ್ಟೆ ಹಾಕ್ಕೋಬೇಕೆಂದು ಕಪಾಟಿನ ಬಾಗಿಲು ತೆರೆಯುತ್ತಿದ್ದೆ. ಆಗ ಮನದಲ್ಲೇನೋ ಗೊಂದಲ. ಹಿಂದಿನ ದಿನವಷ್ಟೇ ಗೆಳೆಯ ಅಶ್ವಿನ ಲೇಲೆ ಕಾಲೇಜಿಗೆ 'ಕ್ಯಾಸೆಟ್' ತಂದಿದ್ದ. ಅಂಥಾ ಕ್ಯಾಸೆಟ್ ಸಿಗೋದೆಂದರೆ ಸುಲಭದ ಮಾತಾಗಿರಲಿಲ್ಲ. ಲೈಬ್ರೇರಿಯನ್ನನ ಮರ್ಜಿ ಹಿಡಿಯಬೇಕು, ಮನೆಯಲ್ಲಿ ಮಂದಿಯಿರಬಾರದು... ಅಶ್ವಿನ್‌ನ ಅಪ್ಪ–ಅಮ್ಮ ಹಳ್ಳಿಗೆ ಹೋಗಿದ್ದರು. ಕ್ಯಾಸೆಟ್ ನೋಡುವಾಗ ನಾ ಸುಮ್ಮಸುಮ್ಮನೆ ನಗುತ್ತಿದ್ದೆ. ಗೆಳೆಯರಿಗೆ ತೋರಿಕೆಯ ಪ್ರತಿಕ್ರಿಯೆ ನೀಡುತ್ತಿದ್ದೆ. ನಿಜವಾಗಿ ಆಸ್ವಾದಿಸುತ್ತಲೇ ಇರಲಿಲ್ಲ. ಯಾಕ್ಹೀಗೆ? ಕಪಾಟಿನೊಳಗಿಂದ ಬಟ್ಟೆ ತೆಗೆದುಕೊಂಡು ಬಾಗಿಲು ಮುಚ್ಚಿ ಕನ್ನಡಿಯೆದುರು ನಿಂತು ಸೊಂಟಕ್ಕೆ ಸುತ್ತಿದ್ದ ಒದ್ದೆ ಟಾವೆಲ್ಲಿನ ಗಂಟು ಬಿಚ್ಚಿದ್ದೆ, ಮೊದಲ ಬಾರಿ ದೇಹದುದ್ದಕ್ಕೂ ಕಣ್ಣೋಡಿಸಿದ್ದೆ. ಮೇಲಿಂದ ಕೆಳತನಕ ನೋಡಿಕೊಂಡರೂ ನಾ ಗೆಳೆಯರಿಗಿಂತ ಹೇಗೆ ಭಿನ್ನವಾಗಿದ್ದೇನೆ ಅಂತ ಗೊತ್ತಾಗಿರಲೇ ಇಲ್ಲ.

ಶಾಲೆಯಲ್ಲಂತೂ ಪ್ರಶ್ನೆಯೇ ಇರಲಿಲ್ಲ. ಕಾಲೇಜಲ್ಲಿ ಮಾತ್ರ ನನಗೆ ಆಪ್ತ ಗೆಳತಿಯರಿದ್ದರು. ಮತ್ತಾವ ಯುವಕರಿಗೂ ಗೆಳತಿಯರು ಇರಲೇ ಇಲ್ಲ. ಹುಡುಗ ಹುಡುಗಿಯರು ಒಟ್ಟಿಗೆ ಅಡ್ಡಾಡೋದು, ನಾಟಕದ ರಿಹರ್ಸಲ್ ಮಾಡೋದು, ಹೊರಗೆ ಪ್ರವಾಸ ಹೋಗೋದು ಇತ್ಯಾದಿ ಎಲ್ಲಾ ಚೆನ್ನಾಗಿ ಮಾಡೋರು. ಆದರೆ ವಾರ್ಷಿಕೋತ್ಸವದ ಎಜೆಂಡಾದೊಟ್ಟಿಗೆ, ಕರೆಯಬೇಕಾದ ಅತಿಥಿಗಳ ಪಟ್ಟಿ ಹಿಡಕೊಂಡ ರಶ್ಮಿಯ ಬಳಿ ಹೋಗುವವ ಮಾತ್ರ ನಾನೇ. ಆಗ ಎಫ್ ವಾಯ್ ನಲ್ಲಿದ್ದ ರಶ್ಮಿ ಯಾವುದೇ ಸಾಹಿತ್ಯ ಸಂಘ, ಸಂಗೀತದ ಬ್ಯಾಂಡ್, ಎನ್.ಸಿ.ಸಿ.ಗಳ ಸದಸ್ಯೆ ಆಗಿರಲಿಲ್ಲ ಅಥವಾ ನಮ್ಮ ಹುಚ್ಚು ನಾಟಕಗಳಲ್ಲಿ ಭಾಗವಹಿಸುತ್ತಿರಲಿಲ್ಲ. ಆದರೂ ಎಲ್ಲಾ ಕಾರ್ಯಕ್ರಮಗಳ

ಆಯೋಜನೆ ಮಾತ್ರ ಅವಳಿಂದಲೇ ಆಗಬೇಕು. ಲೈಟು-ಆರ್ಕೆಸ್ಟ್ರಾ ಮಂದಿಯೊಂದಿಗೆ, ಶಿಕ್ಷಕ-ಸ್ಟುಡೆಂಟ್ ಯೂನಿಯನ್ನುಗಳೊಂದಿಗೆ, ಅಡುಗೆಯವರೊಂದಿಗೆ ಮಾತುಕತೆ ಹ್ಯಾಗೆ ಮಾಡ್ಬೇಕೆಂದು ಗೊತ್ತಿತ್ತವಳಿಗೆ. ಎಲ್ಲ ಎಷ್ಟು ಚೊಕ್ಕವಾಗಿ ಮಾಡ್ತಿದ್ದಳೆಂದರೆ ನಮ್ಮ ಜೊತೆ ಮುಖಕ್ಕೆ ಮುಖ ಕೊಟ್ಟು ಕೂಡ ಮಾತನಾಡದ ಪ್ರಿನ್ಸಿಪಲ್ ಸರ್ ಅವಳೊಡನೆ ಕಾರಿನ ಪಕ್ಕನಿಂತು ಹರಟೆ ಹೊಡೀತಿದ್ದುದನ್ನು ನಾನೇ ನೋಡಿದ್ದೇನೆ. ನನಗೆ ಬಹಳ ಸಲ ಅಕ್ಕಪಕ್ಕದ ಹುಡುಗಿಯರ ವರ್ತನೆ ಅರ್ಥವಾಗುವುದಿಲ್ಲ. ಆಗಲೂ ಆಗ್ತಿರಲೇ ಇಲ್ಲ. ತುಸು ಬೇರೆ ಅನ್ನಬಹುದಾದ ಹುಡುಗಿ ಎಂದರೆ ನನ್ನ ಅನುಜಾ ಒಬ್ಬಳೇ. ಬಾಕಿ ಎಲ್ಲರೂ ಪ್ರೇಮ ನಿವೇದನೆಗೆ ಹಾತೊರೆವ, ಸಂಜೆ ದೀಪ ಹಚ್ಚುವ ಮುಂಚೆ ಮನೆ ಸೇರ್ಕೋಬೇಕೆನ್ನುವ, ಅಮೆರಿಕೆಯಲ್ಲಿ ಮಕ್ಕಳು ನೆಲೆಸಿ ಇಲ್ಲಿ ಒಂಟಿಯಾಗಿರೋ ಮುದುಕರ ಕಣ್ಣೀರಿಳಿಸುವ ಅಳುಬುರುಕು ಭಾವಗೀತೆ ಹಾಡುವವರೇ.

ನಾ ರಶ್ಮಿಯ ಮನೆಗೆ ಹೋದಾಗ ಮುಂಜಾನೆಯ ಹನ್ನೊಂದು ಹನ್ನೊಂದೂವರೆ ಆಗಿರಬಹುದು. ಎಷ್ಟು ಬೆಲ್ ಮಾಡಿದರೂ ಒಳಗಿನಿಂದ ಉತ್ತರವೇ ಇಲ್ಲ. ನಾ ಅವಳ ಹೆಸರು ಹಿಡಿದು ಕೂಗತೊಡಗಿದ್ದೆ. ಪಕ್ಕದ ಮನೆಯ ಬಾಗಿಲು ತೆರೆದಿತ್ತು. ಪುಟ್ಟ ಹುಡುಗಿಯೊಬ್ಬಳು ಹೊರಬಂದು 'ಹೇ ಇಲ್ಲಿ ಬಾ' ಎಂದು ಕರೆದಿದ್ದಳು, ನಾ ಅವಳತ್ತ ಹೋಗುವಷ್ಟರಲ್ಲಿ ಮತ್ತೆ ಒಳಗೆ ಓಡಿಹೋಗಿ ಕಬ್ಬಿಣದ ಬಾಗಿಲು ಹಾಕಿಕೊಂಡು ಅದರ ಚೌಕಿನ ಜಾಲಿಗೆ ಮೂಗು ತಿಕ್ಕುತ್ತಾ ಹೇಳಿದ್ದಳು, "ರಶ್ಮಕ್ಕಾ ಮಲಗಿರ್ತಾಳೆ. ಬೆಲ್ ಗಿಲ್ ಮಾಡಿ ಏನೂ ಫಾಯ್ದೆ ಇಲ್ಲ" ಅಂತ ಕಿಲಕಿಲನೆ ನಕ್ಕಿದ್ದಳು. "ಒಳಗೆ ಹೋಗಿ ನಾ ಫೋನ್ ಮಾಡ್ತೇನಿ. ಅವಳ ಕಿವಿಯ ಬಾಜುನೇ ಅದು ಹೊಡಕೊಂಡಿತೆಂದರೆ ಅವಳು ಏಳ್ತಾಳೆ" ಎಂದು ಮತ್ತೆ ನಗುತ್ತಾ ಮನೆಯೊಳಗೆ ಓಡಿಹೋಗಿದ್ದಳು. ರಶ್ಮಿಯ ಮನೆಯಲ್ಲಿ ಫೋನ್ ರಿಂಗಣಿಸಿತ್ತು. ಬಾಗಿಲು ತೆರದಿತ್ತು. ಕಣ್ಣು ಹೊಸಕಿಕೊಳ್ಳುತ್ತಾ ನನ್ನ ಕೈಯಲ್ಲಿದ್ದ ಕಾಗದ ಇಸಕೊಂಡ ರಶ್ಮಿ ಮತ್ತೆ ಬಾಗಿಲಲ್ಲಿಣುಕಿದ ಹುಡುಗಿಗೆ "ಚಿನ್ನು ನಿಮ್ಮಮ್ಮ ಆಫೀಸಿಂದ ಬರೋದು ಇನ್ನೂ ತಡವಾಗುತ್ತೆ. ಯಾರು ಬಂದರೂ ಬಾಗಿಲು ತೆಗೀಬೇಡ. ಮಧ್ಯಾಹ್ನ ನನ್ನ ಬಳಿಗೆ ಬಾ, ಬ್ರೆಡ್ ಜಾಮ್ ಕೊಡುವೆ" ಎಂದಳು. ನನ್ನತ್ತ ತಿರುಗಿ 'ಥ್ಯಾಂಕ್ಸ್' ಎಂದುಸುರಿದಳು. ಅತ್ತ ಹುಡುಗಿ, ಇತ್ತ ರಶ್ಮೀ- ಇಬ್ಬರ ಬಾಗಿಲೂ ರಪ್ಪೆಂದು ಬಂದಾಗಿತ್ತು. ಈಗ ರಶ್ಮಿಯ ಮನೆಯ ಬೀಗದ ಒಂದು ಚಾವಿ ಸದಾ ನನ್ನ ಬಳಿಯಿರುತ್ತದೆ.

ನಿನಗೆ ಜನಗಳ ಬಗ್ಗೆ ಆಸಕ್ತಿಯೇ ಇದ್ದಿದ್ದಿಲ್ಲ, ಆದರೆ ನಾ ಹಾಗಲ್ಲ, ನಿನ್ನ ಬಗ್ಗೆ ಏನೆಲ್ಲಾ ತಿಳ್ಕೋಬೇಕಾಗಿತ್ತು. ನೀ ಕಲಿತ ಶಾಲೆ ಯಾವುದು? ನಿನಗೆ ಯಾರ ಮ್ಯಾಲಾದ್ರೂ ಯಾವಾಗಲಾದ್ರೂ ಪ್ರೇಮವಾಗಿತ್ತೋ ಹೇಗೆ? ನೀ ಹೀಗ್ಯಾಕೆ ಒಬ್ಬಂಟಿ? ಮುಂದೆ ಏನು ಮಾಡ್ಬೇಕೆನ್ನುತ್ತೀ? ಪ್ರಶ್ನೆಗಳ ಪಟ್ಟಿಯೇ ಇರ್ತಿತ್ತು ನನ್ನ ಬಳಿ. ಮತ್ತೆ ನನ್ನ ವಿಷಯವಾಗಿಯೂ ನೀ ಕೇಳದೇನೇ ನಾನೇ ಎಲ್ಲ ಹೇಳುತ್ತಿದ್ದೆ.

ನಿನಗೆ ನನ್ನೊಡನಿದ್ದ ದೋಸ್ತಿ, ಅನುಜಳೊಟ್ಟಿಗೂ ಇದ್ದ ಅದೇ ತೀವ್ರತೆಯ ಸಂಬಂಧ, ಮತ್ತೆ ಅವಳೊಡನೆ ಓಡಿ ಹೋಗಿ ಈಗ ನೀ ಬೇರೆಲ್ಲೋ ಮಾಡಿರುವ

ವಾಸ್ತವ್ಯ- ಇದೆಲ್ಲದರ ಬಗ್ಗೆ ನಿನಗೆ ಸತ್ಯವಾಗಿ ಏನನ್ನಿಸುತ್ತೆ ಅನ್ನೋದನ್ನು ತಿಳ್ಕೋಬೇಕು ಅಂತ ಈಗೀಗ ನನಗೆ ಗೀಳು ಹಿಡಿದಿದೆ.

ನಿನ್ನೆ ಅಶೀಷ್ ಮತ್ತು ಸ್ಯಾಮುವೆಲ್ ನನ್ನನ್ನು ಊಟಕ್ಕೆ ಕರೆದಿದ್ದರು. ಮನೆಯ ಮುಂದೆ ಅವರಿಬ್ಬರ ಜೋಡು ಹೆಸರಿನ ನಾಮಫಲಕವಿತ್ತು. ಒಳಗೆ ಅಡುಗೆ ಮಾಡುತ್ತಿದ್ದ ಅಶೀಷನಿಗೆ ಅಡ್ಡ ಬರದೇನೇ ಸ್ಯಾಮುವೆಲ್ ಎಲ್ಲಾ ರೀತಿಯ ಸಹಾಯ ಮಾಡುತ್ತಿದ್ದ. ನನಗಂತೂ ಒಂಚೂರೂ ಕೆಲಸ ಮಾಡಲು ಇಬ್ಬರೂ ಬಿಡಲಿಲ್ಲ. ಸುಮ್ಮನೆ ಅಡುಗೆಮನೆಯಲ್ಲಿ ಸ್ಟೂಲ್ ಹಾಕಿಕೊಂಡು ಅವರಿಬ್ಬರನ್ನೂ ನೋಡುತ್ತ ಕೂತೆ. ಅವರಿಬ್ಬರೂ ಬೇಕೆಂದೇ ನಿನ್ನ ವಿಷಯವನ್ನೆತ್ತಲಿಲ್ಲ. ಊಟವಾದ ನಂತರ ಅಶೀಷ್ ಹೊಗೆಯಾಡೋ ಕಾಫಿ ಹಿಡಕೊಂಡು ಬಂದು ಸ್ಯಾಮುವೆಲ್‌ನ ಪಕ್ಕಕ್ಕೆ ಕೂತು ಅವನ ಗಲ್ಲಕ್ಕೆ ಬಿಸಿ ಹಚ್ಚಿದ್ದ. ನಾ ಕಣ್ಣು ತಗ್ಗಿಸಿಬಿಟ್ಟಿದ್ದೆ. ಅದನ್ನು ಬಹುಶಃ ಸ್ಯಾಮುವೆಲ್ ನೋಡಿರಬೇಕು, "ಐ ವಿಲ್ ಗೆಟ್ ಸಮ್ ಕುಕೀಸ್" ಎನ್ನುತ್ತಾ ಒಳಗೆದ್ದು ಹೋಗಿದ್ದ.

ಕಳೆದ ಒಂದೆರಡು ವರ್ಷಗಳಿಂದ ನನಗೆ ಬದುಕಿಡೀ ಜೊತೆಗಿರುವ ಸಂಗಾತಿ ಬೇಕೆನ್ನಿಸತೊಡಗಿತ್ತು. ನಿನ್ನಲ್ಲಿ ಅಂಥಾ ಸಂಗಾತಿಯನ್ನು ನಾ ಹುಡುಕುತ್ತಲೇ ಹೋದೆ. ಎಷ್ಟೋ ಬಾರಿ ಅಪ್ಪ ಅಮ್ಮನನ್ನು ನೋಡಿದಾಗ ಕೊನೆತನಕದ ಸಂಬಂಧಗಳ ಬಗ್ಗೆ ನನಗೆ ಅಂಥಾ ಉಮೇದು ಹುಟ್ಟಿರಲೇ ಇಲ್ಲ. ಆದರೂ ಇಂದು ಸ್ಯಾಮುವೆಲ್ ಬಗ್ಗೆ ಮಾತ್ರ ಒಂಥರಾ ಈರ್ಷೆಯಾಗಿತ್ತು. ಅಸೀಮನ ಲಗ್ನ ನಿಶ್ಚಯಿಸುವಾಗ ಅಮ್ಮ "ಏನೇನು ಯಾವಾಗ್ಯಾವಾಗ ಆಗಬೇಕೋ ಅದೆಲ್ಲ ಆದ್ರೇನೇ ಚಂದ" ಅಂದಿದ್ದಳು. ಅವಳು ಒಬ್ಬರೇ ಇರುವ ಪುರುಷರನ್ನು 'ಒಂಟಿ ಸಲಗಗಳು' ಮತ್ತು ರಶ್ಮಿಯಂಥಾ ಮದುವೆಯಾಗದ ಹುಡುಗಿಯರನ್ನು 'ಸಂಬಂಧ ಕುದುರದವರು' ಎಂದು ಕರೆಯುತ್ತಾಳೆ.

ನನ್ನ ನಿನ್ನಂಥ ಪುರುಷರು ಒಟ್ಟಿಗೇ ಇದ್ದು ಮಾಡೋದೇನು? ಮಕ್ಕಳನ್ನು ಹುಟ್ಟಿಸಬೇಕಾಗಿಲ್ಲ, ಸಂಸಾರದ ಕಾಳಜಿಯಿಲ್ಲ, ಮಕ್ಕಳನ್ನು ದೊಡ್ಡವರನ್ನಾಗಿ ಮಾಡೋ ಕಸರತ್ತಂತೂ ಇಲ್ಲವೇ ಇಲ್ಲ. ನಮ್ಮ ಸಂಬಂಧ ಬಹಳ ಮಂದಿಗೆ ಕಣ್ಣುಕಿಸುರು. ಹೀಗಾಗಿ ನಮ್ಮ ಮನೆಗೆ ಬರುವ ಬಂಧುಗಳೂ ಕಮ್ಮಿ. ನಾವು ಕೂಡಿ ಹೋಗಿ ಬರುವ ದೋಸ್ತರ ಮನೆಗಳೂ ಹೀಗೆಯೇ ಒಂದೋ ಎರಡೋ. ಸದಾ ನಮ್ಮ ನಮ್ಮ ಕೆಲಸಗಳಲ್ಲೇ ಬಿಝಿ ಇರೋರು ನಾವು- ಹೀಗೇನೋನೋ ವಿಚಾರ ಬರೋವು ನನಗೆ. ನೀ ಒಮ್ಮೊಮ್ಮೆ ಕೇಳ್ತಿದ್ದೆಯೆಲ್ಲಾ "ಯಾಕ್ಹಂಗೆ ನನ್ನನ್ನೇ ಟುಕುರು ಟುಕುರು ನೋಡ್ತಿದ್ದೀ?" ಅಂತ. ನನ್ನ ತಲೆಯಲ್ಲಾಗ ಇಂಥಾದ್ದೇ ವಿಚಾರಗಳ ಗಿರಗಿಟ್ಟಲೆ. ಸ್ಯಾಮುವೆಲ್ ಮತ್ತು ಅಶೀಷ್‌ರ ಪರಿಚಯವಾದದ್ದು ತೀರ ಇತ್ತೀಚೆಗೆ. ಅದಕ್ಕೂ ಮೊದಲು ಹೀಗೆ ಒಟ್ಟಿಗೆ ಇದ್ದ ಗಂಡಸರೇ ಗೊತ್ತಿರಲಿಲ್ಲ ನನಗೆ.

ಒಟ್ಟಿಗೆಂದೂ ಇರದ ಗಂಡು ಹೆಣ್ಣಿನ ಜೋಡಿಯೊಂದರ ಬಗ್ಗೆ ನೀ ಹೇಳಿದ್ದೆ. ಅವಳು ಪ್ರಸಿದ್ಧ ಫ್ರೆಂಚ್ ಲೇಖಕಿ- ಆತ ಪ್ರಖ್ಯಾತ ತತ್ವಜ್ಞಾನಿ. ಇಬ್ಬರೂ ಒಟ್ಟಿಗೆಂದೂ

ಇರಲೇ ಇಲ್ಲ, ಆದರೆ ತಮ್ಮ ಪ್ರತಿಭೆಗೆ ಸಂದ ಹಣವನ್ನು ಮಾತ್ರ ಒಟ್ಟಿಗೆ ಕಲೆ ಹಾಕಿದರು. ಸತತ ಇತರರಿಗೆ ಕಲಿಸುತ್ತಾ ತಾವೂ ಕಲಿಯುತ್ತಾ ಅನ್ಯಾಯದ ವಿರುದ್ಧ ಬಂಡೇಳುತ್ತಾ ಬದುಕು ಸಾಗಿಸಿದರು.

"ಗಟ್ಟಿ ಮೈತ್ರಿ ಇಬ್ಬರ ನಡುವೆ ಇದ್ದಾಗ್ಯೂ ಬೇರೆ ಬೇರೆ ಸಂಬಂಧಗಳಲ್ಲಿ ಬೆಸಗೊಳ್ಳೋ ಸ್ವಾತಂತ್ರವನ್ನು ಯಾವುದೇ ಒಪ್ಪಂದವಿಲ್ಲದೆ ಒಬ್ಬರಿಗೊಬ್ಬರು ಕೊಟ್ಟುಕೊಂಡಿದ್ದರು" ಈ ಮಾತನ್ನು ಅತಿ ಉತ್ಸಾಹದಿಂದ ನನಗೆ ಹೇಳಿದ್ದೆ. ಒಂದಲ್ಲ ಎರಡು ಬಾರಿ. ಎರಡನೇ ಬಾರಿ ನಿನ್ನ ಮಾತು ತುಂಡರಿಸುತ್ತಾ ನಾನೆಂದಿದ್ದೆ "ಇದೆಲ್ಲಾ ಹೋದ ಸಲಾನೇ ನೀನು ಹೇಳಿಯಾಗಿದೆ."

"ಐ ವಿಲ್ ಗೆಟ್ ಸಮ್ ಕುಕೀಸ್" ಅಂತ್ಹೇಳಿ ಒಳಹೋದನಲ್ಲ ಸ್ಯಾಮುವೆಲ್, ಆಮೇಲೆ ಹೊರಬರಲೇ ಇಲ್ಲ. ಅವನು ಬಹುಶಃ ಮಲಗಿಬಿಟ್ಟನೇನೋ! ನಾನು ಮತ್ತು ಅಶೀಷ್ ಸುಮ್ಮನೆ ಒಬ್ಬರನ್ನೊಬ್ಬರು ನೋಡುತ್ತಾ ಕುಳಿತುಬಿಟ್ಟೆವು. ನಂತರ ತಟ್ಟನೆ ನನ್ನ ಬಳಿ ಬಂದು ಕುಳಿತ ಅಶೀಷ್, "ನಿನಗೆ ಭಾಳ ತ್ರಾಸೆನ್ನಿಸುತ್ತಿರಬೇಕಲ್ಲವೆ? ಐ ಕೆನ್ ಅಂಡರ್‌ಸ್ಟ್ಯಾಂಡ್" ಅಂತಂದವನೇ ಬಿಕ್ಕಿ ಬಿಕ್ಕಿ ಅಳಲಾರಂಭಿಸಿದ. ನಾನೋ ಕಕ್ಕಾಬಿಕ್ಕಿಯಾಗಿ ಬೇರೇನೂ ತೋಚದೆ ಅವನನ್ನು ಬಳಿಗೆ ಕರಕೊಂಡು ಬೆನ್ನು ಸವರುತ್ತಾ ಸಮಾಧಾನ ಮಾಡಲಾರಂಭಿಸಿದ್ದೆ. ಅತ್ತು ಅತ್ತು ಕೆಂಪಾದ ಕಣ್ಣುಗಳನ್ನು ಒರೆಸಿಕೊಳ್ಳುತ್ತಾ, "ಏನಿಲ್ಲ ಕಣೋ ಈ ಸ್ಯಾಮುವೆಲ್‌ನ ವರ್ತನೆ ನಂಗರ್ಥವೇ ಆಗೋಲ್ಲ. ಯಾರು ಯಾರೋ ಫೋನ್ ಮಾಡ್ತಾರೆ; ಇವ ತಾಸುಗಟ್ಟಲೆ ಮಾತಾಡ್ತಾನೆ. ನಾನೇನಾದ್ರೂ ಕೋಣೆಯೊಳಗೆ ಬಂದರೆ ಫೋನ್ ಹಿಡಕೊಂಡೇ ಅಲ್ಲಿಂದೆದ್ದು ಹೊರ ಹೋಗ್ತಾನೆ. ನಾ ಸುಮ್ಮನೇ ಅವನನ್ನೇ ನೋಡ್ತಾ ಕೂತಿರ್ತೇನೆ. ಅವನಿಗೆ ಏನಂತ ಹೇಳಲಿ ನಾ?"

ಎಷ್ಟೋ ದಿವಸ ಹಾಗೆಯೇ ಸುಮ್ಮನೆ ಅಟ್ಟದ ಕೋಣೆಯಲ್ಲಿ ತಾಸುಗಟ್ಟಲೆ ಕಾಲ ಕಳೆದಿಲ್ಲ ನಾ? ಅದೂ ನಿನಗೆ ತಿಳಿಯದಂತೆ ನಿನ್ನನ್ನೇ ಕದ್ದು ಮುಚ್ಚಿ ದಿಟ್ಟಿಸಿ ನೋಡ್ತಾ. ನೀ ಬೇರೆ ಬೇರೆ ಟ್ಯೂಬುಗಳಿಂದ ಪ್ಯಾಲೆಟ್‌ಗೆ ಬಣ್ಣ ಹಾಕಿ ಕಲಸುವಾಗ, ಬಾಲ್ಕನಿಯಲ್ಲಿ ಬಟ್ಟೆ ಒಣಗಲು ಹಾಕುವಾಗ, ಬಣ್ಣ ಮೆತ್ತಿದ ಕೈಗಳನ್ನು ಟೀ ಶರಟಿಗೆ ಒರೆಸಿಕೊಳ್ಳುವಾಗ, ಹಾಲಿಗೆ ಉಕ್ಕು ಬಂದಾಗ ಉಫ್ ಎಂದು ಊದಿ ಹಾಟ್ ಪ್ಲೇಟಿನ ಮೇಲಿನ ಪಾತ್ರೆಯನ್ನು ಕೈಗಳಿಂದಲೇ ಕೆಳಗಿಳಿಸಿ ಸುಟ್ಟ ಬೆರಳು ಚೀಪಿಕೊಂಡಾಗ, ಒಂದೇ ಸಮನೆ ನಿನ್ನನ್ನೇ ನೋಡ್ತಾ ವಿಚಾರ ಮಾಡ್ತಿದ್ದೆ- 'ಬದುಕಲ್ಲಿ ಯಾವ್ದಾದ್ರೂ ಒಂದು ಗಟ್ಟಿ ಸಂಬಂಧ ಬೇಕು ಅಂತನ್ನಿಸುತ್ತದೆಯೇ ಅಂತ ಇವನನ್ನೇ ಕೇಳಿದರೆ ಹೇಗೆ?'

ನಾವು ಮಕ್ಕಳು ಮರಿ ಹೆರಬೇಕಾಗಿಲ್ಲ, ಮನೆಗೆ ಬಂದು ಹೋಗುವವರ ಕಾಳಜಿ ತಗೋಬೇಕು ಅನ್ನೋದೂ ಇಲ್ಲ. ಇನ್ನೊಂದು ಹತ್ತಿಪ್ಪತ್ತು ವರ್ಷ ಅಷ್ಟೆ, ಆಮೇಲೇನಿದೆ? 'ಗೋಡೆಯಂಚಿಗೆ ಹಾಕಿದ ಎರಡು ಬೇರೆ ಬೇರೆ ಪಲ್ಲಂಗಗಳ ಮೇಲೆ ನಾವು, ನಡುವೆ ಟೇಬಲ್ ಲ್ಯಾಂಪ್ ಮತ್ತೆ ಒಂದು ನೀರಿನ ತಂಬಿಗೆ' ಇಷ್ಟೇ ಈ ಸಂಬಂಧದ ಗತಿ

ಅಂತ ಗೊತ್ತಿದ್ದರೂ ನನಗೆ ನಾವಿಬ್ಬರೂ ಕೂಡಿ ಇರಬೇಕು ಅಂತನ್ನಿಸುತ್ತಿತ್ತು. ಯಾಕೆ ಗೊತ್ತಾ? ನಾ ತೀರಾ ಸಣ್ಣವನಿರಬೇಕಾದರೆ ಒಂದಿನ ರಾತ್ರಿ ನೀರು ಕುಡಿಯಲೆಂದು ಎದ್ದಿದ್ದೆ. ಆಗ ಅಜ್ಜಿಗೆ ಜೋರು ಜ್ವರ. ಅಜ್ಜ ಅವಳಿಗೆ ಗುಳಿಗೆಗಳನ್ನು ಕೊಡಲು ಸತತ ಏಳುತ್ತಿದ್ದರು. ಆಮೇಲೆ ಕೈ ಹಿಡಿದು ಬಚ್ಚಲುಮನೆಗೆ ಸಾವಕಾಶವಾಗಿ ಕರಕೊಂಡು ಹೋಗಿ ಬಂದು ಮರಳಿ ಹಾಸಿಗೆಯ ಮೇಲೆ ಮಲಗಿಸುತ್ತಿದ್ದುದನ್ನು ನೋಡಿದ್ದೆ.

ಒಂಬತ್ತನೆಯ ವರ್ಗದಲ್ಲಿದ್ದಾಗ ಕೆಮಿಸ್ಟ್ರಿ ಪ್ರಯೋಗದ ಪಿರಿಯಡ್ಡಿಗಾಗಲೀ ಇಲ್ಲಾ ಪಿಟಿ ಪಿರಿಯಡ್ಡಿಗಾಗಲೀ ಇಡೀ ಕ್ಲಾಸು ಖಾಲಿಯಾದಾಗ ನನ್ನ ಜೊತೆ ಹೊರಳಾಡುತ್ತಿದ್ದ ಶ್ರೀಕೃಷ್ಣ ಪೆಂಡ್ಸೆ, ಶರಯೂ ಮಾವಶಿಯ ಮನೆಯೆದುರು ಒಂಟಿಯಾಗಿರುವ ಅಮಿತ ಚೌಧರಿ, ನಾಟಕದ ವರ್ಕಶಾಪ್ ಮುಗಿದು ಎಲ್ಲರೂ ಮನೆಗೆ ಹೋದಮೇಲೂ ನಿತ್ಯ ನನ್ನನ್ನೇ ನಿಲ್ಲಿಸಿಕೊಳ್ಳುತ್ತಿದ್ದ ಗಿರೀಶ ಸರ್‌ಗಾಗಲೀ ಎಂದೂ ಹೀಗೆ... ಕೇಳಬೇಕೆನ್ನಿಸಿರಲೇ ಇಲ್ಲ.

ಅಟ್ಟದ ಆ ಕೋಣೆಯಲ್ಲಿ ಒಂದು ಮಧ್ಯರಾತ್ರಿ ಉತ್ತುಂಗ ಆನಂದದ ಆ ಅರೆಗಳಿಗೆ ಮೊದಲ ಬಾರಿ ನಿನ್ನೊಡನೆ ಅನುಭವಿಸಿದ ನಂತರ ನನಗೆ ಎಚ್ಚರ ತಪ್ಪಿಹೋದಂತೆ ಭಾಸವಾಗಿತ್ತು. ಮರಳಿ ಪ್ರಜ್ಞೆ ಬಂದಾಗ ನೋಡಿದರೆ ನನ್ನ ಮೈಗೊತ್ತಿಕೊಂಡೇ ನೀನು ಒರಗಿದ್ದಿ. ನನ್ನಿಂದ ದೂರ ಸರಿದು ಬೆನ್ನು ಹಾಕಿ ಮಲಗಿರಲೇ ಇಲ್ಲ.

ಬಿಸಿಲಿನ ತಾಪಕ್ಕೆ ತಟ್ಟನೆ ನನಗೆ ಎಚ್ಚರವಾಗಿತ್ತು, ಕೋಣೆಯ ತುಂಬ ಹಬ್ಬಿದ್ದ ಎಂಥದೋ ಗೂಢ ಅದ್ಭುತ ಸುಗಂಧ ಮೂಗಿಗೆ ತಾಕಿತ್ತು. ನಾ ಕಣ್ಣು ಸ್ವಚ್ಛವಾಗಿ ತೆರೆದು ನೋಡಿದರೆ ನೀ ಸ್ನಾನ ಮಾಡಿ ಬಂದು ಒದ್ದೆ ಕೂದಲಲ್ಲೇ ನನ್ನನ್ನೇ ನೋಡ್ತಾ ಕುರ್ಚಿಯ ಮೇಲೆ ಕೂತಿದ್ದೆ. ನಾ ನಿದ್ದೆ ತಿಳಿದೆದ್ದ ಕೂಡಲೇ ನೀನು ಕೇಳಿದ್ದೆ. "ಹಣೆಯ ಮೇಲ್ಯಾಕಿಂಥಾ ಗೆರೆ? ಮುಖದ ಮೇಲೇಕೆ ನೋವು?" ಅಂತ. ನಾ ಉತ್ತರಿಸದೆ ಮೈ ಪೂರ್ತಿ ಮುಚ್ಚುವಂತೆ ಮುಸುಕು ಹೊದ್ದಿದ್ದೆ.

ನನ್ನ ಮನಸ್ಸಿನಲ್ಲಿ ತಟ್ಟನೆ ಒಂದು ವಿಚಾರ ಬಂತು, ಈ ಅಟ್ಟದ ಕೋಣೆಗೇನಾದ್ರೂ ಪಾರದರ್ಶಕ ಗಾಜಿನ ತಾರಸಿ ಇದ್ದರೆ? ಗಾಜಿನಿಂದ ಕೆಳಗೆ ನೋಡಿದರೆ! ಅಸೀಮನ ದೋಸ್ತರ ಅಡ್ಡಾ ಜಮಾಯಿಸಿದೆ; ಎಲ್ಲಾರೂ ಬರೀ ಹುಡುಗಿಯರ ಕುರಿತು ಏನೇನೋ ಮಾತಾಡುತ್ತಿದ್ದಾರೆ. ಅಸೀಮನ ಪುಸ್ತಕದ ಮಧ್ಯೆ ಡೆಬೋನೇರ್, ಮತ್ತು ಡೆಬೋನೇರ ನಡುವಿನಿಂದ ಅರೆ ಬೆತ್ತಲೆ ಹುಡುಗಿಯರ ಫೋಟೋಗಳು ಟಪ್ ಟಪ್ಪೆಂದು ಕೆಳಕ್ಕೆ ಬೀಳುತ್ತಿವೆ. ತನ್ನ ದೈಹಿಕ ಮತ್ತು ಭಾವನಾತ್ಮಕ ಬೇಕುಗಳನ್ನು ನ್ಯೂಸ್ ಪೇಪರ್‌ಗಳಲ್ಲಿ ಪ್ರಕಟಣೆ ಕೊಟ್ಟು, ತನ್ನ ಹುಡುಗಿಯನ್ನು ಹುಡುಕಿಕೊಂಡ ಕಕ್ಕನ ಮಗನ ಲಗ್ನಕ್ಕೆಂದು ಕೂಡಿರುವ ಬಳಗದವರ ಗದ್ದಲವದು. 'ಇನ್ನು ಅಸೀಮನ ಪಾಳಿ, ಆನಂತರ ತನಯನ ಲಗ್ನ' ಅಂತೆಲ್ಲ ನಮ್ಮ ಹೆಸರು ಹಿಡಿದು ಕೂಗಾಟ ನಡೆದಿದೆ. ಅನುಜಾಳಿಗೆಂದು ಅಮ್ಮ ಆರ್ಡರ್ ಕೊಟ್ಟು ಮಾಡಿಸಿದ ಒಡವೆಗಳನ್ನು ಒಳಗಿನ ಕೋಣೆಯಲ್ಲಿ ಅವಳ ಗೆಳತಿಯರು ನೋಡುತ್ತಿದ್ದಾರೆ. ಥೇಟ್ ಅನುಜಾಳ ಒಡವೆಯಂಥವೇ ಅಮ್ಮ ಇನ್ನೆರಡು ಸೆಟ್ ಮಾಡಿಸಿಟ್ಟಿದ್ದಾಳೆ. ಎದುರಿನ ಕೋಣೆಯಲ್ಲಿ ಎರಡು ದೊಡ್ಡ ದೊಡ್ಡ

ತೊಟ್ಟಿಲು ತೂಗುತ್ತಿವೆ. ಅವುಗಳಲ್ಲಿ ಅನೇಕ ಮಕ್ಕಳ ನಾಮಕರಣ ನಡೆಯುತ್ತಿದೆ. ಅಶ್ವಿನಿಯ ಲಗ್ನ ನಡೆದ ಮೂರು ದಿನವೂ ಅವಳ ಗಂಡನಾಗುವವ ನನ್ನತ್ತಲೇ ದೃಷ್ಟಿ ನೆಟ್ಟು ಕೂತಿದ್ದಾನೆ. ದೀಪಗಳ, ಒಡವೆಗಳ ಜಗಮಗದಲ್ಲಿ ಲಗ್ನ, ಸೀಮಂತ, ನಾಮಕರಣ, ಮುಂಜಿವೆ, ಅರಿಶಿಣ-ಕುಂಕುಮ ಹೀಗೆ ಏನೇನೋ ಧಾಂದಲೆ ಚಾಲೂವಿದೆ. ಲಗ್ನದಿಂದ ಶುರುವಾಗೋ ಈ ಸರಣಿಯಲ್ಲಿ ಮುಂದಿನ ಧಾಂದಲೆಗೆ ನಂಬರ್ ಹಚ್ಚಲು ಹೆಂಗಸರು ಸತತ ಗಡಿಬಿಡಿ ಮಾಡುತ್ತಿದ್ದಾರೆ.

ಒಮ್ಮೆಲೆ ಸ್ಟೇಶನ್ ಹಿಂದಿನ ಕತ್ತಲಾವರಿಸಿದ್ದ ಗೋಡೆಯೆದುರಿಗೆ ನಿಂತಿದ್ದ ಅಶ್ವಿನಿಯ ಗಂಡ ಕಂಡ. ಬಿಳಿಚಿಕೊಂಡೇ ನಗುತ್ತಿದ್ದಾನವ. ಎರಡೆರಡು ಮಕ್ಕಳಾದ ಮೇಲೆ ದಪ್ಪಗಾಗಿಬಿಟ್ಟಿರುವ ಹೆಂಡಂದಿರನ್ನು ಒಂದೇ ಕೋಣೆಯಲ್ಲಿ ನುಗ್ಗಿಸಿ ಎಲ್ಲಾ ಪುರುಷರು ಹೊರಬಂದು ದೊಡ್ಡದೊಂದು ವರ್ತುಲ ಮಾಡಿಕೊಂಡು ಅಟ್ಟಹಾಸದಿಂದ ಕುಣಿಯುತ್ತಿದ್ದಾರೆ. ಎಲ್ಲಾ ಭಯಂಕರ ಸಂತೋಷದಲ್ಲಿದ್ದಾರೆ. ಎಲ್ಲಾ ಅಂದರೆ ಎಲ್ಲಾ. ಎರಡು ಮಕ್ಕಳಾದ ಮೇಲೆ ಟಾಯರಿನಂತಾಗಿರುವ ಹೆಂಗಸರು ಕೂಡಾ...

ಕೆಳಗೆ ನಡೆಯುತ್ತಿದ್ದ ಪ್ರತಿ ಪ್ರಸಂಗದಲ್ಲೂ ನಾ ಒಳನುಗ್ಗಿ ಏನೋ ಹೇಳಲು ಪ್ರಯತ್ನಿಸುತ್ತೇನೆ. ಆದರಂಥಾ ಭಾರಿ ಗಲಾಟೆಯಲ್ಲಿ ನನ್ನ ಧ್ವನಿ ಕೇಳುವವರಾರು? ಕಡೆಗೆ ಸುಮ್ಮನೆ ಒಂದು ಮೂಲೆಯಲ್ಲಿ ಗಪ್‌ಚಿಪ್ಪಾಗಿ ಕುಳಿತುಕೊಳ್ಳುತ್ತೇನೆ. ನನಗೆ ಏಕದಂ ಅನ್ನಿಸಿತು- 'ಕೆಳಗಿನ ಈ ಎಲ್ಲ ಮಂದಿ ಒಟ್ಟಿಗೇನೇ ಗೋಣೆತ್ತಿ ಗಾಜಿನ ತಾರಸಿಯ ಈಚೆ ಕಡೆ ಅಂದರೆ ಅಟ್ಟದ ಈ ಕೋಣೆಯಲ್ಲಿ ನಡೆವುದನ್ನೆಲ್ಲಾ ನೋಡಿಬಿಟ್ಟರೆ?'

ಅಪ್ಪ ಜೋರಾಗಿ 'ತನಯಾ ತನಯಾ...' ಕೂಗಿದಾಗಲೇ ನನಗೆ ಮೈಮೇಲೆ ಎಚ್ಚರ ಬಂದಿದ್ದು.

ಪಟ್ಟನೆದ್ದವನೇ ಲೇಡಿಸ್ ಹಾಸ್ಟೆಲ್ಲಿಗೆ ಮುಖ ಮಾಡಿದ್ದ ಕಿಟಕಿಯ ಪರದೆ ಎಳೆದು ಚೆಲ್ಲಾಪಿಲ್ಲಿಯಾಗಿ ಬಿದ್ದಿದ್ದ ಬಟ್ಟೆಗಳಲ್ಲಿ ನನ್ನವನ್ನು ಹುಡುಕಿ ಆರಿಸಿ ಹಾಕಿಕೊಂಡು ಕೆಳಗೆ ಓಡಿದೆ. ಮೇಲೆಯೇ ಕೂತಿದ್ದಕ್ಕಾಗಿಯೋ ಇಲ್ಲಾ ಹನ್ನೊಂದರತನಕ ಉರುಳಾಡುತ್ತಾ ಸಮಯ ಹಾಳು ಮಾಡಿದ್ದಕ್ಕೋ ಅಪ್ಪ ಕೂಗಾಡಿ ಆರ್ಭಟ ಮಾಡುತ್ತಾರೆಂದು ಎಣಿಸಿದ್ದೆ. ಆದರೆ ಅವರು ಆರ್ಭಟ ಮಾಡಿದ್ದು ಬೇರೇಯೇ ವಿಷಯದ ಕುರಿತು. ಅಕ್ಕಲಕೋಟ ಸ್ವಾಮಿಗಳ ಪ್ರಸಾದ ಎದುರು ಮನೆಯ ರಾನಡೆ ಕಾಕಾನಿಗೆ ಕೊಟ್ಟು ಬಂದಿರಲಿಲ್ಲ ಅಂತ. ಆಮೇಲೆ ತುಂಟತನದಿಂದ "ಈಗ ಈ ಶಿಕ್ಷಾ ಅನುಭವಿಸು" ಎನ್ನುತ್ತಾ ನೋಟಕ್ಕೇ ರುಚಿಕಟ್ಟಾಗಿದ್ದಂತೆ ಕಾಣುತ್ತಿದ್ದ ಚಹಾದ ಕಪ್ಪನ್ನು ನನ್ನ ಕೈಗಿತ್ತರು. ಕುಡಿದಾದ ಮೇಲೆ 'ನಾನೇ ಮಾಡಿದ್ದು ಅದೂ ಪೆಹಲೀ ಬಾರ್' ಎಂದು ನಕ್ಕರು. ಅನುಜಾಳ ಕೋಣೆಯಿಂದ ಗಾಯಕ ಸ್ಟಿಂಗ್ಸ್ ಬೇಜಾರಿನಿಂದ 'ಫೀಲ್ಡ್ ಆಫ್ ಗೋಲ್ಡ್' ಹಾಡುತ್ತಿದ್ದ. ಅಡುಗೆ ಮನೆಯಲ್ಲಿ ಅಮ್ಮ ಈರುಳ್ಳಿ ಥಾಲಿಪಿಟ್ ಮಾಡುತ್ತಿದ್ದಳು, ಎಂದಿನಂತೆ ಮೊದಲ ಥಾಲಿಪಿಟ್ ಅಸೀಮನ ತಟ್ಟೆಗೆ ಬಿದ್ದಿತ್ತು. ಅವ ತಿನ್ನುತ್ತಾ ಥಟ್ಟನೆ ಹೊರಳಿ ನನ್ನತ್ತ ನೋಡಿ ನಕ್ಕ.

ಬಹುತೇಕ ನಿನ್ನಿನ ರಾತ್ರಿ ಎಲ್ಲ ಆನಂದಿಂದಲೇ ಕಳೆದಿದ್ದರೆಂದು ಕಾಣುತ್ತದೆ. ಮದ್ಯದ ಅಮಲು ಒಬ್ಬೊಬ್ಬ ವ್ಯಕ್ತಿಯಿಂದಲೂ ಒಂದೊಂದು ಆಟ ಆಡಿಸುತ್ತದೆ. ಸಾಧಾರಣವಾಗಿ ಯಾವಾಗಲೂ ಶಾಂತವಾಗಿ ಪ್ರೇಮದಿಂದ ವರ್ತಿಸುವವರು ಕುಡಿದು ಜೋರು ಜೋರಾಗಿ ಮಾತನಾಡುತ್ತಾ ಪ್ರೊಟೆಸ್ಟ್ ವಗೈರೆ ಮಾಡಿದರೆ, ಮೂಲತಃ ಆಕ್ರಮಣ ಪ್ರವೃತ್ತಿಯಿದ್ದು ಸದಾ ಯಾರ ಮೇಲಾದ್ರೂ ಸಿಟ್ಟಿಗೆದ್ದೇ ಇರುವ ಜನ ಕುಡಿದ ಮೇಲೆ ಪ್ರೀತಿಯಿಂದ ಮಾತನಾಡಲಾರಂಭಿಸುತ್ತಾರೆ; ತಮ್ಮಷ್ಟಕ್ಕೆ ತಾವೇ ನಗುತ್ತಾ ಸುಮ್ಮನೆ ಬಿದ್ದುಕೊಂಡು ಬಿಡುತ್ತಾರೆ. ನೀ ಮಾತ್ರ ಮದ್ಯದ ಅಮಲೇರಿತೋ ಉತ್ಸಾಹದಿಂದ ನೂರಾ ಎಂಟು ಪ್ರಶ್ನೆ ಕೇಳುವವ.

ನಿನ್ನ ಗ್ಲಾಸ್ ಖಾಲಿ ಆದ ಕೂಡ್ಲೇ ನೀ ಟ್ರೇದಿಂದ ಬರ್ಫಿನ ತುಂಡೊಂದನ್ನು ತೆಗೆದುಕೊಂಡು ಕಣ್ಣಿನ ಮುಂದೆ ಹಿಡಕೊಂಡು ಅದರ ಮುಖಾಂತರ ನನ್ನ ಕಡೆಯೇ ನೋಡಲಾರಂಭಿಸಿದ್ದೆ ಅಥವಾ ನನಗೆ ಹಾಗನ್ನಿಸಿತ್ತೋ; ಯಾಕಂದ್ರೆ ನನ್ನ ಗ್ಲಾಸೂ ಖಾಲಿಯಾಗಿತ್ತಲ್ಲ! ಅಕ್ಕಪಕ್ಕದವರ ಗ್ಲಾಸುಗಳೂ ಖಾಲಿಯೇ ಕಂಡಿದ್ದವು. ನೀ ಬರ್ಫಿನ ತುಂಡನ್ನು ಗಲ್ಲದ ಮೇಲೊಮ್ಮೆ ಕಣ್ಣ ಮೇಲೊಮ್ಮೆ ಆಡಿಸುತ್ತಾ ಕೇಳಿದ್ದೆ, "ಟೆಲ್ ಮೀ ಸಮ್‌ಥಿಂಗ್. ಈ ನಗರಕ್ಕೆ ಸಾಂಸ್ಕೃತಿಕ ರಾಜಧಾನಿ ಅಂತ್ಯಾಕಪ್ಪಾ ಹೇಳ್ತಾರೆ?"

ನಾ ಶಾಲೆಯಲ್ಲಿ ಕಲಿತ ಪುಸ್ತಕದ ಕೆಲವು ತುಣುಕು ನೆನಪು ಮಾಡಿಕೊಳ್ಳುತ್ತಾ ಹೇಳಿದ್ದೆ. "ಈ ನಗರದಲ್ಲಿ ಅತ್ಯುತ್ತಮ ವಿದ್ಯಾಲಯಗಳು, ಒಂದು ಮಹಾ ವಿದ್ಯಾಲಯ ಮತ್ತು ಪ್ರಸಿದ್ಧ ವಿದ್ಯಾ ಪೀಠ ಕೂಡಾ ಇದೆ. ಅನೇಕ ಲೇಖಕರು, ಕವಿಗಳು, ಗಾಯಕರು, ವಾದಕರು ಇಲ್ಲೇ ಇರ್ತಾರೆ. ಇಲ್ಲಿ ಕಲಾಕಾರರ ಸಾಮರ್ಥ್ಯ ನಿಶ್ಚಯವಾಗೋದೇ ಪ್ರೇಕ್ಷಕರ ವ್ಹಾವ್ಹಾಗಳಿಂದ. ದೇಶ ಪರದೇಶಗಳ ವಿದ್ಯಾರ್ಥಿಗಳು ಕಲಿಯಲೆಂದು ಇಲ್ಲಿ ಬರುತ್ತಾರೆ"

ಇದನ್ನು ಬಿಟ್ಟರೆ ಇಲ್ಲಿಯ ಪ್ರತಿ ವ್ಯಕ್ತಿಗೆ ಸಂಸ್ಕೃತಿ ಅಂದರೆ ನೂರು ವರ್ಷಕ್ಕೂ ಹಿಂದಿನ ಬದುಕು ಅಷ್ಟೇ. ಈಗ ಏನೇನು ಕರಾಮತ್ತು ಮಾಡುತ್ತಿದ್ದಾರಲ್ಲ, ಅದಕ್ಕೆಲ್ಲ "ಸಂಸ್ಕೃತಿ ಉಳಿಸುವ ಕಾಯಕ" ಅಂತ ಹೆಸರಿಟ್ಟಿದ್ದಾರೆ. ಅದನ್ನು ಉಳಿಸೋದಕ್ಕಾಗಿ ಇಲ್ಲಿ ಪ್ರತಿಯೊಬ್ಬ ವ್ಯಕ್ತಿ ಒಂದೊಂದು ಸಂಸ್ಥೆ ಸ್ಥಾಪಿಸಿಕೊಂಡು ಕೂತಿದ್ದಾನೆ. ಶಹರದ ನಟ್ಟನಡುವೆ ಒಂದು ನದಿ ಹರಿೀತದೆ. ಅದರ ಒಂದು ದಂಡೆಯ ಮೇಲೆ 'ಸಂಸ್ಕೃತಿ ಉಳಿಸುವವರು' ಇನ್ನೊಂದು ದಂಡೆಯ ಮೇಲೆ 'ಸಂಸ್ಕೃತಿ ಅಳಿಸುವವರು' ಕುಳಿತು ಧಾಂದಲೆ ಮಾಡುತ್ತಾ ಕಾಲ ಕಳೆಯುತ್ತಾರೆ. "ಗಣೇಶೋತ್ಸವ ನಮ್ಮ ಬಾಲ ಗಂಗಾಧರ ತಿಲಕರು ಶುರು ಮಾಡಿದ್ದು. ಇಂದಿಗೂ ಅದರ ಗರಜಿದೆ" ಅಂತ ಹೇಳುತ್ತಾ ಬಿಟ್ಟು ಬಿಡದೆ ಆಚರಿಸುತ್ತಾರೆ. ಊರಿನಿಂದಲೇ ಜ್ಞಾನೇಶ್ವರ ಮಹಾರಾಜರ ಪಲ್ಲಕ್ಕಿ ಪಂಢರಪುರಕ್ಕೆ ಹೊರಡುತ್ತದೆ. ಆಗೆಲ್ಲ ಯುವತಿಯರು ಒಂಬತ್ತು ಗಜದ ಸೀರೆಯುಟ್ಟು ಟೀವಿಯಲ್ಲಿ ಕುಣಿಯುತ್ತಾರೆ. ಕಾಲೇಜ್ ಗ್ಯಾದರಿಂಗುಗಳಲ್ಲಿ ಲಾವಣಿ ಇತ್ಯಾದಿ ನೃತ್ಯ ಇರ್ತಾವೆ. ಇಲ್ಲಿಯ ಮಂದಿ ತಮ್ಮ ಸಾಂಸ್ಕೃತಿಕತೆಯನ್ನು ಯಾವುದಾದರೂ ಮಾಧ್ಯಮದ ಮುಖಾಂತರ ತೋರಿಸಿಕೊಳ್ಳಲು ಭಯಂಕರ ಪ್ರಯತ್ನ ಮಾಡ್ತಾನೇ ಇರ್ತಾರೆ.

ಇವತ್ತು ಈ ಶಹರದ ಪ್ರತಿ ಮನೆಯಲ್ಲಿ ಕನಿಷ್ಠ ಒಬ್ಬನಾದರೂ ಅಮೇರಿಕೆಯಲ್ಲಿ ಇರುತ್ತಾನೆ, ಇಲ್ಲಾ ನಮ್ಮ ಸಂಸ್ಕೃತಿ ದರ್ಶನ ಮಾಡಿಸುವ ಕಾದಂಬರಿ ಆಧಾರಿತ ಟೀವಿ ಧಾರಾವಾಹಿಯಲ್ಲಾದ್ರೂ ನಟನೆ ಮಾಡ್ತಿರ್ತಾನೆ. ಹಾಗೆಂದೇ ಇದನ್ನು ಸಾಂಸ್ಕೃತಿಕ ರಾಜಧಾನಿ ಎಂದು ಕರೆಯುತ್ತಾರೆ.

ಶಹರದ ನಟ್ಟ ನಡುವಿನಿಂದ ಒಂದು ನದಿ ಹೊರಡುತ್ತದೆ ಅಂದೆನಲ್ಲವೆ? ನಾ ಶಾಲೆಯಲ್ಲಿದ್ದಾಗ ಅದಕ್ಕೆ ಬರಿದೇ ಮೂರು ಸೇತುವೆಗಳಿದ್ದವು. ಈಗ ಒಂಬತ್ತಿವೆ. ಬರೇ ನಾಲೆಯಂತೆ ತೋರುತ್ತಿದ್ದುದು ಮಳೆಗಾಲ ಬಂತೋ ಕೆಂಪು ನೀರು ತುಂಬಿಕೊಂಡು ದಟ್ಟ ಚಹದಂತೆ ಉಕ್ಕುಕ್ಕಿ ಹರಿವಾಗ ಬಾಬಾ, ನಾನು, ಅಸೀಮ ಮತ್ತು ಅನುಜಾ– ಆ ಜೋರು ಸಪ್ಪಳದ ನದಿಯನ್ನು ನೋಡಲು ಹೋಗ್ತಿದ್ದೆವು. ಸೇತುವೆಗಂಟಿಯೇ ಹರೀತಿತ್ತದು. ಕಳೆದ ಎಷ್ಟೋ ವರ್ಷಗಳಿಂದ ನದಿ ಹೀಗೆ ತುಂಬಿ ಹರಿದೇ ಇಲ್ಲ. ನದಿಯ ಕಡೆಗೆ ಹೋಗುವ ರಸ್ತೆಯಲ್ಲಿಯೇ ಮುಂದೆ ಹೋಗಿ ಬಲಕ್ಕೆ ತಿರುಗಿಕೊಂಡರೆ ಅಲ್ಲೇ ರೇಲ್ವೇ ಸ್ಟೇಶನ್. ಆ ರಸ್ತೆಯ ಕಟ್ಟಕಡೆಗೆ ನಮ್ಮ ಕಾಲೇಜ್.

ಹನ್ನೊಂದು ಹನ್ನೆರಡನೆಯ ತರಗತಿಯಲ್ಲಿದ್ದಾಗ ನನಗೆ ಅಷ್ಟು ಲಕ್ಷ್ಯಕ್ಕೆ ಬಂದಿರಲಿಲ್ಲ. ಆದರೆ ಒಂದಿನ ರಾತ್ರಿ ನಾಟಕದ ಪ್ರ್ಯಾಕ್ಟೀಸ್ ಮುಗಿಸಿ ಬೈಕಿನಲ್ಲಿ ಸ್ಟೇಶನ್ ದಾರಿಯ ಮೇಲೆ ಹಿಂತಿರುಗುತ್ತಿದ್ದಾಗ ನಡುನಡುವೆ ಒಂದಿಷ್ಟು ಜಾಗ ಬಿಟ್ಟು ನಿಂತಿದ್ದ ಕೆಲವು ಪುರುಷರು ಕಂಡಿದ್ದರು. ನನ್ನ ಕಡೆ ತಿರುತಿರುಗಿ ನೋಡುತ್ತಿದ್ದರು. ಕೆಲವೇ ವಾರಗಳಲ್ಲಿ, ಅವರ ಬಗ್ಗೆ ಏನು ಎಂತು ಅಂತೆಲ್ಲ ತಿಳಕೊಳ್ಳುವ ಮುನ್ನವೇ ನಾ ಒಂದಿಬ್ಬರ ಮನೆಗೂ ಹೋಗಿಬಂದಿದ್ದೆ. ಮತ್ತೊಮ್ಮೆ ಫೈವ್ ಸ್ಟಾರ್ ಹೋಟೆಲ್ಲಿನಲ್ಲಿ ಇಳಕೊಂಡಿದ್ದ ಯಾವನ ಬಳಿಯೋ ಹೋಗಿದ್ದೆ. ದೇಹವಾಂಛೆವೊಂದಿತ್ತಲ್ಲ? ಅದನ್ನೇನು ಮಾಡೋದೆಂದು ತಿಳಿತಾನೇ ಇರಲಿಲ್ಲ. ಅಲ್ಲಿ ನಿಂತವರಲ್ಲೂ ಇದನ್ನು ತಿಳಿಯದವರೇ ಬಹು ಜನವಿದ್ದರೇನೋ. ಕೆಲವೊಬ್ಬರು ನನ್ನೊಡನೆ ಹರಟೆ ಸುದ್ದಾ ಹೊಡೆಯುತ್ತಿದ್ದರು. ಮನೆಯವರಿಗಂಜಿ ಹುಡುಗಿಯೊಟ್ಟಿಗೆ ಲಗ್ನ ಮಾಡಿಕೊಂಡವರೆಷ್ಟೋ ಮಂದಿ. ಇನ್ನು ಕೆಲವರು ರಾತ್ರಿಯಿಡೀ ಭರಪೂರ ಮಜಾ ಮಾಡುವ ಇರಾದೆಯಿಂದ ಬೇರೆ ಊರಿಂದ ಬಂದವರು. ಕೆಲವರಷ್ಟೇ ನಿಜವಾಗಿ ಒಂಟಿತನದಿಂದ ನಿರಾಶರಾದವರು– ತಾವೇನು ಮಾಡ್ತಿದ್ದೇವೆ? ಯಾತಕ್ಕಾಗಿ ಮಾಡ್ತಿದ್ದೇವೆ? ಎಂಬ ಪ್ರಶ್ನೆಯೇ ಹಾರಿಹೋದವರು.

ನಾನದೆಷ್ಟು ನಿರ್ಭೀತನಾಗಿಹೋಗಿದ್ದೆ ಅಂಬೋದು ಕೆಲ ತಿಂಗಳ ಬಳಿಕ ನನಗೆ ಲಕ್ಷ್ಯಕ್ಕೆ ಬಂದಿತ್ತು. ಮೋಟಾರಬೈಕನ್ನು ನಿಧಾನಕ್ಕೆ ನಿಲ್ಲಿಸುತ್ತಾ ರಸ್ತೆಯ ಎಡಪಕ್ಕಕ್ಕೆ ಹೋಗೋದು, ಹಿಂದಿನಿಂದ ಯುವಕ ನಡೆಯುತ್ತಾ ಬಂದು ಶೇಕ್ ಹೆಂಡ್ ಕೊಡೋದು, ಅವ ಇಷ್ಟವಾದ್ರೆ ಮಾತ್ರ ಅವನ ಹೆಸರು ಕೇಳೋದು; ತನ್ನದನ್ನು ಹೇಳೋದು, ಅದೂ ಖೊಟ್ಟಿ ಹೆಸರು. ಅವನ ಮುಂದಿನ ಪ್ರಶ್ನೆ ಮಾತ್ರ ಖಾತ್ರಿ

ಜಾಗ ಇದೆಯಾ?

ಇಲ್ಲ ನಿನ್ನ ಕಡೆ?

ಅವನ ಕಡೆ ಜಾಗ ಇದ್ದರೆ ಇಬ್ಬರೂ ಬೈಕಿನಲ್ಲಿ ಕೂತು ಅಲ್ಲಿಗೇ ಹೋಗೋದು. ಇಲ್ಲಿ ಎಲ್ಲಿಯೂ ಹಣದ ವ್ಯವಹಾರವೇ ಇಲ್ಲ. ತಾತ್ಪೂರ್ತಿಕವೇ ಆಗಿರಲಿ ಒಬ್ಬರಿಗೊಬ್ಬರು ತುಸು ಸಮಾಧಾನ ಕೊಡುತ್ತಿದ್ದರಿಂದ ಎಲ್ಲ ಬಲು ಚಂದವಾಗೇ ನಡಕೊಳ್ಳೋರು. ಅಂಥಾ ರಾತ್ರಿ ಮನೆಗೆ ಬಂದ ಮೇಲೆ ಮಾತ್ರ ಒಮ್ಮೆಲೆ ಏನೋ ಖಾಲಿತನ. ಆಗ ಸೀದಾ ಬಚ್ಚಲುಮನೆಗೆ ಹೋಗಿ ಜೋರಾಗಿ ನೀರು ಬಿಟ್ಟುಕೊಂಡು ಮೈ ಗಸಗಸ ತಿಕ್ಕಿಕೊಳ್ಳೋದು. ಎಷ್ಟೇ ತಿಕ್ಕಿಕೊಂಡರೂ ಹೋಗದ ಶರೀರದ ಮತ್ತು ಮನಸ್ಸಿನ ಹೇವರಿಕೆ.

ಅಜ್ಜಿಯೂ ಹೋದ ಮೇಲೆ ಮೇಲಿನ ಕೋಣೆ ಪೇಯಿಂಗ್ ಗೆಸ್ಟ್‌ಗೆ ಕೊಡೋದು ಅಂತ ಅಮ್ಮ ಅಪ್ಪ ಠರಾಯಿಸಿದ್ದರು. ಹಾಗೆ ಒಮ್ಮೆಗೇ ತಗೊಂಡ ನಿರ್ಣಯವೇನಲ್ಲ ಅದು. 'ಅಸೀಮನಿಗಿನ್ನೇನು ಮದುವೇದೇ ವಯಸ್ಸು. ಕೋಣೆಯನ್ನು ಹಾಗೆಯೇ ಇಟ್ಟುಕೊಂಡರೆ ಹೊಸ ಮದುಮಕ್ಕಳಿಗಾದೀತು' ಎಂಬುದು ಅಮ್ಮನ ಎಣಿಕೆ. ಮುಂಜಾನೆ ಚಹ ಕುಡಿಯುತ್ತ ನಿತ್ಯ ಸಣ್ಣ ದನಿಯಲ್ಲಿ ಇಬ್ಬರೂ ಇದನ್ನೇ ಮಾತನಾಡೋರು. ಎದುರಿನ ನಾಡಕರ್ಣಿ ಕಾಕಾ ತಮ್ಮ ಕೋಟೆಯಂಥಾ ದೊಡ್ಡ ಮನೆಯನ್ನು ಲೇಡಿಸ್ ಹಾಸ್ಟೆಲ್ ಆಗಿ ಮಾರ್ಪಡಿಸಿದಾಗಿನಿಂದ ಅಪ್ಪನ ತಲೆಯಲ್ಲಿ ಭಂವ್ ಎಂಬ ಸುಂಟರಗಾಳಿ.

ಮರುದಿನ ಅಮ್ಮನ ಕಡೆಗೆ ಟೈ ಕಟ್ಟಿಸಿಕೊಳ್ಳುತ್ತಾ ಅಸೀಮ್ ಅವಳು ಹೇಳುವುದನ್ನೆಲ್ಲ ಕೇಳಿಸಿಕೊಂಡಿದ್ದ. ಮತ್ತದರ ಮಾರನೆಯ ದಿನ ಅದೇ ಟೈಗೆ ಗಂಟು ಕಟ್ಟುವ ವೇಳೆಯಲ್ಲಿ "ನಾನು ಚಿಕ್ಕದೊಂದು ಫ್ಲಾಟ್ ತಗೋಬೇಕೆಂದುಕೊಂಡಿದ್ದೇನೆ" ಎಂದು ಹೇಳಿದ್ದ.

ಮುಂಜಾನೆಯ ಚಹಾದ ವೇಳೆ ಅಮ್ಮ ಅಸೀಮನ ವಿಚಾರ ಅಪ್ಪನಿಗೆ ಹೇಳಿದ ಮೇಲೆ ಇಬ್ಬರೂ ಪೇಯಿಂಗ್ ಗೆಸ್ಟ್ ಇಡುವುದನ್ನು ಖಾತ್ರಿ ಮಾಡಿಕೊಂಡಿದ್ದರು. ಗೆಸ್ಟ್ ಪುರುಷನೇ ಇರತಕ್ಕದ್ದು ಅನ್ನೋದರ ಬಗ್ಗೆ ಒಬ್ಬರಿಗೊಬ್ಬರು ಕೇಳುವ ಗರಜೇ ಇರಲಿಲ್ಲ. ಹಾಗೆಂದು ಅಪ್ಪ ಮಿಡ್ ಡೇ ಪೇಪರಿನಲ್ಲಿ ಜಾಹಿರಾತು ಕೊಟ್ಟಾಗ ಸ್ಪಷ್ಟ ಛಾಪಿಸಿಬಿಟ್ಟಿದ್ದರು. ಮನೆಯಲ್ಲಿ ಅಸೀಮ ಮತ್ತು ನನ್ನಂತಹ ಯುವಕರಿರುವಾಗ ಅನಗತ್ಯ 'ಕಾಂಪ್ಲಿಕೇಶನ್' ಬೇಡ ಎಂಬೋ ದೂರದೃಷ್ಟಿ. ಪುರುಷರಿದ್ದಲ್ಲಿ ಈ ಸಮಸ್ಯೆ ಬರೋದೇ ಇಲ್ಲ ಎಂಬ ಖಾತ್ರಿ! "ಮನೆ ಎದುರಿಗೆ ಇಂಥಾ ದೆವ್ವನಂಥಾ ಲೇಡಿಸ್ ಹಾಸ್ಟೆಲ್ ಇರುವಾಗ ಮನೇಲೂ ಹುಡುಗಿ ಪೇಯಿಂಗ್ ಗೆಸ್ಟಾ! ಖಂಡಿತ ಬೇಡ. ನಾಡಕರ್ಣಿ ಕಾಕಾ ಏನಂದುಕೊಂಡಾರು?"– ಚಾಲಾಕಿ ಅನುಜಾನ ಒಗ್ಗರಣೆ ಬೇರೆ.

ಜಾಹಿರಾತಿನಲ್ಲಿ ಛಾಪಿಸಿದ ವೇಳೆಗೆ ಮನೆಯಲ್ಲಿದ್ದವರೆಂದರೆ ನಾನು ಮತ್ತು ಅಮ್ಮ ಮಾತ್ರ. ನೀ ಬರುವ ಮುನ್ನ ನಾಲ್ಕಾರು ಜನಕ್ಕೆ ನಾ ಮನೆ ತೋರಿಸಿಯೂ ಆಗಿತ್ತು.

ಎಲ್ಲಕ್ಕಿಂತ ಮುಂಚೆ ಜಾಹಿರಾತಿಗುತ್ತರ ಕೊಟ್ಟವನೆಂದರೆ ಪ್ರಿಯದರ್ಶನ ಮುಜುಮ್‌ದಾರ್. ಅವ ಮಧ್ಯಾಹ್ನ ಮನೆಗೆ ಬಂದಿದ್ದ. ನಾ ಕಾಲಲ್ಲಿ ಹವಾಯಿ ಚಪ್ಪಲಿ ಸಿಕ್ಕಿಸಿಕೊಂಡು ಅವನ ಜೊತೆ ಅಟ್ಟ ಹತ್ತಿ ಹೋದೆ. ಐದು ಐದೂವರೆಯಡಿಗಳ ಎತ್ತರ, ಅರ್ಧಮರ್ಧ ಬೆಳೆಸಿದ್ದ ದಾಡಿ ಮತ್ತು ಹೆಗಲ ಮೇಲೆ ಬಹುತೇಕ

ಸ್ವಾತಂತ್ರ್ಯಪೂರ್ವದಲ್ಲೊಮ್ಮೆ ತೊಳೆದಿರಬಹುದಾದ ಚೀಲ. ಅವನ ವಯಸ್ಸು ಸುಮಾರು ಇಪ್ಪತ್ತೆರಡು ಇಪ್ಪತ್ಮೂರು ಇದ್ದೀತು. ಆದರೆ ಅವ ತನ್ನ ಮುಖದ ಮೇಲೆ ಪ್ರಬುದ್ಧ ಅನುಭವದ ಛಾಯೆ ತರಬೇಕೆಂದು ಸತತ ಪ್ರಯತ್ನ ನಡೆಸಿದ್ದ. ಅವನಿಗೆ ನಮ್ಮ ಅಟ್ಟದ ಕೋಣೆಯ ಯಾವ ಸಂಗತಿಯೂ ಸೇರಲೇ ಇಲ್ಲ. ಕೋಣೆಗೆ ಮನೆಯ ಹೊರಗಿನಿಂದಲೇ ಇರುವ ಮೆಟ್ಟಿಲುಗಳು, ವ್ಯಕ್ತಿಯೊಬ್ಬ ಕೂಡಬಹುದಾದಂಥಾ ಕೋಣೆಯ ದೊಡ್ಡ ಕಿಟಕಿಯಂಚು, ಭರಪೂರ ಹವೆ, ಕಿಟಕಿಯ ಹೊರಗಡೆ ಕೈ ಚಾಚಿದರೆ ಸಿಗುವಂತಿದ್ದ ಸಂಪಿಗೆ ಹೂಗಳು, ಇಪ್ಪತ್ನಾಲ್ಕು ತಾಸು ನೀರು, ಸ್ವತಂತ್ರ ಬಚ್ಚಲುಮನೆ, ಎದುರಿಗೆ ನಾಡಕರ್ಣಿ ಕಾಕಾನ ಕಡೆಯಿಂದ ರಾಶಿ ಹುಡುಗಿಯರು! ಛೇ... ಯಾವುದೂ ಸೇರಲಿಲ್ಲವಲ್ಲ ಅವನಿಗೆ. ಬಹಳ ದಿನವಾದರೂ ಅವನ ಫೋನ್ ಬರಲಿಲ್ಲವಾದ್ದರಿಂದ ಬಹುತೇಕ ಇನ್ನು ಆ ಕೋಣೆ ನನ್ನದೇ ಅಂತ ನಾ ಭಾವಿಸಿದ್ದೆ. ಆದರೆ ವಾರಾನಂತರ ಚಂಡಿಗಢದ ಒಬ್ಬ ವ್ಯಕ್ತಿ ಬಂದಿದ್ದ. ಇಲ್ಲೇ ಯಾವದೋ ಮಲ್ಟಿನ್ಯಾಶನಲ್ ಕಂಪನಿಯಲ್ಲಿ ನೌಕರಿಯಂತೆ. ಒಂಥರಾ ಸೋತ ಮುಖದವನ ಜೊತೆ ಕಪ್ಪು ಗಾಗಲ್ ಹಾಕಿದ ಹುಡುಗಿಯೂ ಒಬ್ಬಳಿದ್ದಳು. ನಾ ಬೇಜಾರಿನ ಮುಖಮುದ್ರೆ ಮಾಡಿಕೊಂಡು ಅವರೊಡನೆ ಹೋದೆ. ಅಟ್ಟ ಏರುವಾಗಲೂ ಅವರಿಬ್ಬರೂ ಕೈ ಹಿಡಿದೇ ಇದ್ದರು. ನಾನಿದ್ದುದರ ಪರಿವೇ ಇಲ್ಲದಂತೆ ಒಬ್ಬರನ್ನೊಬ್ಬರು ಅಂಟಿಕೊಂಡೇ ಕೋಣೆಯ ತುಂಬ ಅಡ್ಡಾಡಿದರು. ಅವಳು ತನ್ನ ಗಾಗಲ್ ಮಾತ್ರ ತೆಗೆಯಲಿಲ್ಲ. ಅವರಿಗೆ ಕೋಣೆ ಬಲು ಪಸಂದ ಬಂದಿತು. ಅಪ್ಪ ರಾತ್ರಿ ಊಟ ಮಾಡುವಾಗ,

"ಅವಳು ಅವನ ಹೆಂಡತಿಯಂತೆ. ಆಕೆ ಕೂಡಾ ಯಾವುದೋ ಹಾಸ್ಟೆಲ್ಲಿನಲ್ಲಿದ್ದಾಳೆ. ಹೊಸ ಫ್ಲಾಟ್ ಕೊಂಡುಕೊಳ್ಳೋತನಕವಷ್ಟೇ ಈ ಅರೇಂಜ್‌ಮೆಂಟ್..."

"ಇಂಥಾ ಮಂದಿಗೆಲ್ಲಾ ನಾವು ಅರೇಂಜ್‌ಮೆಂಟ್ ಮಾಡ್ಕೋತ ಕೂಡೋಣೇನು? ಆ ಹೆಣ್ಮಗಳು ಹತ್ತು ಸಲ ಇವನ ಭೆಟ್ಟಿಗೆ ಇಲ್ಲಿ ಬರುವಾಕೆಯೇ. ಅಲ್ಲದೆ ಅವಳು ಅವನ ಹೆಂಡತಿಯೇ ಅನ್ನೋದೇನು ಗ್ಯಾರಂಟಿ?" ಅಮ್ಮ ಹೇಳಿದ್ದಳು..

ನೀನಿಲ್ಲಿಗೆ ಬಂದಾಗ ಮಾತ್ರ ನಾ ಮನೆಯಲ್ಲಿರಲಿಲ್ಲ. ರಾತ್ರಿ ಊಟ ಮಾಡುವಾಗ ಅಮ್ಮ, "ಈ ಹುಡುಗನಿಗೆ ಕೋಣೆ ಕೊಡಲಡ್ಡಿಯಿಲ್ಲವಪ್ಪ. ಶಾಂತ ಇದ್ದಾನೆ. ವರ್ತನೆಯೂ ನಮ್ರ. ನೋಡಲು ಟಿಪ್ ಟಾಪ್ ಅನ್ನಿಸಿದ. ಅವ್ವ ಅಪ್ಪ ಇಲ್ಲವಂತೆ. ಫ್ರೆಂಚ್ ಭಾಷೆಯಿಂದ ಮತ್ತಾವುದಕ್ಕೋ ಭಾಷಾಂತರ ಮಾಡ್ತಾನಂತೆ. ಇಲ್ಲಿಯ ಆರ್ಟ್ ಸ್ಕೂಲಿನಲ್ಲಿ ಮೂರನೆಯ ವರ್ಷದಲ್ಲಿದ್ದಾನೆ. ನಾಳೆ ಮತ್ತೆ ಬರ್ಬೇಕಲ್ಲ ಪಾಪ ಅವ ಕೋಣೆ ನೋಡಲು. ಈವತ್ತು ಈ ತನಯ ಕೋಣೆಯ ಕೀಲಿಕೈ ಜೇಬಿಗಿಳಿಸಿಕೊಂಡು ಊರು ತಿರುಗಲು ಹೋಗಿಬಿಟ್ಟಿದ್ದನಲ್ಲ" ಎಂದಿದ್ದಳು.

ಮಾರನೆಯ ದಿವಸ ನಾನು ಬಾಗಿಲು ತೆರೆದಾಗ ನೀ ಆಫ್ ವೈಟ್ ಬಣ್ಣದ ಹಳೆಯ ಟೀ ಶರಟು, ಜೀನ್ಸ್ ಹಾಕ್ಕೊಂಡು ನಿಂತಿದ್ದೆಯಲ್ಲ. ಅಟ್ಟ ಹತ್ತುವಾಗ ನೀ ನನ್ನ ಮುಂದೆಯೇ ಇದ್ದಿ. ಕೋಣೆ ಸಮೀಪ ಬಂದಂತೆ ನಾ ಮುಂದೆ ಬಂದು ಕೀಲಿ ತೆಗೆದೆ. ಬಾಗಿಲು ತೆರೆದೊಡನೆ ಕಿಟಕಿಯ ಬಳಿ ಬಿದ್ದಿದ್ದ ದೀಪದ ಹುಳುವನ್ನು ನೀನೆತ್ತಿ ಆಚೆ

ಎಸೆದು ಬಂದೆ. ಆಮೇಲೆ ಎಲ್ಲಾ ಕಿಟಕಿಗಳನ್ನೂ ಸರಿಯಾಗಿ ತೆಗೆದು ಕೋಣೆ ಪೂರ್ತಿ ಅಡ್ಡಾಡಿದೆ. ಅಡ್ಡಾಡುವಾಗ ಬಾಯ್ತುಂಬ ಏನೋ ಗುಣುಗುಣು–

"ಮುಂದೆ ಗಾದಿ, ಇಲ್ಲಿ ಡೆಸ್ಕ್. ಕಿಟಕಿಯಲ್ಲಿ ಕೂಡಲು ಜಮಖಾನೆ. ಇಲ್ಲಿ ಮುಂದಿನ ಬಾಜು ಪುಸ್ತಕ ಮತ್ತು ಈ ಕಪಾಟಿನ ಹಿಂಬದಿಗೆ ಅಂದರೆ ಮೂಲೆಯಲ್ಲಿರೋ ಮಂಚದ ಬಳಿ ಹಾಟ್ ಪ್ಲೇಟ್... ವ್ಹಾಟ್ ಡು ಯು ಥಿಂಕ್?"

ನಾ ಭುಜ ಕುಣಿಸಿದ್ದೆ. ಮನದಲ್ಲೇ 'ಮಗನೇ ಮಸ್ತ್ ಅದ ನೋಡು ನಿನ್ನದು. ಒಬ್ಬನಿಗೇ ಇಂಥಾ ದೊಡ್ಡ ಕೋಣೆ ಹಾಂ!' ಅಂದಿದ್ದೆ.

ನೀ ನನ್ನ ಕಡೆಯೇ ದೃಷ್ಟಿ ನೆಟ್ಟಿದ್ದೆ. ಮತ್ತೆ ಸೀದಾ ನನ್ನ ಬಳಿ ಬಂದವನೇ ನನ್ನ ತೋಳು ಹಿಡಿದು

"ವಾವ್ ಗುಡ್ ಬೈಸೆಪ್ಸ್. ನಿತ್ಯ ಜಿಮ್‌ಗೆ ಹೋಗುತ್ತೀಯಾ?"

ನಾ ಹೌದು ಎಂದರೆ ನೀ ಮತ್ತೆ ಕೈ ಮೇಲೆತ್ತಿ ಮೇಲೆ ಯಾತರದೋ ಜಾಡು ಹಿಡಿದವನಂತೆ ಬೆರಳಾಡಿಸುತ್ತಾ, "ಇಲ್ಲಿ ಈ ಕೋಣೆಯಲ್ಲಿ ಏನೋ ಭಾರೀ ಟೆಂಪ್ಟಿಂಗ್ ವಾಸನೆಯಿದೆ" ಎಂದೆ.

ನಮ್ಮ ಮನೆಯಲ್ಲಿ ಜಾತಿ ಪಾತಿ–ಇಂಥವೆಲ್ಲ ಜಾಸ್ತಿ ಮಾಡಲ್ಲ. ಆದರೂ ಮೊದಲನೆಯ ದಿನ ಊಟ ಮಾಡುವಾಗ ನೀನು ಚಪಾತಿ ಬೇಕು ಅಂತ ಕೇಳದೆ, "ಕಾಕು ಪ್ಲೀಸ್ ಪೋಳಿ ಹಾಕಿ" ಅಂದಾಗ ಅಮ್ಮನ ಕಣ್ಣಲ್ಲಿ ನಿನ್ನ ಕಂಪ್ಯಾಟಿಬಿಲಿಟಿಯ ಬಗೆಗೆ ಖಾತ್ರಿಯ ಮಿಂಚೊಂದು ನನಗೆ ಕಂಡಿದ್ದು ಮಾತ್ರ ನಿಜವೇ. ಅಷ್ಟರಲ್ಲಿ ಬಾಬಾ ಉವಾಚ,

"ನಿಮ್ಮ ಕುಲದೇವತೆ ಯಾವುದು?"

"ಅರೆ ಕಾಕಾ, ನನಗ್ಯಾಕೆ ನಿಮ್ಮ ತಮ್ಮ ಅಂತ ಬಹುವಚನದಲ್ಲಿ ಮಾತನಾಡಿಸೋದು" ಎಂದಿದ್ದೆ ನೀನು. ಬಾಬಾ ಬಿಟ್ಟರಲ್ಲವೆ?

"ಅಲ್ಲಾ ನಿಮ್ಮ ಅಂದರೆ ನಿಮ್ಮ ಮನೆತನದ್ದು ಅಂತ..."

ಆಗ ಮಾತ್ರ ನೀ ಸೆಟೆದು ಕುಳಿತು ಬಾಯಲ್ಲಿದ್ದ ತುತ್ತನ್ನು ಸಾವಕಾಶವಾಗಿ ಅಗಿದು ನುಂಗಿ ಶಾಂತವಾಗಿ ಉತ್ತರಿಸಿದ್ದೆ.

"ನನ್ನಿಂದಲೇ ಇದೆಲ್ಲ ಶುರುವಾಗಬೇಕು. ನನಗೆ ಮನೆಯೂ ಇಲ್ಲ ಮನೆತನವೂ ಇಲ್ಲ. ಬಂಧು ಬಾಂಧವರಿಗಂತೂ ನಾ ಸನಿಹ ಬರಗೊಟ್ಟೇ ಇಲ್ಲ. ನಾ ಯಾವ ದೇವ–ದೇವತೆಯನ್ನು ಮನ್ನಿಸ್ತೇನೆ ಅಂಬೋದರ ಬಗ್ಗೆ ನನಗಿನ್ನೂ ಕ್ಲ್ಯಾರಿಟಿ ಇಲ್ಲ. ಹುಡುಕುತ್ತಾ ಇದ್ದೇನೆ."

ಅಮ್ಮನಿಗೆ ನಿನ್ನ ಉತ್ತರ ತಿಳಿದಿರಬೇಕು, ಅವಳು ಕೂಡಲೇ ಪ್ರಶ್ನೆಗಳ ಮೂಲಕ ನಿನ್ನ ಬಗ್ಗೆ ಮಾಹಿತಿ ತೆಗೆಯುವ ಸನ್ನಾಹಿಗೆ ಬ್ರೇಕ್ ಹಾಕಿದ್ದಳು. ಬಾಬಾಗೆ ಮಾತ್ರ ತಿಳಿದಿರಲೇ ಇಲ್ಲ.

"ನಿಮ್ಮ ಮೂಲ ಊರು ಯಾವುದು?" ಮತ್ತೆ ಪ್ರಶ್ನೆ ಶೂಟ್ ಮಾಡಿದ್ದರು

"ವೆಲ್, ನಾನೆಲ್ಲಿರುತ್ತೇನೆಯೋ ಅದೇ. ಸದ್ಯಕ್ಕಂತೂ ಇದೇ" ಎಂದು ಹೇಳುತ್ತಾನೀ ಅಮ್ಮನ ಕಡೆ ತಿರುಗಿ "ಕಾಕು ಸಾರು ಏಕದಂ ಮಸ್ತ ಆಗಿದೆ. ಕುಕರ್‌ನಲ್ಲಿ ಇಡುವಾಗಲೇ ಬೇಳೆಯ ನೀರಲ್ಲಿ ತುಪ್ಪ ಬಿಟ್ಟೀದ್ದೀರಿ ಹೌದಾ?" ಅಂದಿದ್ದೆ.

ತನ್ನ ರೆಸಿಪಿ ಅರಿತವನ ಮೇಲೆ ಅಮ್ಮ ಖುಷ್. ಅಬ್ಬಾ ಅಂತೂ ಮಾತಿನ ರೈಲು ಹಳಿ ಬದಲಾಯಿಸಿತಲ್ಲಾ ಅಂತ ನಾ ಭಾರೀ ಖುಷ್!

ಅವನ ಅಡ್ಡಹೆಸರಿನ ಕುರಿತೇ ಅಮ್ಮ ಅಪ್ಪನ ಮನದಲ್ಲಿ ನೂರಾ ಎಂಟು ಪ್ರಶ್ನೆ ಎದ್ದಿರಬೇಕು. ಅಜ್ಜಿ ಇದ್ದಾಗ ಮಾತ್ರ ಬಾಪರೇ ಬಾಪ್! ಗೆಳೆಯರನ್ನು ಮನೆಗೆ ಕರೆದು ಕೊಂಡು ಬಂದು ಪರಿಚಯ ಮಾಡಿಸೋದೆಂದರೆ ಸೀನ್ ಗ್ಯಾರಂಟಿ ಅಂತಾನೇ ಅರ್ಥ.

"ಅಜ್ಜಿ ಇವ ನನ್ನ ಗೆಳೆಯ ರೋಹನ್..."

"ರೋಹನ್... ರೋಹನ್ ಮುಂದೇನು? ಅಡ್ಡ ಹೆಸರು-ಗಿಸರು ಇಲ್ಲವೆ? ನಿನಗೆ ಪೂರ್ತಿ ಹೆಸರಿನ ಜೊತೇನೇ ಪರಿಚಯ ಮಾಡ್ಲಿಕ್ಕೇನೋ ಧಾಡಿ?"

ಅಡ್ಡ ಹೆಸರು ಹೇಳಿದ ಮೇಲೆ ಅವಳ ಮುಖದ ಮೇಲೆ ಎಂಥದೋ ವಿಶಿಷ್ಟ ಭಾವ ಹಾಯ್ದು ಹೋಗೋದು.

ನೀ ಅಡ್ಡಹೆಸರನ್ನೇ ಹಚ್ಕೊಂಡಿಲ್ಲ ಅನ್ನೋ ಸಂಗತಿ ನನಗೂ ಮೊದಮೊದಲು ತೀರಾ ವಿಚಿತ್ರವೆನ್ನಿಸಿತ್ತು. ಕಲಾವಿದ ಜನ ಬೇಕೆಂದೇ ಏನೇನೋ ಮಾಡ್ತಾರಲ್ಲ ಅಂಥಾದ್ದೇ ಇರಬೇಕು ಈ ಛಂದಾನೂ ಅಂತ ಸುಮ್ಮನಾಗಿದ್ದೆ. ಆದರೆ "ಯಾರಾದ್ರೂ ಕರೆದರೆ ಓ... ಅನ್ನಲಿಕ್ಕೆ ಒಂದು ಹೆಸರೂ ಅಂತ ಬೇಕು. ಅಷ್ಟೇ ಅದರ ಮಹತ್ವ" ಅಂತ ನೀನೆಂದಿದ್ದೆ. ಮುಂದೆ ನಿನ್ನ ಕೇಸಿನಲ್ಲಿ ಈ ಅಡ್ಡಹೆಸರಿನ ಪೊಳ್ಳುತನ ನಿಧಾನವಾಗಿ ತಿಳಿದಿತ್ತು. ಮುಂದೆ ನಿನ್ನ ಸನಿಹ ಬಂದಂತೆಲ್ಲ, ನಾ ಸ್ವಂತ ವಿಚಾರ ಶುರು ಮಾಡಿದಂತೆಲ್ಲ, 'ನನ್ನ ಅಪ್ಪನ ಹೆಸರು, ಮತ್ತೆ ನನ್ನೀ ಅಡ್ಡಹೆಸರನ್ನೇನು ಮಾಡಲಿ?' ಎಂಬಂತಾಗಿತ್ತು.

ಆಗ ನನ್ನ ತಲೆಗೊಂದು ಮೊಟಕಿ ಹೇಳಿದ್ದೆ,

"ನಿನಗೆ ಅಡ್ಡಹೆಸರಿದೆ, ಇಟ್ಟುಕೋ. ನೂರಾರು ತನಯರು... ಅವರಲ್ಲಿ ನೀ ಯಾರು ಅನ್ನೋದಾದ್ರೂ ತಿಳೀತದೆ."

"ಮತ್ತೆ ನೀನ್ಯಾಕೆ ಹೀಗೆ ಅಂತರ್ ಗಾಳೀಲಿ..."

"ಅಡ್ಡಹೆಸರನ್ನು ಹಂಚಿಕೋಬೇಕು ಎನ್ನಿಸೋ ಸಂಗಾತಿ ಸಿಕ್ಕರೆ ನಾನೂ ಇಟ್ಕೋತೇನಲ್ಲ" ನೀ ಅಂದಿದ್ದೆ. ಆಗ ಮನದಲ್ಲೇ ನಾ ನಿನ್ನ ಹೆಸರಿನ ಮುಂದೆ ನಮ್ಮ ಅಡ್ಡಹೆಸರು ಜೋಶಿ ಸೇರಿಸಿ ನೋಡಿದ್ದೆ.

ಒಂದು ಸಲ ನಾ ಟೇಬಲ್ ಬಳಿ ಓದುತ್ತ ಕುಳಿತಾಗ ನೀ ಬೆನ್ನಿಗೆ ಸೋಪುಜ್ಜಲು ಕರೆದಿದ್ದೆ. ನಾ ಪ್ಯಾಂಟು ಮೊಣಕಾಲತನಕ ಏರಿಸಿಕೊಂಡು ಟೀಶರಟನ್ನು ಬಿಚ್ಚಿಹಾಕಿ

ನಿನ್ನ ಬೆನ್ನುಜ್ಜಿದ್ದೇ ಬಚ್ಚಲುಮನೆಯಿಂದ ಹೊರಬಂದು ಬಟ್ಟೆ ತೊಟ್ಟುಕೊಂಡು ಓದಿಗೆ ಹಿಂತಿರುಗಿದ್ದೆ.

ಸ್ಟೇಶನ್ ರಸ್ತೆಯಲ್ಲಿ ಹಾಯ್ದಾಡುವುದನ್ನು ನಾ ಬಂದ್ ಮಾಡಿಬಿಟ್ಟಿದ್ದೆ, ಇಂಟರ್‌ನೆಟ್‌ನ ಚಾಟ್‌ರೂಮಿನಲ್ಲಿ ಹೋಗೋದನ್ನು ಕೂಡಾ. ಎಷ್ಟೆಷ್ಟೋ ದಿನಗಳವರೆಗೆ ನಾವಿಬ್ಬರೂ ಕೈಯೊಳಗೆ ಕೈ ಕೂಡಾ ಬೆಸೆಯುತ್ತಿರಲಿಲ್ಲ. ಟೇಬಲ್ಲಿನೆದುರು ಕುಳಿತು ಓದುತ್ತ ಓದುತ್ತ ನಾ ಹಿಂದಕ್ಕೆ ತಿರುಗಿ ನೋಡಿದರೆ ನೀ ಕನ್ನಡಿಯೆದುರು ನಿಂತು ಕೂದಲೊರೆಸಿಕೊಳ್ಳುತ್ತಿದ್ದೆ. ನನಗನ್ನಿಸಿತಲ್ಲ– ಹೀಗೆ ತಂತಾನೇ ಎಷ್ಟು ಸುಂದರವಾಗಿ ಎಲ್ಲ ಬದಲಾಗ್ತಾ ಇದೆ. ನೀ ಇದ್ದೀ... ನನ್ನವನೇ ಇದ್ದೀ– ಈ ಮಾತು ಎದೆಯೊಳಗಿಳಿಯುತ್ತಾ ಸಾಗಿತ್ತು.

...ಹಿತ್ತಾಳೆಯ ಪಟ್ಟಿಯ ಮೇಲೆ ನಿನ್ನ ಹೆಸರಿನ ಮುಂದೆ ನಮ್ಮ ಅಡ್ಡಹೆಸರು ಬರೆದು, ನೀನೇ ಸ್ವತಃ ತಯ್ಯಾರು ಮಾಡಿದ್ದ ಕಡುಕಂದು ಬಣ್ಣದ ಬಾಗಿಲಿಗೆ ನೇತು ಹಾಕಿದ್ದೆ. ಇಡೀ ಬಿಲ್ಡಿಂಗಿನಲ್ಲಿ ನಮ್ಮ ಬಾಗಿಲೇ ಅತ್ಯಂತ ಚೆಂದವಾಗಿತ್ತು. 'ಬಲು ಜಾಣ ಮತ್ತೆ ಕ್ರಿಯೇಟಿವ್. ಆದರೆ ಮನಸ್ಸು ಮಾತ್ರ ಶಾಂತ'– ಇಂಥಾ ವ್ಯಕ್ತಿಯೊಬ್ಬ ಇಲ್ಲೇ ಈ ಮನೆಯಲ್ಲೇ ಇರ್ತಾನೆ ಅಂತ ತೋರುವಂತಿತ್ತು ಆ ಕಡು ಕಂದು ಬಣ್ಣ. ಮನೆಯ ಒಳಗಣ ಗೋಡೆಗಳ ರಂಗಿನ ಬಗ್ಗೆ ನಮ್ಮಿಬ್ಬರದೂ ಎಂಥಾ ಏಕಮತವಿತ್ತೆಂದರೆ 'ದೇ ತಾಲಿ' ಅನ್ನುತ್ತಾ ಒಬ್ಬರಿಗೊಬ್ಬರು ಕೈ ತಟ್ಟಿದ್ದೆವು. ಅಲ್ಲದೆ ಮತ್ತಿನ್ನೇನು? ನೀ ಬರುವ ಮುನ್ನ ಬಣ್ಣಗಳ ಬಗ್ಗೆ ನನಗೇನು ತಿಳಿದಿತ್ತು? ನಿನಗೋ ಮನೆಗೆ ಕಟ್ಟಿಗೆಯ ಫರಸೇ ಬೇಕಾಗಿತ್ತು– ಕಟ್ಟಕಡೆಯ ಕೋಣೆ ಸ್ಟೂಡಿಯೋ, ಮನೆಯಲ್ಲಿ ಇಪ್ಪತ್ನಾಲ್ಕು ಗಂಟೆಯೂ ಗೆಳೆಯರ ಅಡ್ಡಾ. ಕೆಲವರು ನಾಟಕಕಾರ ಮಂದಿ, ಕೆಲವರು ನಿನ್ನ ಚಿತ್ರಕಾರ ದೋಸ್ತರು. ಅಚಾನಕ್ಕಾಗಿ ಬಂದ ಅಪ್ಪ ಅಮ್ಮನಿಗೆ ಈ ಹುಡುಗರು ಬೆಲ್ ಒತ್ತಿದ ಕೂಡಲೇ ಬಾಗಿಲನ್ನೇಕೆ ತೆಗೆಯೋದಿಲ್ಲ? ಅಂತ ಅಚ್ಚರಿ. ಪೀಪ್ ಹೋಲಲ್ಲಿ ಅವರನ್ನು ನೋಡಿದ್ದೇ ನೀ ಅದೀಗ ತೆಗೆದಿಟ್ಟಿದ್ದ ಬೆತ್ತಲೆ ಚಿತ್ರಗಳನ್ನೆಲ್ಲ ಒಳಗೆ ಇಡ್ತಾ ಇಡ್ತಾ ನನಗೆ ಬೆವರಿಳಿದಿತ್ತು ಅಂತ ಅವರಿಗೇನು ಗೊತ್ತು? ಅಮ್ಮನ ಕೈಯಲ್ಲಿ ಬಿಸಿ ಶಿರಾದ ಡಬ್ಬ. ಅಂತಲೇ ಅವಳು ಒಳಗೆ ಬಂದೊಡನೆ, "ಎಷ್ಟೊತ್ತೋ ಬಾಗಿಲು ತೆಗೆಯಲು? ಅಲ್ಲಾ ನಾ ಅಂತೀನಿ ಬಾಗಿಲು ಹಾಕ್ತಿಯಾದ್ರೂ ಯಾತಕ್ಕಾಗಿ, ಇಲ್ಲೇನು ಕಳ್ಳರು ಬರ್ತಾರೆಯೆ?" ಅನ್ನುತ್ತಾ ಅಡುಗೆಮನೆಗೆ ಹೋಗಿ ಡಬ್ಬ ಇಡುತ್ತಾ ಮತ್ತೆ ನನಗೆ, "ಇಷ್ಟೆಲ್ಲಾ ಕಲಿತಿದ್ದೀ, ಅಡುಗೆಕಟ್ಟೆ ಚೆನ್ನಾಗಿ ಒರೆಸಲಿಕ್ಕಷ್ಟು ಕಲಿಯೋ" ಎನ್ನೋಳು.

ಬೆಡ್ ರೂಮಿನ ಬಾಲ್ಕನಿಯ ಮುಂದೆ ನನಗೆ ನಮ್ಮ ಅಟ್ಟದ ಕೋಣೆಯ ಮುಂದಿನಂತೆಯೇ ಸಂಪಿಗೆಯ ಮರ ಬೇಕೆನಿಸಿತ್ತು, ನೀ ಕೂಡಲೇ ಎಲ್ಲಿಂದಲೋ ತಂದು ಹಚ್ಚಿದ್ದೆ. "ಮುಂದಿನ ಬಿಲ್ಡಿಂಗಿನಿಂದಾಗಿ ನನಗೆ ಸೂರ್ಯೋದಯವೇ ಕಾಣೋದಿಲ್ಲ" ಅಂತ ನಾನಂದಕೂಡಲೇ ನೀ ಆ ಬಿಲ್ಡಿಂಗನ್ನೇ ಸರಿಸಿಬಿಟ್ಟಿದ್ದೆ! ಪ್ಲಂಬರನ ಜೊತೆ ಎಂಥೆಂಥಾ ವಾದ ಮಾಡಿದ್ದೆವು? ಪ್ರತಿ ನಳದಲ್ಲೂ ಬೇರೆ ಬಣ್ಣದ

ನೀರು ಬಂದರೆ, ಅಡುಗೆಮನೆಯ ನಳದಲ್ಲಿ ಮಾತ್ರ ಬೀಯರ್ ಬರಬೇಕೆಂಬ ನಮ್ಮ ಹಟ ಅವನಿಗೆ ತಿಳಿದಿರಲೇ ಇಲ್ಲವಲ್ಲ. ಅಂತೂ ಕೊನೆಗೆ ಅಡುಗೆಮನೆಯಲ್ಲಿ ಬೀಯರ್‌ನ ನಳ ಕೂಡಿಸಿ ಅವ ನಮ್ಮ ಕಡೆ ತಿರುಗಿದರೆ ಅಲಾ... ಅವನ ಮುಖ ಅಸೀಮ್‌ನದಾಗಿತ್ತು. ಅವ ನನಗೆ ಧಮಕಿ ಕೊಟ್ಟಿದ್ದ, "ಸಾಹೇಬ್, ನೀವು ಕೇಳಿದ್ರಿ ಅಂತ ನಳಕ್ಕೆ ಬೀಯರ್ ಕನೆಕ್ಷನ್ ಕೊಟ್ಟಿದ್ದೇನೆ. ಆದರೆ ಒಂದು ವಿಷಯ ಲಕ್ಷ್ಯಕ್ಕಿರಲಿ, ಬಹಳ ಬಿಯರ್ ಕುಡಿಯೋ ಪುರುಷನ ಸ್ಪರ್ಮ್ ಕೌಂಟ್ ಏಕದಂ ಇಳಿಯುತ್ತೆ."...

ಮಟ ಮಟ ಮಧ್ಯಾಹ್ನ ಹತ್ತಿದ ಜೊಂಪಿನಲ್ಲಿ ನಾ ಅನೇಕ ಬಾರಿ ಇಂಥಾ ಕನಸಿನ ಮನೆ ಕಟ್ಟುತ್ತಲೇ ಇದ್ದೆ. ಆವಾಗ ಆಶೀಷ್ ಮತ್ತು ಸ್ಯಾಮುವೆಲ್ ನಮಗೆ ಭೇಟಿಯೇ ಆಗಿರಲಿಲ್ಲ. ಆದರೂ ಆಗಲೇ ನಾವಿಬ್ಬರೂ ಒಟ್ಟಿಗೆ ಇರೋದೆಂದು ನಿರ್ಧರಿಸಿದರೆ ಅದೇನೂ ಅಂತಹ ಕಠಿಣ ಆಗಲಿಕ್ಕಿಲ್ಲ ಅಂತ ನನಗನ್ನಿಸಿತ್ತು. ಚೂರು ಕಠಿಣವೆನಿಸಿದರೂ ಏನಂತೆ? ಸುತ್ತಲಿನ ಜನಕ್ಕೂ ಬೇರೆ ತರಹದ ಕಷ್ಟಗಳಿಲ್ಲವೇ? ಆದರೂ ಅವರೆಲ್ಲ ಕೂಡಿ ಇರೋದಿಲ್ಲವೆ? ಅಲ್ಲೇ ನಮ್ಮ ಆಸುಪಾಸಿನಲ್ಲೇ ಲಿವ್ ಇನ್ ರಿಲೇಶನ್‌ನ ಹುಡುಗ ಹುಡುಗಿಯರಿದ್ದರು. ಲಗ್ನ ಇತ್ಯಾದಿ ಮಾಡಿಕೊಳ್ಳದೆ ಯಾರೊಡನೆ ಕೂಡಿಯೂ ಇರದೆ ಒಬ್ಬಂಟಿಯಾಗಿಯೇ ಇದ್ದ ಜನವಿತ್ತು. ನಮ್ಮ ವಾರ್ಡಿನ ನಗರಸೇವಕನಂತೂ ಎರಡು ಲಗ್ನ ಒಟ್ಟೊಟ್ಟಿಗೇ ಮಾಡಿಕೊಂಡಿದ್ದ. ಪೇಟೆಯ ಹಿಂದೆ ದೊಡ್ಡ ವೇಶ್ಯಾವಸತಿಯೇ ಇತ್ತು. ಸಿಗ್ನಲ್ ಬಳಿ ನಿಂತಿರುವ ಹಿಜಡಾ ಸಮುದಾಯವಿತ್ತು. ಇವರೆಲ್ಲರ ಬಗ್ಗೆ ಜನರಿಗೆ ವಿಶೇಷ ಆಸಕ್ತಿ ಇರದಿದ್ದರೂ ಮಾಹಿತಿಯಂತೂ ಇತ್ತು. ಕಳೆದ ಎಷ್ಟೋ ವರ್ಷಗಳಿಂದ ನನಗೆ ನಿಜವಾಗಿ ತಿಳಿಯದ ಸಂಗತಿಯೆಂದರೆ ನಾವು ಮಾತ್ರ ಹೀಗೇಕೆ ಬೇರೆ?

ಚಿಕ್ಕವರಿದ್ದಾಗ ಬೇಸಿಗೆ ಸೂಟಿಯಲ್ಲಿ ಅಪ್ಪನ ಕಡೆಯ ಜನ ಅಂದರೆ ಎಲ್ಲ ಕಕ್ಕಂದಿರ, ಅತ್ಯಾಗಳ ಮಕ್ಕಳು ನಮ್ಮ ಮನೆಗೆ ಬರೋರು, ರಿವಾಜೇನೋ ಎಂಬಂತೆ ನಡೆದುಕೊಂಡು ಬಂದಿದ್ದ ರೂಢಿ ಅದು. ಹತ್ತು ದಿನ ನಮ್ಮ ಮನೆಯಲ್ಲಿ ಕಳೆಯೋದು ಆಮೇಲೆ ಒಟ್ಟಿಗೆ ಎಲ್ಲ ಮಕ್ಕಳೂ ಸೇರಿಕೊಂಡು ನಾಶಿಕದ ಅತ್ಯಾನ ಮನೆಗೆ ಹೋದರೆ ಎಂಟ್ಹತ್ತು ದಿನ ಅಲ್ಲಿ ಠಿಕಾಣಿ, ಅಲ್ಲಿಂದ ಹೊರಟು ರಾಮ ಕಾಕಾನ ಮನೆಯಲ್ಲಿ ನಾಲ್ಕೈದು ದಿನ ಇದ್ದಾದ ಮೇಲೆ ಕಡೆಗೆ ಪ್ರಕಾಶ ಕಾಕಾನ ಮನೆಯಲ್ಲಿ ಒಂದೆರಡು ದಿನ. ಅಮ್ಮ ಚೇಷ್ಟೆಗೆಂದು ಆಗಾಗ ಹೇಳೋಳು "ಈ ಸುತ್ತಾಟದ ಲೆಕ್ಕಾಚಾರ ಕೂಡಾ ಅಗದೀ ಮಜಾ ಕ್ರಮದಲ್ಲಿದೆ ನೋಡ್ರಿ." ಯಾಕಂದ್ರೆ ಅಮ್ಮ ತವರುಮನೆಯಿಂದ ದೇಶಸ್ಥ ಬ್ರಾಹ್ಮಣಳು, ಅತ್ಯಾ ಕರಾಡೆ ಬ್ರಾಹ್ಮಣ. ರಾಮಕಾಕಾನ ಹೆಂಡತಿ ಸಾರಸ್ವತ ಮತ್ತು ಪ್ರಕಾಶಕಾಕಾನ ಹೆಂಡತಿ ಕೊಂಕಣಸ್ಥ! ಇಷ್ಟೆಲ್ಲ ಸುತ್ತಾಟದಲ್ಲೇ ನಮ್ಮ ಸೂಟಿ ಮುಗಿದೇ ಹೋಗೋದು. ಆಗೆಲ್ಲ ನಮ್ಮ ಮನೆಯಲ್ಲಿ ನಡೆವ ಅಗದೀ ಪಕ್ಕಾ ಪ್ರೋಗ್ರಾಮ್ ಎಂದರೆ ಅಮ್ಮ ಕಟ್ಟಿಗೆಯ ಭಾಂಡಿಯಲ್ಲಿ ಮಾಡುತ್ತಿದ್ದ ಆಯಸ್ಕ್ರೀಮ್.

ಬರ್ಫ್, ಉಪ್ಪು, ಹಾಲು, ಮಾವಿನ ಹಣ್ಣಿನ ರಸ ಎಲ್ಲಾ ಸೇರಿಸಿ ದಿನವಿಡೀ ಕೈ ನೋಯುವತನಕ ಎಲ್ಲರೂ ಆ ಭಾಂಡಿಯನ್ನು ಗರಗರ ತಿರುಗಿಸಬೇಕು; ಅದೂ ಪಾಳಿಯ ಪ್ರಕಾರ! ಆಮೇಲೆ ನಾಲ್ಕು ನಾಲ್ಕೂವರೆಯ ಹೊತ್ತಿಗೆಂದರೆ ಹೊಟ್ಟೆ ತುಂಬಿ ಸಾಕು ಸಾಕು ಎನ್ನೋತನಕ ಅಮ್ಮ ಎಲ್ಲರಿಗೂ ಆಯಸ್ಕ್ರೀಮ್ ಕೊಡೋಳು. ನಂತರ ಇಡೀ ತಿಂಗಳು ಯಾರಾದ್ರೂ ಆಯಸ್ಕ್ರೀಮಿನ ಹೆಸರೆತ್ತಿದರೆ ಕೇಳಿ.

ಹೀಗೆಯೇ ಒಮ್ಮೆ ಆಯಸ್ಕ್ರೀಮಿನ ಪಾತ್ರೆ ಹಿಡಿದುಕೊಂಡು ಅಡುಗೆಮನೆಯಿಂದ ನಾ ಬರುತ್ತಿದ್ದಾಗ ರಾಮಕಾಕಾನ ಮಗ ಸುನೀಲ ನನ್ನ ಕಾಲ ಮೇಲೆ ಪಟ್ಟೆಂದು ಹೊಡೆದಿದ್ದ. ನನ್ನ ಕೈಯಿಂದ ಪಾತ್ರೆ ಬೀಳ್ತಾ ಬೀಳ್ತಾ ಉಳೀತು. ನಾ ಅದನ್ನು ಕೆಳಗಿಟ್ಟು ಕಾಲು ತಿಕ್ಕಿಕೊಳ್ಳತೊಡಗಿದೆ. ಸುನೀಲನಿಗೆ ವ್ಯಾಯಾಮ ಮಾಡೋದು ಮತ್ತು ಬಂದು ಹೋಗುವವರ ಮುಂದೆ ಅದರ ಬಗ್ಗೆ ಹೇಳ್ತಾನೇ ಇರೋದು ರೂಢಿ. ನಾ ಒಮ್ಮೆಲೆ ಕೆಳಗೆ ಕೂತುಬಿಟ್ಟಾಗ ನನ್ನ ಮೇಲೆ ಅವ ಕೂಗಾಡತೊಡಗಿದ.

“ಸರಿಯಾಗಿ ನಡೆ. ಎರಡೂ ಕಾಲ್ಗಳ ನಡುವೆ ಜಾಗ ಬಿಟ್ಟು ಸಾವಕಾಶ ನಡೀಲಿಕ್ಕೇನು ಧಾಡಿ? ಹೆಂಗಸರ ಥರ ಕಾಲು ಜೋಡಿಸಿಕೊಂಡು ತುರುತುರು ನಡೀತಿಯಲ್ಲ” ಎಂದವನೇ ಅವ ನನ್ನನ್ನು ಹಿತ್ತಲಿಗೆ ಎಳಕೊಂಡು ಹೋಗಿದ್ದ. ಅಲ್ಲಿ ದೊಡ್ಡ ದೊಡ್ಡ ಚೌಕುಗಳ ಫರಸಿಯಿತ್ತು. ಒಂದೊಂದು ಫರಸಿ ಕಲ್ಲಿನ ನಟ್ಟನಡುವೆ ಒಂದೊಂದು ಕಾಲಿಟ್ಟು ನನಗೆ ನಡೆಯಲು ಹಚ್ಚಿದ್ದ. ಸರೀ ಸುಮಾರು ಅರ್ಧ ತಾಸು ಅಲ್ಲಿಯೇ ನಿಂತಿದ್ದ ಅಪ್ಪನ ಸ್ಕೂಟರಿನ ಮೇಲೆ ತಾನು ಕೂತು ಒದರಾಡುತ್ತಲೇ ಇದ್ದ.

“ತನ್ಯಾ ಎದೆ ಮುಂದೆ ಮಾಡು, ನೆಟ್ಟಗೆ ಸೆಟದು ನಡೆ, ಹೆಗಲು ಸೀದಾ ಇರಲಿ.” ಆಮೇಲೆ ಅಡುಗೆಮನೆಯಲ್ಲಿ ತೆಂಗಿನಕಾಯಿ ಹೆರೆಯುತ್ತಿದ್ದ ಅಮ್ಮನಿಗೂ ಕೂಗಿ ಹೇಳಿದ್ದ, “ಕಾಕು ಇವನಿಗೆ ದಿನಾ ಮುಂಜಾನೆ ಹೀಗೆ ನಡೆಯಲಿಕ್ಕೆ ಹಚ್ಚು. ಓಣಿಯ ಗಂಡು ಹುಡುಗರ ಜೊತೆ ಆಡಲಿಕ್ಕೆ ಬಿಡು. ಯಾವಾಗ ನೋಡಿದ್ರೂ ಪುಸ್ತಕ ಓದ್ತಾ ಬಿದ್ದುಕೊಂಡಿರ್ತಾನೆ.” ಆವತ್ತಿನಿಂದ ಇವತ್ತಿನವರೆಗೂ ನಾವೆಲ್ಲ ವಿಚಿತ್ರವಾಗಿ ಹೆಣ್ಣಿಗರ ಥರಾ ನಡೀತೇವೆಯೆ? ಅಂತ ನನಗೆ ಒಂಥರಾ ಭೀತಿ. ಒಮ್ಮೊಮ್ಮೆ ನನ್ನದೇ ವೇಗದಲ್ಲಿ ನಡೆಯುತ್ತಾ ಹೋಗುತ್ತಿದ್ದವ ಒಮ್ಮೆಲೆ ನಿಲ್ಲಿಸಿ ಯಾರಾದ್ರೂ ನೋಡಿಬಿಟ್ಟರೆ? ಅಂತ ಅಕ್ಕಪಕ್ಕ ನೋಡಿ ಮತ್ತೆ ತುಸು ಸಾವಕಾಶ ನಡೀಲಿಕ್ಕೆ ಶುರು ಮಾಡಿದ್ದಿದೆ.

ಪುರುಷರಾದೋರು ಒಣಗಿದ ತುಟಿಗಳ ಮೇಲೆ ನಾಲಿಗೆಯಾಡಿಸಿ ಹಸಿ ಮಾಡುವುದಿಲ್ಲ, ಅವರು ಅಡುಗೆಮನೆಯಲ್ಲಿ ಅವ್ವನ ಹಿಂದಿಂದ ಅಡ್ಡಾಡುವುದಿಲ್ಲ, ಮುಖಕ್ಕೆ ಪಾವಡರ್ ಹಾಕೋದಿಲ್ಲ, ಗೆಳತಿಯರ ಸ್ಕೂಟರ್‌ನ ಪಿವಿಲಿಯನ್ ಮೇಲೆ ಕೂಡೋದಿಲ್ಲ, ಗಂಡಸರಿಗೆ ಬಟ್ಟೆ ಬದಲಾಯಿಸಲು ಕನ್ನಡಿ ಬೇಕಾಗಿಲ್ಲ, ಕೋಣೆಯ ಅಗುಳಿಯನ್ನೂ ಹಾಕಬೇಕಾಗಿಲ್ಲ, ಪ್ರವಾಸಕ್ಕೆ ಹೋದಾಗ ಅವರಿಗೆ ಮರಗಳ ಹಿಂದೆ ಹೋಗಲು ಅನುಮತಿ ಇದೆ, ಒಂದೇ ಒಂದು ಬಚ್ಚಲುಮನೆ ಇದ್ದ ಪಕ್ಷದಲ್ಲಿ ಹೊರಗೆ ಕಲ್ಲಿನ ಮೇಲೆ ಕೂತು ಸ್ನಾನ ಮಾಡಬಹುದು, ತಮ್ಮ

ದೇಹವನ್ನು ಇತರರಿಂದ ಮುಚ್ಚಬೇಕೆಂಬ ಭಾವ ಅವರಿಗೆ ತರವಲ್ಲ, ಕ್ಲಾಸಿನಲ್ಲಿ ಕೈಗೆ ಟೀಚರ್ ಛಟೀರ್ ಎಂದು ಸ್ಕೇಲಿನಿಂದ ಬಾರಿಸಿದಾಗಲೂ ಅಳೋ ಹಾಗಿಲ್ಲ, ಶಾಲೆಯ ಹೊರಗೆ ಕೂತಿರುತ್ತಿದ್ದ ಹುಣಸೆಹಣ್ಣಿನವಳ ಕಡೆ ಹಣ್ಣು ಕೊಂಡು ಎಲ್ಲರಿಗೂ ಹಂಚಲೇಬಾರದು- ಸಣ್ಣವನಿರುವಾಗಿನಿಂದ ಕಂಡ ಕಂಡ ಗಂಡಸರು ನನಗೆ ಇಂಥಾ ಜ್ಞಾನದ ತುಣುಕುಗಳನ್ನು ಹಂಚುತ್ತಲೇ ಇದ್ದಾರೆ!

ನೀ ನಮ್ಮ ಕಡೆ ಇರಲು ಬರುವ ಮುಂಚೆ, ಅಂದರೆ ನಾಲ್ಕಾರು ತಿಂಗಳ ಹಿಂದೆ, ನ್ಯೂಸ್ ಪೇಪರ್‌ನಲ್ಲಿ ಬಂದಿದ್ದ ಆತ್ಮಹತ್ಯೆಯೊಂದರ ವಿಷಯ ಓದಿ ನನಗೆ ಶಾಕ್ ಆಯಿತು. ಫೋಟೋದಲ್ಲಿದ್ದ ಆ ವ್ಯಕ್ತಿಯ ಬಂಗಲೆಗೆ ನಾನೊಮ್ಮೆ ಹೋಗಿದ್ದೆ.

ಒಂದು ಬಾರಿ ರಾತ್ರಿ ಸ್ಟೇಶನ್ ರಸ್ತೆಯಲ್ಲಿ ತುಂಬಾ ಜನರಿರಲಿಲ್ಲ. ದೊಡ್ಡದೊಂದು ಕಾರು ನಿಂತಿತ್ತು. ಕಾರಿನ ಬಾನೆಟ್ ಹತ್ತಿರ ಈ ವ್ಯಕ್ತಿ ನಿಂತಿದ್ದ. ಸುಮಾರು ನಾಲ್ವತ್ತು ವರ್ಷವಿರಬಹುದು, ಎತ್ತರ ತೆಳುಕಾಯ. ಜಿಮ್ ವಗೈರೆ ಹೋಗಿ ಬಂದಿದ್ದ ಶರೀರ. ಹಾದಿ ನನಗೆ ರೂಢಿಯಾಗಿ ಹೋಗಿತ್ತಲ್ಲ. ಹೀಗಾಗಿ ಅವ ಅಲ್ಲಿ ಮೊದಲನೆಯ ಬಾರಿ ಬಂದಿದ್ದ ಅಂತ ದೂರದಿಂದಲೇ ಕಂಡುಕೊಂಡಿದ್ದೆ. ಮೋಟರಬೈಕಿನ ಗೇಯರ್ ತೆಗೆದು ನಡೆಸುತ್ತ ಬಂದು ಅವನ ಕಾರಿನ ಮುಂದೆಯೇ ನಿಂತು ಇಂಜಿನ್ ಬಂದ್ ಮಾಡಿದ್ದೆ. ಅವನ ಕಾರಿನಲ್ಲೇ ಹೊರಟೆವು. ಅವನದ್ದೇ ಬಂಗಲೆ ಇದ್ದುಕೊಂಡು ಅವನೇ ಗಾಬರಿಯಾಗಿಬಿಟ್ಟಿದ್ದ. 'ವಾಚಮನ್ ಎದ್ದರೆ? ಗೇಟಿನ ಸದ್ದಾದರೆ?' ಇತ್ಯಾದಿ. ಬಂಗಲೆ ಭಯಂಕರ ದೊಡ್ಡದಿತ್ತು. ಆ ವ್ಯಕ್ತಿ ಮಿಲಿಟರಿಯಲ್ಲಿ ಯಾವುದೋ ಪೋಸ್ಟಿನಲ್ಲಿದ್ದ. ಅಂಥಾ ದೆವ್ವದಂಥಾ ಬಂಗಲೆಯಲ್ಲೇ ಒಬ್ಬನೇ ಇರುತ್ತಿದ್ದ. ಒಳಗೆ ಹೋದ ಮೇಲೆ ಅವ ನನಗೆ ಕೂಡಲು ಹೇಳಿ ಫ್ರಿಜ್ಜಿನ ಬಾಗಿಲು ತೆರೆದು ಬಿಯರಿನ ಕ್ಯಾನ್ ಮುಂದಿಟ್ಟ. ತಾ ಒಳಹೋಗಿ ಬಟ್ಟೆ ಬದಲಾಯಿಸಿ ಬಂದು ನನ್ನನ್ನು ಮೇಲಿನ ಬೆಡ್ ರೂಮಿಗೆ ಕರೆದೊಯ್ದು. ಬೆಡ್ ರೂಮಲ್ಲೂ ಒಂದು ಛೋಟಾ ಬಾರ್! ಗಾಜಿನ ಭವ್ಯ ಬಾಗಿಲ ಹಿಂದೆ ಗಚ್ಚಿಯಿತ್ತು. ಎಷ್ಟೋ ಹೊತ್ತು ಕೋಣೆಯ ತುಂಬಾ ಅವ ಆ ಕಡೆಯಿಂದ ಈ ಕಡೆಗೆ ಅಡ್ಡಾಡುತ್ತಿದ್ದ; ನಾ ಮಾತ್ರ ಹಾಸಿಗೆಯ ಮೇಲೆ. ಸ್ವಲ್ಪ ಸುಧಾರಿಸಿಕೊಂಡ ಮೇಲೆ ಅವ ಎದುರು ಬಂದು ನಿಂತು ನನ್ನ ಹೆಗಲ ಮೇಲೆ ಕೈಯಿಟ್ಟ. ನನ್ನ ಹಣೆಯ ಮೇಲೆ ಬಿದ್ದಿದ್ದ ಜೊಂಪೆಗೂದಲನ್ನು ಹಿಂದಕ್ಕೆ ಸರಿಸಿದ. ಆಮೇಲೆ ಹತ್ತಿರಕ್ಕೆಳೆದುಕೊಂಡು ನನ್ನ ತಲೆಯನ್ನು ತೊಡೆಯ ಮೇಲಿಟ್ಟುಕೊಂಡು ಕೈಯಿಂದ ತಟ್ಟತೊಡಗಿದ; ಒಂದಿಡೀ ಗಂಟೆ. ಮುಂಚೆಯಂತೂ ಎಷ್ಟೋ ಹೊತ್ತು ಅವ ಏನೂ ಮಾತಾಡಲೇ ಇಲ್ಲ. ಆಮೇಲೆ ತನ್ನಷ್ಟಕ್ಕೆ ತಾನೇ ಏನೇನೋ ಗೊಣಗುತ್ತಿದ್ದಾಗಲೇ ಅವನ ಬಗ್ಗೆ ಮಾಹಿತಿ ಗೊತ್ತಾಗಿದ್ದು- ಎಷ್ಟೋ ಜನರ ಜೊತೆ ಮಲಗಿದಾಗಲೂ ಹೀಗೆ ಹರಟೆ ಹೊಡೆಯಬಹುದೆನ್ನಿಸುವ ವ್ಯಕ್ತಿ ಅವನಿಗೆ ಸಿಕ್ಕಿರಲೇ ಇಲ್ಲವಂತೆ. ಅವನಿಗೆ ಚಿಕ್ಕ ಮಕ್ಕಳೆಂದರೆ ಪ್ರಾಣ. ತನ್ನ ಬಳಿ ಬಹಳ ವರ್ಷ ಕೆಲಸ ಮಾಡಿದ ಮಾಲಿಯ ಮೊಮ್ಮಗನ ಶಾಲೆಯ ಖರ್ಚು, ಫೀಸು ಇತ್ಯಾದಿಯೆಲ್ಲ ಅವನೇ ತುಂಬುತ್ತಿದ್ದ. ಆದರೆ ಕಳೆದ ಕೆಲ ವರ್ಷಗಳಿಂದ ಅವನನ್ನು

ಒಂಟಿತನ ಕಿತ್ತು ತಿನ್ನುತ್ತಿತ್ತು. ಸಹಜವಾಗಿ ಲಗ್ನವಂತೂ ಆಗಿರಲೇ ಇಲ್ಲ. ಮಿಲಿಟರಿಯ ವಾತಾವರಣದಲ್ಲಿ ತನ್ನತನ ಮುಚ್ಚಿಟ್ಟುಕೊಂಡು ಹ್ಯಾಗೋ ಅಂತೂ ದಿನಗಳೆಯುತ್ತಿದ್ದ.

"ಮುಂಚೆಯೆಲ್ಲಾ ಯುವಕರ ಶರೀರ ಬೇಕು ಬೇಕು ಅಂತನ್ನಿಸೋದು, ಈಗ ಮಾತ್ರ ನಿನ್ನಂಥ ತರುಣರನ್ನು ಕಂಡಾಗ 'ಇಂಥಾ ಹುಡುಗನೊಬ್ಬನನ್ನು ನಾನು ಸಾಕಬೇಕು. ಅವನು ನನ್ನ ಜೊತೆಯಲ್ಲಿರಬೇಕು, ನನ್ನವನೆನಿಸಬೇಕು, ನನ್ನ ಕಾಳಜಿ ತಗೋಬೇಕು' ಅಂತೆಲ್ಲಾ ಅನ್ನಿಸುತ್ತೆ. ಆದರೆ ಈ ವಯಸ್ಸಿನಲ್ಲಿ ನನಗ್ಯಾರು ಮಕ್ಕಳನ್ನು ದತ್ತಕ ಕೊಡೋರು?"

ನಾ ಸುಮ್ಮನೆ ಅವನ ಮಾತು ಕೇಳುತ್ತಾ ಕುಳಿತಿದ್ದೆ, ಅವನ ಕೈ ಶಾಂತವಾಗಿ ನನ್ನ ತಲೆಗೂದಲಲ್ಲಿ ಆಡುತ್ತಿತ್ತು. ಮಾತು ಕೇಳ್ತಾ ಕೇಳ್ತಾ ನನ್ನ ಮನಸ್ಸೂ ಮುದುಡಿಹೋಯ್ತು. ಸುಮಾರು ಒಂದೂವರೆ ತಾಸುಗಳ ನಂತರ ಅವ ತನ್ನ ಕಾರಲ್ಲಿ ನನ್ನನ್ನು ಸ್ಟೇಶನ್ ಹತ್ತಿರ ನಿಲ್ಲಿಸಿದ್ದ ಬೈಕಿನ ಬಳಿಯೇ ಬಿಟ್ಟು ಹೊರಟುಹೋದ. ನಾನವನಿಗೆ ನನ್ನ ಇಮೇಲ್ ಐಡಿ ಕೊಟ್ಟಿದ್ದೆ. ಅವ ಆಮೇಲೆ ಕೆಲ ದಿನಗಳವರೆಗೆ ಇಮೇಲ್ ಮಾಡುತ್ತಲೂ ಇದ್ದ. ನನಗೋ ಏನುತ್ತರ ಕೊಡಬೇಕೆಂದೇ ತಿಳಿದಿರಲಿಲ್ಲ, ತುಸು ನಿರ್ಲಕ್ಷ್ಯ ಕೂಡಾ ಮಾಡಿದೆನೇನೋ. ಈಗ... ಹೀಗೆ... ಏಕದಂ ಅವನ ಆತ್ಮಹತ್ಯೆಯ ಬಗ್ಗೆ ಓದಿದಾಗಿಂದ ಏನೋ ಒಂಥರಾ ಅಪರಾಧೀ ಭಾವ. ಅವನ ಗೊಗ್ಗರು ಗಟ್ಟಿ ಧ್ವನಿ ಒಮ್ಮೆಲೆ ಕೇಳಿದಂತಾಯ್ತು. 'ಈ ಶರೀರಗಳ ಆಟ ಹೀಗೆಯೇ ಎಷ್ಟು ದಿನಾಂತ ಆಡೋದು? ಒಬ್ಬ ಸಂಗಾತಿಯನ್ನು ಸಣ್ಣ ವಯಸ್ಸಿನಲ್ಲಿಯೇ ಹುಡುಕಿಕೋಬೇಕು' ಎಂದೆನ್ನಿಸುವಾಗಲೇ ನಾನಿಟ್ಟ ಪೇಪರನ್ನು ಅಪ್ಪ ಎತ್ತಿಕೊಂಡು ಎದುರಿನ ಕುರ್ಚಿಯಲ್ಲಿ ಕುಳಿತರು. ಅಮ್ಮ ಚಹಾದ ಕಪ್ ಹಿಡಿದು ಬಂದು "ಏನ್ರೀ ನಾ ಅಸೀಮನೊಟ್ಟಿಗೆ ಮಾತಾಡಿದೆ. ನಾನಂದಂತೆಯೇ ಆಯ್ತು ನೋಡಿ. ಅವನಿಗೆ ಬೇರೆ ಫ್ಲಾಟ್ ಕೊಂಡುಕೊಳ್ಳೋ ವಿಚಾರವಿದೆ. ನೀವು ಮೇಲಿನ ಖೋಲಿಗಾಗಿ ಪೇಯಿಂಗ್ ಗೆಸ್ಟನ ಜಾಹಿರಾತು ಆ ಮಧ್ಯಾಹ್ನದ ಪೇಪರಲ್ಲಿ ಹಾಕಲಡ್ಡಿಯಿಲ್ಲ" ಎಂದಳು. ಬಹಳ ಹಿಂದೆ ಅಂದರೆ ಅಜ್ಜಿ ಬದುಕಿದ್ದಾಗ ಮನೆಯಲ್ಲಿ ಮಡಿ ಮೈಲಿಗೆ ಇಂಥಾದ್ದೆಲ್ಲ ಇತ್ತು. ನಮ್ಮಲ್ಲೇ ಮನೆಯ ದೊಡ್ಡ ದೇವರುಗಳಿದ್ದದ್ದರಿಂದ ಎಲ್ಲ ಹಬ್ಬಗಳು, ಚಾತುರ್ಮಾಸ, ಶ್ರಾವಣದಲ್ಲಿ ನಮ್ಮ ಹಳ್ಳಿಯ ಕುಲದೇವತೆಗೆ ಭೇಟಿ– ಇಂಥಾವೆಲ್ಲ ವಿಷಯಗಳ ಬಗ್ಗೆ ಅವಳು ನಿಗಾ ವಹಿಸೋಳು. ಅಮ್ಮನ ಅಡುಗೆ ಮುಗಿಯಿತೋ ಎಲ್ಲಾ ಪದಾರ್ಥ ಚೂರು ಚೂರೇ ಬಾಳೆಯೆಲೆಯಲ್ಲಿ ಬಡಿಸಿಕೊಂಡು ನಿತ್ಯ ಹೋಗುವ ಗುಡಿಯ ಹಿಂದಿದ್ದ ಆಕಳಿಗೊಯ್ದು ತಿನ್ನಿಸೋಳು, ಜೊತೆಗೆ ಅನುಜಾ ಸಾಥಿ. ಯಾಕಂದ್ರೆ ನಡುವಿದ್ದ ದೊಡ್ಡ ರಸ್ತೆ ಮತ್ತದರ ಭಾರೀ ಟ್ರಾಫಿಕ್ ಎಂದರೆ ವಿಪರೀತ ಭಯ ಅಜ್ಜಿಗೆ. ಅನುಜಾ ಬರಲು ಕುರುಕುರು ಮಾಡಿದಾಗ ಅಥವಾ ಶಾಲೆಯಿಂದ ಇನ್ನೂ ಮರಳದಿದ್ದಾಗ ನನ್ನ ಪಾಳಿ. ಅಜ್ಜಿ ನನಗೆ 'ನಡೆಯೋ ನನ್ನ ಜೊತೆಗೆ' ಅಂಥ ಆರ್ಡರ್ ಮಾಡೋಳು. ಅಜ್ಜಿಗೆ ಇಲ್ಲ ಅನ್ನುವ ಛಾತಿ ಅಪ್ಪನಿಗೇ ಇರಲಿಲ್ಲವೆಂದ ಮೇಲೆ ನಮಗೆ ಹುಡುಗರಿಗೆಲ್ಲಿಂದ ಬರಬೇಕು?

ತಿಂಗಳಿಗೊಮ್ಮೆ ಅಮ್ಮ ಮೂರ್ನಾಲ್ಕು ದಿನ ಒಂದು ಕೋಣೆಯಲ್ಲಿ ಕುಳಿತು ಬಿಡೋಳು; ಏನೆಂದರೂ ಏನೂ ಕೆಲಸವಿಲ್ಲದೆ. ಆಗೆಲ್ಲಾ ಅಮ್ಮನಿಗೆ ಬೇರೆ ಯಾರಾದ್ರೂ ತಿಂಡಿ ತಿನಸು ಒಯ್ದು ಕೊಟ್ಟರೆ ಅಜ್ಜಿಗೆ ಒಂಥರಾ ಸಿಟ್ಟು. ಚಹಾ ಮೊದಲುಗೊಂಡು ಸಂಪೂರ್ಣ ಅಡುಗೆಯನ್ನು ಅಜ್ಜಿಯೇ ಮಾಡೋಳು. ಅಮ್ಮ ಹೀಗೇಕೆ ಕೂಡ್ತಿದ್ದಳೆಂದು ನನಗೆ ಅರ್ಥವೇ ಆಗ್ತಿರಲಿಲ್ಲ. ಅಂತೆಯೇ ನಾ ಅಪ್ಪನಿಗೆ ಎಂಥೆಂಥಾ ಪ್ರಶ್ನೆ ಕೇಳುತ್ತಿದ್ದೆ. ಆ ದಿನಗಳಲ್ಲಿ ಅಮ್ಮ ಏನೋ ಒಂಥರಾ ಕಾಣೋಳು, ತನ್ನದೇ ಮನೆಯಲ್ಲಿ ತಾ ಅತಿಥಿಯಂತೆ! ಎಷ್ಟೋ ಸಲ ನಾ ಅವಳ ಕೋಣೆಗೆ ಹೋಗಿ ಚಾಪೆಯ ಮೇಲೆ ಕುಳಿತು ಅವಳನ್ನೇ ದಿಟ್ಟಿಸುತ್ತಿದ್ದೆ! ಅವಳದೆಷ್ಟು ಫ್ರೆಶ್ ಕಾಣುತ್ತಿದ್ದಳು– ದಿನವಿಡೀ ಯಾವ್ಯಾವುದೋ ಮಾಸಪತ್ರಿಕೆ ಓದ್ತಾ ಆರಾಮಾಗಿ ಮಲಗಿರೋಳು. ಒಮ್ಮೆ ಅವಳು ಗಾಢ ನಿದ್ದೆಯಲ್ಲಿದ್ದಾಗ ಮೆಲ್ಲನೆ ಕೋಣೆಗೆ ಹೋಗಿ ಅವಳ ಮೈ ಮುಟ್ಟಿ ನೋಡಿದ್ದೆ. ಏನೇನೂ ಆಗಿದ್ದಿಲ್ಲ, ಏಕದಂ ಚೆನ್ನಾಗಿದ್ದಳು. ಐದನೆಯ ದಿನ ನೋಡಿದ್ರೆ ಸೊಂಟಕ್ಕೆ ಸೆರಗು ಸಿಕ್ಕಿಸಿಕೊಂಡು ಒದ್ದೆ ಕೂದಲಲ್ಲೇ ಧಡಪಡ ಓಡಾಡುತ್ತಾ ಕೆಲಸ ಮಾಡಲಿಕ್ಕೆ ಶುರು. ಒಂದಿನ ಅಜ್ಜಿ ಕಾಲುಜಾರಿ ಮೆಟ್ಟಿಲ ಮೇಲಿಂದ ಬಿದ್ದುಬಿಟ್ಟಳು. ಆ ದಿನದಿಂದ ಮತ್ತೆಂದೂ ಅಮ್ಮ ಕೋಣೆಯಲ್ಲಿ ಕೂತಿದ್ದೇ ಇಲ್ಲ.

ನೀ ಒಮ್ಮಿಂದೊಮ್ಮೆಲೆ ಕೋಣೆ ಬಿಟ್ಟು ಹೊರಟು ಹೋದೆಯಲ್ಲಾ, ಆಗ ನನಗೆ ಅಮ್ಮ ದೂರ ಕೂಡುತ್ತಿದ್ದಾಗ ಅನ್ನಿಸುತ್ತಿತ್ತಲ್ಲ? ಥೇಟ್ ಹಾಗೆಯೇ ಅನ್ನಿಸಿತು. ಹೊರಗೆಲ್ಲ ಕತ್ತಲೆಯಾವರಿಸಿತ್ತು, ಮಳೆ ಬೇರೆ ಶುರುವಾಗಿತ್ತು. ನಾ ಹಿತ್ತಲಿಗೆ ಹೋಗಿ ತಾಸುಗಟ್ಟಲೆ ತೋಯುತ್ತಾ ನಿಂತು ಬಿಟ್ಟಿದ್ದೆ. ನಿನಗೆ ನಗು ಬರಬಹುದು– ಆದರಿದು ನಿಜ, ಆಗ ನನಗೆ ನಿನ್ನ ಕೋಣೆಯಿಂದ ಗಿಟಾರಿನ ನಾದ ಅರೆಗಳಿಗೆ ಕೇಳಿಬಂದಿತ್ತು.

ಬಾಲ್ಯದ ಯಾವ್ಯಾವುದೋ ಸಂಗತಿ ನೆನಪಿಗೆ ಬಂದಿದ್ದವು. ಮನಸ್ಸಿಗನ್ನಿಸಿತಲ್ಲಾ– ಬೇರೊಂದು ಶರೀರವನ್ನು ಬಯಸುವ ಮುಂಚಿನ ದಿನಗಳದೆಷ್ಟು ಸುಂದರವಾಗಿದ್ದವು? ಅಂತ.

ಸಂಬಂಧ ಬೆಳೆಸುವ ಹುಮ್ಮಸ್ಸಿನಲ್ಲಿ ನಾವು ದುರ್ಬಲರಾಗ್ತಾ ಹೋಗ್ತೇವೆ, ಎದುರಿನ ವ್ಯಕ್ತಿ ಮಾಡುವುದನ್ನೆಲ್ಲ ಸುಮ್ಮನೆ ಸಹಿಸುತ್ತಾ ಹೋಗ್ತೇವೆ– ಇದು ನನ್ನ ಅನಿಸಿಕೆ; ಬದುಕಲ್ಲಿ ಬಂದ ಅನೇಕರು ಮತ್ತಿಷ್ಟು ಪಕ್ಕಾ ಮಾಡಿದಂಥ ಅನಿಸಿಕೆ.

ನೀ ಹೋಗುವ ಮುಂಚಿನ ದಿನಗಳಿಗೆ ಅರ್ಥ ಕಟ್ಟಲಾರಂಭಿಸಿದ್ದು ನೀ ಅನುಜಾಳೊಟ್ಟಿಗೆ ಹೋದ ಮೇಲೇನೇ.

ಒಂದಿನ ಮಧ್ಯರಾತ್ರಿ ನಾ ಅಟ್ಟದ ಕೋಣೆಗೆ ಬಂದೊಡನೆ "ಇವತ್ತು ಕೆಳಗಡೆಯೇ ಮಲಕ್ಕೋ ಪ್ಲೀಸ್, ನನಗೆ ಒಂಟಿಯಾಗಿರಬೇಕೆಂದೆನಿಸಿದೆ" ಅಂತ ನೀನೆಂದಾಗ ನನಗೆ ಬಲು ದುಃಖವಾಯ್ತು. ಹೆಜ್ಜೆ ಹಿಂದಿಟ್ಟವನಿಗೆ "ನಿನಗೆ ಹರಟೆ ಹೊಡೀಬೇಕೆನ್ನಿಸಿದ್ದರೆ ತುಸು ಹೊತ್ತು ಕೂತುಕೋ ಬೇಕಾದರೆ" ಮತ್ತೆ ನೀನಂದೆ. ನನಗ್ಯಾಕೋ ಸಹನಾತೀತ ನೋವಾಯಿತು, ಆದರೂ ಸುಮ್ಮನೆ ಕುರ್ಚಿಯಲ್ಲಿ ಕೂತೆ. ಆ ಇಡೀ ಕೋಣೆ, ಅಲ್ಲಿನ ವಸ್ತುಗಳೆಲ್ಲಾ ಏಕದಂ ಪರಕೀಯವೆನ್ನಿಸತೊಡಗಿದ್ದವು, ನಾ ಕೇಳಿಯೇ ಬಿಟ್ಟೆ,

"ಯಾಕೆ ಹೀಗನ್ನಿಸಿತು?"

ನೀ ಸುಮ್ಮನೆ ನಕ್ಕು ಭುಜ ಹಾರಿಸಿದವ ಪಕ್ಕನೆ ಎರಡೂ ಕೈ ಮುಂಚಾಚಿದೆ. ನಾ ಹತ್ತಿರ ಬಂದೊಡನೆ ಅಪ್ಪಿಕೊಂಡು ಬೆನ್ನ ಮೇಲೆ ಟಪಟಪಾಯಿಸುತ್ತಾ ಹಾಗೆಯೇ ನಿಂತುಬಿಟ್ಟೆ. ನಂತರ ಒಮ್ಮೆಲೆ "ಹೋಗು ಮಲಗಿಕೋ ಹೋಗು" ಎಂದೆ.

ನಾ ಬೇಜಾರಿನಿಂದ ಮೆಟ್ಟಿಲಿಳಿದು ಅಂಗಳಕ್ಕೆ ಹೋದೆ. ಹೋಗಲಿ ನೀ ಬಾಗಿಲಲ್ಲೇ ನಿಂತು ನನ್ನ ಕಡೆಗೆ ನೋಡುತ್ತಲಾದರೂ ಇರಬಹುದು ಎಂಬಾಸೆಯಿಂದ ತಿರುಗಿ ನೋಡಿದರೆ ನಿನ್ನ ಕೋಣೆಯ ದೀಪ ಕೂಡಾ ಆರಿ ಹೋಗಿದ್ದವು. ನನಗೆ ನಾನೇ ಹೇಳಿಕೊಂಡೆ, "ಸಾಕಿನ್ನು ಸುಮ್ಮನೇ ತ್ರಾಸು ಮಾಡಿಕೋ ಬೇಡ ಹುಚ್ಚಾ. ನೀ ಅಂದುಕೊಂಡಂತೇನೂ ಇರಲಿಕ್ಕಿಲ್ಲ. ಯಾಕೋ ಒಬ್ಬನೇ ಇರಬೇಕೆನ್ನಿಸಿರಬಹುದವನಿಗೆ. ಏನೀಗ?"

ನಾ ಕಿಟಕಿಯಲ್ಲಿ ಮುಖವಿಟ್ಟು ಅನುಜಾ... ಅನುಜಾ ಎಂದು ಕೂಗಿದಾಗ ಅವಳು ಮೈ ಮುರಿಯುತ್ತಾ ಬಂದು ಬಾಗಿಲು ತೆರೆದು "ಏನೋ ಏನಾಯ್ತು?" ಎಂದಳು. ನಾ ಮಾತಾಡದೆ ಒಳನಡೆದೆ. ಅವಳು ಹಿಂದಿನಿಂದ ಬಾಗಿಲು ಹಾಕುತ್ತಾ "ಇಷ್ಟು ರಾತ್ರಿ ಎಲ್ಲಿಗೆ ಹೋಗಿದ್ದೆ? ಅಟ್ಟದ ಮೇಲಾ?" ಎಂದು ಮತ್ತೆ ಕೇಳಿದ್ದಳು. ನಾ ಸುಮ್ಮನೆ ಗೋಣು ಹಾಕಿದ್ದೆ. ಅವಳು "ಹೀಗೆ ಸತತ ರಾತ್ರಿ ಮೇಲೆ ಹೋಗಿ ಅವನ ನಿದ್ದೆ ಕೆಡಿಸಬೇಡ. ಕೆಲಸ ಮಾಡಿ ಮಾಡಿ ಕಣ್ಣು ನೋಯ್ತಿವೆ ಅಂತಿದ್ದನವ" ಎಂದಾಗ ಅರೆರೆ ಇವಳೇಕೆ ಅವನ ವಕೀಲಿ ಮಾಡುತ್ತಿದ್ದಾಳಿಂದು ಎನ್ನಿಸಿದರೂ ಮೇಲೆ ಮಾತ್ರ ಸಿಟ್ಟು ನಟಿಸುತ್ತಾ "ಹೋಗೇ ಹೋಗು, ಲೆಕ್ಚರ್ ಕೊಡಬೇಡ ನನಗೆ. ಮಲಕ್ಕೋ ಹೋಗು" ಅಂದೆ. ಅವಳು ಬಳಿ ಬಂದು "ಯಾಕೋ ಹೀಗೆ ಯಾವತ್ತೂ ಜಗಳ ಕಾಯ್ತೀಯಾ ನನ್ನ ಹತ್ತಿರ?" ಅನ್ನುತ್ತಾ ನನ್ನ ತಲೆಗೆ ಕೈ ಹಾಕಿ ಕೂದಲನ್ನೆಲ್ಲ ಕೆದರಿದಳು. ಮೊದಲೇ ನೊಂದಿದ್ದೆ, ಈಗ ಮತ್ತಿಷ್ಟು ಅಪಮಾನವೆನ್ನಿಸಿತು. ಅವಳ ಕೋಣೆಯ ದೀಪ ಆರುವುದನ್ನೇ ಕಾದಿದ್ದವ ಭರಭರನೆ ಮತ್ತೆ ಅಟ್ಟಕ್ಕೆ ನಡೆದಿದ್ದೆ. ಬಾಗಿಲು ಬಾರಿಸುವ ಮುನ್ನ ಕಿಟಕಿಯಲ್ಲಿ ಬಗ್ಗಿ ನೋಡಿದರೆ ಚಾದರ ಎಳೆದುಕೊಂಡು ಮೈ ಮುದ್ದೆ ಮಾಡಿಕೊಂಡು 'ಅಯ್ಯೋ ಪಾಪ!' ಅನ್ನಿಸುವಂತೆ ನೀ ಮಲಗಿಕೊಂಡಿದ್ದೆ, ಸ್ಟೇಶನ್‌ನಲ್ಲಿ ಇಳಿದು ಅನಾಥರಂತೆ ಪ್ಲಾಟಫಾರಂ ಮೇಲೆ ಮಲಗಿರ್ತಾರಲ್ಲ ಜನ, ಹಾಗೆ. ನಿನ್ನ ಆ ಬೇಚಾರಾ ಅವತಾರದಲ್ಲಿ ನೋಡಿದ್ದೇ 'ಸಾಕಿನ್ನು ಪದೇ ಪದೇ ಬಂದಿಣುಕುವ ಈ ಹುಚ್ಚುಚ್ಚಾರ ಆಟ' ಅಂತ ಕೆಳಗಿಳಿದು ಬಂದಿದ್ದೆ.

ಬಾಗಿಲು ತೆರೆಯಲು ಮತ್ತೆ ಯಾರನ್ನಾದರೂ ಕರೆಯಬೇಕಿನ್ನು ಛೇ! ಎಂದುಕೊಳ್ಳುತ್ತಾ ಅಲ್ಲೇ ಅಟ್ಟದ ಮೆಟ್ಟಿಲುಗಳ ಮೇಲೆಯೇ ಕೂತುಬಿಟ್ಟೆ. ಮೇಲೆ ನೋಡುತ್ತಿರುವಂತೆಯೇ ಒಮ್ಮೆಲೆ ಒಂದೆರಡು ಪಟಾಕಿಗಳು ಮೇಲಕ್ಕೆದ್ದು ತಾಡ್ ತಾಡ್ ಅಂತ ಸದ್ದು ಮಾಡುತ್ತಾ ಹಾರಾಡಿದವು. ಅವುಗಳ ಕಿಡಿಗಳ ಬೆಳಕಲ್ಲಿ ಅರೆಕ್ಷಣ ಆಕಾಶ ಬೆಳಗಿ ಮತ್ತೆ ಆರಿಹೋಯ್ತು. ಮತ್ತೆ ನಾಲ್ಕೂ ದಿಕ್ಕಿನಿಂದ ಧಡ್ ಧಡ್ಡೆಂದು ಪಟಾಕಿಗಳ ಸರಮಾಲೆಗಳೇ ಸಿಡಿದವು. ರಸ್ತೆಯಲ್ಲಿ ಮಕ್ಕಳು ಏನೇನೋ ಕೂಗಾಡುತ್ತಾ

ಓಡತೊಡಗಿದ್ದರು. ಲೇಡಿಸ್ ಹಾಸ್ಟೆಲ್ಲಿನ ಒಂದು ಹುಡುಗಿ ಬಾಲ್ಕನಿಗೆ ಬಂದವಳೇ 'ಏ ಸೋನಲ್ ಶಮಿತಾ ನಾವು ಗೆದ್ದೆವು ಕಣ್ರೇ' ಅಂತ ಕೂಗಿದ್ದೇ ಎಲ್ಲಾ ಯಾವ ನಮೂನೆ ಬಾಯಿ ಬಡಕೊಂಡರೆಂದರೆ ಪಟಾಕಿಗಳ ಸದ್ದು ಕೂಡ ಅವರ ಧಾಂದಲೆಯಲ್ಲಿ ಮುಚ್ಚಿಹೋಯ್ತು.

ನಿಧಾನಕ್ಕೆ ಎಲ್ಲಾ ಶಾಂತವಾಯ್ತು, ಮತ್ತದೇ ಸ್ತಬ್ಧತೆ. ಒಳಗಿಂದ ನಿನ್ನ ಕೆಮ್ಮಿನ ಸದ್ದು. ಮತ್ತೆ ನಾ ಕಿಟಕಿಯಲ್ಲಿಣುಕಿದೆ– ನೀ ಮಗ್ಗಲು ಬದಲಿಸಿ ಮಲಗಿದ್ದೆ. ಕೂಗಿ ನಿನ್ನನ್ನೀಗಲೇ ಎಬ್ಬಿಸಬಾರದೇಕೆ? "ನನ್ನೊಡನೆ ಯಾಕೆ ಈ ಥರಾ ನಡ್ಕೋತಿದ್ದೀಯಾ ಒಮ್ಮಿಂದೊಮ್ಮೆಲೆ?" ಅಂತ ಶಾಂತವಾಗೇ ಕೇಳಿದರೆ ಹೇಗೆ? ನನ್ನ ಟೆನ್ಶನ್ ಆದ್ರೂ ಕಡಿಮೆಯಾದೀತು. ಒಬ್ಬನೇ ಇರ್ಬೇಕು ಅನ್ನಿಸುತ್ತೆ ಅಂದರೆ ಏನಿದು? ನನ್ನ ಕೂಡ ಅದೆಂಥಾ ಪ್ರೈವಸಿ? ಹೀಗೆ ಒಮ್ಮೆಲೆ ಮನಸ್ಸಿಗೆ ಬಂದಂತೆ ನಡೆದುಕೊಳ್ಳೋದೆಂದರೆ ಏನು... ನಿನ್ನನ್ನು ನೀ ಏನೂಂತ ತಿಳ್ಕೊಂಡಿದ್ದೀಯಾ?– ಹೀಗೆ ನನ್ನ ಮನಸ್ಸಿನ ಸಂವಾದ ನಡೆದೇ ಇತ್ತು, ಅಷ್ಟರಲ್ಲಿ ನೀ ಮತ್ತೆ ಮಗ್ಗಲು ಬದಲಿಸಿದೆ. ನನ್ನ ಕಡೆ ತಿರುಗಿದ ನಿನ್ನ ಮುದ್ದು ಮುಖ ಕಂಡಿದ್ದೇ ಎಂದಿನಂತೆ ನಾ ಮಾತು ಬಾರದ ಮೂಕ.

ನೀ ಹೊರಟು ಹೋದ ಮರುದಿನ ಬೆಳಗಿನ ಚಹಾ ಕುಡಿಯುತ್ತ ಕೂತಿದ್ದ ಅಪ್ಪನಿಗೆ ಅದೇನೆನ್ನಿಸಿತೋ ತಟ್ಟನೆದ್ದು ಅಸೀಮನೊಟ್ಟಿಗೆ ಅಟ್ಟಕ್ಕೆ ಧಾವಿಸಿದ್ದರು. 'ಏನಾತ್ರಿ ಏನಾತು?' ಅನ್ನುತ್ತಾ ಅಮ್ಮ ಅಂಗಳಕ್ಕೆ ಓಡಿದಳು. ಅಷ್ಟರವರೆಗೆ ದಿಂಬಿಗೆ ತಲೆ ಹಚ್ಚಿ ಮಲಗೇ ಇದ್ದ ನಾನೂ ಎದ್ದು ಅಟ್ಟಕ್ಕೆ ಓಡಿದ್ದೆ. ಕೋಣೆಯ ಕಪಾಟು ಮುರಿವಂತೆ ಬಾಗಿಲು ಹಿಡಿದೆಳೆದ ಅಪ್ಪ ಅದರೊಳಗಿನ ವಸ್ತುಗಳನ್ನೆಲ್ಲಾ ಒಂದೊಂದೇ ಕಿತ್ತು ನೆಲಕ್ಕೆ ಒಗೆಯಲಾರಂಭಿಸಿದ್ದರು. ಅವರ ಆವೇಶ ಕಂಡ ಅಸೀಮ್ ಕೂಡಾ ಅರೆಕ್ಷಣ ಕಕ್ಕಾಬಿಕ್ಕಿಯಾಗಿ ನಿಂತವ ಮತ್ತೆ ಸುಧಾರಿಸಿಕೊಂಡು ತಾನೂ ಕೋಣೆಯೊಳಗೆ ನುಗ್ಗಿ ಕಪಾಟು, ಬಾಕ್ಸುಗಳನ್ನೆಲ್ಲ ಚೆಲ್ಲಾಪಿಲ್ಲಿ ಮಾಡತೊಡಗಿದ್ದ.

ಅವರಿಬ್ಬರೂ ಕಿತ್ತಾಡಿ ಒಗೆದಿದ್ದ ವಸ್ತುಗಳಲ್ಲಿ ಎಷ್ಟೋ ನನ್ನವೇ ಇದ್ದವೆಂದು ಯಾರೂ ಗುರುತಿಸಲೇ ಇಲ್ಲ.

ಈಗಲೂ ಮೇಲಿನ ಕೋಣೆ ಹಾಗೆಯೇ ಇದೆ. ಕಿತ್ತಾಡಿದ ಪುಸ್ತಕಗಳ, ಹರಿದ ಕ್ಯಾನ್‌ವಾಸುಗಳ ಗಂಟು ಅತ್ತಿತ್ತ ಬಿದ್ದಿವೆ. ನೆಲಕ್ಕೊಗೆದ ನೀಲಿಬಣ್ಣದ ಬಾಟಲಿ ಒಡೆದಲ್ಲೇ ಸೋರಿ ಗಟ್ಟಿಯಾಗಿದೆ. ಒಣಗಿದ ಬಣ್ಣ ಅಲ್ಲಲ್ಲಿ ಬಿರುಕು ಬಿಟ್ಟಿದೆ. ಕೋಣೆ ಬಿಡುವ ಮುನ್ನ ಬಹುಶಃ ನೀನು ಚಹಾ ಕುಡಿದಿದ್ದೆಯಂತ ಕಾಣುತ್ತೆ, ಹಾಟಪ್ಲೇಟ ಎದುರಿನ ಸೋಸಣಿಕೆಯಲ್ಲಿ ಚಹಾದ ಕಿಟ್ಟ ಹಾಗೆಯೇ ಕೂತಿದೆ. ಕೈಕುಸುರಿಯ ಕಾಗದದಿಂದ ನೀ ಮಾಡಿದ ಟೇಬಲ್ ಲ್ಯಾಂಪ್ ಹರಿದು ಬಿದ್ದಿದೆ. ಚೆಲ್ಲಾಪಿಲ್ಲಿಯಾದ ಈ ಸಾಮಾನುಗಳ ನಡುವೆ ನಾ ಆಗಾಗ ಹೋಗಿ ಕೂಡ್ತೇನಲ್ಲ, ಆಗ ಈ ಮುರುಕು ಸಾಮಾನುಗಳ ಮ್ಯೂಸಿಯಂ ಸಂಪೂರ್ಣವಾಗಿರುತ್ತೆ!

ಹುಚ್ಚಿ ಅನುಜಾ ಮರಳಿದ ಮೇಲೆ ಇಡೀ ಮನೆಮಂದಿಯೆಲ್ಲ ಬಿಝಿಯಾಗಿ ಬಿಟ್ಟಿದ್ದಾರೆ. ಅವಳು ಮರಳುವವರೆಗೂ ಅಟ್ಟಕ್ಕೆ ಹೋಗಿ ಕುಳಿತಾಗಲೆಲ್ಲಾ ನೀವಿಬ್ಬರೂ

ಸ್ವತಂತ್ರವಾಗಿ ಬೇರೆ ಬೇರೆ ದಿಕ್ಕಿನಲ್ಲಿ ಓಡಿಹೋದ ಬಗ್ಗೆ ಪೂರ್ಣ ವಿಶ್ವಾಸ ಮೂಡುತ್ತಿತ್ತು. ಅನುಜಾಗೆ ಯಾವುದೋ ಕೋಟೆ ಕತ್ತಳೆಯ ಬಗ್ಗೆ ಗೊತ್ತಾಗಿರಬೇಕು ಇಲ್ಲಾ ಮಹಾಪೂರಕ್ಕೆ ತುಂಬಿ ಒಡೆದ ನದಿಯ ಬಗ್ಗೇನೋ, ಅಗೆದು ತೆಗೆದ ಪುರಾತನ ಪಟ್ಟಣವೊಂದರ ಬಗ್ಗೆನೋ ಓದಿರಬೇಕು, ಹೋಗಿದ್ದಾಳು ಅದರ ಬೆನ್ನು ಹತ್ತಿ; ಹಾಂ ಪ್ರತಿಸಲ ಮನೆಮಂದಿಗೆ ಹೇಳಿ ಹೋಗೋಳು ಈ ಸಲ ಹೇಳದೆ ಹೋಗಿದ್ದಾಳಷ್ಟೆ. ಅವಳು ಇರೋದೇ ಹಾಗೆ ಬಿಂದಾಸ್, ಧಾಡಸಿ! ಹಾಗಿದ್ದಾಳೆಂದೇ ನನಗೆ ಪ್ರೀತಿ. ತನ್ನಿಷ್ಟದಂತೆ ಎಲ್ಲೋ ಬದುಕಿರಬೇಕು. ಒಮ್ಮೊಮ್ಮೆ ಪೇಪರ್ ಓದ್ತಾ ಓದ್ತಾ "ಇಲ್ಲಿ ಹೀಗೆ ಸುಮ್ಮನೆ ಬಿದ್ದಿರೋದಕ್ಕಿಂತ ನರ್ಮದಾ ನದಿಯ ದಂಡೆಯ ಬಿರುಗಾಳಿಯನ್ನೊಮ್ಮೆ ಅನುಭವಿಸಿ ಬಂದರೆ ಹೇಗೆ?" ಅನ್ನೋಳು. ಅಲ್ಲಿಗೇ ಹೋಗಿದ್ದಾಳು ಇಲ್ಲಾ ರಾಯಗಡದ ವಾಘದರವಾಜಾ ಏರಿ ಕುಳಿತಿದ್ದಾಳು ಅಂತೆಲ್ಲ ಪದೇ ಪದೇ ಅನ್ನಿಸೋದು.

ನಿತ್ಯ ಬೆಳಿಗ್ಗೆ ಸೂರ್ಯ ಹುಟ್ಟಿದನೋ ಆ ಮುರುಕು ವಸ್ತುಗಳ ರಾಶಿ ಬಂಗಾರದಂತೆ ಮಿಂಚುತ್ತದೆ; ಮಳೆ ಸುರಿಯಿತೋ ತಾರಸಿಯಿಂದ ಬಿದ್ದ ನೀರಹನಿಗಳು ಒಳಗಿನ ಕ್ಯಾನ್‌ವಾಸುಗಳ ಮೇಲೆ ಸಿಡಿದು ರಂಗು ಹಸಿಯಾಗಿ ಮಿನುಗುತ್ತದೆ; ಮತ್ತೆ ರಾತ್ರಿ ಬೀಸುವ ಗಾಳಿಗೆ ಒಣಗುತ್ತದೆ.

ನೀ ಎಲ್ಲಿ ಹೋಗಿರಬಹುದು? ಎಂಬುದರ ಕಲ್ಪನೆ ಕೂಡಾ ನನಗಿರಲಿಲ್ಲ. ಕಳೆದ ವಾರ "ಮೆಹನಾಜ್ ಮತ್ತು ಅಬ್ಬಾಸ್ ತಮ್ಮ ಸನ್‌ರೈಸ್ ಮುಚ್ತಾರೆ" ಅಂತ ಮೆಂಡೇಸ್ ಹೇಳಿದ್ದ. ನೀ ಕಾಣದಾದೊಡನೆ ನಾ ಮೊದಲು ಓಡಿದ್ದೇ ಸನ್‌ರೈಸ್‌ಗೆ. ಆದರೆ ನೀ ಅಂದು ನಾಷ್ಟಾಕ್ಕೆ ಬಂದಿರಲೇ ಇಲ್ಲ ಅಂತ ಮೆಂಡೇಸ್ ಅಂದಾಗ ಮತ್ತೆ ಮರುದಿನ ಹೋಗಿದ್ದೆ. ನೀನೇನಾದ್ರೂ ನಿನ್ನ ಹಳ್ಳಿಗೆ ಹೋಗ್ತೇನೆಂದು ಹೇಳಿದ್ದೆಯಾ? ಅಂತ ಕೇಳಲು. ಅಲ್ಲೇ ಗಲ್ಲೆಯ ಹಿಂದಿದ್ದ ಥೇಟ್ ಮೈದಾ ಹಿಟ್ಟಿನ ಮುದ್ದೆಯಂತೆ ಕಾಣ್ತಿದ್ದ ಮೆಹನಾಝ್ "ಅವ ಕೆಲದಿನಗಳ ಹಿಂದಷ್ಟೇ ನಾಷ್ಟಾದ ಪೈಸಾ ಚುಕ್ತಾ ಮಾಡಿದ" ಎಂದು ಕೂಗಿ ಹೇಳಿದ್ದಳು.

ನೀ ಮರಳಿ ಬಂದಾಗ ಸನ್‌ರೈಸ್ ಇರೋದಿಲ್ಲ, ಅಬ್ಬಾಸ್ ಮತ್ತು ಮೆಹನಾಝ್ ಇರಾಣಕ್ಕೆ ಮರಳಿ ಹೋಗ್ತಾರಂತೆ.

ರೇಫೆಯವರ ಕವಿತಾ ಪುಷ್ಕಲಾ ನಿನಗೆ ಓದಿ ತೋರಿಸಿದಾಗ ನೀ "ತಡೆ ತಡೆ ನಿನಗೆ ಅಸಲೀ ಪುಷ್ಕಲಾನ್ನೇ ತೋರಿಸ್ತೇನೆ ಬಾ" ಅಂತ ಸನ್‌ರೈಸ್‌ಗೆ ಕರಕೊಂಡು ಹೋಗಿದ್ದೆ. ಇಂಥಾದ್ದೊಂದು ಇರಾಣೀ ರೆಸ್ಟೂರೆಂಟ್ ಇನ್ನೂ ಈ ಶಹರದಲ್ಲಿದೆ ಅಂತ ನನಗೆ ಗೊತ್ತಿರಲೇ ಇಲ್ಲ.

ಗುಂಡು ಕುರ್ಚಿಯಾಚೆಯ ಅಟ್ಟದಿಂದ ಇಳಿದು ಬಂದಿದ್ದಳು ಗುಂಡು ಗುಂಡಾದ ಮೆಹನಾಝ್! ಅವಳನ್ನು ನೋಡಿದ್ದೇ ನನಗೆ ಮಿ. ರೇಫೆ ನಿಜವಾಗಿ ಇಲ್ಲೇ ಕುಳಿತು ಹೀಗೆ ಇವಳನ್ನು ನೋಡ್ತಾ ನೋಡ್ತಾ ಪುಷ್ಕಲಾ ಕವಿತೆ ಬರೆದಿರಲಿಕ್ಕೇ ಬೇಕು ಅನ್ನಿಸತೊಡಗಿತ್ತು. ನೀ ಮೆಹನಾಝ್‌ಳಿಗೆ ಕೈ ಬೀಸುವಾಗಲೇ ನಾ ಕೌಂಟರಿನ ಆ ಪಕ್ಕಕ್ಕೆ ನೋಡಿದೆ. ಮೆಂಡೇಸ್ ಪಾವ್ ಕತ್ತರಿಸಿ ಒಂದೊಂದೇ ಸ್ಲೈಸಿಗೆ ಬೆಣ್ಣೆ ಹಚ್ಚುತ್ತಿದ್ದ.

ನಾ ನಿನ್ನ ಬೆನ್ನಿಗೊಂದು ಮೊಟಕಿ ಅತ್ತ ನೋಡಲು ಸನ್ನೆ ಮಾಡಿದೆ. ನೀನಾದರೋ ಬರಿದೇ ಹುಬ್ಬು ಹಾರಿಸಿ ನಕ್ಕಿದ್ದೆ. "ಮೆಂಡೇನ್ ನಿನಗಿಷ್ಟ. ಅದಕ್ಕೇ ಅಲ್ವೆ ನೀನಿಲ್ಲಿ ನಿತ್ಯ ನಾಷ್ಟಾಕ್ಕೆಂದು ಬರೋದು"- ನಾ ಬೇಕೇಂದೇ ಕೆಣಕಿದ್ದೆ. ನೀ ಬಿಡುವವನೆ?- "ಅಲ್ಲವೆ ಮತ್ತೆ? ಇರಾಣಿ ಹೋಟಲ್, ಅದರಲ್ಲಿ ಮೆಂಡೇನ್‌ನಂಥಾ ಹ್ಯಾಂಡಸಮ್ ಯುವಕ, ಮಾಡೆಲಿಂಗ್‌ಗೆ ಪೋಸ್ ಕೊಡಲು ತುದಿಗಾಲಲ್ಲಿ ನಿಂತಿರೋ ಮೆಹನಾಝ್‌ಳಂಥಾ ಪುಷ್ಕಳ ಪುಷ್ಕಳ ಯುವತಿಯರು... ಒಬ್ಬ ಚಿತ್ರಕಾರನಿಗೆ ಇದಕ್ಕಿಂತಾ ಇನ್ನೇನು ಬೇಕು?"

ನಮಗೆ ಮೆಂಡೇನ್‌ನೇ ಸರ್ವ್ ಮಾಡಬೇಕೆಂದಿದ್ದರೆ ಮೂಲೆಯಲ್ಲಿದ್ದ ನಾಲ್ಕು ಟೇಬಲ್‌ಗಳ ಪೈಕಿ ಒಂದರಲ್ಲಿ ಕೂತಿರೋದು ಕಂಪಲ್ಸರಿಯಾಗಿತ್ತು. ಒಂದಿನ ಮುಂಜಾನೆ ರೆಸ್ಟೋರೆಂಟಿನಲ್ಲಿ ಕೂತಾಗ ನೀ "ಲಕ್ಷಗೊಟ್ಟು ನೋಡು, ಮೆಂಡೇನ್ ತೀರ ಗಿಡ್ಡನಿದ್ದಾನೆ. ಹಾಗಾಗಿ ಪ್ಲೇಟ್ ಇಡಲಿಕ್ಕೆ ಟೇಬಲ್ ಮೇಲೆ ಮುಂದಕ್ಕೆ ಬಾಗಬೇಕಾಗುತ್ತದೆ. ಆಗ ಅವನ ಗಲ್ಲ ನಮಗೆ ಅತಿ ಸಮೀಪ ಬರ್ತದೆ" ಅಂದೆ. ಆಯ್ತು ಅಂದಿನಿಂದ ಶುರುವಾಗಿತ್ತು ನೋಡು ನಮ್ಮಿಬ್ಬರ ರೇಸ್; ಸನ್‌ರೈಸ್‌ನ ಮುಂದಿನ ಸಿಗ್ನಲ್ಲಿನಿಂದ ಮೆಂಡೇನ್‌ನ "ಗಲ್ಲದ ಕುರ್ಚಿ"ಯವರೆಗೆ! ಒಮ್ಮೆ ನನ್ನನ್ನು ಹಿಂದಕ್ಕೆ ಹಾಕಿ ಓಡಿ ಬಂದು ರೆಸ್ಟೂರೆಂಟಿನೊಳಗೆ ನುಗ್ಗಿದವ ನೀ ಕುರ್ಚಿಗಿಂತ ಮುಂದಕ್ಕೆ ಹೋಗಿ ತಟ್ಟನೆ ಕೆಳಗೆ ಕೂತುಬಿಟ್ಟೆಯಲ್ಲ, ನಿನ್ನ ಬೆನ್ನಿಗೇ ಇದ್ದ ನನಗೆ ಮಾತ್ರ ಒಮ್ಮೆಲೆ ವೇಗ ಕಡಿಮೆ ಮಾಡಲಾಗದೆ ಸೀದಾ ಹೋಗಿ ಮೆಂಡೇನ್‌ಗೆ ಢಿಶುಂ ಅಂತ ಟಕ್ಕರ್ ಕೊಟ್ಟರೆ ಪಾಪ ಅವ ನೆಲಕ್ಕಪ್ಪಳಿಸಿದ್ದ. ಉದ್ದುದ್ದ ಮೆಂಡೇನ್; ಅವನ ಮೇಲೆ ಅಡ್ಡಡ್ಡ ನಾನು- ಸೀನ್ ನೋಡುವ ಹಾಗಿತ್ತು! ಅಬ್ಬಾಸ್ ಹೆದರಿ ಓಡುತ್ತ ಬಂದು ಕೈ ಕೊಟ್ಟು ಎಬ್ಬಿಸಿದರೆ ನಾ ನಿನ್ನತ್ತ ನೋಡಿ ಕಣ್ಣು ಹೊಡೆದಿದ್ದೆ.

ನೀ ಮರಳಿ ಬಂದಾಗ ಸನ್‌ರೈಸ್ ಇರೋದಿಲ್ಲ. ಮೆಹನಾಝ್ ಮತ್ತು ಅಬ್ಬಾಸ್ ಇರಾಣಿಗೆ ಮರಳಿರುತ್ತಾರೆ. ಅಲ್ಲಿಗೆ ಹೋದಾಗ ಅಬ್ಬಾಸ್ ಈ ವಿಷಯ ನನಗೆ ಸಹಜವಾಗಿ ಹೇಳಿದ್ದ. ನನಗೆ ನೀ ಮಾಡಿದ್ದ ಮೆಹನಾಝ್‌ಳ ವಾಟರ್ ಕಲರ್ ಪೇಂಟಿಂಗ್ ಒಯ್ದು ಅವನಿಗೆ ಉಡುಗೊರೆ ಕೊಡಬೇಕೆನ್ನಿಸಿತು. ಮೊಟ್ಟ ಮೊದಲ ಬಾರಿ ಅಬ್ಬಾಸ್ ಕೌಂಟರಿನ ಅಡ್ಡಫಳಿ ಸರಿಸಿ ಮೆಟ್ಟಿಲು ಹತ್ತಿಸಿ ಮೇಲಕ್ಕೆ ಕರೆದೊಯ್ದಿದ್ದ. ಅಟ್ಟದ ಮೆಟ್ಟಿಲು ಮುರುಕು ಮುರುಕಾಗಿದ್ದವು. ಮೇಲೆ ಹಾಸಿದ್ದ ಕೆಂಪು ಕಾರ್ಪೆಟ್ ಅಲ್ಲಲ್ಲಿ ಹರಿದಿತ್ತು. ಮೆಹನಾಝ್ ಒಳ ಹೋಗಿ ಉದ್ದನೆಯ ಅಲ್ಯುಮೀನಿಯಮ್ ಗ್ಲಾಸುಗಳಲ್ಲಿ ಶಿಕಂಜಾಬೀನ್ ತಂದು ಕೊಟ್ಟಳು. ಕೋಣೆಯ ಮಧ್ಯಕ್ಕಿದ್ದ ಟೇಬಲ್ಲಿನ ಬಳಿ ನಾನೂ ಅಬ್ಬಾಸ್ ಕೂತೆವು, ನಾ ಮೇಲೆ ಸುತ್ತಿದ್ದ ಹಾಳೆ ತೆಗೆದು ಅವನ ಕೈಲಿಟ್ಟೆ. ಅವ ಮಿಂಚುವ ಕಣ್ಗಳಿಂದ ಅದನ್ನು ನೋಡಿ ದಾಡಿಯಲ್ಲೇ ನಕ್ಕು "ಆ ಛೋಕ್ರಾನ ಬೆರಳಲ್ಲಿ ಜಾದು ಇತ್ತು ನೋಡು" ಅಂದ. ಮೆಹನಾಝ್‌ಳನ್ನು ಕೂಗಿ ಕರೆದಾಗ ಅವಳು ಒಂದು ಗುಂಡನೆ ಕಟ್ಟಿಗೆಯ ಕುರ್ಚಿ ಮತ್ತು ನನಗೆ ಬಲು ಪ್ರೀತಿಯ ಬೆಣ್ಣೆ ಬಿಸ್ಕೀಟಿನ ದೊಡ್ಡ ಕಾಜಿನ ಭರಣಿ ಒಳಗಿನಿಂದ ತಂದಳು. "ಸರಿ ರಾತ್ರಿಯವರೆಗೆ ಅವ ಇದೇ ಕುರ್ಚಿಯ ಚಿತ್ರ ತೆಗೆಯುತ್ತಾ ಕೂಡೋನು- ನಿಮ್ಮ ಕಡೆ ಇಷ್ಟೊಂದು

ಕುರ್ಚಿಗಳಿವೆ ಒಂದೆರಡನ್ನು ನನಗಾದ್ರೂ ಮಾರಿಬಿಡಿ– ಅನ್ನೋಣ. ಆಮೇಲೆ ನೀನು... ಕೌಂಟರಿನಲ್ಲಿ ಬಿಲ್ ಕೊಡುವಾಗ ಯಾವಾಗ್ಲೂ ಒಳ್ಳೇ ಪ್ರೀತಿಯಿಂದ ಈ ಭರಣಿಯ ಮೇಲೆ ಕೈಯಾಡಿಸುತ್ತಿದ್ದಿ ಅಲ್ಲವೆ? ಅದಕ್ಕೇ ಸನ್‌ರೈಸ್‌ನ ನೆನಪಿಗಾಗಿ ನಿಮಗಿಬ್ಬರಿಗೂ ಉಡುಗೊರೆ" ಅನ್ನುತ್ತಾ ಭರಣಿಯನ್ನು ನನ್ನ ಕೈಯಲ್ಲಿಟ್ಟಳು. ನಾ ಅಬ್ಬಾಸನ ಕೈಯನ್ನು ಗಟ್ಟಿಯಾಗಿ ಕುಲುಕಿದೆ. ಮೆಹನಾಝ್‌ಳಿಗೆ ಹಾಗೆ ಮಾಡುವಂತಿರಲಿಲ್ಲವಲ್ಲ. ನಿಜ ಹೇಳಬೇಕೆಂದರೆ ನನಗೆ ಅವಳಿಗೆ ತೆಕ್ಕೆ ಬಿದ್ದು ಅಳಬೇಕನ್ನಿಸಿತ್ತು. ಆದರೆ ಬರಿದೇ ಅವಳತ್ತ ನೋಡಿ ಕಣ್ಣಲ್ಲೇ ನಕ್ಕೆ.

ರಿಕ್ಷಾ ತಂದುಕೊಟ್ಟು ಕುರ್ಚಿ ಅದರೊಳಗಿಡಲು ಮೆಂಡೇನ್ ಸಹಾಯ ಮಾಡುವಾಗ "ನಿನ್ನ ಗತಿ... ಮುಂದೇನು?" ಎಂದು ಕೇಳಿದೆ. "ಇಲ್ಲಿ ಮ್ಯಾಕ್ ಡೋನಾಲ್ಡ್ ಬರೋದಿದೆ. ಅವರಿಗೆ ನನ್ನಂಥಾ ಸೀದಾಸಾದಾ ಸರ್ವರ್ ಬೇಕಾಗಿಲ್ಲ. ಮತ್ತೆ ಉಡುಪಿ ಹೋಟಲ್ಲಂತೂ ನನ್ನ ತೆಕ್ಕೊಳ್ಳುವುದೇ ಇಲ್ಲ" ಅಂದ. "ಮುಂದೆ... ನಾ ತ್ರಿಶೂರಿಗೆ ವಾಪಸ್ ಹೋಗೋದು ಅಂತ ಠರಾಯಿಸಿದ್ದೇನೆ. ಮುಂದಿನದು ಮುಂದೆ ನೋಡುವಾ" ಅಂದ. ನಾ ಆ ಕುರ್ಚಿ ತಂದು ಮೇಲಿನ ಕೋಣೆಯ ನಟ್ಟನಡುವಿಟ್ಟಿದ್ದೇನೆ. ರಾತ್ರಿ ಬಲ್ಬ್ ಬೆಳಗಿದಾಗ ಅದರರ್ಧ ಭಾಗಕ್ಕಷ್ಟೇ ಬೆಳಕು ಬೀಳ್ತದೆ. ಕಿಟಕಿಯಲ್ಲಿಟ್ಟಿರುವ ಕಾಜಿನ ಭರಣಿ ವಕ್ರಲೆನ್ಸಿನ ಕೆಲಸ ಮಾಡುತ್ತದೆ. ಅದರ ಹೊಟ್ಟೆಯ ಮೇಲಾಗ ಇಡೀ ಕೋಣೆಯ ಮತ್ತು ಮೋಡಕಾ ಬಾಝಾರ್‌ನ ಸೊಟ್ಟ ಪ್ರತಿಬಿಂಬ ಮೂಡುತ್ತದೆ.

ಒಮ್ಮೊಮ್ಮೆ ನನಗೆ ಬಿಳಿ ಗೋಲ್ ಮಟೋಲ್ ಮೆಹನಾಝ್ ಮೈಯಿಡೀ ಕಪ್ಪು ಬುರ್ಖಾದಲ್ಲಿ ಮುಚ್ಚಿಕೊಂಡು ಬರೀ ಗುಂಡು ಸೇಬಿನಂಥಾ ಗಲ್ಲ ಮತ್ತು ನೀಲಿಕಂಗಳನ್ನಷ್ಟೇ ತೆರೆದು ಆ ಕುರ್ಚಿಯ ಮೇಲೆ ಕೂತಂತೆ ಭಾಸವಾಗುತ್ತದೆ; ಕ್ಯಾನವಾಸಿನ ಮೇಲೆ ಕಪ್ಪು ನೀಲಿ ರಂಗು ಸುರಿಯುತ್ತಾ ಚಕಚಕನೆ ಜಾದುವಿನಂತಾಡುವ ನಿನ್ನ ಕೈ ಕಾಣುತ್ತದೆ. ಅದೆಷ್ಟು ಜನರೊಡನೆ ನಿನ್ನ ಗಟ್ಟಿ ಸ್ನೇಹವಿತ್ತು ಅಂತ ನನಗೆ ಗೊತ್ತೇ ಇರಲಿಲ್ಲವಲ್ಲೋ! ಮೆಹನಾಝ್... ಅಬ್ಬಾಸ್... ಅನುಜಾ.

ಮೊದಲ ಸಲ ಶರ್ಟಿಲ್ಲದ ಮೈಗೆ ಬರೀ ಹಾಫ್ ಪ್ಯಾಂಟ್ ಏರಿಸಿಕೊಂಡು ಬೆಳಗಿನ ನಸುಬಿಸಿಲಲ್ಲಿ ಕಾಯ್ದ ಕಟ್ಟೆಯ ಮೇಲೆ ಕಾಲಿಳಿಬಿಟ್ಟುಕೊಂಡು ನೀ ಕೂತಾಗ ನಾಡಕರ್ಣಿ ಕಾಕಾನ ಲೇಡೀಸ್ ಹಾಸ್ಟೆಲಿನಲ್ಲಿ ಸಣ್ಣಗೆ ಗುಸುಗುಸು ಶುರುವಾಗಿತ್ತು. ಹುಡುಗಿಯರ ಕಿಸಿಪಿಸಿ ನಗು ತೇಲಿಬಂದಿತ್ತು.

ಕೂದಲೆಲ್ಲಾ ಹರವಿಕೊಂಡು ಥೇಟ್ ಮುಂದೆ ಬಾಗಿದ ಕರಡಿಯಂತೆ ಕಾಣುತ್ತಿದ್ದ ಹುಡುಗಿಯೊಂದು ತಲೆ ಎತ್ತಿ ನೇರ ನಿಂತಿದ್ದೇ ನಿನ್ನನ್ನು ನೋಡಿ "ಅಯ್ಯ..." ಅನ್ನುತ್ತಾ ಒಳಗೋಡಿತ್ತು. ನಿನಗದೆಲ್ಲ ತಾಗಿದರೆ ತಾನೆ? ಯಾರದ್ದೂ ಅಸ್ತಿತ್ವವೇ ಅಲ್ಲಿಲ್ಲವೇನೋ ಎಂಬಂತೆ ನೀ ವಾಕ್‌ಮನ್ ಕಿವಿಗೇರಿಸಿಕೊಂಡು ಆರಾಮಾಗಿ ಕೂತೇ ಇದ್ದೆ.

ಬಿಸಿಲಲ್ಲಿ ಕೂದಲೊಣಗಿಸುವ ಆ ಹುಡುಗಿ ಬಾಲ್ಕನಿಯಲ್ಲಿ ಚೂರು ಚೂರೇ ನಮ್ಮತ್ತ ಸರಿಯತೊಡಗಿದರೆ ಮೊದಲ ಅಂತಸ್ತಿನಲ್ಲಿರುವ ಶಮಿತಾ ಚಷ್ಮಾ ಏರಿಸಿಕೊಂಡು

ಸಾರ್ತ್ರೆ ಪುಸ್ತಕ ಎದೆಗವಚಿಕೊಂಡು ಕುಂಬಿಯ ಮೇಲೆ ಕೂಡತೊಡಗಿದ್ದಳು. ಎರಡನೇ ಅಂತಸ್ತಿನ ಸಾರಿಕಾಳ ಟಾವೆಲ್ ಪದೇ ಪದೇ ಹಾರಿ ನಮ್ಮ ಅಂಗಳದಲ್ಲಿ ಬೀಳೋದಕ್ಕೆ ಶುರುವಾಗಿತ್ತು. ನೀ ಅದನ್ನೆತ್ತಿಕೊಂಡು ಹೋಗಿ ಬೇಲಿಯಾಚೆ ನಿಂತವಳಿಗೆ ಕೊಟ್ಟು 'ಥ್ಯಾಂಕ್ಸ್' ಎಂಬ ಉಲಿತ ಸ್ವೀಕರಿಸಿದರೆ ಮುಗೀತು. ಮತ್ತೆ ಮುಚ್ಚಿದ ಕಣ್ಣು, ಕಿವಿಯಲ್ಲಿ ವಾಕ್‌ಮನ್, ಕಟ್ಟೆಯ ಮೇಲೆ ಧ್ಯಾನ!

ಒಂದಿನ ಬೆಳಿಗ್ಗೆ ಗಾಳಿಗೆ ಹಾರಿ ಬ್ರೇಸಿಯರೊಂದು ಬಂದು ನಮ್ಮ ಅಂಗಳದಲ್ಲಿ ಬಿತ್ತು. ನೀ ಎಂದಿನಂತೆ ಕಣ್ಮುಚ್ಚಿ ಹಾಡು ಕೇಳುತ್ತಿದ್ದರೆ ನಾ ಮೋಟರ್ ಬೈಕ್ ತೊಳೆಯುತ್ತಿದ್ದೆ. ನೀ ನಡುವೆ ಕಣ್ತೆರೆದಾಗ ಬಿದ್ದಿದ್ದ ಆ ವಸ್ತು ಕಂಡಿತ್ತು. ಎದ್ದವನೇ ನೀನದನ್ನು ಎತ್ತಿಕೊಂಡು ಹಾಸ್ಟೆಲ್ ದಿಕ್ಕಿನತ್ತ ಹಾರಿಸುತ್ತಾ "ಎಕ್ಸ್‌ಕ್ಯೂಜ್ ಮಿ ಸಮ್ ವನ್ ಫ್ರಮ್ ಯೂ ಮಸ್ಟ ಬಿ ಡೆಸ್ಪರೇಟ್ಲೀ ಲುಕಿಂಗ್ ಫಾರ್ ದಿಸ್" ಅಂತ ಜೋರಾಗಿ ಕೂಗಿದೆ. ತಟ್ಟನೆ ಬಾಲ್ಕನಿಯಲ್ಲಿ ಪೂರಾ ಹಾಸ್ಟೆಲ್‌ಗೆ ಹಾಸ್ಟೆಲ್ಲೇ ಒಟ್ಟಾಗಿತ್ತು, ಅರ್ಧ ಸೆಕೆಂಡ್ ಅಷ್ಟೆ, ಮತ್ತೆ ಎಲ್ಲ ಮಟಾಮಾಯ. "ನೋ ವನ್ ಫಾರ್ ದಿಸ್?" ಅಂದವನೇ ನೀ ಭುಜ ಹಾರಿಸುತ್ತಾ ಹೋಗಿ ಯಾವುದೋ ಖಾಲಿಯಿದ್ದ ಒಂದು ಗಳಕ್ಕೆ ಅದನ್ನು ತೂಗು ಹಾಕಿಬಂದೆ. ನಾನಂತೂ ಕಂಗಾಲಾಗಿ ಅತ್ತಿತ್ತ ನೋಡುತ್ತಿದ್ದೆ, ಪುಣ್ಯಕ್ಕೆ ಮನೆಯಲ್ಲಿ ಯಾರೂ ಇರಲಿಲ್ಲ.

ನನಗೆ ದೂರದಿಂದಲೇ ನಾಡಕರ್ಣಿ ಕಾಕು ಮತ್ತು ಅಮ್ಮನ ಮುಖ ಸ್ಪಷ್ಟ ಕಾಣತೊಡಗಿದ್ದವು, ನಡೆದ ಪ್ರಕರಣಕ್ಕೆ ಸಾಕ್ಷಿಯಾಗಲೂ ಇಚ್ಛೆಯಿಲ್ಲದವನಂತೆ ಗಡಿಬಿಡಿಯಿಂದ ಒಳಗ್ಹೋಗಿಬಿಟ್ಟೆ. ದಿನವಿಡೀ ಅಮ್ಮ ಈ ಕೋಣೆಗೆ ಬಂದರೆ ನಾ ಆ ಕೋಣೆಗೆ ಹೋಗುವುದು ಆ ಕೋಣೆಗೆ ಬಂದರೆ ಹೊರ ಹೋಗುವುದು ಹೀಗೆಯೇ ನಡೆದಿತ್ತು. ಮಧ್ಯಾಹ್ನ ನಾ ಸ್ಟಾರ ಮೂವೀಸ್ ಚಾನೆಲ್ ಹಚ್ಚಿಕೊಂಡು ಮಂಚದ ಮೇಲೆ ಉರುಳಾಡುತ್ತಿದ್ದಾಗ "ಜೋಶಿವೈನಿ... ಜೋಶಿವೈನಿ..." ಎಂಬ ನಾಡಕರ್ಣಿ ಕಾಕೂನ ಧ್ವನಿ ಕೇಳಿ ತಟ್ಟನೆದ್ದು ಕೂತೆ. ಅಮ್ಮ ಬಟ್ಟೆ ಒಣಹಾಕಿದ್ದ ಬೇಲಿಯ ಬಳಿ ಹೋದಳು. ನಾಡಕರ್ಣಿ ಕಾಕು ಕತ್ತಾಡಿಸುತ್ತಾ ಏನೋ ಹೇಳಿಯೇ ಹೇಳಿದಳು.

ನಾಡಕರ್ಣಿ ಕಾಕೂನ ಗಾಸಿಪ್‌ನಿಂದ ತಪ್ಪಿಸಿಕೊಳ್ಳಲು ಅಮ್ಮನೇ ಹೇಳಿಟ್ಟಿದ್ದ ಅಸ್ತ್ರ ತಟ್ಟನೆ ನೆನಪಿಗೆ ಬಂದು 'ಅಮ್ಮಾ ನಿನಗೆ ಫೋನ್ ಬಂದಿದೆ' ಎಂದರಚಿದೆ. ಅಮ್ಮ ಒಳಬಂದವಳೇ 'ಶಬ್ಬಾಸ್!' ಅಂತ ನನ್ನ ಕಡೆ ನೋಡುತ್ತಾ ನಕ್ಕಳು. ಅವಳ ಕೈಯಲ್ಲಿ ಸ್ಟೀಲ್ ಡಬ್ಬಿ, ಡಬ್ಬಿಯಲ್ಲಿ ಬಿಸಿಬಿಸಿ ಬಟಾಟೆ ವಡಾ ಇದ್ದವು. ಗಾಬರಿಗೆ ಕಾರಣವಾಗುವಂಥದ್ದೇನೂ ಘಟಿಸಿರಲಿಲ್ಲ.

ರಾತ್ರಿ ಊಟವಾದ ಮೇಲೆ ಹರಟೆ ಹೊಡೆಯಲೆಂದು ನಾನು ಅಟ್ಟಕ್ಕೆ ಬಂದಾಗ ನೀ ಕಿಟಕಿಯಂಚಲ್ಲಿ ಕೂತು ಕ್ವಾರ್ಟರ್ ಓಲ್ಡ್ ಮಾಂಕ್ ಖಾಲಿ ಮಾಡಿದ್ದೆ. ಕಣ್ಣಲ್ಲೇನೋ ಪ್ರೀತಿ ತುಂಬಿತ್ತು. ಖಾಲಿಯಿದ್ದ ಜಾಗವನ್ನೇರಿ ನಾನೂ ಕುಳಿತೆ. ಹೊರಗಿಣುಕಿ ನೋಡಿದರೆ ಲೇಡಿಸ್ ಹಾಸ್ಟೆಲ್‌ನ ಬಲ್ಬಗಳೆಲ್ಲಾ ಏಕದಂ ಶಾಂತವಾಗಿದ್ದವು, ನಾವಿಬ್ಬರೂ ಒಬ್ಬರನ್ನೊಬ್ಬರು ನೋಡಿ ಬಿದ್ದು ಬಿದ್ದು ನಕ್ಕಿದ್ದೇ ನಕ್ಕಿದ್ದು.

"ತನಯಾ ಎಂಥಾ ಪ್ಲಾಸ್ಟಿಕ್ ಹುಡುಗೀರೋ ಇವರು? ಎಲ್ಲಾ ಓಡಿಯೇ ಹೋದರಲ್ಲ, ಮೈಮೇಲಿನ ಎಲ್ಲಾ ಬಟ್ಟೆಗಳಿಗೂ ಸರಿ ಸಮ ಮಹತ್ವವಿದೆಯಪ್ಪ. ನಿಜ ಹೇಳ್ಬೇಕೆಂದರೆ ಯಾವ ಬಟ್ಟೆಯಿಂದ ಯಾವ..."

"ಯಾವ... ಮುಂದೇನು?"

"ನಾ ಏನು ಹೇಳ್ಬೇಕಂತೀನೆಂದರೆ... ದೋ ಇಟ್ ಮೇ ಸೌಂಡ್ ಅಬ್ಸರ್ಡ ಟು ಯೂ..." ಅಂದವನೇ ನೀ ಜೋರಾಗಿ ನಕ್ಕೆ. ನಾ ಖಾಲಿ ಬಾಟಲಿ ತಲೆಯ ಮೇಲಿಟ್ಟುಕೊಂಡು ಎಪರಾ ತಪರಾ ಕುಣಿಯುತ್ತಾ "ಇಡೀ ಬಾಟಲಿ ಒಮ್ಮೆಲೆ ಗಂಟಲಿಗೆ ಸುರಕೊಂಡಿಯೋ ಹ್ಯಾಂಗೆ?" ಅಂತ ಕೇಳಿದ್ದೆ.

ನೀ ನಗುವುದನ್ನು ನಿಲ್ಲಿಸಿ "ವಾಟ್ ಐ ಮೀನ್ ಈಸ್... ಯಾವ ಬಟ್ಟೆಗೂ ಅಂಥಾ ಮಹತ್ವ ಇಲ್ಲ ಅಂತ..." ಬೇಕೆಂದೇ ವಕ್ರತಿಕ್ರ ಮುಖ ಮಾಡಿ ಆಕಳಿಸುತ್ತಾ ಹೇಳಿದ್ದೆ. "ಇಂಥಾ ಮಂದಿಯನ್ನು ತಿಳಕೊಳ್ಳೋದು ಕಠಿಣ ಕಣೋ. ಕಾಲೇಜಲ್ಲೂ ಅಷ್ಟೇ, ಎಲ್ಲಾ ಹುಡುಗಿಯರಿಗೂ ಚೆಂದ ಕಾಣುವ ಹುಚ್ಚು. ಅದಕ್ಕಾಗೇ ಎಲ್ಲಾರ ಧಡಪಡ. ಎಲ್ಲಾ ಒಂಥರಾ ಸೇಫ್ ದಾರಿ ಹುಡುಕೋರೇ, ನಾಟ್ ಮೈ ಟೈಪ್. ಮನುಷ್ಯ ಸ್ವಭಾವದಿಂದ ಚೆನ್ನಾಗಿರಬೇಕೋ... ಅಂದರೆ ಸಂಪೂರ್ಣ ಖುಲ್ಲಾ. ಅವನಿಗೆ ಎಂಥಾ ಬೇಕಾದರೆ ಅಂಥಾ ಮಾತು ಹೇಳಲು ಶಕ್ಯವಿರಬೇಕು, ಅಂಥಾ ಮನುಷ್ಯ. ಹಾಗಂತ ನನ್ನನ್ನು ನಾನು ಬದಲಾಯಿಸಿಕೊಳ್ಳಲಾರೆ ಅಂತಲ್ಲ. ಬಟ್ ನೌ ಐ ಡೋಂಟ್ ಗೋ ಟು ಬೆಡ್ ವಿದ್ ಸಮ್ ವನ್ ಇಫ್ ಹೀ ಇಸ್ ನಾಟ್ ಮೈ ಡಿಯರ್ ಫ್ರೆಂಡ್... ನನಗೆ ಒಬ್ಬನೇ ಇರುವ ರೂಢಿಯಾಗಿ ಹೋಗಿದೆ ಕಣೋ... ಹಾಂ ರೂಢಿ ಮುರಿದರೂ ಲುಕ್ಸಾನೇನಿಲ್ಲ ಬಿಡು."

ಕಡೆಯ ವಾಕ್ಯವನ್ನು ನೀ ಕಣ್ಣು ಮುಚ್ಚುತ್ತಾ ಮುಚ್ಚುತ್ತಾ ನನ್ನ ಪಕ್ಕಕ್ಕೆ ಸರಿಯುತ್ತಾ ಉಸುರಿದ್ದೆ.

ಮಧ್ಯರಾತ್ರಿ ನನಗ್ಯಾಕೋ ಎಚ್ಚರವಾಯ್ತು. ನೋಡಿದರೆ ನೀ ದೂರ ಸರಿದು ನನಗೆ ಬೆನ್ನು ಹಾಕಿ ಮಲಗಿರಲಿಲ್ಲ, ನನಗಂಟಿಕೊಂಡಂತೆಯೇ ಇದ್ದಿ.

ನಿನ್ನೆ ನನ್ನನ್ನು ಮನೆಗೆ ಬಿಟ್ಟು ಹೋಗುವಾಗ ರಶ್ಮಿ "ನಾಳೆ ಮನೆ ಪೂರ್ತಿ ಸ್ವಚ್ಛ ಮಾಡುವುದಿದೆ. ನನಗೆ ಹೆಲ್ಪ್ ಮಾಡ್ತೀಯಾ?" ಅಂತ ಕೇಳಿದರೆ ನಾ ಹೂಂ ಎಂದೂ ಅಂದಿರಲಿಲ್ಲ. ಗೋಣು ಕೂಡಾ ಅಲುಗಾಡಿಸಲಿಲ್ಲ. ಬರಿದೇ ಹೆಬ್ಬೆರಳೆತ್ತಿ ತೋರಿಸಿ ನಕ್ಕು ಮನೆಯೊಳಕ್ಕೆ ಹೋದೆ. ನೀ ಪುಸ್ತಕ ಓದ್ತಿದ್ದಾಗ, ಇಲ್ಲಾ ಚಿತ್ರ ತೆಗೀತಿದ್ದಾಗ, ಕೊನೆಗೆ ಬಾಣಲೆಯಲ್ಲಿದ್ದ ಈರುಳ್ಳಿ ಸುಟ್ಟು ಕಪ್ಪಾಗಿಹೋಗಿದ್ದರೂ ಯಾರ ಕೂಗಿಗೂ ತಿರುಗಿ ಕೂಡಾ ನೋಡ್ತಿರಲಿಲ್ಲ. ಬರಿದೇ 'ಥಮ್ಸ್ ಅಪ್' ಅಷ್ಟೆ.

ನಾ ಇನ್ನೊಬ್ಬರ ಮಾತನ್ನು ಕೇಳುವಾಗೆಲ್ಲಾ ಗೋಣು ಒಂದು ಕಡೆ ವಾಲಿಸಿ ಕೇಳುತ್ತೇನೆ ಅಂತ ಈಗೀಗ ಲಕ್ಷಕ್ಕೆ ಬಂದಿದೆ. ಫೋನ್ ಮಾಡೋದು ಅನುಜಾಳ ಥರ– ರಿಸೀವರ್ ಕೈಯಲ್ಲಿ ಹಿಡಿಯದೇ ಹೆಗಲು ಮತ್ತು ಕತ್ತಿನ ನಡುವೆ ಸಿಕ್ಕಿಸಿಕೊಂಡು ಖಾಲಿಯಿದ್ದ ಕೈಯಿಂದ ಎದುರಿನ ಟೇಬಲ್ ಮೇಲೆ ತಾಳ ಕುಟ್ಟುತ್ತಾ. ಸಿನಿಮಾ

ನೋಡೋದು ಕೃಷ್ಣನ ಥರಾ- ಬೊಗಸೆಯಲ್ಲಿ ಮುಖವಿಟ್ಟುಕೊಂಡು, ದಾಡಿ ಮಾಡಿಕೊಳ್ಳೋದು ಅಪ್ಪನ ಥರಾ- ತೀರಾ ಕನ್ನಡಿ ಮುಟ್ಟುವಷ್ಟು ಸಮೀಪ ಹೋಗಿ. ಗ್ಯಾಸೊಲೆಯ ಮೇಲಿಟ್ಟಿದ್ದ ಹಾಲುಕ್ಕಿ ಚೆಲ್ಲಿದರೂ ಚೂರೂ ಗಡಿಬಿಡಿ ಮಾಡಿಕೊಳ್ಳದೆ ನಿಧಾನವಾಗಿ ಹೋಗಿ ಗ್ಯಾಸ್ ಆರಿಸಿ ಬೇಜಾರಿಲ್ಲದೆ ಕಟ್ಟೆ ಒರೆಸಿ ಸ್ವಚ್ಛ ಮಾಡೋದು- ಥೇಟ್ ಅಮ್ಮನ ಥರಾ.

ಹೀಗೆ ಅಕ್ಕಪಕ್ಕದವರ ರೂಢಿಗಳೆಲ್ಲ ನಮ್ಮಲ್ಲೇಕೆ ಬರಬೇಕು ಹೇಳು? ಅಲ್ಲಾ 'ಇಂಥಿಂಥವರು ನಮ್ಮವರಾದರು' ಅಂತೇವಲ್ಲ ಅದರರ್ಥ ಇಷ್ಟೇ. ನಮ್ಮ ರೂಢಿಗಳು ಅವರಲ್ಲಿ, ಅವರ ರೂಢಿಗಳು ನಮ್ಮಲ್ಲಿ ಬಂದಿವೆ ಅಂತ. ಆಗಲೇ ನಮಗೆ ಎದುರಿನ ವ್ಯಕ್ತಿ ಪೂರ್ತಿ ನಮ್ಮವನೇ ಅನ್ನಿಸಲಾರಂಭಿಸೋದು.

ನೀನೂ ಕೂಡಾ ಇಂಥಾದ್ದೇನಾದ್ರೂ ಮಾಡ್ತಿದ್ದೀಯೋ ಹ್ಯಾಗೆ? ಅಂದರೆ ಅದೇ ಅನ್ನ ಉಂಡಾದ ಮೇಲೆ ತಾಟಿನ ತುಂಬ ಬೆರಳಿನಿಂದ ವರ್ತುಲ ಸುತ್ತೋದು, ಮುಂಜಾನೆದ್ದು ಟೂತ್ ಬ್ರಶ್ ಮೇಲೆ ತಪ್ಪಿ ಶೇವಿಂಗ್ ಕ್ರೀಮ್ ಹಾಕಿಕೊಳ್ಳೋದು, ಮಲಗಿದಾಗ ಕಾಲು ಹೊಟ್ಟೆಯ ಕೆಳಗೆಳೆದುಕೊಂಡು ಮೈಮೇಲಿನ ಚಾದರವನ್ನು ಪಕ್ಕಕ್ಕೆ ಬಿಸಾಕೋದು, ಅಥವಾ ಪೇಪರ್ ಓದಿಯಾದ ಮೇಲೆ ನೀಟಾಗಿ ಮಡಚಿ ಮೊದಲಿಟ್ಟಲ್ಲೇ ಇಟ್ಟುಬರೋದು... ಇಂಥಾದ್ದೇನಾದ್ರೂ...

ನಾ ಮಾತ್ರ ನಿನ್ನೆ ಕೈಗಂಟಿದ ಗೋಡೆಯ ನೀಲಿಬಣ್ಣವನ್ನು ಅರಿವಿಲ್ಲದೆ ಪ್ಯಾಂಟಿಗೆ ಒರೆಸಿಕೊಂಡೆ.

ನನಗೆ ಎಳ್ಳಷ್ಟೂ ಸೇರದ ಸಂಗತಿ ಎಂದರೆ ಎಲ್ಲದಕ್ಕೂ "ನೋಡೋಣ" ಅನ್ನೋ ನಿನ್ನ ಚಾಳಿ; ಮತ್ತೆ ಆ ಶಬ್ದವನ್ನು ಬಲು ಚಾಲಾಕಿತನದಿಂದ ಬಳಸೋ ಪದ್ಧತಿ. ಮೊದಲಬಾರಿ ಅರಿದಮನನ ಮೀಟಿಂಗ್‌ಗೆ ಆಮಂತ್ರಣದ ಇಮೇಲ್ ಬಂದಾಗ ನಾನು "ಜೊತೆಯಲ್ಲಿ ಹೋಗೋಣವೇ?" ಅಂತ ಕೇಳಿದರೆ ನಿನ್ನದು ಅದೇ ಎಂದಿನ ಜವಾಬು "ನೋಡೋಣ!" ನನಗೆ ಸಿಟ್ಟು ಉಕ್ಕಿ ತಟ್ಟನೆ ಹೊರ ನಡೆದಿದ್ದೆ. ಮತ್ತೊಮ್ಮೆ ಬಾಗಿಲಿನಲ್ಲಿ ತಿರುಗಿ ನಿಂತು ಚಿಲಕ ಬಾರಿಸಿ ಒಳಬಂದು "ನನ್ನ ಜೊತೆ ಮೀಟಿಂಗಿಗೆ ಬರುವೆಯಾ ಹ್ಯಾಗೆ?" ಅಂತ ಕೇಳಿದಾಗ ನೀ ನಗುತ್ತಾ ಕೈಲಿದ್ದ ಪುಸ್ತಕ ಪಕ್ಕಕ್ಕಿಟ್ಟು ಎದ್ದು ನಿಂತು ಬಟ್ಟೆ ಹುಡುಕಾಡತೊಡಗಿದ್ದೆ.

ಕೂಡಲೇ ನಿರ್ಧಾರ ತೆಕ್ಕೊಳ್ಳದೇ ತಮ್ಮ ಸ್ವಾರ್ಥಕ್ಕಾಗಿ ಕಡೆಯ ಗಳಿಗೆಯವರೆಗೂ ಆಪ್ಷನ್ಸ್ ಓಪನ್ ಇಟ್ಟುಕೊಳ್ಳುವ ಜನ ಅಂದರೆ ನನಗೆ ಅಲರ್ಜಿ. "ಹಾಂ ಅಥವಾ ಇಲ್ಲಾ ಎರಡಲ್ಲೊಂದು ಹೇಳಿ ಎದುರಿದ್ದವರನ್ನು ಬಿಡುಗಡೆ ಮಾಡು" ಅಂತ ನಿನ್ನ ಮೇಲೆ ಯಾವಾಗಲೂ ನಾ ಸಿಟ್ಟು ಮಾಡುತ್ತಿದ್ದೆ.

"ಎದುರಿನವನನ್ನು ಹಿಡಿದಿಟ್ಟಿರೋರು ಯಾರು?" ಅಷ್ಟೇ ಶಾಂತವಾಗಿ ಬರುತ್ತಿತ್ತು ನಿನ್ನ ಉತ್ತರ.

"ಇಲ್ಲ ಅನ್ನಲು ನಿನಗೆ ಹೆದ್ರಿಕೆಯೆ?"

"ನಾ ಇಲ್ಲಾ ಅಂದಕೂಡ್ಲೆ ವಾದ ವಿವಾದಕ್ಕೆ ನಿಲ್ಲದೆ ನೀ ಸುಮ್ಮನಾಗ್ತೀಯಾ?"

"ಹೇಳಿಯಾದ್ರೂ ನೋಡು ಒಂದು ಸಲ. ಜಗಳ ಆಗೋದ್ಯಾಕೆ ಗೊತ್ತಾ? ನಿನ್ನ 'ನೋಡೋಣ' ಇದೆಯಲ್ಲಾ ಯಾವಾಗಲೂ ಅದರರ್ಥ 'ಇಲ್ಲ' ಅನ್ನೋದಕ್ಕೇನೇ."

"ಇರಬಹುದು ಆದರೆ ನನ್ನ ಕೆಲ ರೂಢಿಗಳು ಹಾಗೆಯೇ ಉಳಕೊಂಡರೇನು ನಷ್ಟ?"

ಆಗ ನಾ ಧಡ್ ಧಡ್ ಎಂದು ಕಾಲಪ್ಪಳಿಸುತ್ತಾ ಮೆಟ್ಟಿಲಿಳಿದು ಹೋಗ್ತಿದ್ದೆ. ಅದೊಂದು ಟ್ರಿಕ್ಕಿ ಪರಿಸ್ಥಿತಿ. ಮೆಟ್ಟಲುಗಳ ಮೇಲೆ ಹೆಜ್ಜೆ ಕುಟ್ತಾನೇ ನನ್ನ ಮನದಲ್ಲಿ ಮುಂದಿನ ಪ್ಲಾನ್ ಸಿದ್ಧವಾಗ್ತಿತ್ತು.

1. ನಾ ಧಡಪಡ ಮಾಡ್ತಾ ಅಟ್ಟ ಇಳಿಯುವುದು.
2. ಕೂಡಲೇ ನೀ ಹಿಂದಿನಿಂದ ಓಡಿ ಬಂದು ನನ್ನನ್ನು ವಾಪಸ್ ಕೋಣೆಯೊಳಗೆ ಕರೆದೊಯ್ದು "ಸಾರಿ" ಅಂತ ಹೇಳುವುದು.
3. "ದೋಸ್ತ್ ಹೀಗೆ ತೀರಾ ಇಂಡಿವಿಜುಯಲಿಸ್ಟಿಕ್ ಆಗಿಯೇ ಇರುವವ ನಾನು ಅಂದರೆ ಹ್ಯಾಗೆ ನಡೆದೀತು? ಇನ್ನೊಬ್ಬರಿಗಾಗಿ ನಿನ್ನ ತತ್ವಗಳನ್ನು ತುಸು ಸಡಿಲಿಸಿಕೋ" ಅಂತ ನಾನನ್ನೋದು.
4. ಮತ್ತೆ ನೀ "ಸಾರಿ ನೀ ಹೇಳೋದೆಲ್ಲ ಸರಿ ಕಣೋ" ಅಂತಲೂ ಒಪ್ಪಿಕೊಳ್ಳುವುದು. ಆಮೇಲೆ ನಾ ಮುಂಚೆ ಕೇಳಿದ ಪ್ರಶ್ನೆಗೆ "ನೋಡೋಣ" ಅನ್ನದೇ 'ಆಗಲಿ' ಅಂತ ಒಪ್ಪಿಕೊಳ್ಳೋದು.
5. ನನ್ನ ಪ್ಲಾನಿನ ಪ್ರಕಾರ ಇಬ್ಬರೂ ಹೊರ ಹೊರಡುವುದು.

ಆದರೆ ಬದುಕು ಇಷ್ಟೆಲ್ಲಿ ಸರಳವಿರುತ್ತದೆ? ಮತ್ತೆ ನೀನೋ ಬದುಕಿಗಿಂತಾ ಹತ್ತು ಪಟ್ಟು ಕಾಂಪ್ಲೀಕೇಟೆಡ್ ಮನುಷ್ಯ. ಬಹಳ ಸಲ ಪ್ಲಾನಿನ ಮೊದಲ ಸ್ಟೆಪ್ ಮಾತ್ರ ನಡೆಯುತ್ತಿತ್ತು- ಅದೇ ನಾ ಧಡಪಡ ಸದ್ದು ಮಾಡ್ತಾ ಅಟ್ಟ ಇಳಿದು ಕೆಳಕ್ಕೆ ಹೋಗಿ ಎಲ್ಲರ ಮೇಲೆ ಹರಿಹಾಯ್ತಾ ಡೈನಿಂಗ್ ಟೇಬಲ್ ಮುಂದೆ ಕೂಡೋದು.

ಒಂದ್ಸಲ ನಾ ಹೀಗೆಯೇ ನಿನ್ನೊಡನೆ ಜಗಳಾಡಿ ಕೆಳಗೆ ಬಂದು ನೀ ಬರುವ ಹಾದಿ ಕಾಯತೊಡಗಿದ್ದೆ. ಇಪ್ಪತ್ತು ಇಪ್ಪತ್ತೈದು ನಿಮಿಷವಾಗಿರಬಹುದು. ಫೋನು ಹೊಡಕೊಳ್ಳತೊಡಗಿತ್ತು. 'ಬಡಕೊಂಡು ಸಾಯಲಿ' ಅಂತ ನಾನೆತ್ತಲೇ ಇಲ್ಲ, ಅದೂ ನಿಲ್ಲಲಿಲ್ಲ. ಕಡೆಗೊಮ್ಮೆ ಬೇಸತ್ತು ಹೋಗಿ ಎತ್ತಿದರೆ ನಿನ್ನ ಫ್ರೆಂಚ್ ಇನ್ಸ್ಟಿಟ್ಯೂಟಿನಿಂದ ಯಾವುದೋ ಮಧುರ ಧ್ವನಿ ಉಲಿದಿತ್ತು. ನಾ ಅಮ್ಮನಿಗೆ ನಿನ್ನನ್ನು ಕರೆಯಲು ಹೇಳಿ ಫೋನಿನ ಸಮೀಪವೆಂದರೆ ತೀರಾ ಸಮೀಪಕ್ಕೆ ಬಂದು ಟೇಬಲ್ಲಿನ ಮುಂದೆ ಹುಬ್ಬು ಗಂಟಿಕ್ಕಿ ಕೂತೆ.

ನೀ ಬಂದವನೇ "ಹಲೋ ಓಕೆ, ಲೆಟ್ಸ ಸೀ. ಐ ಆಮ್ ನಾಟ್ ಶ್ಯೂರ್. ಮೇ ಬಿ ಎಸ್... ಓಕೆ ಓಕೆ... ಬಟ್ ದಟ್ಸ ನಾಟ್ ಫಿಕ್ಸಡ್ ಎಟ್. ಓಕೆ ಬಾಯ್" ಅಂದು ಫೋನಿಟ್ಟೆ.

ಆಮೇಲೆ ನನ್ನ ಕಡೆ ನೋಡಿ ನಗುತ್ತಾ "ಕಾಕು ಸಿಲಿಂಡರ್ ತರೋದಿದೆಯಲ್ಲವೆ? ತನಯ ಇಲ್ಲೇ ಕುಳಿತಿದ್ದಾನೆ, ಅವನನ್ನು ಕರಕೊಂಡು ಬೈಕ್ ಮೇಲೆ ಹೋಗಲೆ? ಪಟ್ಟನೆ ತಂದು ಬಿಡಬಹುದು" ಅಂದರೆ ಅಡುಗೆಮನೆಯಲ್ಲಿದ್ದ ಅಮ್ಮ ಲಗುಬಗೆಯಿಂದ ಹೊರಬಂದು "ಖರೆ... ಎಷ್ಟು ಸರಿಯಾಗಿ ನೆನಪಿಸಿದೆ, ಮನೆಮಂದಿಗೇನಾದರೂ ಖಬರಿದೆಯಾ ನೋಡು. ಏ ತನಯಾ ಏಳೋ... ಪಟ್ಟನೆ ಸಿಲಿಂಡರ್ ತಾ ಹೋಗು" ಅಂತ ಗಡಬಡಿಸಿದ್ದಳು.

ನಾನು ನಿನ್ನತ್ತ ದುರುಗುಟ್ಟಿ ನೋಡುತ್ತಾ "ಬರ್ತೇನಲ್ಲಾ ಅದರಾಗೇನು?" ಅಂತ ಜೋರಾಗಿ ಕೂಗಿದ್ದೆ. ಪಾಪ ಅಮ್ಮನಿಗೆ ಅಕಾರಣವಾಗಿ ನನ್ನ ವಾಲ್ಯೂಮ್ ಏರಿದ್ದೇಕೆ? ಅಂತ ಅರ್ಥವಾಗಿರಲೇ ಇಲ್ಲ.

ಮೊನ್ನೆ ಮೊನ್ನೆ ಒಂದಿನ ನಿದ್ರೆ ಬರದೆ ಅಂಗಳಕ್ಕೆ ಬಂದು ಅಟ್ಟವನ್ನೇ ನೋಡ್ತಾ ಕಟ್ಟೆಯ ಮೇಲೆ ಕೂತಿದ್ದೆ. ಥಟ್ಟನೆ ಸಣ್ಣಗೆ ಸೋನೆ ಹನಿಯತೊಡಗಿತ್ತು ಪುಟ್ಟಾ ಪೂರಾ ತೋಯ್ದು ಹೋದರೂ ಹಾಗೆಯೇ ಕೂತಿದ್ದೆ ನಾ. ವಾಪಸ್ ಬಂದ ಅನುಜಾಳನ್ನು ಬದಲಾವಣೆಗೆಂದು ಶರಯೂ ಮಾವಶಿಯ ಕಡೆ ಬಿಟ್ಟು ಅಪ್ಪ ಅಮ್ಮ ಅದೀಗ ಮರಳಿದ್ದರು. ಸೆರಗು ಬಾಯಿಗ್ಗಚ್ಚಿ ಬಿಕ್ಕುತ್ತಿದ್ದ ಅಮ್ಮನನ್ನು ಬಳಿಗೆಳೆದುಕೊಂಡು ಬೆನ್ನು ಸವರಿದ್ದೆ, ಅಪ್ಪ ಮಾತನಾಡದೆ ಬೂಟು ತೆಗೆದೊಗೆದು ನೇರ ಒಳನಡೆದಿದ್ದರು.

ನನ್ನ ಈಗಿನ ವರ್ತನೆ ನಿನಗೆ ಸೇರಬಹುದಿತ್ತೆ?– ಯಾರ ಬಗ್ಗೆಯೂ ತಕರಾರಿಲ್ಲ, ನನ್ನ ಕಷ್ಟದರಿವು ಇನ್ನೊಬ್ಬರಿಗೆ ಮಾಡಿಕೊಡುವ ಹಾಗಿಲ್ಲ, ಅವರ ಕಷ್ಟದರಿವು ನಾನು ಮಾಡ್ಕೊಳ್ಳೋಹಾಗಿಲ್ಲ.

ಅಪ್ಪ ಒಳಗಿನಿಂದ ಬಂದವರೇ "ನಾಳೆ ಶರಯೂ ಮಾವಶಿಯ ಕಡೆ ಹೋಗಿ ಅನೂಳ ಕೂಡ ಮಾತಾಡಿ ಬಾ. ಅವಳಿಗೆ ಒಂಚೂರಾದ್ರೂ ಹಾಯೆನಿಸಬಹುದು" ಅಂದರು.

ಒಮ್ಮೆಲೇ ಇಲ್ಲವೆಂದು ಅವರ ಮನಸ್ಸಿಗೆ ನೋವು ಮಾಡಲಿಚ್ಛಿಸದೆ "ನೋಡೋಣ, ಫೋನ್ ಮಾಡ್ತೇನೆ. ಆಮೇಲೆ ಹೋಗ್ತೇನೆ" ಅಂದೆ.

ನೀ ಅನುಜಾಳೊಟ್ಟಿಗೇನೇ ಓಡಿ ಹೋಗಿದ್ದೆ ಎಂಬುದು ತಿಳಿದಾಗಿನಿಂದ ನನಗೆ ಕೂತಲ್ಲಿ ನಿಂತಲ್ಲಿ ಒಂದೇ ವಿಚಾರ 'ನೀ ಅದ್ಯಾಕೆ ಹಾಗೆ ಮಾಡಿರಬಹುದು?' ಕಾರಣ ಸಿಗದೆ ಯೋಚಿಸಿ, ಯೋಚಿಸಿ ಹೈರಾಣಾಗುತ್ತೇನೆ.

ನಮ್ಮಿಬ್ಬರ ಗೆಳೆತನ ಅದೆಷ್ಟು ಬೇಗ ಆಗಿತ್ತು? ನನಗಂತೂ ಅಷ್ಟು ಬೇಗ ಯಾರೊಡನೆಯೂ ದೋಸ್ತಿ ಆದದ್ದೇ ಇಲ್ಲ. ನಮ್ಮಿಬ್ಬರ ಅಲರ್ಜಿಗಳ ಪಟ್ಟಿಯೂ ಒಂದೇ ಆಗಿತ್ತಲ್ಲ– ನಾಟಕದ ಪ್ರಾಕ್ಟೀಸ್ ಮುಗಿಸಿದ ಮೇಲೆ ಮನೆ ಮುಟ್ಟಿಸಲು ಮಾತ್ರ ಇನ್ನೊಬ್ಬರತ್ತ ಕೈ ಚಾಚುವ ಹುಡುಗಿಯರು, ಉದ್ಧಟ ರಿಕ್ಷಾವಾಲಾಗಳು, ಸಬ್ಬಸಿಗೆ ಸೊಪ್ಪು, ಲಗ್ನದಲ್ಲಿ ಖಾಯಂ ತೆಗೆಯುವ ಗ್ರೂಪ್ ಫೋಟೋ, ಶರಟಿನ ಮೇಲಿನೆರಡು ಬಟನ್ ಬಿಚ್ಚಿ ತಿರುಗಾಡುವ ಗಂಡಸರು, ಹಲ್ಲಿಗಳು, ತಣ್ಣಗಾಗಿ ಹೋದ

ಚಹಾ, ಪಾಯಖಾನೆಗೆ ಹೋದಾಗ ಕಮೋಡ್ ಮೇಲೆ ಕುಳಿತೇ ಪೇಪರ್ ಓದುವ ರೂಢಿ, ಯಾರಿಗಾದರೂ ಮುತ್ತಿಕ್ಕುವಾಗ ಅವರ ಬಾಯಿಂದ ಬರುವ ಸಿಗರೇಟ್ ವಾಸನೆ, ಚೀಟಿ ಎತ್ತೋ ಪಾರ್ಟಿಗಳಿಗೆ ಹೋಗೋ ಹೆಂಗಸರು... ಇತ್ಯಾದಿ ಇತ್ಯಾದಿ

ಗಾಢ ಒಗರು ಕಾಫಿ, ಮಾತಿಸ್‌ನ ಚಿತ್ರ, ರೂಮಿಯ ಕವಿತೆ, ಬಿಸಿಲಲ್ಲೇ ಬರುವ ಮಳೆ, ಒಟ್ಟಿಗೇ ಸ್ನಾನ, ಅಕ್ಕಿ ಪಾಯಸ, ಟಾಮ್ ಹ್ಯಾಂಕ್ಸ್, ಸನ್ ರೈಸ್ ಕೆಫೆ, ಕಪ್ಪು ಬಿಳಿ ಫೋಟೋ, ಅದೀಗ ಕಣ್ಬಿಡುವಾಗಿನ ಮುಂಜಾನೆಯ ಆ ಶಾಂತ ಕ್ಷಣ, ಮಲೆಯಾಳಿ ಹುಡುಗರು... ಈ ಎಲ್ಲಾದರ ಮೇಲೆ ಬೇಕಾದ್ರೆ ಜೀವ ಕೊಡಲು ತಯ್ಯಾರಿದ್ದೆವಲ್ಲ ಇಬ್ಬರೂ!

ನಮ್ಮಿಬ್ಬರಿಗೂ ಇಷ್ಟವಾದ ಸಂಗತಿಗಳಲ್ಲಿ ಅತಿ ಮಹತ್ವವಾದ ವ್ಯಕ್ತಿಯೊಬ್ಬನಿದ್ದ-ಅದೇ ನೀನು. ತನ್ನ ವಿಚಾರಗಳನ್ನು, ತನ್ನವೇ ಚಿಕ್ಕ ಚಿಕ್ಕ ರೂಢಿಗಳನ್ನು ಎಲ್ಲಕ್ಕಿಂತ ಮುಖ್ಯವಾಗಿ ತನ್ನನ್ನೇ ತಾನು ಇಷ್ಟು ಗಾಢವಾಗಿ ಪ್ರೀತಿಸುವ ವ್ಯಕ್ತಿಯನ್ನು ನಿನ್ನ ಭೇಟಿಯಾಗುವ ಮುನ್ನ ನಾ ಕಾದಂಬರಿಗಳಲ್ಲಷ್ಟೇ ಓದಿದ್ದೆ.

ಒಮ್ಮೊಮ್ಮೆ ನಿನ್ನ ಮೇಲೆ ಅತಿಶಯವಾದ ಸಿಟ್ಟು ಬರುತ್ತದೆ. ನೀನೊಬ್ಬ ವಿಕೃತ ನಟನಂತೆ ಭಾಸವಾಗ್ತೀಯಾ. ನನ್ನ ಹುಚ್ಚುತನಕ್ಕಾಗಿ ಜಿಗುಪ್ಸೆಯಾಗಿಬಿಡ್ತದೆ. ಎಲ್ಲಾ ಖತಂ, ಏನೇನೂ ಉಳಿದಿಲ್ಲ. ಇನ್ಯಾರ ಮೇಲೂ ನನಗೆ ಪ್ರೇಮವೇ ಸಾಧ್ಯವಿಲ್ಲ ಎನ್ನಿಸಿಬಿಡುತ್ತದೆ.

ಮನೆಯಲ್ಲೇ ಕುಳಿತರೆ 'ಮುಖ ಬಾಡಿದ್ದೇಕೆ? ಅದೇಕೆ ಇದೇಕೆ?' ಅಂತ ನೂರು ಪ್ರಶ್ನೆ ಕೇಳ್ತಾರೆಂದು ನಾನು ಅಟ್ಟದ ಕೋಣೆಯಲ್ಲೋ, ಇಲ್ಲಾ ರಶ್ಮಿಯ ಮನೆಯಲ್ಲೋ ಹೋಗಿ ಕುಳಿತುಬಿಡ್ತೇನೆ. ಮಾತು ಮಾತಿಗೆ ತುಂಬಿ ಬರ್ತಿದ್ದ ನನ್ನ ಕಣ್ಣುಗಳಲ್ಲೀಗ ಏನು ಮಾಡಿದ್ರೂ ನೀರು ಬರೋದಿಲ್ಲ. ಹತಾಶೆ ಮಾತ್ರ ಉಳಿದಿದೆ; ನಿನ್ನ ಮೇಲಿನ ಸಿಟ್ಟಲ್ಲ. ಅಟ್ಟದ ಕೋಣೆಗೆ ಹೋದೆನೋ ಏರಿದ್ದ ಕೋಪ ನಿನ್ನ ನೆನಪಿನ ತೀವ್ರತೆಯಲ್ಲಿ ಹಾಗೆಯೇ ಇಳಿದು ಹೋಗ್ತದೆ.

"ಅನುಜಾಳ ಸಲುವಾಗಿ ತನಯ ಇಷ್ಟು ಉದಾಸನಾಗಿದ್ದಾನೆ ಪಾಪ" ಅಂತ ಅಮ್ಮ ಅಪ್ಪ ಎಲ್ಲರ ಬಳಿ ಹೇಳುವಾಗ ನಗಬೇಕೋ ಅಳಬೇಕೋ ತಿಳಿಯದ ಸ್ಥಿತಿ ನನ್ನದು. ಹಿಂದೆಂದೂ ಅಳದ ಅನುಜಾ ಈಗ ಇಪ್ಪತ್ನಾಲ್ಕು ತಾಸೂ ಅತ್ತು ಸುಸ್ತಾಗಿ ಮಲಗಿಬಿಡ್ತಾಳೆ. ಅವಳ ಈ ಪರಿಸ್ಥಿತಿಗೆ ಡಿಪ್ರೆಶನ್ ಅಂತ ಹೆಸರಿಟ್ಟ ಮನೆಯ ಮಂದಿ ಅವಳ ಕಾಳಜಿ ತೆಕ್ಕೊಳ್ಳಲು ನಾ ಮುಂದೆ ನಾ ಮುಂದೆ ಅನ್ನೋ ಥರಾ ಟೊಂಕ ಕಟ್ಟಿ ನಿಂತಿದ್ದಾರೆ.

ಸೈಕಿಯಾಟ್ರಿಸ್ಟ್, ಗುಳಿಗೆಗಳು, ಹವಾ ಬದಲಾವಣೆ ಮತ್ತೇನೇನೋ...

ನನಗೆ ತೀರಾ ಸೇರದ ಆ ಸ್ಪ್ಯಾನಿಶ್ ಕಲಾಕಾರ ಯಾರವನು? ಹಾಂ ಡಾಲಿ. ಅವನ ಚಿತ್ರ ನನಗೆ ಸೇರತೊಡಗಿದ್ದೇ ನಿನ್ನಿಂದ. ನಿನ್ನಂತೆಯೇ ಕೋಕಾಕೋಲಾದಲ್ಲಿ ಉಪ್ಪು ಹಾಕಿ ರುಚಿ ನೋಡತೊಡಗಿದ್ದೆ, ಬಟ್ಟೆಗಳ ಇಸ್ತ್ರಿ ಮಾಡೋದನ್ನು ಬಿಟ್ಟೆ, ಟೈಮ್ಸ್ ಪೇಪರ್ ಓದುವಾಗ ಮುಂದೆ ಡಿಕ್ಷನರಿ ಇಟ್ಟುಕೊಂಡೇ ಕೂಡುವುದು, ಸ್ನಾನವಾದ

ಮೇಲೆ ಒದ್ದೆ ಮೈಯಲ್ಲೇ ಇಲ್ಲೇ ಕಟ್ಟೆಯ ಮೇಲೆ ಕೂಡೋದು ಇವೆಲ್ಲ ಕೂಡಾ ನಿನ್ನಿಂದ ಕಲಿತವೇ.

ನಾ ತೀರಾ ನಿನ್ನಂತೆ ಆಗಿಬಿಟ್ಟೆ ಅಂತಲೇ ನೀ ಓಡಿಹೋಗಲಿಲ್ಲಾ ತಾನೆ?

ರಶ್ಮಿಯ ಬೆಡ್‌ರೂಮಿನಲ್ಲಿ ನಮ್ಮಿಬ್ಬರ ಒಂದು ಫೋಟೋ ಇದೆ. ಅವಳ ಮನೆಯ ಮುಂದಿನ ತೋಟದಲ್ಲಿ ಬೆಂಚಿನ ಮೇಲೆ ಪರಸ್ಪರ ಹೆಗಲ ಮೇಲೆ ಕೈಹಾಕಿಕೊಂಡು ಕ್ಯಾಮೆರಾಗೆ ಬೆನ್ನು ಮಾಡಿ ಕೂತಿದ್ದೇವೆ. ಏನೋ ಸಪ್ಪಳ ಕೇಳಿತೆಂದು ನಾ ಅಚಾನಕ್ಕಾಗಿ ತಿರುಗಿ ನೋಡಿದ ಕ್ಷಣದಲ್ಲೇ ರಶ್ಮಿ ಕ್ಯಾಮರಾ ಕ್ಲಿಕ್ಕಿಸಿರಬೇಕು, ನನ್ನ ಮುಖದಲ್ಲಿ ನಗುವೇನೂ ಇಲ್ಲ, ಆದರೂ ಒಳಗಿನಿಂದ ಉಕ್ಕುತ್ತಿದ್ದ ಆನಂದದ ಝುಲಕು ಸ್ಪಷ್ಟ ಕಾಣ್ತದೆ.

ಅದನ್ನು ಗೋಡೆಯಿಂದ ತೆಗೆದು ಬಿಡಲು ನಾ ರಶ್ಮಿಗೆ ಹೇಳಿದ್ದೇನೆ.

ಮೊದಲ ಬಾರಿ ಅರಿದಮನನಿಂದ ಮೀಟಿಂಗ್‌ಗೆ ಆಮಂತ್ರಣ ಇಮೇಲಿನಲ್ಲಿ ಬಂದಾಗ ತುಸು ಬೇಸರದಿಂದಲೇ ನೀ ಬರಲು ಒಪ್ಪಿದ್ದೆಯಲ್ಲವೆ?

ಬೈಕಿನಲ್ಲಿ ಮೀಟಿಂಗ್‌ನ ಜಾಗ ಹುಡುಕುತ್ತ ಎಷ್ಟೆಲ್ಲಾ ಅಲೆದಿದ್ದೆವು; ಗೊತ್ತರಿಯದ ಸ್ಥಳ, ಮೇಲಾಗಿ ಎಲ್ಲೋ ಗುಡ್ಡದ ಮೇಲೆ. ದೊಡ್ಡ ದೊಡ್ಡ ಬಂಗಲೆಗಳ ನಡುವೆ ಅಡ್ಡಾಡುತ್ತಾ ಹೊತ್ತಾಗಿಬಿಡ್ತು. ನಿನ್ನನ್ನು ಬಲವಂತವಾಗಿ ಎಳಕೊಂಡು ಬಂದಿದ್ದವ ನಾನೇನೋ ನಿಜ, ಆದರೆ ಮನಸ್ಸಿನ ತಯ್ಯಾರಿ ನನ್ನದೂ ಕೂಡಾ ಪೂರ್ತಿಯಿರಲಿಲ್ಲ. ಅರಿದಮನನ ವಿಚಾರವಾದಿ ಗೆಳೆಯರ ಗುಂಪು ನನಗೆ ಇಷ್ಟವಾಗಿತ್ತು, ಹಾಗಾಗಿ ಕುತೂಹಲವಾಗಿತ್ತಷ್ಟೆ.

ಕಳೆದ ಶತಮಾನದ ಕಾದಂಬರಿಗಳಲ್ಲಿ ಹೆಂಡತಿಯೊಟ್ಟಿಗೆ ಸೀರೆ ಆರಿಸಲು ಪೇಟೆಗೆ ಹೋದ ಗಂಡಂದಿರ ಮನಸ್ಥಿತಿಯ ವರ್ಣನೆ ಇರ್ತಿತ್ತಲ್ಲ? ಹಾಗಿತ್ತು ಆಗಿನ ನಿನ್ನ ವರ್ತನೆ.

ಬಾಗಿಲ ಬಳಿಯೇ ಟೇಬಲ್ ಹಾಕಿಕೊಂಡು ಅರಿದಮನ ಕೂತಿದ್ದ; ಬಂದವರ ಹೆಸರು, ಇಮೇಲ್ ಬರೆದುಕೊಳ್ತಾ. ನನ್ನ ಹೆಸರು ಬರೆದುಕೊಂಡಾದ ಮೇಲೆ 'ನಿಮ್ಮ ಪೋಸ್ಟಲ್ ಅಡ್ರೆಸ್ ಕೊಡಲು ಶಕ್ಯವೇ?' ಅಂತ ಕೇಳಿದ್ದ. ನಾ ಅರೆ ನಿಮಿಷ ಯೋಚಿಸಿ "ಓಹೋ, ಅದಕ್ಕೇನು?" ಅನ್ನುತ್ತಾ ರಶ್ಮಿಯ ಅಡ್ರೆಸ್ ಕೊಟ್ಟೆ; ಇಬ್ಬರ ಹೆಸರಿನ ಮುಂದೆಯೂ. ನಮ್ಮಿಬ್ಬರ ಪೋಸ್ಟಲ್ ಅಡ್ರೆಸ್ ಒಂದೇ ಇದ್ದದ್ದು ನೋಡಿ ಅವ ತಕ್ಷಣ ಮುಖವೆತ್ತಿ ನನ್ನ ಕಡೆ ನೋಡುತ್ತಾ "ಗ್ರೇಟ್ ಆರ್ ಯು ಎ ಕಪಲ್?" ಅಂತಂದ. ನಾ ನಿನ್ನ ಕಡೆ ನೋಡಿದರೆ ನೀ ಯಾವುದೋ ಬ್ರೋಚರ್ ಓದೋದರಲ್ಲಿ ಮಗ್ನವಾಗಿದ್ದೆ. ನಾನು ಅರಿದಮನನತ್ತ ನೋಡಿ "ಎಸ್" ಅಂದೆ.

ಒಳಗೆ ಹತ್ತಾರು ಜನರಿದ್ದರು. ಅಲ್ಲಿಯೇ ಆಶೀಷ್ ಮತ್ತು ಸ್ಯಾಮುವೆಲ್‌ರನ್ನು ನಾನು ಮೊದಲ ಬಾರಿ ಭೇಟಿಯಾಗಿದ್ದು. ಆ ಸಣಕಲ ಅರಿದಮನ ಹೇಳಿದ ವಿಚಾರಗಳೆಲ್ಲಾ ನನ್ನ ಮನಸ್ಸಿಗೆ ಒಪ್ಪುತ್ತಾ ಹೋಗಿದ್ದವು.

ಅರಿದಮನ ಕೈ ಅತ್ತಿತ್ತ ತಿರುವುತ್ತಾ ಅಂಕಿ ಅಂಶಗಳ ಪಟ್ಟಿ ಓದತೊಡಗಿದ್ದ–

"ನಾವೆಲ್ಲಾ ಒಟ್ಟಾಗಬೇಕು ನಮ್ಮ ನಮ್ಮ ವಿಚಾರಗಳನ್ನು ಮಂಡಿಸುತ್ತ ಹೋಗಬೇಕು. ಗುಂಪು ಎಷ್ಟೇ ಚಿಕ್ಕದಾದರೂ ಚಿಂತಿಲ್ಲ, ವಿಚಾರ ವಿನಿಮಯ ಶುರುವಾಗಬೇಕು ಅಂಬೋದು ಬಹಳ ಮುಖ್ಯ."

ಇಡೀ ಮೀಟಿಂಗಿನುದ್ದಕ್ಕೂ ಒಬ್ಬ ಕೆಂಪು ಕೂದಲಿನ ಹುಡುಗ ನಿನ್ನತ್ತಲೇ ದೃಷ್ಟಿ ನೆಟ್ಟು ಕೂತ ಬಗ್ಗೆ ನಾ ಅಚಾನಕ್ಕಾಗಿ ಅಸ್ವಸ್ಥನಾಗತೊಡಗಿದ್ದೆ.

ರಾತ್ರಿ ಬೈಕಿನಲ್ಲಿ ಮರಳುವಾಗ ನೀನೆಂದೆ,

"ಅವರ ವಿಚಾರಗಳೇನೋ ಹಂಡ್ರೆಡ್ ಪರ್ಸೆಂಟ್ ಖರೆ. ಆದರೆ ಹೀಗೆ ಎಲ್ಲಾ ಒಂದು ಕಡೆ ಕೂಡಿ ಏನು ಮಾಡೋದಿದೆ? ನನಗೇನೋ ಮೋಟಿವೇಶನ್ ಕಾಣೋದಿಲ್ಲ."

"ಅದು ನಿಜಾನೋ. ಸುಮ್ಮನೆ ಗುಂಪು ಕೂಡಿ ಅವರಿವರ ವಿರೋಧ ಮಾಡಿ ಮಾತಾಡ್ತಾ ಕೂಡೋದು ನನಗೂ ಇಷ್ಟವಿಲ್ಲ. ಆದರೆ ಈ ನಿಮಿತ್ತದಿಂದಾಗಿ ನಮ್ಮಂಥಾ ಜನರ ಭೇಟಿಯಾದ್ರೂ ಆಗ್ತದಲ್ಲವೆ?"

"ವೆಲ್ ಹೆಂಗಿದ್ದೇವೋ ಹಂಗೇನೇ ಮಸ್ತ್ ಇರ್ತಾ ಹೋಗೋದಪ್ಪಾ. ಪ್ರಾಬ್ಲೆಮ್ಸ್ ಬಂದರೆ ಏನೀಗ? ಲೆಟ್ಸ ಫೇಸ್ ದೆಮ್. ನಾ ನಿನ್ನಂಥಾ ಕುಟುಂಬದಲ್ಲಿ ಬೆಳೆದಿಲ್ಲವಲ್ಲ, ಹೀಗಾಗಿ ನನಗೆ ಅಂಥಾ ಪ್ರಾಬ್ಲೆಮ್ಸ್ ಇಲ್ಲವೇ ಇಲ್ಲ ಅಥವಾ ಇದ್ದರೂ ನಾ ಅವನ್ನೆಲ್ಲ ಆಕ್ಸೆಪ್ಟ್ ಮಾಡಿಬಿಟ್ಟಿದ್ದೇನನ್ನು."

ನೀ ಅಚಾನಕ್ಕಾಗಿ ಹಾಡತೊಡಗಿದ್ದೆ. ನಾವು ಊರೊಳಗೆ ಬಂದ ಮೇಲೆ ಕಾರುಗಳ ಹಾರ್ನ್, ಟ್ರಕ್ಕು ಲಾರಿಗಳ ಸದ್ದು ನಿನ್ನ ಹಾಡಿನಲ್ಲಿ ಕೂಡಿ ಹೋಯಿತು. ಆದರೆ ನಿನಗದೆಲ್ಲದರ ಅರಿವಿದ್ದರೆ ತಾನೆ? ನನ್ನ ಭುಜಗಳ ಮೇಲೆ ಬೆರಳುಗಳಿಂದ ಬಾರಿಸುತ್ತಾ ಹಾಡುತ್ತಲೇ ಇದ್ದೆ. ಸಿಗ್ನಲ್‌ನ ಟ್ರಾಫಿಕ್ ಪೋಲೀಸ್, ಎದುರಿನಿಂದ ಬಂದ ಗಾಡಿಗಳ ಚಾಲಕರೆಲ್ಲ ನಮ್ಮತ್ತ ನೋಡಿ ನಗುತ್ತಿದ್ದರು. ಕಾರಿನವರು ತಮಾಷೆ ನೋಡಲು ಕಿಟಕಿಯ ಕಾಜಿಳಿಸಿದ್ದರು. ನೀನೂ ಅವರತ್ತ ನೋಡಿ ನಕ್ಕು ಮತ್ತೆ ಶುರು ಹಚ್ಚಿಕೊಂಡಿದ್ದ ಹಾಡು ಬೈಕ್ ಬಂದು ಮನೆಯಂಗಳದಲ್ಲಿ ನಿಂತಾಗಲೇ ನಿಂತದ್ದು. ಬೈಕಿನಿಂದಿಳಿದವನೇ ನನ್ನ ಹೊಟ್ಟೆಗೆ ಪಟ್ಟೆಂದು ಗುದ್ದಿ 'ಬೇಗ ಊಟ ಮಾಡಿ ಮೇಲೆ ಬಾ' ಅಂದಿದ್ದೆ.

ಮಸ್ತ್ ಸೀಟಿ ಹೊಡೆಯುತ್ತಾ ನಾಲ್ಕು ನಾಲ್ಕು ಮೆಟ್ಟಿಲುಗಳನ್ನು ಒಟ್ಟಿಗೆ ಜಿಗಿಯುತ್ತಾ ನೀ ಅಟ್ಟದ ಮೇಲೆ ಹೋಗಿಯಾದ ಮೇಲೆ ನನಗೆ ನೀನೆಂದ ಮಾತುಗಳರ್ಥ ತಿಳಿದಿತ್ತು.

'ಆದದ್ದೆಲ್ಲಾ ಒಳಿತೇ ಆಯಿತು' ಅಂತ ನಮ್ಮ ಕಡೆ ಹೇಳ್ತಾರೆ. ಮರಾಠೀ ಕುಟುಂಬದಲ್ಲಿ ಯಾರಾದ್ರೂ ತುಸು ಉದಾಸವಾಗಿ ಕೂತ್ರೆ ಮುಗೀತು. ಮನೆಯ ಪ್ರತಿಯೊಬ್ಬ ಸದಸ್ಯನಲ್ಲಿ ಹುದುಗಿರುವ ಸೈಕಿಯಾಟ್ರಿಸ್ಟ್ ಏಕದಂ ಮೇಲೆದ್ದು ಬಿಡ್ತಾನೆ. ಅಲ್ಲಿಂದ ಎಲ್ಲರ ಕೌನ್ಸಲಿಂಗ್ ಶುರು. ನಮ್ಮಂಥವರ ಬಾಯಿಯಿಂದ ಜಗಜಿತ್ ಸಿಂಗ್‌ನ ಪ್ರಸಿದ್ಧ ಗಝಲ್‌ಗಳ ಸಾಲು ಉದುರಿದರೆ ಅಜ್ಜಿಯಂಥವರು "ತುಕೋಬಾನೇ ಹೇಳಿಲ್ಲವೆ

ಬದುಕೆಂದರೆ ಇಷ್ಟೆ" ಅಂತ ಶುರು ಮಾಡುತ್ತಾರೆ. ಆದರೆ ಎಲ್ಲಾ ಕೌನ್ಸಲಿಂಗಿನ ಹುಕುಂ ಎಕ್ಕಾ ಎಂದರೆ 'ಆದದ್ದೆಲ್ಲಾ ಒಳಿತೇ ಆಯ್ತು' ಎಂಬ ವಾಕ್ಯ.

ಮೊನ್ನೆ ಮಾತ್ರ ಅನುಜಾಳನ್ನು ನಿಜವಾದ ಸೈಕಿಯಾಟ್ರಿಸ್ಟ್ ಕಡೆ ಕರಕೊಂಡು ಹೋಗಿದ್ದೆ. ಅವಳು ಕ್ಯಾಬಿನ್ ಒಳಗಡೆ ಹೋದ ಮೇಲೆ ನಾ ಹೊರಬಂದು ಕ್ಲಿನಿಕ್ಕಿನ ಕಟ್ಟೆಯ ಮೇಲೆ ಕೂತೆ. ಅದೀಗ ಮಳೆ ಬಂದು ನಿಂತಿತ್ತು. ರಸ್ತೆಯ ಬದಿಗೆಲ್ಲ ಕೆಸರು. ಅಷ್ಟರಲ್ಲಿ ಒಂದು ಶಾಲಾ ಬಸ್ ಬಂದು ನಿಂತಿತು. ಭಾರವಾದ ಸ್ಕೂಲ್ ಬ್ಯಾಗ್, ನೀರಿನ ಬಾಟಲಿ ಹಿಡಕೊಂಡು ತೋಲ ಸಂಭಾಳಿಸುತ್ತಾ ಪುಟ್ಟ ಹುಡುಗನೊಬ್ಬ ಅದರಿಂದಿಳಿದ. ಕರೆಯಲು ಅಮ್ಮ ಅಕ್ಕ ಯಾರೂ ಬರದ್ದನ್ನು ನೋಡಿ ಗಲ್ಲ ಘುರ್‍ರೆಂದು ಉಬ್ಬಿಸಿಕೊಂಡು ಅಲ್ಲೇ ಫೂಟ್ ಪಾತ್ ಮೇಲೆ ಕೂತುಬಿಟ್ಟ. ಗಲ್ಲದ ಮೇಲೆ ಕೈ, ಆ ಕಡೆಯೊಮ್ಮೆ ಈ ಕಡೆಯೊಮ್ಮೆ ನೋಟ; ನೋಟದಲ್ಲಿ ಪ್ರತೀಕ್ಷೆ.

ನಿಸ್ತೇಜ ಮುಖದ ಅನುಜಾಳನ್ನು ಡಾಕ್ಟರ್ ಹೊರ ಕರೆದು ತಂದಾಗ ಅವಳ ಮುಖವದೆಷ್ಟು ಮುದ್ದಾಗಿ ಕಂಡಿತ್ತು; ಮನಸ್ಸಿನಲ್ಲಿದ್ದುದನ್ನೆಲ್ಲಾ ಹೇಳಿಕೊಂಡು ಬಿಡಬೇಕೆನ್ನಿಸುವಷ್ಟು.

ಡಾಕ್ಟರ್ "ನೋಡು ಆದದ್ದೆಲ್ಲಾ ಒಳಿತೇ ಆಯ್ತು. ನಾನು ಒಂದಿಷ್ಟು ವ್ಯಾಯಾಮಗಳನ್ನು ಹೇಳಿದ್ದೇನೆ, ಮಾಡಿಸಲು ಮರೆಯಬೇಡ. ಅಲ್ಲಾ ಎಂಥಾ ಸುಂದರ ಮಳೆಗಾಲವಿದೆ. ಇವಳನ್ನು ಎಲ್ಲಾದ್ರೂ ಟ್ರೆಕಿಂಗ್ ಗಿಕ್ಕಿಂಗ್ ಕರದೊಯ್ಯಲ್ಲಾ?" ಅಂದರೆ ನಾ ಖೊಕ್ಕೆಂದು ನಕ್ಕು ಬಿಟ್ಟೆ. ಅವರ ಪ್ರಶ್ನಾರ್ಥಕ ಚಿಹ್ನೆಯ ಮುಖಮುದ್ರೆಯತ್ತ ನೋಡದೆ ಅನುಜಾಳನ್ನು ಹೊರಗೆ ಕರೆತಂದಾಗ ಫುಟ್ ಪಾತ್ ಮೇಲೆ ಯಾರೂ ಇರಲೇ ಇಲ್ಲ. ಪುಟ್ಟ ಹುಡುಗ ಹೊರಟು ಹೋಗಿದ್ದ.

ನಾ ಅನುಜಾಳತ್ತ ನಿರ್ಭಾವುಕನಂತೆ ದಿಟ್ಟಿಸುತ್ತ ನಿಂತ ಆ ಕ್ಷಣದಲ್ಲಿ ಈಗ ಆಗಿ ಹೋದದ್ದರಲ್ಲಿ ನನ್ನ ಒಳ್ಳೆಯದಕ್ಕಾಗಿ ಏನಿತ್ತು? ಅಂತ ನನಗೆ ತಿಳಿಯಲೇ ಇಲ್ಲ.

ನನ್ನ ಅಕ್ಕ ಪಕ್ಕ ಕೆಲ ಮನುಷ್ಯರು ಕಾಣತೊಡಗಿದ್ದಾರೆ, ಏನೂ ಮಾತನಾಡದೆ ನನಗೆ ಗೊತ್ತು ಕೂಡಾ ಮಾಡಿಸದಂತೆ ಅವರು ನನ್ನ ಜೊತೆಯಾಗ್ತಾರೆ. ನಡೀತಾ ನಡೀತಾ ಅಕಸ್ಮಾತ್ತಾಗಿ ತೋರಿಸಿಕೊಡ್ತಾರೆ– 'ಅರೆ ನಾವು ಯಾವಾಗಲೂ ನಿನ್ನೊಂದಿಗೇನೇ ಇದ್ದೆವು, ನೀ ನೋಡಿಯೇ ಇಲ್ಲವೆ?'

ರಶ್ಮಿ ತನ್ನ ಫ್ಲಾಟಿನ ಒಂದು ಕೀಲಿಕೈ ನನಗೆ ಕೊಟ್ಟಿಟ್ಟಿದ್ದಾಳೆ. ರಾತ್ರಿಯೂಟದ ನಂತರ ಕಾಫಿ ಕುಡಿಯಲೆಂದು ಹೊರಬಿದ್ದಾಗ ಆಶೀಷ್ ಮತ್ತು ಸ್ಯಾಮುವೆಲ್ ಜೊತೆಯಾಗುತ್ತಾರೆ. ಶ್ರೀಕೃಷ್ಣನ ಕಡೆ ನೋಡಿದಾಗೆಲ್ಲಾ ಅವನ ಕಣ್ಣಲ್ಲಿ ನಾನಿದ್ದೇನಲ್ಲ ಎಂಬ ಭರವಸೆ ಕಾಣ್ತದೆ.

ರಿಸಲ್ಟ್ ಆಗುವವರೆಗೂ ಕೈಲಿ ಖಾಲಿ ಟೈಮೋ ಟೈಮ್. ಅದಕ್ಕೆಂದೇ ಮಧ್ಯಾಹ್ನದ ಸಮಯ ಕೊಲ್ಲಲು ರಶ್ಮಿಯ ಮನೆಯಲ್ಲಿ ಠಳಾಯಿಸುತ್ತೇನೆ. ಅವಳ ಮನೆಯ ಮುಂದಿನ ಬಾಗಿಲು ಜಡಿಯಿತೋ, ಹೊರಗಿನ ಜಗತ್ತಿನ ಕೊಂಡಿಯೇ ಮುರಿದಂತೆ. ಆ ಮನೆಗೆ ಹಿಂಬಾಗಿಲು, ರಸ್ತೆಯ ಪಕ್ಕದ ಕಿಟಕಿ, ಹೀಗೆಲ್ಲಾ

ಏನೂ ಇಲ್ಲವೇ ಇಲ್ಲ. ಹೀಗಾಗಿ ನಾ ಆರಾಮಾಗಿ ಆ ಸೋಫಾವೊಮ್ಮೆ ಈ ಸೋಫಾವೊಮ್ಮೆ ಅಂತ ಜಾಗ ಬದಲಾಯಿಸುತ್ತಾ ಶೆಲ್ಫ್‌ನ ಎಲ್ಲಾ ಪುಸ್ತಕಗಳ ನಾಲ್ಕು ನಾಲ್ಕು ಪೇಜು ತಿರುವುತ್ತೇನೆ. ಚಹಾದ ಮೇಲೆ ಚಹಾ ಮಾಡಿ ಕುಡಿಯುತ್ತೇನೆ. ಬ್ಲೂ ಫಿಲ್ಮ್ ನೋಡ್ತೇನೆ. ಆಮೇಲೆ ಶಾವರಿನಡಿ ಗಂಟೆಗಟ್ಟಳೆ ಸ್ನಾನ ಮಾಡಿ ನಾಲ್ಕು ಹೊಡೆವುದನ್ನೇ ಕಾಯ್ತಾ ಕೂಡ್ತೇನೆ.

ನಾಲ್ಕೆಂದರೆ ರಶ್ಮಿ ಬರುತ್ತಾಳೆ. ಯಾವಾಗ್ಲೂ ಅವಳ ಎಡಕೈಯಲ್ಲಿ ಪರ್ಸ್ ಮತ್ತು ಬಲಗೈಯಲ್ಲಿ ಗಚ್ಚಾಗಿ ತುಂಬಿದ ಎಂಥದೋ ಒಂದು ಚೀಲ ಇರಲೇ ಬೇಕು. ಅದರಲ್ಲಿ ಕಾಯಿಪಲ್ಲೆ, ಇಸ್ತ್ರಿಗೆಂದು ಕೊಟ್ಟ ಬಟ್ಟೆ, ನನಗಿಷ್ಟವೆಂದು ಕಟ್ಟಿಸಿಕೊಂಡು ಬಂದ ಬಿಸಿ ಬಿಸಿ ವಡಾ ಪಾವ್ ಹೀಗೆ ಏನೇನೋ ಇರುತ್ತೆ. ಬಾಗಿಲು ತೆರೆದೊಡನೆ ರಶ್ಮಿಯ ನಗುವ ಮುಖ ಕಂಡೇ ನನಗೆ ಹಾಯೆನಿಸುತ್ತದೆ. ನಾ ಚಹಾ ಮಾಡಿದ ಮೇಲೆ ಇಬ್ಬರ ಕೈಲೂ ಕಪ್; ಬಾಯ್ತುಂಬಾ ಮಸ್ತ್ ಹರಟೆ. ಆಮೇಲೆ ಆರೂವರೆಗೆ ಜಿಮ್‌ಗೆ ಹೋಗ್ತಾ ಹೋಗ್ತಾ ಅವಳು ನನ್ನನ್ನು ಮನೆಗೆ ಬಿಟ್ಟು ಹೋಗ್ತಾಳೆ.

ಒಂದಿನ ಅವಳ ಒದ್ದೆ ತಲೆಗೂದಲೊರೆಸುತ್ತಾ ಕೂತಾಗ "ನನಗೆ ಹುಡುಗಿಯರು ಇಷ್ಟವಾಗ್ತಿದ್ದರೆ ನಿನ್ನನ್ನೇ ಲಗ್ನವಾಗ್ತಿದ್ದೆ" ಎಂದೆ.

"ಬಾಪ್ ರೆ! ಆದರೆ ನಾ ಆಗ್ತಿರಲಿಲ್ಲಪ್ಪಾ. ಬೇಕಾದ್ರೆ ಯಾವಾಗಾದರೊಮ್ಮೆ ವಾರಪೂರ್ತಿ ನಿನ್ನ ಕಡೆ ಬಂದು ಇರ್ತಿದ್ದೆನಷ್ಟೆ. ಆಮೇಲೆ ನಾನುಂಟು ನನ್ನೀ ಮನೆಯುಂಟು" ಅನ್ನುತ್ತ ನನ್ನ ಮುಂಗುರುಳನ್ನು ಪ್ರೀತಿಯಿಂದ ತೀಡಿದಳು.

"ಮತ್ತೆ ನಸೀಬಿನಾಟ ನೋಡು, ಎಲ್ಲಕ್ಕಿಂತ ಇಷ್ಟವಾದ ಯುವಕ ಇಲ್ಲೇ ನನ್ನೆದುರಿದ್ದಾನೆ, ಆದ್ರೆ ಆ ಯುವಕನಿಗೂ ಯುವಕರೇ ಇಷ್ಟ, ಯುವತಿಯರ ಬಗ್ಗೆ ಭಾವನೆಗಳೇ ಇಲ್ಲ" ಎಂದು ನಕ್ಕಳು.

ರಶ್ಮೀನೂ ಒಂಥರಾ ಮಜೇದಾರ್ ಸ್ವಭಾವದವಳು. ತಾನಾಗೇ ನಿನ್ನ ವಿಷಯವನ್ನೆಂದೂ ಎತ್ತೋದೇ ಇಲ್ಲ. ಒಂದು ವೇಳೆ ನಾನೆತ್ತಿದರೂ ಸತತ ಟಾಪಿಕ್ ಬದಲಾಯಿಸೋ ಯತ್ನ ಚಾಲು. ಹಾಗಾಗಿ ನಿನ್ನ ಬಗ್ಗೆ ಮಾತಾಡದಂತೆ ಎಚ್ಚರವಹಿಸುತ್ತೇನೆ ಈಗೀಗ. ನೀ ನಮ್ಮ ಸಂಭಾಷಣೆಯಿಂದ ಸಂಪೂರ್ಣ ಗಾಯಬ್ ಆಗಿಬಿಟ್ಟಿದ್ದೀ ಅಂದರೂ ಅಡ್ಡಿಯಿಲ್ಲ. ನನಗೀಗ ಲಕ್ಷ್ಯಕ್ಕೆ ಬಂದಿದೆಯಲ್ಲಾ– ರಶ್ಮಿಯೊಟ್ಟಿಗೆ ಕಳೆವ ಆ ಕೆಲ ತಾಸು ನನಗೆ ಅತೀವ ಶಾಂತತೆ ಮತ್ತು ಸಮಾಧಾನ ಕೊಡ್ತಾವೆ. ಆದರೆ ಯಾಕೆ ಹಾಗೆ?

ಆರೂವರೆಗೆ ರಶ್ಮಿ ಜಿಮ್‌ಗೆ ಹೋಗ್ತಾ ಹೋಗ್ತಾ ನನ್ನ ಮನೆಗೆ ಬಿಟ್ಟು ಹೋಗ್ತಾಳಲ್ಲ, ಆಗ ಅಸೀಮನಿನ್ನೂ ಬಂದಿರುವುದಿಲ್ಲ. ಅಮ್ಮ ಅಪ್ಪ ಶರಯೂ ಮಾವಶಿಯ ಮನೆಯಲ್ಲಿ; ಗೇಟಿಗೆ ಚಿಲಕ. ನಾ ಮನೆಯ ಬೀಗ ತೆಗೆದು ಒಳಹೋಗಿ ಬಾಗಿಲು ಹಾಕಿಕೊಳ್ಳುತ್ತೇನೆ. ಆದರೆ ಈ ಮನೆ ರಶ್ಮಿಯ ಮನೆಯಂತಲ್ಲ. ಮುಂದೊಂದು, ಹಿಂದೊಂದು, ಮತ್ತೆ ಪಕ್ಕಕ್ಕೊಂದು ಹೀಗೆ ಮೂರು ಬಾಗಿಲಿವೆ.

ರಸ್ತೆಗೆ ತೆರಕೊಳ್ಳುವ ನಾಲ್ಕು ಮತ್ತು ಹಿತ್ತಲಿಗೆ ತೆರಕೊಳ್ಳುವ ಐದು ಕಿಟಕಿಗಳಿವೆ. ಪ್ರತ್ಯೇಕ ಕಿಟಕಿಯಾಚೆ ಗದ್ದಲವಿದೆ. ಮನೆಯ ಒಳಗಣ ಕೋಣೆಗಳ ನಡುವೆ ಬಾಗಿಲುಗಳೇ ಇಲ್ಲ, ಬರಿದೇ ಚೌಕಟ್ಟುಗಳು!

ಈ ಮನೆಯಲ್ಲಿ ಯಾರಿಗೂ ಏಕಾಂತ ಸಾಧ್ಯವೇ ಇಲ್ಲ. ಮನೆಮಂದಿಯ, ಎದುರಿನವರ, ರಸ್ತೆಯಲ್ಲಿ ಕಾಯಿಪಲ್ಲೆ ಮಾರುವವರ ಹೀಗೆ ನಾನಾ ಜನರ ಕಣ್ಣು ಸದಾ ನಿಮ್ಮ ಮೇಲಿರುತ್ತದೆ. ನಿಮ್ಮ ದುಃಖ ಬೇರೆಯವರಿಗೆ ತಿಳಿಯಲಿಲ್ಲ ಅಂದರೆ ಅದು ದುಃಖವೇ ಅಲ್ಲ. ನಮ್ಮ ಆನಂದ ಮತ್ತು ದುಃಖ– ಎರಡನ್ನೂ ಏಕದಂ ಸ್ಪಷ್ಟವಾಗಿ ಎಲ್ಲರಿಗೂ ತೋರಿಸಲೇ ಬೇಕಿಲ್ಲಿ. ಯಾಕಂದ್ರೆ ಈ ಮನೆಗೆ ಮುಂದೊಂದು, ಹಿಂದೊಂದು, ಪಕ್ಕಕ್ಕೊಂದು ಹೀಗೆ ಮೂರು ಬಾಗಿಲಿವೆ. ಮತ್ತೆಷ್ಟೋ ಕಡೆ ಎರಡು ಕೋಣೆಗಳ ನಡುವೆ ಬಾಗಿಲೇ ಇಲ್ಲ, ಗೋಡೆಯಲ್ಲಿದ್ದ ಕಪಾಟಿನ ಬಾಗಿಲಿಗೆ ನೀ ನಿನ್ನ ಆಯಿ ಬಾಬಾನ ಫೋಟೋ ಅಂಟಿಸಿದ್ದೆ; ನೀ ಹತ್ತನೆಯ ಕ್ಲಾಸಿನಲ್ಲಿದ್ದಾಗಲೇ ವಿಮಾನ ದುರ್ಘಟನೆಯಲ್ಲಿ ತೀರಿ ಹೋದ ಆಯಿ ಬಾಬಾನ ಫೋಟೋ.

ಅವರ ಬಗ್ಗೆ ನೀ ಹೆಚ್ಚೇನೂ ಹೇಳಲೇ ಇಲ್ಲ. ಆ ಫೋಟೋಕ್ಕೂ ನಮಸ್ಕಾರ ಇತ್ಯಾದಿ ನೀ ಮಾಡಿದ್ದೂ ಕೂಡಾ ನಾ ನೋಡಿಯೇ ಇಲ್ಲ. ನಿನ್ನ ಬಾಬಾ ಪ್ಯಾರಿಸ್‌ನಲ್ಲಿ ಭಾರತೀಯ ಎಂಬಸಿಯಲ್ಲಿ ಮಹತ್ವದ ಸ್ಥಾನವೊಂದರಲ್ಲಿ ಕನ್ಸಲ್ಟೆಂಟ್ ಇದ್ದರು ಮತ್ತು ಆಯಿ ಪತ್ರಕರ್ತಳಾಗಿದ್ದಳೆಂದು ಹೇಳಿದ್ದೆ. ತಂದೆಗೆ ನೀ 'ಏ... ಬಾಬಾ' ಅಂತ ಕರೆಯೋದು ನಂಗೊಂಥರಾ ಮಜಾ ಅನ್ನಿಸೋದು. ನಮಗೆ ಹ್ಯಾಗೆ ಭೀಮರೂಪಿ... ಇತ್ಯಾದಿ ಶ್ಲೋಕ ಬಾಯಿಪಾಠವೋ ನಿನಗೆ ಫ್ರೆಂಚ್ ಭಾಷೆಯ ಎಷ್ಟೋ ಮಾತು ಬಾಯಿಪಾಠ. ಎಲ್ಲೆಲ್ಲೋ ವರ್ಗವಾಗಿ ಕಡೆಗೆ ಪ್ಯಾರಿಸ್ಸಿನಲ್ಲೇ ಐದು ವರ್ಷ ಇರಬೇಕಾಗಿ ಬಂದರೂ ಅವರು ನಿನ್ನನ್ನಲ್ಲಿಗೆ ಕರೆದೊಯ್ದದ್ದು ಒಂದು ಬಾರಿ ಮಾತ್ರ. ರಾತ್ರಿಯ ಝಗಮಗದಲ್ಲಿ ಕಂಡ ಐಫೆಲ್ ಟಾವರ್, ಎಂಟೂವರೆಯಾದರೂ ಮುಳುಗದ ಸೂರ್ಯ, ಎಂಥೆಂಥದೋ ರುಚಿಕರ ತಿನಿಸುಗಳು– ನೀ ಹತ್ತು ವರ್ಷದವನಿದ್ದಾಗ ನೋಡಿದ ಪ್ಯಾರಿಸ್‌ನ ಆ ನೆನಪುಗಳು...

ತಂದೆ ಸತತ ಪರದೇಶದಲ್ಲೇ ಇದ್ದರೆಂದೋ ಏನೋ ತಾಯಿಯ ಬಗ್ಗೆ ನೀ ಒಂದೆರಡು ಮಾತು ಹೆಚ್ಚು ಹೇಳಿರಬಹುದಷ್ಟೆ– ಯಾವಾಗ್ಲೂ ಕಣ್ಣಿಗೆ ಚಷ್ಮಾ, ಟೇಬಲ್ಲಿನೆದುರೇ ವಾಸ್ತವ್ಯ. ಸತತ ಓದು ಬರಹದ ಗೀಳು, ನಿನ್ನನ್ನು ಬ್ಯಾಕ್ ಪ್ಯಾಕ್ ತರಹ ಹಾಕಿಕೊಂಡು ಪೇಟೆಯೆಲ್ಲಾ ತಿರುಗಾಡುತ್ತಿದ್ದ, ನಿನಗೆ ಸ್ವತಃ ಈಜು ಕಲಿಸುತ್ತಿದ್ದ, ಬೇರೆ ಬೇರೆ ಇಂಗ್ಲೀಷ್ ಸಿನಿಮಾಗಳಿಗೆ ಕರೆದೊಯ್ದು ನಿನ್ನೊಟ್ಟಿಗೆ ಪಾಪ್‌ಕಾರ್ನ್ ತಿನ್ನುತ್ತಿದ್ದ ನಿಮ್ಮಮ್ಮನ ವಿಚಾರ ಕೇಳಲೇ ಮಜಾ ನನಗೆ!

ಬಾಬಾ ಮನೆಗೆ ಬಂದರೋ ಆಯಿಯ ಸಾಂಗತ್ಯವೇ ಕಡಿಮೆಯಾಗಿಬಿಡೋದು, ಅಂತಲೇ ಬಾಬಾನ ಮೇಲೆ ನಿನಗೆ ಸಿಟ್ಟು, ನಿನ್ನ ಪುಸ್ತಕದ ಬಾಕ್ಸಿನಲ್ಲಿ ಯಾವುದೋ ಎರಡು ಕಾದಂಬರಿಗಳನ್ನು ನೋಡಿದ್ದೆ; ಒಂದರ ಮೇಲೆ ನಿನ್ನ ಬಾಬಾನ ಹೆಸರು, ಇನ್ನೊಂದರ ಮೇಲೆ ಆಯಿದಿತ್ತು.

ನಮ್ಮ ಮನೆಯಲ್ಲಿ ನಮ್ಮಮ್ಮನಿಗೊಂದು ಬೇರೆ ಕಪಾಟಂತ ಇರಲೇ ಇಲ್ಲ. ನನಗೆ ಎಲ್ಲರ ಕಣ್ಣು ತಪ್ಪಿಸಿ "ತೆರೆದು ನೋಡಲು" ಅನುಮತಿ ಇಲ್ಲದ ಕಪಾಟು ಕಿತ್ತಾಡೋದೆಂದರೆ ಎಲ್ಲಿಲ್ಲದ ಸಂತೋಷ. ಚಿಕ್ಕವನಿದ್ದಾಗ ಒಮ್ಮೆ ಮನೆಯಲ್ಲಿ ಯಾರೂ ಇಲ್ಲದ ಸಮಯ ನೋಡಿ ಅಡುಗೆಮನೆಯ ಧಾನ್ಯದ ಕಪಾಟು ತೆರೆದು ಸ್ಟೂಲಿಟ್ಟುಕೊಂಡು ಕೂತಿದ್ದೆ. ಅಮ್ಮನ ಔಷಧಿಯ ಚೀಟಿ, ಶರಯೂ ಮಾವಶಿ ಸಾಂಗ್ಲಿಯಲ್ಲಿದ್ದಾಗ ಬರೆದ ಪತ್ರ, ಅಲ್ಲಿಲ್ಲಿ ಇಟ್ಟಿದ್ದ ಎರಡರ-ಐದರ ನೋಟುಗಳು, 'ಮೊಟ್ಟೆಯಿಲ್ಲದ ಕೇಕ್' ಅಂತ ಶೀರ್ಷಿಕೆ ಹೊತ್ತ ಹರಿದು ಚಿಂದಿಯಾದ ರೆಸಿಪಿಯ ಹಾಳೆ, ಪೋಸ್ಟಿನ ಜೀರ್ಣವಾದ ಪಾಸ್‌ಬುಕ್... ಇನ್ನೂ ಏನೇನೋ ವಸ್ತುಗಳು! ಪ್ರತಿ ವಸ್ತುವಿಗೂ ಡಾಂಬರು ಗೋಲಿಯ ವಾಸನೆ.

ಕಪಾಟಿನ ಬಾಗಿಲಿನ ಒಳಮಗ್ಗುಲಿಗಿದ್ದ ನಿನ್ನ ಆಯಿ ಬಾಬಾನ ಫೋಟೋ ಯಾವಾಗ ಕಾಣಲಿಲ್ಲವೋ ಆಗ ನನಗೆ ಖಾತ್ರಿಯಾಗಿತ್ತು- ಕೂಡಲೇ ಮರಳಬೇಕೆಂದು ನೀ ಹೋದವನೇ ಅಲ್ಲವೆಂದು.

ನಿನ್ನ ಸಂಬಂಧಿಕರ ಪೈಕಿ ನನಗೆ ಗೊತ್ತಿದ್ದವರೆಷ್ಟು ಮಂದಿ? ನಿನ್ನ ತಂದೆತಾಯಿ, ನಿಮ್ಮ ಆಸ್ತಿಯ ವಿಲೇವಾರಿ ಮಾಡಿದ ದೀಕ್ಷಿತ್ ವಕೀಲ್, ಹೆತ್ತವರು ಹೋದ ಮೇಲೆ ಸ್ವಾರ್ಥದ ಉದ್ದೇಶದಿಂದ ತನ್ನ ಮನೆಗೆ ಕರೆದೊಯ್ದ ಸೀಮಾ ಮಾವಶಿ ಮತ್ತು ಏನೂ ಅರಿಯದ ನಿನ್ನ ದೇಹ ಮನಸ್ಸುಗಳೊಡನೆ ಆಟವಾಡಿದ ಆಕೆಯ ನಾಲಾಯಕ್ ಗಂಡ!

ನನಗೀಗ ಲಕ್ಷಕ್ಕೆ ಬರುತ್ತಿದೆ- ನಿನಗೆ ಪತ್ರಗಳೇ ಬರುತ್ತಿದ್ದಿಲ್ಲ, ಫೋನ್ ಬಂದರೂ ಅವು ಇಲ್ಲಿಯ ಗೆಳೆಯರವು ಮಾತ್ರ. ಇಮೇಲ್ ಪ್ರಶ್ನೆಯೇ ಇದ್ದಿಲ್ಲ, ಯಾಕಂದ್ರೆ ಇಮೇಲ್ ಅಂದರೇನೇ ಅಲರ್ಜಿ ನಿನಗೆ.

ನಿನ್ನ ಬದುಕಿನಲ್ಲಿ ಬಂದ ಇತರ ಮಂದಿ ಎಲ್ಲಿದ್ದಾರೆ?- ದೂರದ ಸಂಬಂಧಿಕರು, ಕಾಲೇಜಿನ ಮಿತ್ರರು, ಆಯಿ ಬಾಬಾನ ಗೆಳೆಯರು, ಶಾಲೆಯ ಹಳೆಯ ದೋಸ್ತರು, ಮನೆಯಲ್ಲಿ ವರ್ಷಾನುವರ್ಷ ಕೆಲಸ ಮಾಡಿರಬಹುದಾದ ಬಾಯಿ- ಯಾರೆಂದರೆ ಯಾರೂ ಇಲ್ಲವೆಂದರೆ ಹ್ಯಾಗೆ? ಎಲ್ಲರನ್ನೂ ಎಲ್ಲಿ ಹುಗಿದಿಟ್ಟಿದ್ದೀಯಾ?

ಮತ್ತೀಗ ನನ್ನನ್ನೇನು ಮಾಡುವವನಿದ್ದೀ?

ಎದುರು ನಿಂತವ ಯಾರೇ ಇರಲಿ, ತಲ್ಲೀನನಾಗಿ ಅವನ ಮಾತನ್ನು ಎಂಥಾ ಪ್ರೇಮದಿಂದ ನೋಡ್ತಾ ಕೇಳ್ತಿದ್ದೆಯೆಂದರೆ ಕ್ಷಣದಲ್ಲಿ ಅವನ ವಿಕೆಟ್ ಬಿತ್ತೆಂದೇ ಲೆಕ್ಕ.

ಶಟರ್ ಬಂದ್ ಮಾಡಿ ಗೋಲಕುರ್ಚಿಗಳನ್ನು ಟೇಬಲ್ ಮೇಲೆ ಉಲ್ಟಾ ಇಟ್ಟು ರೆಸ್ಟೊರೆಂಟ್ ಮುಚ್ಚಲು ನೀ ಅಬ್ಬಾಸನಿಗೆ ಸಹಾಯ ಮಾಡುವಾಗ ಅವ ಆಲುಗಡ್ಡೆಯ ಹೆಚ್ಚಿದ ದರ, ಇತ್ತೀಚಿನ ಗಿರಾಕಿಗಳ ವರ್ತನೆ, 11 ಸೆಪ್ಟೆಂಬರ್ ನಂತರ ಯಾರೋ ಅವನ ದೂರದ ಸಂಬಂಧಿ ಅಮೆರಿಕೆಯಲ್ಲಿ ಅನುಭವಿಸಿದ ಕಷ್ಟ- ಹೀಗೆಯೇ ಏನಾದ್ರೂ ಬಡಬಡಿಸೋನು. ನೀ ಸಂಪೂರ್ಣ ಲಕ್ಷಗೊಟ್ಟು ಅವನೇ ಆಗ ಜಗತ್ತಿನ ಅತಿ ಮಹತ್ವದ ವ್ಯಕ್ತಿಯೇನೋ ಎಂಬಂತೆ ಎಲ್ಲ ಮಾತು ಕೇಳಿ ಕಣ್ಣಲ್ಲೇ ಚೆಂದವಾಗಿ ನಕ್ಕರೆ ಆಯಿತು, ಅಬ್ಬಾಸನಿಗದಷ್ಟೇ ಖುಷಿ.

ಬಾಬಾ ಮತ್ತು ಅಸೀಮನೊಟ್ಟಿಗೆ ನೀ ಹರಟೆ ಹೊಡೆದದ್ದು ನಾನಂತೂ ಕಾಣೆ. ಆದರೆ ಅಮ್ಮನದೂ ನಿನ್ನದೂ ಯಾವಾಗಾದರೊಮ್ಮೆ ಗಪ್ಪಾ ಗೋಷ್ಠಿಯಾಗೋದು. ಒಂದು ದಿನ ನಾನು ಕಾಲೇಜಿನಿಂದ ಬಂದಾಗ ಬಾಗಿಲು ಹಾರು ಹೊಡೆದಿತ್ತು ಒಳಗೆ ನೋಡಿದರೆ ಯಾರೂ ಇಲ್ಲ. ಹಿತ್ತಲ ಕಡೆಯಿಂದ ಜೋರು ಜೋರಾದ ಮಾತು ಕೇಳುತ್ತಿತ್ತು, ಅಡುಗೆಮನೆಯ ಕಿಟಕಿಯಿಂದ ಇಣುಕಿದರೆ ಕಂಡದ್ದು ಕುರುಪಿಯನ್ನೆತ್ತಿಕೊಂಡು ತೋಟ ಅಗೆಯುತ್ತಿದ್ದ ಅಮ್ಮ; ಕರಿಬೇವಿನ ತೊಪ್ಪಲು ಹಿಡಕೊಂಡು ಮೆಟ್ಟಿಲ ಮೇಲೆ ಕೂತ ನೀನು. ಅಮ್ಮನ ಮಾತು ಒಂದೇ ಸಮನೆ ನಡೆದಿತ್ತು. ಆ ರಾತ್ರಿ ನಾನು,

"ಅಮ್ಮ ಮಾತಾಡುವಾಗ ನಿಜವಾಗಿಯೂ ಕಿವಿ ತೆರೆದಿರುತ್ತಾ ನಿನ್ನದು? ಅಥವಾ ಬರೇ ಆಕ್ಟಿಂಗ್‌ನಾ..."

ನೀ ಕೂಡಲೇ,

'ಅಕ್ಕಲಕೋಟ ಮಹಾರಾಜರ ಪ್ರಸಾದದಿಂದ ಗುಣವಾದ ಮಾಲತಿ ಅತ್ಯಾನ ಸಂಧಿವಾತ, ದೇವರು- ಧರ್ಮದಲ್ಲಿ ಏನೇನೂ ಆಸಕ್ತಿಯಿಲ್ಲದ ತನಯ-ಅನುಜಾ, ಅಸೀಮನಿಗೆಂದು ನೋಡಿದ ಇಬ್ಬರು ಕನ್ಯೆಯರು, ಒಗ್ಗರಣೆಗೆ ಮೆಣಸಿನಕಾಯಿ ಹಾಕಿ ತುಸು ಹೊತ್ತಿನ ಮೇಲೆ ಕೋತಂಬ್ರಿಯನ್ನು ಹಾಕಬೇಕು, ರಾತ್ರಿಯ ಧಾರಾವಾಹಿಯಲ್ಲಿ ತುಳಸಿ ಹ್ಯಾಗೆ ಹುಚ್ಚುಚ್ಚಾರ ನಡಕೊಳ್ಳುತ್ತಿದ್ದಾಳೆ'- ಹೀಗೆ ಅಮ್ಮನ ವಾಕ್ಯಗಳನ್ನು ಗಿಳಿಯಂತೆ ರಿಪೀಟ್ ಮಾಡಿದ್ದೆ.

"ನೋಡೋ ನನ್ನ ಕಿವಿಯಷ್ಟೇ ಅಲ್ಲ, ಪೂರಾ ಮಿದುಳು ಚೆನ್ನಾಗಿ ಕೆಲಸ ಮಾಡ್ತದೆ. ಅಸೀಮನಂತೆಯೇ ನಿನ್ನ ಹೆಸರು ಕೂಡಾ ವಧು-ವರರ ಶೋಧನಾ ಕೇಂದ್ರದಲ್ಲಿ ದಾಖಲಾಗೋದರಲ್ಲಿದೆ. ಸೋ ಬಿ ರೆಡಿ" ಎಂದೆ.

ತಯಾರಾಗೋದಾ, ಅದು ಹ್ಯಾಗೆ? ನಿನ್ನ ಆಯಿ ಬಾಬಾ ಬದುಕಿದ್ದರೆ ನೀ ಸೀದಾ ಹೋಗಿ ನಿನ್ನ ಬಗ್ಗೆ 'ಎಲ್ಲಾ' ಹೇಳಿಕೊಂಡುಬಿಡುತ್ತಿದ್ದೆ ಅಂತ ಖಾತ್ರಿಯಿದೆ ನನಗೆ, ಅಷ್ಟೇ ಖಾತ್ರಿ ನನ್ನ ಅಪ್ಪ ಅಮ್ಮನಿಗೆ 'ಏನೂ' ಹೇಳಲಾಗದು ಎನ್ನುವುದರ ಬಗ್ಗೆನೂ ಇದೆ.

ಅನೇಕ ಬಾರಿ ಅರಿದಮನನಿಗೆ "ಅರೆ ಬಾಬಾ ಬರಿದೇ ಇತಿಹಾಸದ ಪುರಾವೆ ಸಂಗ್ರಹಿಸಿ ಮಾಡೋದೇನು? ಪುರಾಣಕಾಲದವರೆಗೆ ಹೋಗಿ ಸಾಕ್ಷಿಗಳನ್ನೆಲ್ಲಾ ಒಂದುಗೂಡಿಸಿ 'ನೋಡ್ರಿ ನಾವೂ ನಾರ್ಮಲ್ ಇದ್ದೇವೆ' ಅಂತ ಅಕ್ಕಪಕ್ಕದವರಿಗೆಲ್ಲಾ ಘೋಷಿಸಬೇಕು, ಆದರೆ ರಾಮಾಯಣ-ಮಹಾಭಾರತದಲ್ಲಿ, ಟೆಸ್ಟಾಮೆಂಟ್‌ನ ಅಥವಾ ಎಂಟನೆಯ ಕಮಾಂಡಮೆಂಟಿನಲ್ಲಿ ನಮ್ಮಂಥವರ ಬಗ್ಗೆ ಉಲ್ಲೇಖವಾದರೂ ಇರಬೇಕಲ್ಲ, ಇಲ್ಲಾಂದರೆ ನಮ್ಮ ಮಾತು ಕೇಳುವವರಾರು?

ಶ್ರಾವಣದ ಅದೊಂದು ದಿನ ನನ್ನ ಮತ್ತು ಅರಿದಮನನ ಚರ್ಚೆಯನ್ನು ನೀನು ಸಂಪೂರ್ಣ ಲಕ್ಷಗೊಟ್ಟು ಕೇಳುತ್ತಿದ್ದೆ. ಕಿಟಕಿಯಿಂದ ಒಳಬಂದ ಹನಿಗಳಿಂದ ನಿನ್ನ ಬೆನ್ನು ಪುಟ್ಟಾ ಪೂರಾ ತೋಯ್ದಿತ್ತು. ಮೇಲಿಂದ ಕೆಲ ಹನಿಗಳು ಟಪ್ ಟಪ್ಪೆಂದು

ಬಿಯರಿನ ಗ್ಲಾಸಿನಲ್ಲಿಯೂ ಬೀಳುತ್ತಿದ್ದವು. ನಿನ್ನ ಕೋಣೆಯ ತಾರಸಿಯ ಮೇಲೆ ಅಪ್ಪಳಿಸುತ್ತಿದ್ದ ಮಳೆಹನಿಗಳ ರಭಸ ಎಷ್ಟಿತ್ತೆಂದರೆ ನಾ ಆಗಾಗ "ಅರಿದಮನಾ ಜೋರಾಗಿ ಮಾತಾಡೋ" ಅಂತ ಕೂಗುತ್ತಿದ್ದೆ.

"ಜಗತ್ತಿನಲ್ಲಿ ಎಲ್ಲಾ ರಾಜಕೀಯ ಬದಲಾವಣೆಗಳೂ ಚಳುವಳಿಗಳಿಂದಲೇ ಆಗಿವೆ ತನಯಾ, ಮೂವ್ಹಮೆಂಟ್ ಈಸ್ ಮಸ್ಟ್, ನಾವೆಲ್ಲಾ ಒಟ್ಟಾಗಿ ಸಂವಿಧಾನದಲ್ಲಿಯ ಅನ್ಯಾಯಕಾರಕ ಕಲಮುಗಳ ಬದಲಾವಣೆಗೆ ಹೋರಾಡಲೇ ಬೇಕು"- ಅರಿದಮನನ ಇಂಗ್ಲೀಷಿಗೆ ಬಂಗಾಲಿ ಕ್ರಾಂತಿಕಾರಿಕತೆಯ ಆವೇಶ ಏರಿತ್ತು.

"ಆದರೆ ಮೂವ್ಹಮೆಂಟಿನ ಫ್ರಂಟ್ ಎಜೆಂಡಾ ಏನು? ನಮ್ಮದೇ ಆದ ವಾರ್ತಾಪತ್ರಿಕೆ, ನಮಗೆಂದೇ ಬೇರೆ ಪಬ್ಬುಗಳು, ಥಿಯೇಟರ್‌ಗಳು; ನಮ್ಮ ಇದು, ನಮ್ಮ ಅದು. ಅರೆ ಇತರ ಜನರಿಂದ ಹೀಗೆ ಒಡೆದುಕೊಂಡು ಇಕ್ವಾಲಿಟಿ ಕೇಳೋದೇ? ಸಾಧ್ಯವೇ ಇಲ್ಲ. ನಾವು ಯಾವುದೇ ರೀತಿಯಿಂದ ಇತರರಿಂದ ಬೇರೆಯಲ್ಲ ಎಂದು ಶಾಂತವಾಗಿ ಹೇಳುವ ಅಂತೆಯೇ ನಡಕೊಳ್ಳುವ ವಿಚಾರಗಳ ಪ್ರಸಾರವಾಗಬೇಕು, ಅದೂ ಎಲ್ಲರೂ ಸಾಮಾನ್ಯವಾಗಿ ಬಳಸುವ ಮಾಧ್ಯಮಗಳಿಂದಲೇ"- ನಾ ಒಂದೊಂದು ಮಾತನ್ನೂ ಅಳೆದು ತೂಗಿ ಅರಿದಮನನಿಗೆ ಹೇಳುತ್ತಿದ್ದೆ. ನನ್ನ ಹೇಳುವಿಕೆ ಅವನಿಗೆ ಎಳ್ಳಷ್ಟೂ ಹಿಡಿಸಲಿಲ್ಲವೆಂಬುದು ಅವನ ಮುಖದಿಂದ ಸ್ಪಷ್ಟ ತಿಳಿಯುತ್ತಿತ್ತು. ಅಷ್ಟೇ ಅಲ್ಲ ನನ್ನ ಪ್ರತಿ ವಾಕ್ಯವನ್ನೂ ತುಂಡರಿಸಿ ನಡುನಡುವೆ ಮಾತನಾಡುತ್ತಿದ್ದನವ. ನಾನಾದರೂ ಬಿಟ್ಟೇನೆಯೇ? ಸ್ವರ ಇನ್ನೂ ಏರಿಸುತ್ತಿದ್ದೆ. ನಾ ನಿನ್ನ ಕಡೆ ನೋಡಿದರೆ ನೀ ಹುಬ್ಬು ಹಾರಿಸಿ ನಗುತ್ತಾ ಆಸಕ್ತಿಯಿಂದ ನನ್ನೆಡೆಯೇ ನೋಡುತ್ತಿದ್ದಿ. ನಿನ್ನ ಮುಖ ನೋಡಿ 'ನನ್ನ ಮಾತು ಸರಿಕಾಣುವ ಒಬ್ಬ ವ್ಯಕ್ತಿಯಾದರೂ ಇದ್ದಾನಲ್ಲ' ಅಂತ ಮನ ತುಂಬಿ ನಿನ್ನೆದುರು ಬಂದು ಕೂತೊಡನೆ ನನ್ನ ಬೆನ್ನೂ ಕಿಟಕಿಯಿಂದ ಹಾರಿಬಂದ ಹನಿಗಳಿಂದ ತೋಯ್ದಿತ್ತು.

ಮಳೆ ಪೂರ್ತಿ ನಿಂತ ಮೇಲೆ ಬೀಸಿದ ಗಾಳಿ ರಾತ್ರಿರಾಣಿಯ ಸುಗಂಧ ಕೋಣೆಯೊಳಗೆ ತಂದಿತ್ತು, ಅರಿದಮನ ಹೊರಡಲನುವಾಗಿದ್ದ. ನಿನ್ನ ಕೈ ಗಟ್ಟಿಯಾಗಿ ಕುಲುಕಿ "ನೀನು ಹೆಚ್ಚು ಮಾತಾಡಲೇ ಇಲ್ಲ?" ಅಂದ. ನೀ ಬರಿದೇ ಅವನ ಕಣ್ಣಲ್ಲಿ ಕಣ್ಣಿಟ್ಟು ನಕ್ಕೆ. ನೀ ಉಲ್ಟಾ ಜವಾಬು ಹೇಳಲಿಲ್ಲವೆಂದ ಮೇಲೆ ತನ್ನ ವಿಚಾರ ಪೂರಾ ಪಟಾಯಿಸಿದೆ ಅಂತ ಅರಿದಮನ ತಿಳಕೊಂಡು ಬಿಟ್ಟ. ಅಮ್ಮ ಸೆರಗಿಗೆ ಕೈ ಒರೆಸುತ್ತಾ ಬಂದವಳು ನಿನ್ನಿಂದ ಕರಿಬೇವು ಇಸಕೊಂಡು ಹೋದಮೇಲೆ ಅವಳಲ್ಲೂ ಅದೇ ಭಾವ. ನಮ್ಮ ಹುಡುಗರಿಗಿಂತ ಇವನೇ ಎಷ್ಟೋ ಮೇಲು, ಉಲ್ಟಾ ಉತ್ತರ ಎಂಬೋದೇ ಇಲ್ಲ.

ಅಬ್ಬಾಸ್ ಕೂಡಾ ಅಷ್ಟೆ "ಅಡಚಣೆಗಳೇನು ಬಂದೇ ಬರ್ತಾವೆ. ಆದರೆ ದಿನ ಕಂತುವ ವೇಳೆಯಲ್ಲಿ ಇಂಥಾ ಚೆಂದ ನಕ್ತಾನಲ್ಲ ಈ ಹುಡುಗ ಅಷ್ಟು ಸಾಕು" ಎಂದು ಖುಷಿಯಾಗೋನು.

ಪ್ರತಿ ವರ್ಷದಂತೆ ಪೊಲೀಸರು ಇಡೀ ಊರನ್ನು ಹತ್ತು ದಿನಗಳವರೆಗೆ ಗುಂಡಾಗಳ ಕೈಗೇ ಒಪ್ಪಿಸಿಯಾಗಿತ್ತು. ಅಸೀಮ ಆಫೀಸಿನಿಂದ ಬರುವುದಕ್ಕೇ

ಕಾಯುತ್ತಿದ್ದೆವು. ನದಿದಂಡೆಯಲ್ಲಿ ಬಹಳ ಗದ್ದಲವಿರ್ತದೆಯೆಂದು ಬಾಬಾ ಗಣಪನ ಮೂರ್ತಿಯನ್ನೆತ್ತಿ ತಾಬಾಣದಲ್ಲಿಟ್ಟುಕೊಂಡರು. ಮೂರ್ತಿ ಹಿಡಿದುಕೊಂಡು ಅವರು ಪ್ರತಿ ಕೋಣೆಗೂ ಹೋಗಿ ಬಂದರು, ಮೊದಲು ಅಟ್ಟದ ಕೋಣೆಗೂ ಹೋಗುತ್ತಿದ್ದರು ಈ ವರ್ಷ ಮಾತ್ರ ಹಾಗೆ ಮಾಡಲಿಲ್ಲವಷ್ಟೇ ಅಲ್ಲ ಗಣಪತಿಯ ವಿಸರ್ಜನೆಗೆ ಬರಿಗಾಲಲ್ಲಿ ಹೋಗದೆ ಹವಾಯಿ ಚಪ್ಪಲಿ ಮೆಟ್ಟಿದ್ದರು. ದಂಡೆಯಲ್ಲಿ ಸೇರುವ ಜನಕ್ಕೆ ಹಂಚಲೆಂದು ನನ್ನ ಕೈಯಲ್ಲಿ ಬಾಳೆಹಣ್ಣಿನ ಚೂರುಗಳ ಡಬ್ಬಿ; ಅಮ್ಮನ ಕೈಯಲ್ಲಿ ಗೌರಿಯ ಮೂರ್ತಿಗಳೆರಡು, ಹರತಾಲಿಕಾ ಮತ್ತೆ ದೇವರ ನಿರ್ಮಾಲ್ಯ. ಹೀಗೆ ನಡೆದಿತ್ತು ನಮ್ಮ ಸವಾರಿ. ಅಪ್ಪ ಹೊರಹೋಗಿ ಮೂರು ಬಾರಿ ನಿಂತಲ್ಲೇ ತಿರುಗಿ, ಗಣೇಶನ ಮೂರ್ತಿಗೆ ಮನೆ ತೋರಿಸಿ ಮುನ್ನಡೆದರು.

ನದಿಯ ದಂಡೆಯಲ್ಲಿ ಮೆಟ್ಟಿಲುಗಳ ಮೇಲೆ ವಿಸರ್ಜನೆಗೆಂದೇ ಹ್ಯಾಲೋಜನ್ ದೀಪ ಬೆಳಗಿಸಿಟ್ಟಿದ್ದರು, ಎರಡೂ ಪಕ್ಕ ಮೂರ್ತಿಗಳಿಗೆ ಆರತಿ ನಡೆದಿತ್ತು. ಮಳೆಯಲ್ಲಿ ನೆನೆದು ಹಾವಸೆಯ ವಾಸನೆ ಬರುತ್ತಿದ್ದ ಹುಡುಗನೊಬ್ಬನ ಕೈಯಲ್ಲಿ ಅಪ್ಪ ತಾಬಾಣ ಕೊಟ್ಟರು. ಅವ ಅದನ್ನೆತ್ತಿಕೊಂಡು ನದಿಯೊಳಗೆ ನಡೆದಂತೆ ನಾವು ಮೂವರೂ ನೋಡುತ್ತ ನಿಂತೆವು. ನನ್ನ ಕಾಲಬಳಿಯ ಕೆಸರಲ್ಲಿ ಅನೇಕ ಮೂರ್ತಿಗಳ ಸೊಂಡಿಲು, ಕೋರೆ, ಕಿರೀಟ ಇತ್ಯಾದಿ ಮುರಿದು ಬಿದ್ದಿದ್ದವು, ಯಾಕೋ ನದಿಗೆ ಡ್ಯಾಮ್‌ನಿಂದ ಜಾಸ್ತಿ ನೀರು ಬಿಟ್ಟಿರಲೇ ಇಲ್ಲ.

ನಾವು ಮೆಟ್ಟಿಲೇರಿ ಬರುವಾಗ ನಾಡಕರ್ಣಿ ಕಾಕಾ ಗಣಪತಿಯ ವಿಸರ್ಜನೆಗೆಂದು ಬಂದರು. ಜೊತೆಗೆ ಅವರ ಹೆಂಡತಿ, ಮೂರು ಮಕ್ಕಳು ಮತ್ತೆ ಪುಟ್ಟಾ ಪೂರಾ ಲೇಡಿಸ್ ಹಾಸ್ಟೆಲ್! ಸಿನಿಮಾ ಹಾಡಿನ ಧಾಟಿಯಲ್ಲಿದ್ದ ಆರತಿ ಹಾಡಿನ ಗುಂಪಿನಲ್ಲಿ ಅಮ್ಮ ಅಪ್ಪನನ್ನು ಬಿಟ್ಟು ನಾ ರಸ್ತೆಯ ಕೆಸರು- ಹೊಲಸಿನಿಂದ ತಪ್ಪಿಸಿಕೊಳ್ಳುತ್ತಾ ಮನೆಗೆ ಬಂದೆ.

ಒಳಗೆ ಬಂದೊಡನೆ ಮನೆ ಏಕದಂ ಶಾಂತವೆನ್ನಿಸಿತು. ಐದು ದಿನಗಳೂ ಗದ್ದಲ, ಆರತಿ, ಹೆಣ್ಣುಮಕ್ಕಳ ಅರಿಶಿಣ ಕುಂಕುಮ, ಉಡಿ ತುಂಬುವ ಕಾರ್ಯಕ್ರಮ- ಇವೆಲ್ಲದರ ನಡುವೆ ಮನೆ ಬಾಜಾರದಂತೆ ತೋರುತ್ತಿತ್ತು. ಎಲ್ಲಾ ಮುಗಿದು ಒಮ್ಮೆ ಗಣಪತಿ ವಿಸರ್ಜನೆಯಾಯಿತೋ ಹುಶ್ಶಪ್ಪಾ ಅನ್ನುವಂತಾಗುತ್ತದೆ. ಮುಂದಿನ ವರ್ಷದಿಂದ ಈ ಕಡೆಯ ಕಾರ್ಯಕ್ರಮಕ್ಕಂತೂ ನಾ ಹೋಗುವವನಲ್ಲ, ಬರೀ ಅಪ್ಪ ಅಮ್ಮನೇ ಹೋಗಿಬರಲಿ ಅಂತ ಠರಾಯಿಸಿದ್ದೆ.

ನಾ ಒಳಬಂದ ಕೂಡಲೇ ಅನುಜಾ ನನ್ನ ಬೈಕಿಗೆ ಕಿಕ್ ಹೊಡೆದು ಏರಿ ಭುರ್ ಅಂತ ಹೊರಟೇ ಹೋದಳು. ನಾ ಅಟ್ಟಕ್ಕೆ ಬಂದೆ. ಕೋಣೆಯಲ್ಲಿ ಯಾವುದೇ ಸದ್ದುಗದ್ದಲವಿರಲಿಲ್ಲ. ಕಿಟಕಿಯಿಂದ ಬಿದ್ದ ಮಂದ ಪ್ರಕಾಶ ಹರಡಿತ್ತು. ಇಕ್ಬಾಲ್ ಬಾನೋನ ಠುಮರಿ ಕೇಳಿಬರುತ್ತಿತ್ತು. ಎಲ್ಲಾ ವಸ್ತುಗಳೂ ತಂತಮ್ಮ ಜಾಗದಲ್ಲಿ; ಶೆಲ್ಫಿನಲ್ಲಿ ಪುಸ್ತಕಗಳು, ಸೀಡಿಗಳು, ಶಿಸ್ತಾಗಿ ಬಂಡಲ್‌ನಲ್ಲಿ ಕೂತ ಕ್ಯಾನವಾಸ್‌ಗಳು, ನಟ್ಟ ನಡುವಿದ್ದ ಮಣ್ಣಿನ ಕುಂಡದಲ್ಲಿ ಸಂಪಿಗೆ ಹೂಗಳು.

ಬಚ್ಚಲುಮನೆಯಲ್ಲಿ ಶಾವರ್ ಬಂದ್ ಆದ ಸದ್ದಿನೊಂದಿಗೆಯೇ ಒದ್ದೆ ಕೂದಲಲ್ಲಿ, ಸುತ್ತಿದ ಟಾವೆಲ್‌ನಲ್ಲಿ ನೀ ಹೊರಬಂದಿದ್ದೆ. ನನ್ನ ನೋಡಿ ನಕ್ಕಾಗ ನಿನ್ನ ತುಟಿಗಳು ತಂಪು ತಂಪಾಗಿರಬಹುದೆಂದೆನ್ನಿಸಿತು. ಮೂಲೆಯ ಕುರ್ಚಿಯಲ್ಲಿ ನಾ ಕುಳಿತೆ. ನೀ ಕೆಳಗೆ ಚಾಪೆಯ ಮೇಲೆ ಕೂತು ಮೆಲ್ಲಗೆ ನಿನ್ನ ಉಗುರುಗಳನ್ನು ಅತ್ಯಂತ ಕಾಳಜಿಪೂರ್ವಕ ಕತ್ತರಿಸಿಕೊಂಡೆ. ಆಮೇಲೆ ಎಂಥದೋ ಮೃದು ಪರಿಮಳದ ಮಾಯಿಶ್ಚರೈಸರ್ ಅನ್ನು ಮೊಣಕೈ ಮೊಣಕಾಲು ಕತ್ತು ಮುಖಕ್ಕೆಲ್ಲಾ ಹಚ್ಚಿಕೊಂಡೆ. ಕಪಾಟಿನಿಂದ ಒಂದು ಗರಿಮುರಿ ಇಸ್ತ್ರಿಯಾದ ಟೀ ಶರ್ಟ್ ಮತ್ತೆ ಹಾಫ್ ಪ್ಯಾಂಟ್ ತೆಗೆದು ಮಂಚದ ಮೇಲಿಟ್ಟುಕೊಂಡು ಸೊಂಟದ ಟಾವೆಲ್ ತೂರಿ ಎಸೆದಾಗ ಬಚ್ಚಲುಮನೆಯಿಂದ ಇನ್ನೂ ಬಿಸಿ ಆವಿ ಬರುತ್ತಿತ್ತು.

ಆಮೇಲೆ ಒಂದು ಸ್ವಚ್ಛ ಬಿಳಿಯ ಕ್ಯಾನವಾಸ್‌ನ್ನು ಸ್ಟ್ಯಾಂಡ್ ಮೇಲೆ ಸಿಕ್ಕಿಸಿದೆ. ಬೇಕಾದ ಬ್ರಶ್‌ಗಳನ್ನು ಒಟ್ಟುಗೂಡಿಸಿ ಗ್ಲಾಸಿನಲ್ಲಿಟ್ಟುಕೊಂಡೆ. ಮಂಚದ ಮೇಲಿಟ್ಟುಕೊಂಡಿದ್ದ ಬಟ್ಟೆಗಳನ್ನು ಹಾಕಿಕೊಂಡು ಲೇಡಿಸ್ ಹಾಸ್ಟೆಲ್ಲಿಗೆದುರಾದ ಕಿಟಕಿಯ ಪರದೆ ಸರಿಸಿ ನನ್ನ ಮುಂದೆ ಬಂದು ಆರಾಮಾಗಿ ಕೂತುಕೊಂಡೆ.

ನಿನಗೆಲ್ಲೂ ಹೋಗುವುದಿರಲಿಲ್ಲ. ನಿನ್ನ ಭೇಟಿಗೂ ಯಾರೂ ಬರುವವರಿರಲಿಲ್ಲ. ಏನೂ ಕಾರಣವಿಲ್ಲದೆ ಶರೀರವನ್ನು ಹೀಗೆ ಅಚ್ಚೆ ಮಾಡಿಕೊಳ್ತಾ ಸಿಂಗಾರ ಮಾಡೋದನ್ನು ನಾನೊಂದು ಸಣ್ಣ ಸಿನಿಮಾದ ಥರಾ ನೋಡುತ್ತಾ ಕುಳಿತಿದ್ದೆ. ನಾ ಎಂದಾದ್ರೂ ಬಿಸಿ ಬಿಸಿ ಉಗಿಯಾಡೋ ನೀರಿನಲ್ಲಿ ಕಾಳಜಿಪೂರ್ವಕ ಸ್ನಾನವನ್ನಾದ್ರೂ ಮಾಡಿದ್ದೆನೋ ಇಲ್ಲೋ ನೆನಪಿಲ್ಲ.

ನೀ ಎದ್ದು ಬರ್ತಾ ಬರ್ತಾ ನಾನಾ ಪರಿಮಳಗಳ ಘಮಘಮವನ್ನು ಜೊತೆಗೆ ತಂದಿದ್ದೆ. ಆದರೆ ನನ್ನೆದುರು ಕೂತ ನಿನ್ನತ್ತ ನೋಡುತ್ತಲೇ ಇರಬೇಕೆಂಬಾಸೆಯ ಹೊರತು ನನ್ನಲ್ಲ್ಯಾವುದೇ ಕಾಮನೆ ಮೂಡಲಿಲ್ಲ. ನೀನೊಮ್ಮೆಲೇ ಎದ್ದು ಕ್ಯಾನ್‌ವಾಸಿನ ಮೇಲೆ ನೀಲಿ ಬಣ್ಣದ ಒಂದು ಬಳಕುರೇಖೆ ಎಳೆದವನೇ ಮತ್ತೆ ಬಂದು ನನ್ನ ಮಡಿಲಲ್ಲಿ ತಲೆಯಿಟ್ಟೆ. ಕೂಡಲೇ ಮಗುವಿನಂತೆ ನಿದ್ದೆ ಮಾಡಿಬಿಟ್ಟೆ.

ಬಾಬಾ ಮಳೆಗಾಲದ ಮುನ್ನ ಹರನಾಳಿಗೆಗಳನ್ನು ಸ್ವಚ್ಛ ಮಾಡಲು ಮನೆಯ ಮೇಲೆ ಹತ್ತಿದ್ದರು, ನನ್ನ ಕೆಲಸ– ಕೆಳಗಿನಿಂದ ನಿಚ್ಚಣಿಕೆಯನ್ನು ಗಟ್ಟಿಯಾಗಿ ಹಿಡಿದುಕೊಂಡು ನಿಲ್ಲುವುದು. ಅದೇ ವೇಳೆಗೆ ರಶ್ಮಿಯ ಕಾರು ಅಂಗಳಕ್ಕೆ ಬರಬೇಕೆ? ಹಿಂದಿನ ಸೀಟಿನಲ್ಲೇನೇನೋ ರಟ್ಟಿನ ಡಬ್ಬಿಗಳು, ಕಿವಿಯಲ್ಲಿ ಹೆಡ್ ಫೋನ್ ಇರಿಸಿಕೊಂಡ ರಶ್ಮಿ ಧಡ್ಡೆಂದು ಅಂಗಳದಲ್ಲಿ ಕಾರು ನುಗ್ಗಿಸಿದ್ದಳು, ನಾ ತಿರುಗಿ ನೋಡುವಷ್ಟರಲ್ಲಿ ಅವಳಾಗಲೇ ಅಟ್ಟವೇರತೊಡಗಿದ್ದಳು. ನಾ ಜೋರಾಗಿ ಕೂಗಿದೆ 'ರಶ್ಮಿ ರಶ್ಮೀ...' ಅವಳು ಕೇಳಿಸಿಕೊಂಡಿದ್ದರೆ ತಾನೆ? ಅಪ್ಪನಾದರೋ ನಿಚ್ಚಣಿಕೆಯ ಮೇಲಿನಿಂದ 'ಗಟ್ಟಿ ಹಿಡಿದೀಯೋ ಇಲ್ಲೋ?' ಅಂತ ಅರಚುತ್ತಿದ್ದಾರೆ.

ಅನೇಕ ದಿನಗಳಿಂದ ರಶ್ಮಿ 'ನಿನ್ನ ನೋಡ್ಬೇಕು, ಭೇಟಿಯಾಗ್ಬೇಕು' ಅಂತಾನೇ ಇದ್ದರೂ ನಾನೇ ಮುಂದೆ ಹಾಕಿಬಿಟ್ಟಿದ್ದೆ. ಸತತ ನಿನ್ನ ಮುಂದೆ ರಶ್ಮಿಯ ಬಗ್ಗೆ

ಹೇಳೋದು, ರಶ್ಮಿಯ ಮುಂದೆ ನಿನ್ನ ಬಗ್ಗೆ- ಇದು ಮಾತ್ರ ನಡೆದೇ ಇತ್ತು. "ಒಂದಿನ ನಾನೇ ಮನೆಗೆ ನುಗ್ಗಿ ಬಂದು ಅವನನ್ನು ಭೇಟಿಯಾಗ್ತೇನೆ" ಅಂತ ಅವಳು ನನಗೆ ಧಮಕಿ ಕೊಟ್ಟೂ ಆಗಿತ್ತು. ಯಾರನ್ನೇ ಆಗಲೆ ಅತಿ ಉತ್ಸಾಹದಿಂದ ಭೇಟಿಯಾಗೋದು ನಿನ್ನ ಜಾಯಮಾನವಲ್ಲ. ಆದರೇನು ತನಗೆ ಬೇಕಾದದ್ದನ್ನು ಮಾಡೇ ತೀರುವಲ್ಲಿ ಅವಳೂ ನಿನ್ನಂತೆಯೇ ಭಾರೀ ಗಟ್ಟಿಗಳು.

ರಶ್ಮಿಗೆ ನಮ್ಮಿಬ್ಬರ ಬಗ್ಗೆ ಎಲ್ಲಾ ಹೇಳಿಬಿಡಲೆ? ಅಂತ ಅನೇಕ ಬಾರಿ ಅನ್ನಿಸೋದು. ಆದರೆ ಮೊದಲೆಷ್ಟೋ ದಿನ ಇದೆಲ್ಲ ನಿಜವಾಗಿಯೂ ಆಗ್ತಿದೆಯಾ? ಸತ್ಯ ತಾನೆ? ಅಂತ ವಿಚಾರ ಮಾಡೋದರಲ್ಲೇ ದಿನಕಳೆದೆ. ಯುನಿವರ್ಸಿಟಿಯ ಆವರಣದಲ್ಲಿ ಅಡ್ಡಾಡುವಾಗ ಅಥವಾ "ನೀ ಹೀಗೇಕೆ ಇಸ್ತ್ರಿ ಮಾಡದ ಮುದ್ದೆ ಮುದ್ದೆ ಶರ್ಟ ಹಾಕ್ಕೋತೀಯೋ? ಮತ್ತೆ ನೋಡನೋಡ ಪುರ್ ಅಂತ ಮನೇಗೇಕೆ ಓಡಿಹೋಗ್ತಿಯಾ?" ಅಂತ ಅವಳೆಂದಾಗ, ಅಥವಾ "ಈಗೀಗ ನಿನ್ನ ಮುಖದಲ್ಲಿ ಮಾಸದ ಮುಗುಳ್ನಗುವೇಕೆ?" ಅಂತ ಚೇಷ್ಟೆ ಮಾಡಿದಾಗ, ಕಡೆಗೆ ಅಚಾನಕ್ಕಾಗಿ ಅವಳ ತೊಡೆಯ ಮೇಲೆ ತಲೆಯಿಟ್ಟು ಮಲಗಿದ್ದಾಗಲಾದರೂ ಸೈ ಎಲ್ಲಾ ಹೇಳಿಬಿಡಬೇಕು ಅಂತ ತೀವ್ರವಾಗಿ ಅನ್ನಿಸಿತ್ತು. ಆದರೆ ಹೇಳಲಾಗಿರಲೇ ಇಲ್ಲ. ರಶ್ಮಿ ಮಾತ್ರ ಏನೋ ತಿಳಿಯಿತೆಂಬಂತೆ 'ಗುಡ್ ಡಿಸಿಷನ್' ಅಂದಿದ್ದಳು.

ನಾನಂದು ಬಹಳ ಬೇಗನೆ ಕಾಲೇಜಿನ ರಿಕ್ರಿಯೇಷನ್ ಹಾಲ್ ಮುಟ್ಟಿದ್ದೆ; ನಾಟಕದ ಪ್ರಾಕ್ಟೀಸಿಗಾಗಿ. ಇನ್ನೂ ಯಾರೂ ಬಂದಿರಲೇ ಇಲ್ಲ. ದಾರಿ ಕಾಯುತ್ತಾ ಅಲ್ಲೇ ಬೆಂಚಿನ ಮೇಲೆ ಅಡ್ಡಾಗಿದ್ದಾಗ ನನ್ನ ಮೈಯಿಂದ ಹೊಮ್ಮಿದ ನಿನ್ನ ಸುಗಂಧ ಅದೇನು ಜಾದೂ ಮಾಡಿತ್ತೋ ಯಾರಿಗೆ ಗೊತ್ತು? ದಿಗ್ಗನೆದ್ದು ಲೈಬ್ರರಿಗೆ ನಡೆದಿದ್ದೆ. ಒಳಗೆ ಓದುತ್ತಿದ್ದ ರಶ್ಮಿಯನ್ನು ಹೊರ ಕರೆದು, ಅಲ್ಲೇ ಲೈಬ್ರರಿಯ ಬಾಗಿಲಲ್ಲಿ ನಿಂತೇ ನಮ್ಮಿಬ್ಬರ ಬಗ್ಗೆ ಎಲ್ಲಾ ಅಂದರೆ ಎಲ್ಲಾ ಹೇಳಿಬಿಟ್ಟಿದ್ದೆ.

ನೆಲ ಎಂಥಾ ಮೆತ್ತಗಾಗಿತ್ತೆಂದರೆ ನಿಚ್ಚಣಿಕೆ ಬಿಟ್ಟು ರಶ್ಮಿಯ ಹಿಂದೆ ಓಡುವುದು ಶಕ್ಯವೇ ಇರಲಿಲ್ಲ. ನನ್ನೆದೆ ಡವಗುಟ್ಟುತ್ತಿತ್ತು, ನೀನದ್ಯಾವ ಅವಸ್ಥೆಯಲ್ಲಿರ್ತಿಯೋ ಯಾರಿಗೆ ಗೊತ್ತು?

"ಅಪ್ಪಾ ರಶ್ಮಿ ಬಂದಿದ್ದಾಳೆ" ಅಂತ ಕೂಗಿದೆ, ಒಂದೇ ಸಮನೆ ಘರ್ ಘರೆಂದು ಹರನಾಳಿಗೆಯ ಹೊಲಸು ಬಳೆಯುತ್ತಾ ನನ್ನ ಮೇಲೂ ಅದರದ್ದೇ ಹನಿ ಸಿಡಿಸುತ್ತಿದ್ದ ಅಪ್ಪನಿಗೇನೇನೂ ಕೇಳಿಸಲಿಲ್ಲ. ಹದಿನೈದು ನಿಮಿಷ ನಾನು ಕೈಯಲ್ಲಿ ನಿಚ್ಚಣಿಕೆ ಹಿಡಿದು ಗೋಣು ಹಿಂತಿರುಗಿಸಿ ಅಟ್ಟ ನೋಡಿದ್ದೇ ನೋಡಿದ್ದು. ಆಮೇಲೆ ಅತಿ ಸಾವಕಾಶವಾಗಿ ಅಪ್ಪ ಕೆಳಗಿಳಿದವರೇ "ಅರೆರೆ...ಕಸಬರಿಗೆ ಮೇಲೆಯೇ ಉಳಿಯಿತಲ್ಲ" ಅಂದರು.

"ಇರಲಿ ಬಿಡಿ ಅಲ್ಲಿಯೇ ನಿಮಗಂತೂ ಹರನಾಳಿಗೆ ಉಡುಗಲು ಬೇಕೇ ಬೇಕಲ್ಲ?"

"ಹೇ ಹೇ ಇಲ್ಲ ನೀ ನಿಚ್ಚಣಿಕೆ ಗಟ್ಟಿಯಾಗಿ ಹಿಡಿದುಕೋ ನಾ ಮತ್ತೊಮ್ಮೆ ಏರ್ತೇನೆ."

ಅಂತೂ ನಾ ಎರಡೆರಡು ಮೆಟ್ಟಿಲು ಒಮ್ಮೆಲೇ ದಾಟುತ್ತಾ ಅಟ್ಟಕ್ಕೆ ಬಂದಾಗ ನಿಮ್ಮಿಬ್ಬರ ನಗು ಅಲೆ ಅಲೆಯಾಗಿ ಕಿವಿಗಪ್ಪಳಿಸಿತ್ತು. ಅಬ್ಬಾ! ನೀ ಮೈತುಂಬ ಬಟ್ಟೆ ಹಾಕ್ಕೊಂಡಿದ್ದೆ.

ಹತ್ತನೆಯ ತರಗತಿಯಲ್ಲಿ ಒಳ್ಳೆಯ ಮಾರ್ಕ್ಸ್ ತೆಕ್ಕೊಂಡವ, ಶಾಲೆಯಲ್ಲಿ ನೆರೆದಿದ್ದ ಗೆಳೆಯರ ಅವ್ವ ಅಪ್ಪಂದಿರ ಧಾಂದಲೆಗೆ ಸೋತು ರಿಸಲ್ಟ್ ಕೈಯಲ್ಲಿ ಹಿಡಿದೇ ನೀ ಹೊರಗೋಡಿದ್ದೆಯಲ್ಲಾ? ಆಗ ನಿನಗೆ ಅಳು ಬರುವಂತಾಗಿತ್ತು, ಇಡೀ ಶಾಲೆಯಲ್ಲಿ ರಿಸಲ್ಟ್ ನೋಡಲು ಒಬ್ಬಂಟಿಯಾಗಿ ಬಂದವನೆಂದರೆ ನೀನೊಬ್ಬನೇ. ಆದರೆ ಒಳಗಿಂದೊಳಗೇ ಮುರುಟಿ ಹೋಗಿದ್ದ ಮನಸ್ಸು ಅಳಲು ಕೂಡ ಮುಷ್ಕರ ಹೂಡಿತ್ತು.

ನಿನ್ನ ಪರಿಪೂರ್ಣ ಒಂಟಿತನದ ಪಯಣ ಶುರುವಾದದ್ದೇ ಅಂದಿನಿಂದ ಅಂತ ನೀನಂದಿದ್ದೆಯಲ್ಲವೆ? 'ಪರಿಪೂರ್ಣ ಒಂಟಿತನ'– ನನಗೆ ಆ ಶಬ್ದ ಬಲು ಇಷ್ಟ. ಚಿತ್ರ ತೆಗೆಯಲು, ಓದಲು, ತಲ್ಲೀನನಾಗಿ ಸಿನಿಮಾ ನೋಡಲು, ಸಮಾಧಾನವಾಗಿ ಒಂದೊಂದೇ ತುತ್ತನ್ನು ರುಚಿ ಮಾಡಿಕೊಂಡು ಉಣ್ಣಲು, ಎದುರಿಗೊಬ್ಬ ವ್ಯಕ್ತಿ ಇರಲೇಬೇಕು ಅಂತೇನೂ ಇಲ್ಲ ಅಂತ ನಿನಗೆ ತಿಳಿಯತೊಡಗಿದಾಗಿನಿಂದ ಆ ಕಾಂಪ್ಲೆಕ್ಸ್ ಶಬ್ದವನ್ನು ನೀ ಸರಳ ಮಾಡಿ ಒಗೆದುಬಿಟ್ಟಿದ್ದೆಯಲ್ಲ!

ನೀ ರಿಸಲ್ಟ್ ಶೀಟ್ ಹಿಡಿದು ಸೀಮಾ ಮಾವಶಿಯ ಮನೆಗೆ ಬಂದಾಗ ಮನೆಗೆ ಕೀಲಿಯಿತ್ತು, ಹಿತ್ತಲಲ್ಲಿ ಮಲಗಿದ್ದ ಬ್ರುನೋ ನಿನ್ನ ನೋಡಿ ಜೋರಾಗಿ ಬೊಗಳತೊಡಗಿತ್ತು, ಅದರ ಹೆದರಿಕೆಗೆ ನೀ ಬಿಸಿಲಿಗೆ ಕಾಯ್ದ ಮುಂಬಾಗಿಲ ಮೆಟ್ಟಿಲಿನ ಮೇಲೆಯೇ ಕೂತೆ. ತಾಸುಗಟ್ಟಳೆ ಕೂತೇ ಇದ್ದೆ.

"ಓದಲು ಪುಸ್ತಕಗಳಿಲ್ಲ, ಬರೆಯಲೂ ಏನಿಲ್ಲ, ಕಡೆಗೆ ಕರೆಂಟ್ ಕೂಡಾ ಇಲ್ಲ– ಅಂಥಾ ಕೋಣೆಯಲ್ಲಿ ಒಂದಿಡೀ ದಿವಸ ನಿನ್ನನ್ನಿಟ್ಟರೆ ಏನು ಮಾಡ್ತೀ?" ಅವನ ಪುಸ್ತಕದ ರಾಶಿಯನ್ನೇ ನೋಡ್ತಾ ಕೇಳಿದ್ದೆ.

"ಆರಾಮಾಗಿ ಒಂದ್ಕಡೆ ಕೂಡ್ತೇನೆ. ಒಂದು ದಿನವೇನು ಒಂದು ವಾರ, ಒಂದು ತಿಂಗಳಿಡೀ ಕೂಡೆಂದರೂ ಕೂತೇನು..."

ಕಾಯ್ದ ಫರಸಿ ನಿನ್ನ ಪಾದಗಳನ್ನು ಸುಟ್ಟು ಕೆಂಪು ಮಾಡುವ ಹೊತ್ತಿಗೆ ಸೀಮಾ ಮಾವಶಿಯ ಗಂಡ ಜೀಪಿನಲ್ಲಿ ಬಂದಿದ್ದ. ಬಂದವನೇ ಕೀಲಿ ತೆಗೆದು ನಿನ್ನನ್ನು ಒಳಗೆ ಕರೆದುಕೊಂಡು ಹೋಗಿ "ವ್ಹಾ ವ್ಹಾ ಏನು ಛಲೋ ಮಾರ್ಕ್ಸ ತಗೊಂಡೀಯೋ" ಎನ್ನುತ್ತಾ ನಿನ್ನ ಮೈ ಮೇಲೆ ಕೈಯಾಡಿಸಿದ್ದ. ಆಗಾಗ ಮೈ ತುಂಬ ಆಡುವ ಅವನ ಕೈಯನ್ನು ನೀನು ಕಳೆದೆರಡು ತಿಂಗಳಿಂದ ಗುರುತಿಸತೊಡಗಿದ್ದೆ. ಒಂದು ರಾತ್ರಿ ಅವನ ದೇಹದ ಭಾರಕ್ಕೇನೇ ಎಚ್ಚರವಾಗಿ ನೀ ಚಿಟ್ಟನೆ ಚೀರಿದರೆ ಅವ ಅದೇ ಕೈಯಿಂದ ನಿನ್ನ ಬಾಯಿ ಗಟ್ಟಿಯಾಗಿ ಮುಚ್ಚಿದ್ದ.

ನೀ ಮಧ್ಯರಾತ್ರಿ ಚಿಟ್ಟನೆ ಚೀರೋದು. ಎಳಕೊಳ್ಳಲು ಚಾಚಿದ ಅವನ ಕೈಯನ್ನು ತಳ್ಳಿ ದೂರ ಹೋಗಿ ಮಲಕ್ಕೊಳೋದು– ಇದೆಲ್ಲ ಅದೆಷ್ಟು ಬಾರಿ ನಡೆದಿತ್ತೋ.

ನೀ ರಿಸಲ್ಟ್‌ನ ಸರ್ಟಿಫಿಕೇಟ್ ಅನ್ನು ನೀಟಾಗಿ ಫೈಲಿನಲ್ಲಿಡುವತನಕ ಕೂಡಾ

ತಡಕೊಳ್ಳುವುದಾಗಿರಲಿಲ್ಲ ಅವನಿಗೆ. ತಾಸಿಡೀ ನರಳಿಸಿ ಖಾಲಿಯಾದವ ಮತ್ತೆ ಭುರ್ರೆಂದು ಜೀಪೇರಿ ಹೋಗಿಬಿಟ್ಟಿದ್ದ. ಗಂಡ ಅತ್ತ ಹೋದ, ಮಾವಶಿ ಇತ್ತ ಬಂದಿದ್ದಳು. ನೀನವಳ ಎದುರು ಕೂತು ನಡೆದಿದ್ದೆಲ್ಲಾ ಹೇಳಿದ್ದೆ. ಗಾದಿಯ ಮೇಲಿನ ಕಲೆಗಳನ್ನೂ ತೋರಿಸಿದವನೇ ಅದೇ ಕ್ಷಣ ನಿನ್ನ ಸೂಟಕೇಸ್ ತುಂಬಿಕೊಂಡು ದೀಕ್ಷಿತ್ ವಕೀಲರ ಕಡೆ ನಡೆದಿದ್ದೆ. ಅಲ್ಲಿಂದ ಮುಂದೆ ಶುರುವಾಗಿತ್ತು ಹಾಸ್ಟೆಲ್, ಬಾಡಿಗೆಮನೆ– ಹೀಗೆ ಗೂಡುಗಳ ತಲಾಶೆ. ಹನ್ನೆರಡನೆಯ ತರಗತಿಯ ನಂತರ ದೀಕ್ಷಿತ್ ವಕೀಲರು ನಿನಗೆ ಕಾನೂನು ರೀತ್ಯಾ ದೊರಕಬೇಕಾದ ಮುಂಬಯಿಯ ಫ್ಲಾಟ್, ಶೇರ್‌ಗಳು, ಮೂರು ಕಾರುಗಳು, ಕೊಲ್ಲಾಪುರದ ದೊಡ್ಡ ಜಮೀನು ಎಲ್ಲ ಮಾರಿಸಿ ದುಡ್ಡು ಕೊಡಿಸಿದ್ದರು. ನೀ ಚಿತ್ರಕಾರನಾಗಿ ಬೆಳೆದು ನಿನ್ನ ಪೇಂಟಿಂಗ್‌ಗಳು ಮಾರಾಟವಾಗುವ ಮಟ್ಟಕ್ಕೆ ಬರುವ ತನಕ ನಿನ್ನ ಬದುಕಿಗೆ ಆಧಾರ ಅದೇ ಹಣವಾಗಿತ್ತಲ್ಲವೆ?

ನಮ್ಮ ಕಾಲೇಜಿನ ಗೆಳೆಯ– ಗೆಳತಿಯರ ಟೋಳಿ ಸಿನಿಮಾ ಹಾಲಿನ ಕ್ಯೂ ಬ್ಲಾಕ್ ಮಾಡಿ ಭಯಂಕರ ಧಾಂದಲೆ ಎಬ್ಬಿಸಿತ್ತು, ಜೊತೆಗೆ ಫೋನಿನಲ್ಲಿ ಒಂದೇ ಸಮನೆ ಹೆಲೋ... ಹೆಲೋ... ಎಂದರಚುತ್ತಿದ್ದ ಮೋನಿಕಾಳ ಸ್ವರ ಬೇರೆ. ಅಂಥಾ ಗದ್ದಲದಲ್ಲಿಯೇ ನಾ "ನಮ್ಮ ಮನೆಗಿಂದು ಹೊಸ ಪೇಯಿಂಗ್ ಗೆಸ್ಟ್ ಬಂದಿದ್ದಾನೆ" ಅಂತ ಒದರಿ ಹೇಳುತ್ತಿದ್ದೆ. ಅಷ್ಟರಲ್ಲಿ ಮೋನಿಕಾ ತೋರುಬೆರಳನ್ನೆತ್ತಿ ಏನೋ ತೋರುತ್ತಾ ಉತ್ತೇಜಿತಳಂತೆ ಚೀರಿದ್ದಳು. ಒಮ್ಮೆಲೆ ನಗೆಯ ಬುಗ್ಗೆಯುಕ್ಕಿತ್ತು. ಶಿಸ್ತಾಗಿ ಉಟ್ಟ ಬಿಳಿ ಮಲ್ ಮಲ್ ಸೈಕಲ್ ಧೋತರ, ಚಪ್ಪಲಿ, ಮೇಲೊಂದು ಕಡುಗೆಂಪು ಬಣ್ಣದ ಕಶಿಯಂಗಿ ಹಾಕ್ಕೊಂಡು ನೀ ಒಂಟಿಯಾಗಿ ಸಿನಿಮಾ ನೋಡಲು ಬಂದಿದ್ದೆ!

"ಒಬ್ಬನೇ ಸಿನಿಮಾಗೆ ಬಂದಿದ್ದೆಯಲ್ಲ ಅದೂ ಧೋತರ ಉಟ್ಟುಕೊಂಡು!" ನಾ ಸಂಜೆಗೆ ಕೇಳಿದ್ದೆ.

ಹನ್ನೊಂದು ಹನ್ನೆರಡನೆಯ ಕ್ಲಾಸಿನಲ್ಲಿದ್ದಾಗ ನಿನ್ನ ಮನಸ್ಸಿನ ಕಹಿ ಇನ್ನೂ ಹಾಗೆಯೇ ಇತ್ತು. "ಇವೆಲ್ಲ ಟೊಳ್ಳು, ಸುಳ್ಳುಗಳ ತಳಹದಿಯ ಮೇಲೆ ನಿಂತೋವು; ಸ್ವಾರ್ಥಕ್ಕೆಂದೇ ಹುಟ್ಟಿಕೊಂಡಂತಹವು" ಅಂತ ಪ್ರತಿ ಸಂಬಂಧದ ಬಗ್ಗೆ ಅನ್ನಿಸೋವಾಗ ನಿನಗೆ ದೋಸ್ತರೆಲ್ಲಿಂದ ಬರಬೇಕು? ಕಾಲೇಜಿಗೆ ಹೋಗೋದು–ಬರೋದು, ಬಾಕಿ ವೇಳೆ ಕೋಣೆಯಲ್ಲಿ ಓದು–ಬರಹ. ಜಾಗಿಂಗ್ ಹೋಗುವ ದೂರವನ್ನು ದಿನದಿನಕ್ಕೆ ಹೆಚ್ಚು ಮಾಡ್ತಾನೇ ಹೋಗೋದು, ಒಬ್ಬನೇ ಸಿನಿಮಾ ನೋಡೋದು, ಹೋಟಲ್ಲಿಗೆ ಹೋಗೋದು, ರವಿವಾರ ಬಂತೋ ಯಾವುದೋ ಗುಡ್ಡ ಹತ್ತಿ ಕೂತು ಪೇಂಟಿಂಗ್‌ಗೆ ಶುರು ಹಚ್ಚಿಕೊಳ್ಳುವುದು, ಗಿಟಾರ್ ಬಾರಿಸೋದು. ಒಟ್ಟಿನಲ್ಲಿ ನಿನಗೆ ಮಂದಿಯ ಗರಜಿಲ್ಲ– ಮಂದಿಗೆ ನಿನ್ನದಿಲ್ಲ.

ಒಬ್ಬನೇ ಸಿನಿಮಾ ನೋಡುವುದು ನಿನಗೆ ಹೊಸದಲ್ಲ. ನನಗೆ ಮಾತ್ರ ಇಂದಿಗೂ ಅದರ ಮಜಾ ಹಂಚಿಕೊಳ್ಳಲು ಯಾರಾದ್ರೂ ಜೊತೆ ಬೇಕೇಬೇಕು. ಪೇಂಟಿಂಗ್ ನೋಡುವಾಗ, ಪುಸ್ತಕ ಓದುವಾಗ, ಆನಂದದಿಂದ ರುಚಿರುಚಿ ಊಟ ಮಾಡುವಾಗ ಯಾರೊಂದಿಗೂ ಮಾತಿಲ್ಲ ಕತೆಯಿಲ್ಲವೆಂದರೆ ಯಾತಕ್ಕಾಗಿ ಬೇಕು ಅವೆಲ್ಲ?

ಸ್ವಂತದ ರೂಢಿ, ಬೇಕು ಬೇಡಗಳ ಬಗ್ಗೆ ಒಂಥರಾ ಕಠೋರತೆ ನಿನಗೆ. ಸ್ವಲ್ಪ ಕೂಡ ಅತ್ತಿತ್ತ ಆಗುವಂತಿಲ್ಲ, ಅಡ್ಜಸ್ಟ್ಮೆಂಟ್ ಅನ್ನೋದೇ ಇಲ್ಲ ಅಂದ ಮೇಲೆ ನಿನಗೆ ಇಂಥಾ ಭಾವನೆಗಳೆಲ್ಲಾ ಹ್ಯಾಗೆ ತಿಳಿದಾವು? ನಿನ್ನ ಕೋಣೆಯ ಬಾಗಿಲು ತೆರೆದು ಒಳಬಂದರೆ ಎದುರಿನ ಗೋಡೆಯ ಮೇಲೆ ಎರಡು ಚಿತ್ರಗಳಿದ್ದವು, ಎರಡೂ ಚಿತ್ರಗಳೂ ಖಾಲಿ ಕೋಣೆಗಳದ್ದೇ; ಮಾತಿಸ್‌ನದು ಕೆಂಪು ಕೋಣೆ, ವ್ಯಾನ್‌ಗಾಗ್‌ದು ನೀಲಿ.

ಪ್ರತಿ ರವಿವಾರ ಎಲ್ಲಾ ಸಾಮಾನುಗಳನ್ನೂ ಹೊರತೆಗೆದಿಟ್ಟು ಗದ್ದಕ್ಕೆ ಕೈಹಚ್ಚಿ ಖಾಲಿ ಕೋಣೆಯ ತುಂಬೆಲ್ಲಾ ಅಡ್ಡಾಡೋದು, ಆಮೇಲೆ ಒಂದೊಂದನ್ನೇ ಮತ್ತೆ ಒಳಗಿಡ್ತಾ ಹೋಗೋದು. ಆದರೆ ಪ್ರತಿ ಬಾರಿ ಬೇರೆ ಪ್ಯಾಟರ್ನ್; ಬೇರೆಯೇ ರೀತಿ. ಆಗ ಮತ್ತೆ ಕೋಣೆ ಹೊಸದೇ ಅನ್ನಿಸಿಬಿಡ್ತಿತ್ತು...

ನಾನೂ ಹೊಸಬನಾಗಿದ್ದೆ. ಎಲೆಗಳು, ಆಕಾಶ, ಉಕ್ಕಿಹೋದ ಹಾಲು, ಬಣ್ಣ ತುಂಬಿದ ನಿನ್ನ ಪ್ಯಾಲೇಟ್, ತಾರಸಿಗೆ ಕಟ್ಟಿದ್ದ ಜಾಲಿಗಳು– ಇತ್ಯಾದಿಗಳ ಕಡೆ ಶ್ರದ್ಧೆಯಿಂದ ನೋಡಲಾರಂಭಿಸಿದ್ದೆ. ತಪ್ತ ಆಕಾಶ ತೋರಿಸುವ ವ್ಯಾನ್ ಗಾಗ್, ದಷ್ಟಪುಷ್ಟ ಕುದುರೆಗಳನ್ನು ಓಡಿಸುವ ಹುಸೇನ್, ಚಿತ್ರದ ತುಂಬ ಚುಕ್ಕೆಯಿಡುವ ಸರಾ, ಹಿನ್ನೆಲೆಯಲ್ಲಷ್ಟೇ ಮುಖಗಳನ್ನು ತೋರಿಸುವ ಪಿಕಾಸೋ, ಕಾಲವನ್ನೋಡಿಸುವ ಡಾಲೀ ಮತ್ತು ಗೂಢವಾದ ಅಂಜಲಿ ಮೆನನ್... ಇವರೆಲ್ಲಾ ನನ್ನೆದುರು ಬಂದು ನಿಂತು ತಮ್ಮ ತಮ್ಮ ಚಿತ್ರದ ಬಗ್ಗೆ ನನಗೆ ಹೇಳಲಾರಂಭಿಸಿದ್ದರು.

ನೀಲಿ ಬಣ್ಣದ ಛಾಯೆಗಳನ್ನಾಯೋದರಲ್ಲಿ ನೀನೇನೋ ಎಕ್ಸಪರ್ಟ್. ಆದರೆ ಅದರಿಂದ ನನಗೆಷ್ಟು ತ್ರಾಸಾಯಿತು ಗೊತ್ತಾ? ನನಗೂ ನಿನ್ನ ಹಾಗೆಯೇ 'ನೀಲಿ ಹುಚ್ಚು' ಹಿಡೀತಲ್ಲ. ಆದರೆ ನಮ್ಮ ಮನೆಯೋ... ಹಾಲ್‌ನಲ್ಲಿ ಮನುಷ್ಯರಿಗಿಂತ ಎತ್ತರವಾಗಿದ್ದ ಶೋಕೇಸ್, ಆ ಕಡೆಯೊಂದು– ಈ ಕಡೆಯೊಂದು ಸ್ಪೀಕರ್. ಈಕಡೆಯೊಂದು ಆನೆ– ಆ ಕಡೆಯೊಂದು ಆನೆ. ಪ್ಲಾಸ್ಟಿಕ್ಕಿನ ಹೂದಾನಿಗಳು, ಮಾರಾಟ ಮಾಡಿದ ಅಂಗಡಿಯ ಹೆಸರು ಹೊತ್ತ ಕೆಲೆಂಡರ್, ಹೂವಿನ ಚಿತ್ರದ ಕಪ್‌ಗಳು, ಟೆರಲಿನ್ ಶರ್ಟ್, ಅಸೀಮನ ಟಾಯ್, ಅಜ್ಜ–ಅಜ್ಜಿಯರ ಫೋಟೋ, ಇವೆಲ್ಲಾ ಒಂದುಕಡೆ ಕೂಡ್ಹಾಕಿದರೆ ಹೇಗೆ ಕಂಡೀತು? ಹಸಿರು ಬ್ರಶ್ಶಿನ ಸೊಟ್ಟ ಪಟ್ಟಿಯೆಳೆದಂತೆ!

ನನ್ನ ಭಾವನೆ ತಿಳಿಯಿತೇನೋ ಎಂಬಂತೆ ಒಂದಿನ ಅತ್ತಿಹಣ್ಣಿನ ಬಣ್ಣದ ಟೀ ಶರಟ್ ಹಳೆಯ ಜೀನ್ಸ ಹಾಕ್ಕೊಂಡು ಸೊಂಟಕ್ಕೆ ಕೈಯಿಟ್ಟು ನಿಂತ ನೀನು "ಕೋಣೆಯ ಎಲ್ಲಾ ಸಿಮೆಟ್ರಿ ತೆಗೆದು ಹಾಕೋಣ ತನಯ, ಬ್ಯಾಲನ್ಸ್ ಕೂಡಾ. ಈ ರವಿವಾರ ನೀನು ನನ್ನ ಕೋಣೆಯನ್ನು ಬೇರೆಯೇ ರೀತಿಯಲ್ಲಿ ಜೋಡಿಸು" ಎಂದಾಗ ನನ್ನ ಕಣ್ಣೆದುರು ಬಿಸಿ ಬಿಸಿ ಹೊಗೆಯಾಡೋ ಹಿತವಾದ ಕೆಂಪು ಬಣ್ಣದ ಪಟ್ಟಿಯೊಂದು ಹಾಯ್ದು ಹೋದಂತಾಯ್ತು.

ರವಿವಾರ ಮುಂಜಾನೆ ನೀ ಸನ್‌ರೈಸ್‌ಗೆ ಹೋದನಂತರ ನಾನು ಕೋಣೆಯ ಒಂದೊಂದೇ ವಸ್ತುವನ್ನು ಹೊರಗೆತ್ತಿ ಇರಿಸತೊಡಗಿದ್ದೆ.

ರಶ್ಮಿಗೆ ನಮ್ಮ 'ವಿಷಯ' ಹೇಳಿದಾಗ ಅವಳು "ನೋಡು ತನಯ್, ನಮ್ಮ ಬದುಕಿನ ರಚನೆಯನ್ನು ನಾವೇ ಮಾಡ್ಕೋಬೇಕಾಗುತ್ತೆ. ಜಗತ್ತು ತೋರಿಸೋ ಬೇರೆ ಬೇರೆ ಡಿಸೈನ್‌ಗಳಲ್ಲಿ ನಮಗೆ ಹಿಡಿಸಿದ್ದನ್ನು ಎತ್ತಿಕೋಬೇಕು, ಅದನ್ನು ಕಟೆಕಟೆದು ತನ್ನದೇ ಆದ ಟೇಸ್ಟ್ ನಿರ್ಮಿಸಬೇಕು. ಅದು ಎಲ್ಲರಿಗೂ ಹಿಡಿಸಬೇಕೆಂದಿಲ್ಲ, ನಮಗೆ ಇಷ್ಟವಾದರೆ ಸಾಕು" ಎಂದಿದ್ದಳು.

ಅರ್ಧ ಮುಕ್ಕಾಲು ಗಂಟೆಯಲ್ಲಿ ನನ್ನ ಕೆಲಸ ಮುಗಿದಿತ್ತು. ನಾನೇ ರಚಿಸಿದ ಕೋಣೆಯ ಹೊಸ ವಿನ್ಯಾಸ ನನಗೇ ಹಿಡಿಸಿತ್ತು. ಕೋಣೆಯ ಬೇರೆ ಬೇರೆ ಮೂಲೆಗಳಲ್ಲಿ ನಿಂತು ಅದನ್ನು ನೋಡಿಯೇ ನೋಡಿದೆ. ಮಧ್ಯಾಹ್ನ ಹನ್ನೆರಡಾದರೂ ನಿನ್ನ ಸುಳಿವೇ ಇಲ್ಲ.

ಕೊನೆಗೆ ಒಂದು ಕಾಗದದ ಮೇಲೆ ತೆಗೆದಿದ್ದ ಮೆಹನಾರ್ಘ್‌ಳ ಸ್ಕೆಚ್ ಹಿಡಿದುಕೊಂಡು ನೀ ಬಂದೆ. ದಾರಿ ಕಾಯ್ದು ಕಾಯ್ದು ಬೇಸತ್ತು ಹಸಿದು ನಾ ಮೆಟ್ಟಿಲುಗಳ ಮೇಲೆ ಕೂತಿದ್ದೆ.

ನೀ ಸನ್‌ರೈಸ್ ಮುಟ್ಟಿದಾಗ ಮೆಹನಾರ್ಘ್ ಮೇಲಿನ ಮಹಡಿಯಲ್ಲಿ ನಿಂತು ಕೂದಲು ಬಾಚಿಕೋತಿದ್ದಳಂತೆ. ನೀ ಲಗುಬಗೆಯಿಂದ ನಾಷ್ಟಾ ಮುಗಿಸಿದವನೇ ಮೇಲೆ ಹೋಗಿ ಅವಳನ್ನು ಮಾಡೆಲ್ ಆಗಿ ಕೂಡಲು ಹೇಳಿದೆಯಂತೆ. ಆಯಿತು- ಅಲ್ಲಿಗೆ ನಾನು, ಅಟ್ಟದ ಈ ಕೋಣೆ ಎಲ್ಲಾ ನಿನ್ನ ಮನಸ್ಸಿನಿಂದ ಗಾಯಬ್.

ಬಂದವನೇ ಬಲು ಉತ್ಸಾಹದಿಂದ ಸ್ಕೆಚ್ ತೋರಿಸಿ ವರ್ಣಿಸುತ್ತಾ ಕೂತುಬಿಟ್ಟೆ, ನಿನಗೆ ನಿನ್ನ ರಚನೆ ತೋರಿಸುವ ಗಡಿಬಿಡಿ; ನನಗೆ ನನ್ನದು. ಕೋಣೆಯಲ್ಲಿ ಅರ್ಧ ತಾಸು ತಿರುಗಾಡಿದ ಮೇಲೆ ನಿನಗೆ ಬದಲಾದ ವ್ಯವಸ್ಥೆ ಗೋಚರಿಸಿತ್ತು, ನಿನ್ನ ಕಣ್ಣಲ್ಲಿ ಮೆಚ್ಚುಗೆಯ ಮಿಂಚೂ ಹೊಳೆದಿತ್ತು.

ಎಷ್ಟೆಷ್ಟೋ ಬಣ್ಣಗಳು ತೆರಕೊಂಡವು; ಒಬ್ಬರಿಗೊಬ್ಬರು ಜೊತೆಯಾಗಿ ಪೂರ್ಣವಾದ ಆ ಕ್ಷಣದಲ್ಲಿ! ಬಾಯಿಯಿಂದ ಉಸಿರು ಬಿಡುವಾಗ ಕಣ್ಮುಂದೆ ಹಾಯೋ ಕೆಂಪು ಹಳದಿಗಳು, ದಟ್ಟ ಆವಿಯಲ್ಲಿ ನಿನ್ನೊಡನೆ ಸ್ನಾನ ಮಾಡುವಾಗ ತಿಳಿ ನೀಲಿ, ಪೂರ್ತಿ ಒಣಬಿಸಿಲಲ್ಲಿ ಕೈ ಹಿಂದಕ್ಕೊತ್ತಿ ಕೂತು ಒಬ್ಬರನ್ನೊಬ್ಬರು ನೋಡ್ತಾ ನಗುವಾಗ ಸ್ವಚ್ಛ ಬಿಳಿ, ಯಾರ ಜೊತೆಗಾದ್ರೂ ಹರಟೆ ಹೊಡೀತಾ ಅಕಸ್ಮಾತಾಗಿ ನಿನ್ನ ಹೆಸರು ಬಾಯಲ್ಲಿ ಬಂದರೆ ಪಕ್ಕೆಂದು ಅರಳಿ ಮತ್ತೆ ಸಾಂದ್ರವಾಗೋ ದಟ್ಟನೀಲಿ, ನಿನ್ನ ನಾ ಕರೆದರೆ ಊದಾ; ನನ್ನ ನೀ ಕರೆದರೆ ಶಾಂತ ಹಸಿರು! ಪೂರಾ ಇಂದ್ರಧನುಸ್ಸೇ ತೆರಕೊಂಡಂತೆ.

ನೀ ನನ್ನನ್ನು ಇಷ್ಟ ಪಡ್ತಿದ್ದಿಲ್ಲ ಅಂತೊಮ್ಮೆ ಸಂಶಯಿಸಲಾದರೂ ಹೇಗೆ? ನೀ ಹೋಗುವವರೆಗೂ ನಾ ಮಾಡಿದ ಕೋಣೆಯ ಅರೇಂಜ್‌ಮೆಂಟ್ ಹಾಗೆಯೇ ಉಳಿಸಿಕೊಂಡಿದ್ದೆಯಲ್ಲ!

ರೆಜಿಸ್ಟರ್‌ನಿಂದ ತಲೆ ತೆಗೆದ ಅರಿದಮನ ಹಲೋ ಎಂದು ಅತ್ತಿತ್ತ ನೋಡಿ 'ಒಬ್ಬನೇ?' ಎಂದು ಕೇಳಿದ.

ನಾ ಸುಮ್ಮನೆ ಹೆಗಲು ಹಾರಿಸಿದೆ. ಮೀಟಿಂಗಿಗೆ ಇನ್ನೂ ಕೆಲವು ಹೊಸ ಸದಸ್ಯರು ಬಂದಿದ್ದರು. ಸ್ಯಾಮುವೆಲ್‌ನ ಮುಂದಿನ ಕುರ್ಚಿ ಖಾಲಿಯಿತ್ತು. ಯಾಕೋ ಯಾರಿಗೆ ಗೊತ್ತು? ನೀನಿರದ ಕಾರಣ ನನಗೆ ಒಂಟಿಯೆನಿಸತೊಡಗಿತ್ತು. ಈ ಬಾರಿ ಮೀಟಿಂಗಿಗೆ ಬಂದ ಮಂದಿ ಥಾಳು ಫ್ಯಾಶನ್‌ನಲ್ಲಿ ರಾವು ಹೊಡೆವಂತಿತ್ತು.

ಅರಿದಮನ ಒಂದು ಕತೆಯಿಂದ ಕಾರ್ಯಕ್ರಮ ಶುರು ಮಾಡಿದ. ಒಂದು ಹಡಗಿನ ಮಾಲಿಕನೊಬ್ಬನ ಇದೀಗ ತಾನೇ ಯೌವನಕ್ಕೆ ಕಾಲಿಡುತ್ತಿರುವ ಮಗ ಮತ್ತು ಅಲ್ಲೇ ಕೆಲಸ ಮಾಡುವ ಬಡ ಕಾರ್ಮಿಕನ ಕತೆ– ಸುಮಾರು ನಾಲ್ವತ್ತು ವರ್ಷಗಳ ನಂತರ ಒಂದು ಕ್ರಿಸ್‌ಮಸ್ ರಾತ್ರಿ, ಈಗ ವಯಸ್ಕನಾಗಿರುವ ಮಾಲಿಕನ ಮಗ ನ್ಯೂಯಾರ್ಕ ಡೌನ್‌ಟೌನ್‌ನ ಒಂದು ಪಬ್ಬಿನಿಂದ ಮುದುಕನೊಬ್ಬ ಹೊರಬೀಳೋದನ್ನು ನೋಡ್ತಾನೆ... ಅದೇ ಅವನ ಹಿಂದಿನ ಕಾರ್ಮಿಕ ಸಂಗಾತಿ. ಹೀಗೇನೋ ಇತ್ತು ಕತೆಯ ಹಂದರ. ಮನುಷ್ಯನ ಭೂತಕಾಲ ಅವನೆದುರು ಧುತ್ತೆಂದು ಬಂದು ನಿಂತರೆ ಅವನ ಮನಸ್ಸಿನಲ್ಲೇಳುವ ಕ್ಷೋಭೆಗಳೇನು? ಅನ್ನೋದನ್ನು ಸುಂದರವಾಗಿ ವರ್ಣಿಸೋ ಕತೆ. ಆದರೆ ಅರಿದಮನ ಅದನ್ನೋದುವಾಗ ಬಹುತೇಕ ಮಂದಿಯ ಲಕ್ಷವಿರಲೇ ಇಲ್ಲ. ಆಮೇಲೆ ಅವ ಎಲ್ಲರನ್ನೂ ಒಬ್ಬರಿಗೊಬ್ಬರಿಗೆ ಪರಿಚಯಿಸಿದ.

ವ್ಯಾಯಾಮ ಮಾಡಿ ಗಟ್ಟಿಯಾದ ದೇಹ ತೋರಿಸಲೆಂದೇ ಬಂದ ಒಂದು ಟೋಳಿ ಕಂಡಿತು. ಅವರಲ್ಲಿ ಅನೇಕರು ಎಡ ಕಿವಿ ಚುಚ್ಚಿಸಿಕೊಂಡಿದ್ದರು. ಅವರಲ್ಲಿ ಒಂದಿಬ್ಬರನ್ನು ಸ್ಟೇಶನ್ ರಸ್ತೆಯಲ್ಲಿ ನೋಡಿದ್ದೂ ನೆನಪಾಯ್ತು. ಅರಿದಮನನ ಜನ ಒಟ್ಟುಗೂಡಿಸೋ ಈ ಕಟಿಪಿಟಿ ನನಗೆ ಕಮಾಲ್ ಎನ್ನಿಸಿತು. ಮುಂಬಯಿಯಲ್ಲಿ ಆಗ್ತಿದ್ದುದು ನಮ್ಮ ಮೊದಲ ಕಾನ್‌ಫೆರನ್ಸ್. ಪೊಲೀಸರು, ವಿರೋಧೀ ಪ್ರೆಸ್, ಸನಾತನ ಧರ್ಮದವರ ಧಾಂದಲೆ... ಎಲ್ಲ ಎದುರಿಸಿ ಈ ಸಭೆ ನಡೆಯಬೇಕಿತ್ತು. ಅಷ್ಟರಲ್ಲಿ ಅರಿದಮನ 'ಆ ಹಕ್ಕು ಈ ಹಕ್ಕು' ಅಂತ ತನ್ನ ಎಂದಿನ ಆವೇಶದ ಧಾಟಿಗಿಳಿದ. ಅವನೇ ಆ ಕಾನ್‌ಫೆರನ್ಸ್‌ಗೆ ಡೆಲಿಗೇಟ್ ಎಂದು ಹೋಗುವವನಿದ್ದರಿಂದ ಅಲ್ಲಿ ಮಾತಾಡೋ ವಿಷಯದ ಬಗ್ಗೆ ಎಲ್ಲರ ಕಡೆಯಿಂದ ಬ್ರೀಫಿಂಗ್ ತಗೊಳ್ಳುವವನಿದ್ದ. ಆ ಸಭೆಯಲ್ಲಿ ಮೊದಲ ಬಾರಿ ನಮಗಾಗಿ ಒಂದು ವೆಬ್‌ಸೈಟ್‌ನ ಉದ್ಘಾಟನೆಯೂ ಆಗುವುದಿತ್ತೆಂಬ ವಿಷಯ ಕೇಳಿ ಖುಷಿಯಾಯ್ತು. ಅರಿದಮನನ ಕಡೆ ಲಕ್ಷವೇ ಕೊಡದೆ ಒಬ್ಬರನ್ನೊಬ್ಬರು ದಿಟ್ಟಿಸುತ್ತಾ ಕೂತಿದ್ದ ಇಬ್ಬರು ಹುಡುಗರು ಎದ್ದು ಹಿಂದಿನ ಬಾಗಿಲತ್ತ ನಡೆದರು. ನಾ ಸ್ಯಾಮುವೆಲ್‌ನ ಕಿವಿಯಲ್ಲಿ "ಅಲ್ಲಾ ಮುಂಬಯಿಯ ಮೀಟಿಂಗ್ ಇದೆಯಲ್ಲಾ, ಅದರಲ್ಲಿ ಬರೇ ಚರ್ಚೆ ವಾದವಿವಾದವೇ ಆಗುತ್ತೆ ಅಂತ ನಿನಗೆ ಗ್ಯಾರಂಟಿ ಇದೆಯಾ? ಬೇರೆ ಕಾರ್ಯಕ್ರಮ ಏನಾದ್ರೂ..." ಅಂತ ಪಿಸುಗುಟ್ಟಿದರೆ ಅವ "ಯಾಕೆ ನೀನೂ ಹೋಗುವವನೇನು ಅರಿದಮನನ ಕೂಡ, ಬೇರೆ ಕಾರ್ಯಕ್ರಮಗಳಿಗಾಗಿ?" ಅಂದ.

ಅರಿದಮನ ಕಾನ್ಫರೆನ್ಸ್‌ಗೆ ಆಯ್ಕೆಯಾದ ಖುಷಿಗೆ ನಾವಿಟ್ಟುಕೊಂಡ ಪಾರ್ಟಿಗೆ ನೀ ಬರಲು ಒಪ್ಪಿದೆಯಲ್ಲಾ ಅಂತ ನನಗೆ ಹಿಗ್ಗೋ ಹಿಗ್ಗು. ನನ್ನದೂ ವಿಚಿತ್ರವೇ, ನೀ

ಬರಲಿಲ್ಲವೆಂದರೆ ಒಂಟಿತನ, ಬಂದರೆ ಇತರರಿಂದ ನಿನ್ನ ಹ್ಯಾಗೆ ಬಚಾವ್ ಮಾಡೋದು ಎನ್ನೋ ಟೆನ್ಶನ್! ನಾವು ಹೋದ ಮೊದಲ ಮತ್ತು ಕೊನೆಯ ಪಾರ್ಟಿಯೆಂದರೆ ಅದೇ. ಅತಿ ಜೋರಿನ ಸಂಗೀತ ದಣಗುಟ್ಟೋ ಡಾನ್ಸ ಫ್ಲೋರ್ ಅಂದರೆ ನನಗಂತೂ ಪಂಚಪ್ರಾಣ. ನಾವು ಕಂಠಮಟ ಬಿಯರ್ ಕುಡಿದು ಕುಣಿದರೆ ಥಂಡಾಗಾರ್ ಎ.ಸಿ. ಹಾಲ್‌ನಲ್ಲೂ ಬೆವತು ತೊಪ್ಪೆಯಾಗಿದ್ದೆವಲ್ಲ! ಕಾಲು ನೋಯುವವರೆಗೆ ಡ್ಯಾನ್ಸ್ ಫ್ಲೋರ್ ಬಿಟ್ಟಿಳಿದಿರಲಿಲ್ಲ. ನಡುವೆ ನಾನೊಮ್ಮೆ ಕೌಂಟರಿಗೆ ಹೋಗಿ ಇನ್ನೊಂದು ಬಿಯರ್ ತಗೊಂಡು ಮಸ್ತ ಮಗನ್‌ನಂತೆ ಒಂಟಿಯಾಗಿ ಕುಣಿಯುತ್ತಿದ್ದ ನಿನ್ನನ್ನೇ ನೋಡುತ್ತಾ ಕುಳಿತುಬಿಟ್ಟೆ. ಸ್ವಲ್ಪ ಸಮಯದ ನಂತರ ನನಗೆ ಏನೂ ಕೇಳದಂತಾಯ್ತು. ಝುಗಮಗಿಸುತ್ತಿದ್ದ ರಂಗುರಂಗಿನ ದೀಪಗಳ ಬಣ್ಣವೆಲ್ಲಾ ಕಲಿಸಿಹೋದಂತಾಯ್ತು. ಯಾವುದಕ್ಕೂ ಏನೂ ಅರ್ಥವಿಲ್ಲ ಎನ್ನಿಸತೊಡಗಿತು. ಈ ಮನುಷ್ಯ ಯಾರು? ಒಂದು ವೇಳೆ ಎಂದಾದರೂ ಹಗಲಿನ ಸ್ವಚ್ಛ ಬೆಳಕಲ್ಲಿ ರಸ್ತೆಯ ಮೇಲೆ ಸಿಕ್ಕಿದರೆ ನಕ್ಕು ಮಾತನಾಡಿಸಿಯಾನೆ? ನಮಗೆ ಬೇಕಾದುದಾದರೂ ಏನು? ಇದೆಲ್ಲದರ ನಂತರ ಮುಂದೆ... ಏನು? ನನ್ನ ತಲೆ ಗಿರ್ ಎನ್ನತೊಡಗಿತ್ತು.

ಅಕ್ಕಪಕ್ಕ ಪುರುಷರ ಮಹಾಪೂರವಿತ್ತು; ಶಾರ್ಟ್ ಮತ್ತು ಚಿಕ್ಕ ಬನಿಯನ್ ಹಾಕ್ಕೊಂಡು ತಾವು ಗಳಿಸಿಕೊಂಡ ಮೈಮಾಟ ತೋರಿಸುವವರು, ಲಗ್ನವಾಗಿ ಹೊಟ್ಟೆ ಮುಂದೆ ಬಂದವರು, ಚೌಕಳಿ ಬುಶ್ ಶರ್ಟಿನವರು, ಎಲ್ಲೋ ಒಂದಿಬ್ಬರು ಢಾಳ ಲಿಪ್‌ಸ್ಟಿಕ್ ಮತ್ತು ಸ್ಕರ್ಟ್ ತೊಟ್ಟ ಕಲ್ಲಿನ ಮುಖದ ಹುಡುಗರು. ಎಲ್ಲಾ ಮೈ ಮೇಲೆ ಖಬರಿಲ್ಲದೆ ಕುಣಿಯುತ್ತಿದ್ದರು. ಒಬ್ಬರಿಗೊಬ್ಬರು ತೆಕ್ಕೆ ಬೀಳ್ತಿದ್ದರು. ಮೂಲೆಗೆ ಹೋಗಿ ಮೇಜಿನ ಮೇಲೆ ಒಬ್ಬರ ಪಕ್ಕ ಇನ್ನೊಬ್ಬರು ಬಿದ್ದುಕೋತಿದ್ದರು.

ನಾನೇನು ಮಾಡಬೇಕಂತೇನೆ? ಈ ಅರಿದಮನನ ಉದ್ದೇಶವೇನು? ಸ್ಯಾಮುವೆಲ್ ಮತ್ತು ಅಶಿಷ್ ಮಾತ್ರ ಮೂಲೆಯ ಒಂದು ಟೇಬಲ್‌ಗೆ ಎದುರು ಬದುರಾಗಿ ಕುಳಿತು ತಂತಮ್ಮ ಗ್ಲಾಸಿನಿಂದ ಬಿಯರ್ ಕುಡಿಯುತ್ತಾ ಆರಾಮಾಗಿ ಮಾತನಾಡುತ್ತಿದ್ದರು. ನಾ ಡ್ಯಾನ್ಸ್ ಫ್ಲೋರಿಗೆ ಮರಳಿ ಬಿಚ್ಚಿಕೊಂಡಿದ್ದ ನಿನ್ನ ಶರಟಿನ ಗುಂಡಿಗಳನ್ನೆಲ್ಲ ಹಾಕಿ "ನಡೆ ಹೋಗೋಣ" ಎಂದೆ. ನೀ ವಿಧೇಯ ಮಗುವಂತೆ ನನ್ನ ಹಿಂದೆಯೇ ಬಂದೆ. ಮನೆಗೆ ಬಂದು ಅಟ್ಟವನ್ನೇರಿ ನಿನ್ನನ್ನಪ್ಪಿಕೊಂಡಾಗಲೇ ನನಗೆ ಸುರಕ್ಷಿತ ಭಾವ ಬಂದಿದ್ದು.

ಮನೆಯಲ್ಲಿ ಮಂಜರಿಗೆ ಗಡಿಗೆನೀರಿನ ಸಂಭ್ರಮ. ಬಹಳ ದಿವಸಗಳ ಮೇಲೆ ಅಪ್ಪನ ಕಡೆಯ ಬಂಧುಗಳೆಲ್ಲಾ ಹಾಜರಿ ಹಾಕಿದ್ದರು. ದುರ್ಗಾ ಅಜ್ಜಿ ವರ್ಷವಿಡೀ ಸಾಕಾಗುವಷ್ಟು ಹಾಗಲಕಾಯಿಯ ಪಲ್ಯ ಮತ್ತು ಕಾಳುಚಟ್ನಿ, ಹಪ್ಪಳ ಮಾಡಿಕೊಂಡು ಬಂದಿದ್ದಳು. ಸೀತಾ ಕಾಕು ಮತ್ತು ಕಂಚನ ಒಂದೆರಡು ಸುತ್ತು ದಪ್ಪಗಾದಂತೆ ತೋರಿತು. ಕಂಚನಳ ಮಗ ಅರ್ಜುನ ಅದೀಗ ಅಂಬೆಗಾಲಿಕ್ಕುತ್ತಿದ್ದರಿಂದ ಮನೆ ತುಂಬಾ ಹರಿದಾಟ, ಗದ್ದಲ. ಪ್ರಾಚಿಯನ್ನು ಅನುಜಾ ಪಾರ್ಲರ್‌ಗೆ ಕರೆದು ಕೊಂಡ್ಹೋಗಿ ಅವಳ ಉದ್ದೋ ಉದ್ದದ ಕೂದಲನ್ನು ಕತ್ತರಿಸಿ ತಂದ ಮೇಲೆ ಎರಡು ದಿನ ದುರ್ಗಾ ಅಜ್ಜಿಯ ಸಿಡಿಪಿಡಿ ಚಾಲುವಿತ್ತು.

ಪ್ರಕಾಶ ಕಾಕಾ ಯಾಕೋ ವಯಸ್ಸಾದಂತೆ ಕಂಡರು. ಪ್ರತಿದಿನ ರಾತ್ರಿಯ ಊಟವಾಯ್ತೋ ಅಪ್ಪ, ಪ್ರಕಾಶ ಕಾಕಾ ಮತ್ತು ರಾಮಕಾಕಾ ಮೂವರೂ ಪಾನ್ ತಿನ್ನಲೆಂದು ದೂರಕ್ಕೆಲ್ಲೋ ನಡಕೊಂಡೇ ಹೋಗ್ತಿದ್ದರು. ಮನೆಯಲ್ಲಿ ಉಮೇದಿಯ, ಹರ್ಷದ ವಾತಾವರಣ. 'ಎಲ್ಲರೂ ಬಂದರಲ್ಲ' ಎಂಬ ಆನಂದ ಅಮ್ಮನನ್ನು ಗಳಿಗೆ ಕೂಡಾ ನಿಂತಲ್ಲಿ ನಿಲ್ಲಗೊಡದಾಗಿತ್ತು. ಅಸೀಮ ಸುದ್ಧಾ ನಾಲ್ಕು ದಿನ ರಜೆ ಹಾಕಿದ್ದ. ರಾತ್ರಿ ಊಟವಾದ ಮೇಲೆ ಮನೆಯ ತುಂಬಾ ಗಾದಿಗಳು! ಅಲ್ಲಲ್ಲಿ ಕುಳಿತಲ್ಲೇ ಹರಟೆ, ಬೇಯಿಸಿದ ಸೇಂಗಾದೊಟ್ಟಿಗೆ ಅಂತಾಕ್ಷರಿಗಳ ಭರಾಟೆ. ನನಗೆ ಅಟ್ಟಕ್ಕೆ ಹೋಗಲು ಬಿಡುವರಾರು? ಸುನೀಲ– ಅಸೀಮನೊಟ್ಟಿಗೆ ನನ್ನ ನೆಟಿಕೆಯನ್ನೂ ಮುರಿದು ಕೈ ಬೆರಳುಗಳನ್ನು ಕಟ್ ಕಟ್ಟೆನಿಸಿದ್ದಳು ದುರ್ಗಾ ಅಜ್ಜಿ. ಗಡಿಗೆನೀರಿನ ದಿವಸ ಎಲ್ಲಾ ಮಸ್ತಾಗಿ ಉಂಡು ಪಾನ್ ಹಾಕ್ಕೊಂಡು ಕೂತಾಗ ನನಗೆ 'ಅರೆ ಈ ಕಾರ್ಯಕ್ರಮ, ಮನೆಮಂದಿಯ ಗದ್ದಲ, ಎಲ್ಲಾ ಕೂಡಿ ಇರೋದು ನನಗೂ ಇಷ್ಟವಾಗುತ್ತದಲ್ಲಾ' ಅಂತ ಆಶ್ಚರ್ಯವಾಯಿತು. ತೂಗುಯ್ಯಾಲೆಯ ಮೇಲೆ ಒರಗಿದ್ದ ಮಂಜರಿ ಎದ್ದು ಕುಳಿತು "ತನಯಾ ಲಗ್ನವಾದ ಮೇಲೆ ನಾನು ದೂರ ನಾಗಪುರಕ್ಕೆ ಹೋಗ್ತೇನೆ. ಆಮೇಲೆಲ್ಲಿ ಭೇಟಿ? ಕನಿಷ್ಟ ಇಮೇಲ್ ಆದರೂ ಮಾಡ್ತಿರೋಣ" ಎಂದಳು.

ಬಟ್ಟೆ ಒಣಹಾಕಲೆಂದು ನೀ ಬಾಲ್ಕನಿಗೆ ಬಂದಾಗ ನಾನೂ ಮೇಲೆ ನೋಡಿದ್ದೆ. ಎರಡು ದಿವಸ ನಿನ್ನ ಭೆಟ್ಟಿಯಾಗದ್ದಕ್ಕೆ ನನಗೇ ನಾಚಿಗೆಯೆನ್ನಿಸಿ ಮೇಲಕ್ಕೆ ಬಂದಿದ್ದೆ. ಮೇಲಿನಿಂದ ಕೆಳಗೆ ನೋಡಿದರೆ ಉರಿಬಿಸಲಲ್ಲಿ ನಿಂತವರೆಲ್ಲ ಸಪಾಟ್ ಆದಂತೆ, ಚಿಕ್ಕವರಾದಂತೆ ಕಂಡರು.

ನೀ ಮಾಯವಾಗಿ ಆರು ತಿಂಗಳ ಮೇಲೆ ಮುಗಿಲು ಹರಿದು ಬೀಳುವಂತೆ ಮಳೆ ಹತ್ತಿದಾಗ ಅನುಜಾ ಮರಳಿದ್ದಳು.

ಹಠಾತ್ತಾಗೇ ಬಂದಿತ್ತು ಮಳೆ. ಅಮ್ಮ ನನಗೆ ಎಲ್ಲಾ ಕಿಟಕಿ, ಬಾಗಿಲುಗಳನ್ನು ಮುಚ್ಚಲು ಹೇಳಿದಳು. ಇಡೀ ಮನೆಯಲ್ಲಿ ಕತ್ತಲೆ ತುಂಬಿಕೊಂಡಿತು. ಅನುಜಾ ಹೋದಾಗಿನಿಂತ ಒಂಥರಾ ಭ್ರಮಿಷ್ಠೆಯಂತಾಗಿದ್ದ ಅಮ್ಮ ಕತ್ತಲೆಯಲ್ಲಿ ಇನ್ನೂ ವಿಚಿತ್ರವಾಗಿ ಕಂಡಳು; ಮೂಲೆಯ ಕುರ್ಚಿಯೊಂದರಲ್ಲಿ ಹವಾಯಿ ಚಪ್ಪಲ್ ಮತ್ತು ಸ್ವೆಟರೇರಿಸಿ ಕೂತ ಅಪ್ಪ ಕೂಡಾ.

ಅಸೀಮ ಆಫೀಸಿನಿಂದ ಬಂದು ಬಚ್ಚಲುಮನೆಯಲ್ಲಿ ನಾರುವ ಕಾಲುಚೀಲ ಒಗೆದು ಬರುವಷ್ಟರಲ್ಲಿ ಅಮ್ಮ ಚಹಾಗೆಂದು ಪಾತ್ರೆ ಒಲೆಯ ಮೇಲೇರಿಸಿದ್ದಳು. ನಾ ಟೀವಿಯ ರಿಮೋಟ್ ಹಿಡಕೊಂಡು ಚಾನಲ್ ಬದಲಾಯಿಸುತ್ತಾ ಪರದೆ ತೋರಿಸಿದ ಚಿತ್ರ ನೋಡುತ್ತಾ ಬಿದ್ದುಕೊಂಡಾಗಲೇ ಬೆಲ್ ಬಾರಿಸಿತ್ತು. ಅಸೀಮ ಬಾಗಿಲು ತೆರೆದವನೇ ಅಮ್ಮಾ... ಅಪ್ಪಾ... ಅಂತ ಚೀರಿದ್ದ.

ನಾವೆಲ್ಲಾ ಗಾಬರಿಯಾಗಿ ಅತ್ತ ಓಡಿದರೆ ಅನುಜಾ ಬಾಗಿಲಲ್ಲಿ ನಿಂತಿದ್ದಳು.

ಅವಳ ಕೂದಲು ಮತ್ತೂ ಉದ್ದವಾಗಿತ್ತು, ಮೈ ಮೇಲಿನ ಬಟ್ಟೆ ಅಲ್ಲಲ್ಲಿ ಹರಿದಿದ್ದವು. ನಾ ಅವಳ ಮೈಮೇಲಿದ್ದ ನಿನ್ನ ಟೀ ಶರ್ಟ್ ಕೂಡಲೇ ಗುರುತಿಸಿದ್ದೆ,

ಗಂಟಲುಬ್ಬಿ ಬಂತು. ಅವಳ ಮುಖ ನಾಲ್ಕಾರು ದಿನಗಳಿಂದ ನಿದ್ದೆಯಿಲ್ಲವೇನೋ ಎಂಬಂತೆ ಬಾಡಿತ್ತು. ನಾ ನೋಡ್ತಾ ದಂಗಾಗಿ ನಿಂತಾಗಲೇ ಅವಳು ಒಮ್ಮೆಲೆ ಅಮ್ಮನಿಗೆ ತೆಕ್ಕೆ ಬಿದ್ದು ದೊಡ್ಡ ದನಿಯಲ್ಲಿ ಅಳಹತ್ತಿದಳು. ನಾ ಅವಳತ್ತ ನೋಡಿ ನಸುನಕ್ಕು ಬಳಿಗೆಳೆದುಕೊಂಡು ಆಲಿವ್ ಗ್ರೀನ್ ಅಂಗಿಯ ಬೆನ್ನನ್ನು ಮೆಲ್ಲನೆ ತಟ್ಟಿದೆ. ನೀ ಬೇರೆಯೇ ದಿಕ್ಕಿನಲ್ಲಿ ಓಡಿಹೋಗಿದ್ದೆ ಅಂತ ಅನ್ಕೊಂಡಿದ್ದು ನನಗೆ ನಾನೇ ಹೇಳಿಕೊಂಡಿದ್ದ ಸುಳ್ಳು ಸಮಾಧಾನವಾಗಿತ್ತಷ್ಟೇ.

ನಾ ಕೋಣೆಯೊಳಗೆ ಬಂದು ಮಳೆಯ ಕಡೆ ನೋಡ್ತಾ ಕೂತುಬಿಟ್ಟೆ. ಗೋಡೆಗುಂಟ ಇಳಿದ ತೇವ ಫೋಟೋಗಳನ್ನೆಲ್ಲ ಕೆಡಿಸಿತ್ತು. ನನಗ್ಯಾಕೋ ಕೈಕಾಲು ಬಳಬಳ ಅಂದಂತಾಯ್ತು. ಮೈ ಬಿಸಿಯಾಯ್ತು. ನಾನೇನೋ ಕಳಕೊಂಡಿದ್ದೇನೆ- ಕಾರಣ ಸುತ್ತಲಿನ ಜಗತ್ತಿನ ಮೋಸ ಅನ್ನೋ ಭಾವನೆ ಮೆಲ್ಲನೆ ತುಂಬಿಕೊಳ್ಳತೊಡಗಿತ್ತು. ಆ ದಿನ ಅನುಜಾಳೊಡನೆ ಮಾತಾಡುವುದು ಶಕ್ಯವೇ ಇರಲಿಲ್ಲ. ಅವಳು ಸ್ನಾನ ಮಾಡಿ ಬಿಸಿಬಿಸಿ ಊಟ ಮಾಡಿ ಮಲಗಿದವಳು ಎದ್ದದ್ದೇ ಮರುದಿನ. ಆಗ ಮನೆಯಲ್ಲಿ ಬೆಳ್ಳನೆ ಬೆಳಕು ಬಿದ್ದಿತ್ತು.

ಎಲ್ಲರ ಮುಖಗಳಲ್ಲಿಯೂ ಒಂದೇ ಪ್ರಶ್ನೆ. ಅನುಜಾಳ ಬಾಯಲ್ಲಿ ಬರಿದೇ 'ನನ್ನ ಕ್ಷಮಿಸಿ... ನನ್ನ ಕ್ಷಮಿಸಿ' ಅನ್ನೋ ಶಬ್ದ ಮತ್ತೆ ಬಿಕ್ಕುಗಳು. ನಾಡಕರ್ಣಿ ಕಾಕು ಮತ್ತು ಶರಯೂ ಮಾವಶಿ ಅಮ್ಮನಿಗೆ 'ಧೈರ್ಯ ತಗೋ' ಅನ್ನುತ್ತಿದ್ದರು. ಅಪ್ಪ ಆಗಲೇ ಪೊಲೀಸ್ ಚೌಕಿಗೆ ಹೋಗಿ ಹೇಳಿಬಂದಿದ್ದರೂ ಅನುಜಾ ರಿಪೋರ್ಟ ಮಾಡಲು ಮಾತ್ರ ಖಡಾಖಂಡಿತ ಬೇಡವೆಂದುಬಿಟ್ಟಳು.

ಅನುಜಾ ಮಾತನಾಡಲಾರಂಭಿಸಿದ ಮೇಲೆ ನಡೆದ ಸಂಗತಿಗಳು ಶಬ್ದಗಳಾಗಿ ಕಿವಿ ಹೊಕ್ಕಿದ್ದವು. ವಿಚಿತ್ರವೆಂದರೆ ಎಲ್ಲ ತಿಳಿದ ಮೇಲೆಯೂ ನನಗೆ ನಿನ್ನ ಮೇಲೆ ಸಿಟ್ಟು ಬರಲೇ ಇಲ್ಲ. ಬಹಳ ದುಃಖವೆನಿಸಿತು, ಬರಿದೇ ಶುಷ್ಕವಾಗುತ್ತ ಹೋದೆ.

ಸಂಜೆಗೆ ಅಟ್ಟದ ಮೋಡಕಾ ಬಾರ್ಝಾರಿನಲ್ಲಿ ಕೂತಾಗ ಅನುಜಾ ಮೆಲ್ಲನೆ ಮೇಲೆ ಬಂದು ಹೊರಗಿನ ಕಿಟಕಿಗಾತು ಒಳಗೆ ಚೆಲ್ಲಾಪಿಲ್ಲಿ ಬಿದ್ದ ಸಾಮಾನುಗಳನ್ನು ನೋಡುತ್ತಾ ನಿಂತಳು.

"ಅವ ಒಂದಿನ ಬೆಳಿಗ್ಗೆ ಅಚಾನಕ್ಕಾಗಿ ನನ್ನನ್ನು ಬಿಟ್ಟು ಹೊರಟು ಹೋದ" ಎಂದವಳು ಬಿಕ್ಕಿದಾಗ ಸಾಂತ್ವನ ಹೇಳುವಷ್ಟು ಒಳ್ಳೆಯತನ ನನ್ನಲ್ಲಿ ಮೂಡಲೇ ಇಲ್ಲ. ಅಂದೇಕೆ? ಇಂದೂ ಮೂಡಿಲ್ಲವೇನೋ. ಕೆಳಗಿಳಿದು ಬರುವಾಗ ಅವಳನ್ನೊಮ್ಮೆ ಅಟ್ಟದ ಮೇಲಿನಿಂದ ಕೆಳಕ್ಕೆ ನೂಕಿಬಿಡಲೆ? ಅಂತಲೂ ಅನ್ನಿಸಿತು.

ಮತ್ತೆರಡು ದಿನಗಳಲ್ಲಿ ನಾ ಸಂಪೂರ್ಣ ನಿರ್ಭಾವುಕನಾಗಿದ್ದೆ; ಕಟ್ಟಿಗೆಯಂತೆ. ಥೇಟ್ ನೀ ಹೋದಾಗಿನಂತೆಯೇ, ಆಗ ನನಗೆ ಆಘಾತವಾಗಿರಲಿಲ್ಲ, ಕೋಪವೂ ಬಂದಿರಲಿಲ್ಲ. ಕೇವಲ ನಿನ್ನ ದಾರಿ ಕಾಯೋದು ಅಂತಂದುಕೊಂಡಿದ್ದೆ. ಸಂಜೆಯವರೆಗೂ ನೀ ಮರಳದಿದ್ದಾಗ ಸನ್‌ರೈಸ್‌ಗೆ ಓಡಿದ್ದೆ. ನೀನು ನಾಷ್ಟಾಕ್ಕೂ ಬಂದಿರಲಿಲ್ಲ ಎಂದು ಮೆಂಡೇಸ್ ಅಂದಿದ್ದ. ಪುನಃ ಮಾರನೆಯ ದಿನ 'ಅವ

ಊರಿಗೆ ಏನಾದ್ರೂ ಹೋಗ್ತಿನೆಂದಿದ್ದನೇ?' ಎಂದು ವಿಚಾರಿಸಿದಾಗ ಮೆಹನಾಝ್ ನೀ ಇತ್ತೀಚಿಗಷ್ಟೆ ಬಿಲ್ ಪಾವತಿ ಮಾಡಿದ್ದೆ ಎಂಬುದನ್ನು ತಿಳಿಸಿದ್ದಳು. ಕಪಾಟಿನ ಒಳಮಗ್ಗಲಿಗೆ ನಿನ್ನ ಆಯಿ ಬಾಬಾನ ಫೋಟೋ ಇರಲಿಲ್ಲ ನಿಜ, ಆದರೆ ಅಪ್ಪ ಕೋಣೆಯಲ್ಲ ಕಿತ್ತಾಡಿದರಲ್ಲ, ಆಗ ನನಗೆ ಆ ಫೋಟೋ ಸಿಕ್ಕಿತ್ತು. ಆಗಲೇ ನಾ ದಾರಿ ಕಾಯುವ ನಿರ್ಧಾರ ತೆಕ್ಕೊಂಡಿದ್ದು.

ಅನುಜಾ ಬಂದೆರಡೇ ದಿನಗಳಲ್ಲಿ ಸೈಕಿಯಾಟ್ರಿಸ್ಟ್ ಬಳಿ ಅವಳ ಟ್ರೀಟ್‌ಮೆಂಟ್ ಶುರುವಾಗಿತ್ತು. ಆಮೇಲೆ ಬದಲಾವಣೆಗೆಂದು ಕೆಲ ತಿಂಗಳು ಶರಯೂ ಮಾವಶಿಯ ಕಡೆ ಬಿಡುವುದೆಂದು ಠರಾಯಿಸಿದ್ದರು. ರಶ್ಮಿ ನನ್ನನ್ನು ತನ್ನ ತಾಬೆಗೆ ತಗೊಂಡು ಹುಚ್ಚೆದ್ದು ಹೋಗಿದ್ದ ತಲೆಯನ್ನು ತಹಬಂದಿಗೆ ತಂದಳು.

ಬದುಕಿನಲ್ಲಿ ಎಷ್ಟು ಮಂದಿ ಬಂದು ಹೋಗಿಲ್ಲ? ಯಾವತ್ತೂ ಮೋಸವೇ ಹೋಗಿಲ್ಲ ಅನ್ನೋ ಹಾಗೂ ಇಲ್ಲ. ಆದರೆ ನಿನ್ನೊಡನೆ ಆದದ್ದು ಮಾತ್ರ ಬೇರೆ, ನನ್ನ ಭವಿಷ್ಯವನ್ನೇ ಬದಲಾಯಿಸೋ ತಾಕತ್ತಿನದು.

ನನಗೆ ಅಳಲು ಬರೋದಿಲ್ಲ. ಒಂದು ವೇಳೆ ಅತ್ತರೂ ಬರೋ ಲಾಭವೇನು? ಅಕ್ಕಪಕ್ಕದವರಿಗಂತೂ ತಿಳಿಯಲು ಶಕ್ಯವೇ ಇಲ್ಲ, ಬರಿದೇ ನಿನ್ನ ನೆನಪಿನ ತಾಪ ಮಾತ್ರ ಹೆಚ್ಚಾಗುತ್ತೆ.

ಕೈಯಲ್ಲಿ ನಾಲ್ಕಾರು ಪುಸ್ತಕಗಳು; ಫೋಕಸ್ ಸರಿಯಾಗಿರದ ಕಾರಣ ಅವುಗಳ ಹೆಸರಷ್ಟೇ ಓದಲು ಬರುವಂತಿದೆ. ಕೋಣೆಯಲ್ಲಿ ಬಿದ್ದಿದ್ದ ಪುಸ್ತಕಗಳ ರಾಶಿಯ ಮಧ್ಯೆ ಮುಖ ತೂರಿಸಿ ಕ್ಯಾಮೆರಾ ಲೆನ್ಸನ್ನೇ ನೋಡುತ್ತಾ ಮನಸ್ಸು ಬಿಚ್ಚಿ ನಗ್ತಿದ್ದೀಯ. ನಿನ್ನ ಮೋಹಕ ಮೊಗ; ಹಿನ್ನೆಲೆಯಲ್ಲಿ ದೀಪದ ಮಂದ ಬೆಳಕು! ನೋಡುತ್ತಿದ್ದರೆ ಮನಕ್ಕೆ ಸುಖವಾಗುತ್ತದೆ.

ಅಪ್ಪ ಕಪಾಟೆಲ್ಲ ಕಿತ್ತಾಡಿದ್ದರಲ್ಲ, ಆಗ ನನಗೆ ಸಿಕ್ಕ ಮತ್ತೊಂದು ಫೋಟೋ ಇದು.

ಜುಲೈ–ಅಗಸ್ಟ್ ಡೈರಿ
10–07–2002

ನಾನಿವತ್ತು ಖಾನ್ವಿಲ್ಕರ ಡಾಕ್ಟರ್ ಬಳಿ "ನನ್ನೆಲ್ಲಾ ನಿರ್ಣಯಗಳು ತಪ್ಪೆಂದು ತೋರ್ತವೆ. ನಾ ಬದುಕಬೇಕೆಂದುಕೊಂಡಿದ್ದು ಹೀಗಲ್ಲವೇ ಅಲ್ಲ. ನನ್ನದೂ ಸುದ್ದಾ ಒಬ್ಬರನ್ನೊಬ್ಬರು ಅನುಕರಿಸುವ ಅಕ್ಕಪಕ್ಕದ ಜನರಂತೆಯೇ ಫ್ರಾಡ್ ಬದುಕಾಗಿದೆ" ಅಂದೆ.

"ಜಗತ್ತಿನಲ್ಲಿ ಬೇರೆ ಥರಾ ಬದುಕೋಳು ನೀನೊಬ್ಬಳೇ ಏನು? ಅಲ್ದೆ ತಮ್ಮದೇ ಜಿದ್ದು ಹಿಡಿದು ಜೀವಿಸೋರಿಗೆ ಕಷ್ಟವಲ್ಲದೆ ಮತ್ತೇನಾದ್ರೂ ಸಿಗುತ್ತಾ? ಆದ್ರೂ ಎಲ್ಲಾ ಕಷ್ಟ ಸಹಿಸಿಕೊಂಡು ಎಷ್ಟೋ ಜನ ತಮಗೆ ಸರಿಯಾಗಿ ತೋರಿದ ದಾರಿಯಲ್ಲೇ ನಡೀತಾರೆ. ನೀನಿನ್ನೂ ಚಿಕ್ಕವಳು, ಹೀಗೆಲ್ಲ ಯೋಚಿಸಿ ನಿರಾಶೆಯಾಗೋದೇಕೆ?"–

ಅವರ ಈ ಮಾತು ಕೂಡಾ ನನಗೆ ಒಂದಿನ ಸರಿ ಅನ್ನಿಸಿಬಿಡುತ್ತೆ ಅಂತ ಹೆದರಿಕೆ ನನಗೆ. ಮನಸ್ಸೇ ಅಳ್ಳಕವಾಗಿದ್ದಾಗ ಯಾರು ಏನು ಹೇಳಿದ್ರೂ ಸರೀನೇ.

ನಾನಿವತ್ತು ನನ್ನ ಮುಖವನ್ನು ಕನ್ನಡಿಯಲ್ಲಿ ಸರಿಯಾಗಿ ನೋಡಿಕೊಂಡೆ: ಕಣ್ಣಿನ ಕೆಳಗೆ ದೊಡ್ಡ ಕಪ್ಪು ವರ್ತುಲ ಬಂದಿದೆ. ಮುಖದಲ್ಲಿ ಊತವಿದೆ, ನಾಲಿಗೆ ಬಿಳಿ, ಕೂದಲು ಸ್ಪರ್ಶಕ್ಕೆ ಪ್ಲಾಸ್ಟಿಕ್ಕಿನ ಎಳೆಗಳ ಥರಾ. ಗುಳಿಗೆ ನುಂಗಿ ನುಂಗಿ ಬಂದ ಮಂಕುತನ ಎದ್ದು ಕಾಣುತ್ತಿದೆ. ಕಣ್ಣು ಆಳಕ್ಕಿಳಿದಿವೆ.

ಏಕದಂ ಹೀಗೆನ್ನಿಸಿತಲ್ಲಾ– ಇದನ್ನೆಲ್ಲ ಖತಂ ಮಾಡಬೇಕು. ಈ ರೀತಿ ಜೀವನ ಮಾಡೋದು ಸಾಧ್ಯವಿಲ್ಲ. ಮಾವಶಿಯ ಬಾಥ್ರೂಮ್‌ಗೆ ಹೋಗಿ ಕೋಲನ್ ವಾಟರ್‌ನ ಬಾಟಲಿ ತಂದು ಒಂದು ಗುಟುಕಿಗೆ ಎಷ್ಟು ಹೋದಿತೋ ಅಷ್ಟನ್ನು ಗಂಟಲಿಗೆ ಸುರಕೊಂಡೆ. ಗಂಟಲು ಉರಿಯಹತ್ತಿದಾಗ ಕೈಯಲ್ಲಿನ ಬಾಟಲಿ ಕೆಳಬಿದ್ದು ಒಡೆದುಹೋಯಿತು. ಆ ಒಂದು ಗುಟುಕು ಕೂಡಾ ಸರಿಯಾಗಿ ಕುಡಿಯಲಾಗಲಿಲ್ಲ. ಬಚ್ಚಲುಮನೆಯ ತುಂಬಾ ಭಸ್ಸೆಂಬ ಸುಗಂಧ; ನೆಲದ ತುಂಬಾ ಕಾಜಿನ ಚೂರುಗಳು. ಅಲ್ಲೇ ಕೆಳಗೆ ಕುಸಿದು ಜೋರಾಗಿ ಕೂಗಿ ಅಳತೊಡಗಿದೆ. ಶರಯೂ ಮಾವಶಿ ಮತ್ತು ಅಮ್ಮ ಓಡೋಡಿ ಬಂದರು. ಕೆಳಗೆ ಬಿದ್ದ ಬಾಟಲಿ ಕಂಡ ಅಮ್ಮ ನನಗೆ ಹೊಡೆಯಹತ್ತಿದಳು. ಬಾಯಿಗೆ ಬಂದಂತೆ ಬೈದಳು. ನಾ ತುಟಿ ಕಚ್ಚಿಕೊಂಡು ಹೊಡೆತ ಸಹಿಸಿದೆ; ಮಾವಶಿ ನಡುವೆ ಬಂದು ಬಿಡಿಸುವವರೆಗೂ. ಅಮ್ಮ ಮತ್ತೆ ಮೇಲೇರಿ ಬಂದು "ಕತ್ತೆ ಇಷ್ಟು ತ್ರಾಸು ಮಾಡ್ಕೊಳ್ಳೋದಾದ್ರೆ ಬಂದೆಯಾದ್ರೂ ಯಾಕೆ? ನಡಿ ಹೋಗಿಯೇ ಬಿಡು ಸಿಕ್ಕವರ ಕೈ ಹಿಡಕೊಂಡು" ಅಂದವಳೇ ತಾನೇ ಭೋರೆಂದು ಅತ್ತಳು.

ನನಗಿಂತ ಅವಳಿಗೆ ಸೈಕಿಯಾಟ್ರಿಸ್ಟಿನ ಗರಜಿದೆ ಅಂತ ಮೊದಲ ಬಾರಿಗೆ ನನಗನ್ನಿಸಿತು. ನಾ ಹೀಗೆ ಅಚಾನಕ್ಕಾಗಿ ಹೋಗಿಬಿಟ್ಟಾಗ ಅವಳ ಸ್ಥಿತಿ ಏನಾಗಿರಬೇಡ!

ನನಗೆ ಅಮ್ಮನ ಅಳುವಿಕೆಯಿಂದ ತಲೆ ಮತ್ತಷ್ಟು ಭಣಗುಟ್ಟತೊಡಗಿತ್ತು. ಕಾಲಪ್ಪಳಿಸುತ್ತಾ ಸಿಕ್ಕ ಸಿಕ್ಕ ವಸ್ತು ಕೆಳಗೆಸೆದವಳೇ ಹಾಲ್‌ಗೆ ನುಗ್ಗಿ ಟೀವಿ ಹಚ್ಚಿದೆ. ಯಾವುದೋ ಚಾನಲ್‌ನಲ್ಲಿ ಭಜನೆ ನಡೆದಿತ್ತು. ವಾಲ್ಯೂಮ್‌ನ ಗುಂಡಿ ಏರಿಸಿ ಬಾಗಿಲು ರಪ್ಪೆಂದು ಮುಚ್ಚಿಕೊಂಡೆ, ಸಂಜೆಯತನಕ.

ಸಂಜೆ ಅಪ್ಪ ಬಂದೊಡನೆ ನನಗೆ 'ತಿಳಿ ಹೇಳುವ' ತಮ್ಮ ಕರ್ತವ್ಯವನ್ನು ನಿಭಾಯಿಸಿಯೇಬಿಟ್ಟರು; ಅಮ್ಮ ವಾರದತನಕ ನನ್ನ ಜೊತೆಗೆ ಮಾವಶಿಯ ಮನೆಯಲ್ಲಿರೋದು ಅಂತ ಠರಾವ್ ಆಯ್ತು. ನಾಳಿನಿಂದ ನನ್ನ ನಝುರ್ ಬಂದಿ ಶುರು. ನಾ ಬಾಬಾಗೆಂದೆ,

'ಹೆದರಬೇಡಿ, ನಾ ಆತ್ಮಹತ್ಯೆ ವಗೈರೆ ಮಾಡಿಕೊಳ್ಳೋದಿಲ್ಲ. ನನಗಷ್ಟು ಧೈರ್ಯವಿಲ್ಲವೇ ಇಲ್ಲ. ಇದ್ದಿದ್ದರೆ ಇಲ್ಲಿಗೇಕೆ ಬರುತ್ತಿದ್ದೆ?'

ಅವರು ತಣ್ಣನೆಯ ಭಾವದಲ್ಲಿ ಎಲ್ಲಾ ಕೇಳಿಸಿಕೊಂಡು "ಸರಿ ಇನ್ನು ನೀ ಲಗ್ನವಾಗಿ ಅತ್ತೆಯ ಮನೆಗೆ ಹೋಗುವತನಕ ನಾವು ಹೇಳಿದಂತೆ ಕೇಳತಕ್ಕದ್ದು. ನಿನಗೆ ಸ್ವಾತಂತ್ರ್ಯ ಕೊಟ್ಟ ತಪ್ಪಿಗೆ ನೀ ಮಾಡಿಕೊಂಡಿದ್ದು ನೋಡಿದೆವಲ್ಲಾ" ಅಂದೊಡನೆ,

ನಾ ಅವರೆದುರಿಗೇ ಛಟೀರ್ ಅಂತ ನನ್ನ ಕೆನ್ನೆಗೆ ನಾನೇ ಬಾರಿಸಿಕೊಂಡು ಒಳಗೆದ್ದು ಹೋದೆ.

ಮಧ್ಯಾಹ್ನ ಬೆರಳಿನ ಬಳಿ ಏನೋ ನೋವು ತೋರಿತು. ನೋಡಿದರೆ ಕಾಜಿನ ಚಿಕ್ಕದೊಂದು ಚೂರು ಸಿಕ್ಕಿಕೊಂಡು ಒಂದೇ ಸಮನೆ ಚುಚ್ಚುತ್ತಿತ್ತು. ಸೂಜಿ ತಗೊಂಡು ಮೇಲಿನ ಚರ್ಮ ಕಿತ್ತಿ ಒಳಗಿನ ಚೂರನ್ನು ಹೊರತೆಗೆಯುತ್ತಾ ಕೂತುಕೊಂಡೆ.

12–07–2002

ಖಾನ್ವಿಲ್ಕರ ಡಾಕ್ಟರ್ ನನಗೆ ಡೈರಿ ಬರೆಯಲು ಹೇಳಿದ್ದಾರೆ. ನನ್ನದೊಂದು ಪ್ರಶ್ನೆ– ಈ ಡಾಕ್ಟರ್ ಬಾಯಿಗೆ ನನ್ನ ಬದುಕಲ್ಲೇನು ಆಸಕ್ತಿ? ಅವರಿಗೆ ಸಿಕ್ಕುವ ಫೀಸಿನ ಮೂಲಕ ತಾನೆ? ಇಲ್ಲಾದರೆ ನಾನು ಹೀಗೆ ಎರಡು ಮೂರು ದಿನಕ್ಕೊಮ್ಮೆ ಸೊಟ್ಟ ಮುಖ ಮಾಡಿಕೊಂಡು ಅವರ ಮುಂದೆ ಕೂಡೋದು, ಬಾಯಿಗೆ ಬಂದದ್ದು ಹೇಳೋದು– ಇದನ್ನೆಲ್ಲಾ ಯಾಕೆ ಕೇಳ್ಕೋಬೇಕು ಅವರು? ಅಮ್ಮ ಅಪ್ಪನಾದರೂ ನನ್ನ ಮಾತು ಕೇಳಿಸಿಕೊಂಡಿದ್ದರೆ ತಮ್ಮ ಮಗಳ ಬಗ್ಗೆ ಒಂಚೂರಾದ್ರೂ ಅವರಿಗೆ ತಿಳಿಯೋದು. ದುಡ್ಡೂ ಬಚಾವು. ಆದರೆ ಊಹುಂ ಅವರು ಏನೂ ಹೇಳಲು ಕೇಳಲು ತಯ್ಯಾರೇ ಇಲ್ಲ. ಎಲ್ಲಾ ಗುಪ್ತ ಗುಪ್ತ ಮಾಡಿ ಮುಗಿಸಬೇಕವರಿಗೆ; ಸರ್ವಿಸಿಂಗ್‌ಗೆ ಬಿಟ್ಟ ಕಾರನ್ನು ದುರಸ್ತು ಮಾಡಿ ಒಯ್ತಾರಲ್ಲಾ ಹಾಗೆ ಶರಯೂ ಮಾವಶಿಯ ಮನೆಯಿಂದ ನನ್ನನ್ನು 'ಸರಿ' ಮಾಡಿ ಕರೆದೊಯ್ಯಬೇಕಂತಾರಷ್ಟೆ.

'ಈ ಡೈರಿ ಗೈರಿ ಪ್ರತಿದಿನ ಬರೆಯೋದು ನನ್ನಿಂದಾಗದು' ಅಂತ ಡಾಕ್ಟರಿಗೆ ಮೊದಲ ದಿನವೇ ಹೇಳಿಬಿಟ್ಟಿದ್ದೆ. 'ಒಂದ್ವೇಳೆ ಬರೆದರೂ ನಿಮಗೆ ಓದಲಂತೂ ಖಂಡಿತ ಕೊಡೋಲ್ಲ' ಅಂತಲೂ ಹೇಳಿದ್ದೆ. ಅವರು ಕತ್ತಾಡಿಸುತ್ತ ರೇಡಿಯೋದಲ್ಲಿ ಹಾಡುವವರಂತೆ ಸಿಹಿ ಧ್ವನಿ ಮಾಡಿಕೊಂಡು ಹೇಳಿದ್ದರು– "ನಿನಗೆ ಏನು ಬೇಕೆನ್ನಿಸುತ್ತೋ ಅದನ್ನು ಬರೆ, ಈಗೇನನ್ನಿಸಿತೋ ಅದನ್ನು ಬರೆ; ಹಿಂದೆ ಏನನ್ನಿಸಿತ್ತೋ ಅದನ್ನೂ ಕೂಡಾ, ಆ ದಿನವೆನಿಸಿದ್ದನ್ನು ಆ ದಿನವೇ ಬರೀಬೇಕೆಂದಿಲ್ಲ." ಅವರ ಮಾತಿನತ್ತ ನನಗೆ ಲಕ್ಷವೇ ಇರಲಿಲ್ಲ; ಮನದಲ್ಲೇನೋ ಗಜಿಬಿಜಿ ನಡೆದಿತ್ತು– ಈಕೆಯದೇ ಮಸ್ತ್, ಹೂ ಹೂವಿನ ಸೀರೆ, ಥರ್ಮಾಸ್ ಫ್ಲಾಸ್ಕಲ್ಲಿ ಬಿಸಿ ಬಿಸಿ ಚಹಾ; ಮನೆಗೆ ಹೋಗಿ ಗಂಡನೊಡನೆ ಊಟವನ್ನೂ ಮಾಡುತ್ತಿದ್ದಾಳು. ಮತ್ತೆ ಮಾರನೆಯ ದಿನ ಮತ್ತೊಂದು ಹೂವಿನ ಸೀರೆ, ಥರ್ಮಾಸ್... ನನ್ನಂತೆ ಇವಳನ್ನು ಯಾರೂ ಬಿಟ್ಟು ಹೋಗಿರಲಿಕ್ಕಿಲ್ಲ. ನನಗಾದಂತೆ ಯಾವುದೇ ಶಾಕ್ ಆಗಿರಲಿಕ್ಕಿಲ್ಲ. ಟಿಕೇಟಿಲ್ಲದೆ ರೈಲಿನಲ್ಲಿ ತಲೆತಗ್ಗಿಸಿ ಕೂತು ಅಪ್ಪ ಅಮ್ಮನ ಕಡೆ ಮರಳಿ ಬಂದಿರಲಿಕ್ಕೂ ಇಲ್ಲ.

ವಿಚಾರ ಮಾಡಿ ಮಾಡಿ ನನ್ನ ತಲೆ ಬಹಳ ನೋಯುತ್ತದೆ. ಯಾರ ಬಳಿಯೂ ನನ್ನ ಪ್ರಶ್ನೆಗಳಿಗೆ ಉತ್ತರವೇ ಇಲ್ಲ. ನನ್ನ ಕತೆ ಹೀಗೇಕಾಯ್ತು? ಎಲ್ಲ

ಸರಿಯಾಗಿ ನಡೆಯುತ್ತಿರುವಾಗಲೇ ಅಚಾನಾಕ್ಕಾಗಿ ಅವ ನನ್ನ ಬದುಕಿನಿಂದ ಯಾಕೆ ಹೊರಟುಹೋದ? ನನ್ನಿಂದೇನಾದ್ರೂ ತಪ್ಪಾಯ್ತೇ? ಅಥವಾ ನನ್ನ ಬಗ್ಗೆ ಅವನಿಗೆ ಮುಂಚಿನಿಂದಲೂ ಯಾವ ಭಾವನೇನೂ ಇರಲೇ ಇಲ್ಲವೆ?

ನನಗೆ ತುಸು ಆರಾಮೆನ್ನಿಸಲಿ ಎಂದು ಇಲ್ಲಿ ದೂರ ಶರಯೂ ಮಾವಶಿಯ ಮನೆಯಲ್ಲಿಟ್ಟಾರೆ. ನನ್ನ ಮೇಲೊಂದು ಕಣ್ಣಿಡಲು ಅಮ್ಮ ಕೂಡಾ ಇದ್ದಾಳೆ. ನನಗೋ ಇಲ್ಲಿ ಬಲು ಬೇಜಾರು. ನಾನೇನು ರೋಗಿಯೇ? ಯಾಕೆ ಎಲ್ಲಾ ಹಾಗೆಯೇ ನಡ್ಕೋತಾರೆ? ಊರಿನ ಯಾವುದೋ ವಿಚಿತ್ರ ಭಾಗದಲ್ಲಿದೆ ಇವರ ಮನೆ. ಮನೆಯ ಮುಂದೆ ಗಿಡವಿಲ್ಲ, ತೋಟವಿಲ್ಲ. ಬರೀ ಖಾಲಿ ಪ್ಲಾಟುಗಳು, ಇಲ್ಲಾ ಅರ್ಧ ಕಟ್ಟಿದ ಬಂಗಲೆಗಳು. ಮಧ್ಯಾಹ್ನದ ಬಿಸಿಲಿಗೆ ಎಲ್ಲಾ ಕಾಯುತ್ತವೆ. ಗಾದಿಯ ಮೇಲೆ ಮಲಗಿದರೆ ಬಿಸಿ ಹೆಂಚಿನ ಮೇಲೆ ಮಲಗಿದಂತೆ ತಳಮಳ. ನೋಡಿದರೆ ಮಳೆಗಾಲ, ಆದರೆ ಮಳೆಯ ಸುಳಿವೇ ಇಲ್ಲ. ಹಿಂದಿನದೆಲ್ಲಾ ತೆಕ್ಕೊಂಡು ಮಾವಶಿಯ ಮುಂದೆ ಕೂತು ಅಮ್ಮ ಸದಾ ಅಳುತ್ತಾಳೆ, ನಾನೂ ಅತ್ತು ಅತ್ತು ಸೋಲುತ್ತೇನೆ. ಶಾಲೆ ಮುಗಿದಾಗ 'ನಾವಿನ್ನು ದೊಡ್ಡವರು, ಸ್ವತಂತ್ರರಾದೆವು, ಯಾರ ಗರಜೂ ಇಲ್ಲ' ಎನ್ನಿಸಿತ್ತು. ಈಗ ಮತ್ತೆ ಚಿಕ್ಕವಳಾಗಿಬಿಟ್ಟಿದ್ದೇನೆ; ಪೂರ್ತಿ ಹೆಲ್ಪಲೆಸ್.

ಅವ ಹೊರಟು ಹೋದಮೇಲೆ ನನಗೆ ಮೈಮೇಲೆ ಪರಿವೇ ಇರಲಿಲ್ಲ. ಸಿಕ್ಕ ಸಿಕ್ಕ ಬಟ್ಟೆ ಬ್ಯಾಗ್‌ನಲ್ಲಿ ತುಂಬಿಕೊಂಡಿದ್ದೆ, ಆಮೇಲೆ ಇಲ್ಲಿ ಬಂದ ಮೇಲೆ ನೋಡಿದರೆ ಅದರಲ್ಲಿದ್ದ ಹೆಚ್ಚು ಬಟ್ಟೆಗಳೆಲ್ಲ ಅವನವೇ; ನನ್ನ ಮೈಮೇಲಿದ್ದದ್ದು ಕೂಡಾ. ಅವನ್ನೆಲ್ಲಾ ಸುಟ್ಟು ಬಿಡಬೇಕೆಂದು ನಾ ಹೊರಟಿದ್ದೆ. ಮಾವಶಿ ತಡೆದು ಎಲ್ಲ ಗಂಟು ಕಟ್ಟಿ ಮಾಲಿಯ ಹುಡುಗನಿಗೆ ಕೊಟ್ಟುಬಿಟ್ಟಳು. ಈಗ ನೋಡಿದರೆ ನಾ ಯಾವ ಕಿಟಕಿಯಲ್ಲಿ ಕೂತರೂ ಅವನ ಟೀಶರ್ಟ್ ತೊಟ್ಟ ಆ ಹುಡುಗನೇ ಕಾಣುತ್ತಾನೆ. ನಾ ಮಾವಶಿಯಲ್ಲಿ ತಕರಾರು ಹೇಳಿದಾಗ ಅವಳು ಮಾಲಿಗೇನೇ ತಿಂಗಳು ಸೂಟಿ ಕೊಟ್ಟು ಊರಿಗೆ ಕಳಿಸಿದಳು.

ತನಯನೂ ಬದಲಾಗಿದ್ದಾನೆ. ಮೊನ್ನೆ ಎಷ್ಟು ಹುಚ್ಚನಂತೆ ನಡಕೊಂಡ. ನನ್ನ ಭೆಟ್ಟಿಗೆಂದು ಇಲ್ಲಿ ಬಂದಿದ್ದ ಆದರೆ ಮಾತಿಲ್ಲ ಕತೆಯಿಲ್ಲ, ಕೇಳಿದ್ದಕ್ಕಷ್ಟೇ ಉತ್ತರ. ನನ್ನ ಬ್ಯಾಗು ಕಿತ್ತಾಡಿ ಅದರಲ್ಲಿನ ಆಲಿವ್ ಹಸಿರಿನ ಟೀ ಶರ್ಟ್ ತಗೊಂಡು ಬಿರುಗಾಳಿಯಂತೆ ಹೋದನಲ್ಲ. ಇನ್ನು ಇವನೂ ಅದನ್ನು ಹಾಕಿಕೊಂಡು ನನ್ನ ಮುಂದೆ ತಿರುಗುವವನೇ. "ಎಲ್ಲರೂ ನನಗೆ ಶಿಕ್ಷೆ ಕೊಡಬೇಕೆಂದೇ ಹೀಗಾಡ್ತಾರೆ" ಅಂತ ಡಾಕ್ಟರ ಬಾಯಿಯ ಹತ್ತಿರ ನಾ ಹೇಳಿದ್ದೇನೂ ಸುಳ್ಳಲ್ಲ.

ಒಂದಿನ ಬೆಳಿಗ್ಗೆ ನಾನೆದ್ದು ಅತ್ತಿತ್ತ ನೋಡಿದರೆ ಅವನಿಲ್ಲವೇ ಇಲ್ಲ. ಚಹಾ ಮಾಡಿಕೊಂಡು ಕುಡಿದ ಮೇಲೂ ಅವನ ಸುಳಿವಿಲ್ಲ. ಮಧ್ಯಾಹ್ನವಾಯಿತು ಸಂಜೆಯಾಯ್ತು. ಅವನ ಸೈಕಲ್ ಕೂಡಾ ಹೊರಗಿರಲಿಲ್ಲ. ಅವ ಲೈಬ್ರರಿಗೆ ಹೋಗಿರಬಹುದೇನೋ ಎಂದು ಕಾಲಿಗೆ ಚಪ್ಪಲಿ ಸಿಕ್ಕಿಸಿಕೊಂಡು ಅಲ್ಲಿಯತನಕ ಹೋಗಿ ಬಂದೆ, ಸಮುದ್ರ ದಂಡೆಗೆ ಹೋಗಿ ಬಂದೆ. ರಸ್ತೆಯಲ್ಲಿ ಹುಚ್ಚಳಂತೆ ಅತ್ತಿತ್ತ ತಿರುಗಿದೆ. ರಾತ್ರಿಯ ಹೊತ್ತಿಗೆ ನನಗೆ ತೀರಾ ಒಂಟಿಯೆನಿಸತೊಡಗಿತ್ತು. ಏನಾದ್ರೂ ಬಿಟ್ಟಿರಬಹುದೆ?

ಎಂದು ಅವನ ಕಪಾಟೆಲ್ಲ ಕಿತ್ತಾಡಿ ನೋಡಿದೆ. ಅಲ್ಲಿ ಅವನ ಬ್ಯಾಗೇ ಇರಲಿಲ್ಲ. ಕೋಣೆಯನ್ನು ಇನ್ನೊಮ್ಮೆ ಸರಿಯಾಗಿ ನೋಡಿದಾಗ ಅವನ ಸುಮಾರು ಸಾಮಾನು ಇರಲೇ ಇಲ್ಲ– ನನಗೆ ಆಘಾತವಾಯ್ತು. ಬೆಳಿಗ್ಗೆಯಿಂದ ಏನೂ ತಿಂದಿರಲಿಲ್ಲ ಬೇರೆ. ತಲೆ ಗರಗರ ತಿರುಗಿತು, ಕಿಸೆಯಲ್ಲಿ ನೋಡಿದರೆ ಬರೇ ಎರಡು ನೂರು ರೂಪಾಯಿ. ಅವ ಬಿಟ್ಟುಹೋಗಿದ್ದ ಪ್ಯಾಂಟಿನ ಕಿಸೆಯಿಂದ ಐವತ್ತು ಸಿಕ್ಕಿತ್ತು. ಊಟ ಮಾಡಿ ಬಂದು ಬಾಗಿಲು ತೆರೆದಿಟ್ಟುಕೊಂಡು ಮೆಟ್ಟಿಲ ಮೇಲೇನೇ ಕೂತುಬಿಟ್ಟೆ. ಅವನ ಸುಳಿವೇ ಇಲ್ಲ, ಮರುದಿನವೂ ಇಲ್ಲ. ಒಮ್ಮಿಂದೊಮ್ಮೆಲೆ ಅವ ಹೀಗೇನಾದ್ರೂ ಮಾಡಬಹುದೆಂಬ ಕಲ್ಪನೆ ಕೂಡಾ ನನಗಿರಲಿಲ್ಲ. ನಮ್ಮಿಬ್ಬರ ಜಗಳವಾಗಿರಲಿಲ್ಲ. ಅವ ಮಾತು ಕಡಿಮೆ ಮಾಡಿದ್ದನಷ್ಟೆ. ಹಾಂ ಕೆಲದಿನಗಳಿಂದ ರಾತ್ರಿ ಗಾದಿ ನೆಲದ ಮೇಲೆ ಹಾಕ್ಕೊಂಡು ಮಲಗುತ್ತಿದ್ದ. ನಾ ಆ ಹಳ್ಳಿಯಲ್ಲಿ ಪರಿಚಯವಾಗಿದ್ದ ಕೆಲ ಜನರನ್ನು ಅವನ ವರ್ಣನೆ ಸಹಿತ ವಿಚಾರಿಸಿ ನೋಡಿದೆ. ಅಂಥಾ ಸಣ್ಣ ಹಳ್ಳಿ; ಆದರೂ ಅವನನ್ನು ಯಾರೂ ನೋಡಿರಲೇ ಇಲ್ಲ! ಪೊಲೀಸರಿಗೆ ರಿಪೋರ್ಟ್ ಮಾಡುವ ಧೈರ್ಯವಿರಲಿಲ್ಲ. ನಾ ಮನೆಗೆ ಮರಳಿ ಘಟಿಸಿದ ಸಂಗತಿಗಳಿಗೆ ಅರ್ಥ ಹಚ್ಚುತ್ತಾ ಕೂತೆ.

'ಬ್ಯಾಗ್ ಇಲ್ಲ, ಸಾಮಾನಿಲ್ಲ, ಹೊರಗೆ ಒಣ ಹಾಕಿದ್ದ ಅವನ ಬಟ್ಟೆಯೂ ಇಲ್ಲ ಅಂದರೆ ಇದೊಂದು ಮುಂದಾಲೋಚಿಸಿ ಮಾಡಿದ ಪ್ಲಾನು. ಏನೋ ಕ್ಷಣದ ಆವೇಶದಲ್ಲಿ ಘಟಿಸಿದ್ದಲ್ಲ... ನಾನೇನು ಮಾಡಲಿ?'

ಬೆಳಿಗ್ಗೆದ್ದು ನಾ ನನ್ನ ಸಾಮಾನು ಬ್ಯಾಗಲ್ಲಿ ತುಂಬಿಕೊಂಡು ಹೊರಬಂದಾಗ ಮನೆಯ ಎರಡು ತಿಂಗಳ ಬಾಡಿಗೆ ಉಳಿದಿತ್ತೆಂದು ಲಕ್ಷ್ಯಕ್ಕೆ ಬಂತು. ಆದರೆ ಎದುರು ನಿಂತಿದ್ದ ಮುಖ್ಯ ಪ್ರಶ್ನೆ ಅದಾಗಿರಲಿಲ್ಲ– ನಾನೀಗ ಅಮ್ಮ ಅಪ್ಪನ ಕಡೆಗೇ ಹೋಗಬೇಕು. ಅದಲ್ಲದೆ ಇನ್ನಾವ ಜಾಗವಿದೆ? ಎಂಬ ಮಾತು ಮನಸ್ಸನ್ನು ಕೊರೆಯುತ್ತಿತ್ತು.

ಎಲ್ಲಿ ಹೋಗಿರಬಹುದವ? ಮರಳಿ ಬಂದಾನೇ? ಎಂಬೆಲ್ಲ ತರ್ಕಕ್ಕೆ ಉತ್ತರ ಕೊಡೋರು ಯಾರು? 'ಹೋಗುವ ಮೊದಲು, ಅಂದರೆ ಅಗದೀ ಹಿಂದಿನ ದಿನ ಏನು ಮಾತಾಡಿದ್ದೆವು' ಅಂತ ತಲೆಗೆ ಜೋರು ಕೊಟ್ಟು ನೆನಪು ಮಾಡಿಕೊಳ್ಳಲೆತ್ನಿಸುತ್ತೇನೆ. ಆದರೆ ಯಾವುದರಿಂದಲೂ ಸುಳಿಹಿನ ಒಂದೇ ಒಂದು ಎಳೆಯಾದರೂ ಸಿಕ್ಕೋದಿಲ್ಲ.

ನಾ ಯಾರ ಬಗ್ಗೆಯೂ ಇಷ್ಟೊಂದು ವಿಚಾರ ಮಾಡಿದ್ದೇ ಇಲ್ಲ. ಹಾಗೆ ಯಾವುದೇ ಸಂಗತಿಯ ಬಗ್ಗೆ ಬಹಳ ತಲೆ ಕೆಡಿಸಿಕೊಳ್ಳುವ ಜಾಯಮಾನವೇ ನನ್ನದಲ್ಲ. ಏನನ್ನಿಸುತ್ತೋ ಅದನ್ನೇ ಮಾಡೋದು; ರಣರಣ ಬಿಸಿಲಲ್ಲಿ ಕಚ್ಚಾ ಹಾದಿಯಲ್ಲಿ ಸಾಗಿ ಎಂಥೆಂಥಾ ಎತ್ತರದ ಗುಡ್ಡ ಏರಿಲ್ಲ? ಹಗ್ಗಕ್ಕೆ ಜೋತು ಬಿದ್ದು ಏರ್ತಾನೇ ಹೋಗೋದು, ಅಪ್ಪಿ ತಪ್ಪಿ ಕೂಡಾ ಕೆಳಗೆ ನೋಡಿದ್ದೇ ಇಲ್ಲ. ಎದ್ದು ಬಿದ್ದು ಅಂತೂ ಗುಡ್ಡವನ್ನೇರಿದ ಮೇಲೂ ಎಲ್ಲ ಹುಶ್ ಅಂತ ಕುಳಿತಾಗ ನಾ ಮಾತ್ರ ವರ್‍ರೆಂದು ಬೀಸುವ ಗಾಳಿಯಲ್ಲಿ ತುತ್ತತುದಿಗೆ ಓಡುವವಳೇ. ಅಲ್ಲಿಂದ ಸಾವಿರಾರು ಫೂಟು ಕೆಳಗಿನ ಹಳ್ಳಿ, ಹೊಲ, ತುಂಡಾದ ದುಂಡು–ವಂಕಿನ ಬಂಡೆಗಳು ಎಲ್ಲ ಚಿತ್ರದಲ್ಲಿದ್ದಂತೆ ಮುದ್ದಾಗಿ ಕಾಣ್ತವೆ. ಎದುರಿಗೆ ಝಗಝಗಿಸುವ ಸೂರ್ಯ! ಉಕ್ಕುವ ಆನಂದದಲ್ಲಿ

ಅಲ್ಲಿಂದ ಒಂದು ಜಿಗಿತಾ ಜಿಗಿಯೋಣ ಅನ್ನಿಸುತ್ತದೆ. ಆ ಭಾವ ತೀವ್ರವಾಗುತ್ತಿದ್ದಂತೆ ನನ್ನ ಅಂತರಂಗ ಪಿಸುಗುಟ್ಟುತ್ತದೆ "ಜಿಗಿಯೋಣ ಅನ್ನಿಸ್ತಿದೆಯಾ? ಹಾಗಾದ್ರೆ ಜಿಗಿದೇ ಬಿಡು, ಈ ಗಳಿಗೆಯೇ ಸತ್ಯ. ನಿನ್ನ ಹಿಡಿದಿಡುವಂಥಾದೇನಿದೆ ಇಲ್ಲಿ? ಜಿಗಿ ಜಿಗಿ..."

13–07–2002

ನಿಜ ಹೇಳ್ಬೇಕೆಂದರೆ ನಾ ಹೊರಟು ಹೋದ ಬಗ್ಗೆ ಅಮ್ಮ ಅಪ್ಪನಿಗೆ ಇಷ್ಟೊಂದು ಕೆಟ್ಟೆನಿಸುವ ಕಾರಣವೇ ಇಲ್ಲ, ಯಾವಾಗ್ಲೂ ಹೇಳಿ ಹೋಗುತ್ತಿದ್ದೆ, ಈ ಸಲ ಹೇಳದೆ ಹೋದೆ ಅಷ್ಟೆ. ಯಾವಾಗಲಾದರೊಮ್ಮೆ ಹೋಗುವವಳೇ ಇದ್ದೆ.

ಅಮ್ಮನ ದೇವರಪೂಜೆ, ವ್ರತ, ಉಪವಾಸ... ಜಗತ್ತಿಗಂಜಿ ಯಾವಾಗ್ಲೂ ಸಾವಧಾನದಿಂದಲೇ ನಡಕೊಳ್ಳುವ ಅಪ್ಪ, ಲಗ್ನ ಮಕ್ಕಳು–ಮಂಗಳಗೌರಿ ಅಂತ ಬದುಕೋ ಕಾಕು ಮಾವಶಿಯಂದಿರು, ವ್ಯಾಲೆಂಟೈನ್ ದಿವಸ ಸಿಕ್ಕ ಗುಲಾಬಿಗಳ ಸಂಖ್ಯೆಯ ಸ್ಪರ್ಧೆ ಮಾಡುವ ಅವರ ಮಕ್ಕಳು– ಈ ಎಲ್ಲಾ ಮೂರ್ಖರ ನಡುವೆ ಇನ್ನೆಷ್ಟು ದಿನವಿರಲು ಶಕ್ಯವಿತ್ತು? ನನ್ನ ಮೊದಲ ಪ್ರಯತ್ನ ವಿಫಲವಾಯ್ತು. ಅಂದ್ರೆ ನನ್ನ ವಿಚಾರದಲ್ಲೇ ಎಲ್ಲೋ ಖೋಟಿದೆಯಾ?

ಅಮ್ಮ ಮೊದಲ ಬಾರಿ ನನ್ನೊಡನೆ ಸ್ನೇಹಿತೆಯಂತೆ ಮಾತನಾಡಿದಾಗ ಅವಳು ಹೇಳಿದ 'ಆ ಸಂಗತಿ' ನನಗೆ ಪುಸ್ತಕ ಓದಿ, ಗೆಳತಿಯರೊಟ್ಟಿಗೆ ಮಾತನಾಡಿ ಯಾವಾಗಲೋ ತಿಳಿದಿತ್ತು. ಆದರೂ ನಾ ನಿರ್ಲಿಪ್ತ ಮುಖ ಮಾಡಿಕೊಂಡು ಎಲ್ಲ ಕೇಳಿಕೊಂಡಿದ್ದೆ. ಮಜಾ ಎಂದರೆ ಅಮ್ಮ ಮುಂಚೆಂದೂ ನನ್ನೊಡನೆ ಇಷ್ಟು ಚೆಂದ ಹರಟೆ ಹೊಡೆದದ್ದೇ ಇಲ್ಲ. ಆಮೇಲೂ ಯಾವತ್ತೂ ಇಲ್ಲ. ಅವತ್ತಿನದು ಒಂಥರಾ ನಾಟಕ, ಅದೆಲ್ಲಾ ವಿವರಿಸುವಾಗ ಅವಳಿಗುಂಟಾಗಿದ್ದ ನಾಚಿಕೆ ಮುಚ್ಚಿಕೊಳ್ಳುವ ಒದ್ದಾಟವಷ್ಟೇ. ಯಾವುದೇ ಆಗಿರಲಿ ಅದರಲ್ಲಿ ಖೋಟಾತನವಿದೆ ಅಂತೊಮ್ಮೆ ಅನ್ನಿಸಿಬಿಟ್ಟರೆ ಮುಗೀತು, ಅದು ಎದೆಯಾಳಕ್ಕಿಳಿಯುವುದೇ ಇಲ್ಲ.

ನಿನ್ನೆಯವರೆಗೂ ಇನ್ನು ಎಲ್ಲಾ ಸರಿಯಾಗ್ತದೆ ಅನ್ನಿಸುತ್ತಿತ್ತು. ಆದರಿಂದು ಮತ್ತೆ ಕೈಕಾಲಲ್ಲಿಯ ತ್ರಾಣ ಹೋದಂತೆ, ಒಂಟಿತನ ಕಿತ್ತು ತಿಂದಂತೆ ಭಾಸ. ಮುಂದೆ ನನ್ನ ಗತಿಯೇನು? ಜನ ನನ್ನ ಲೇವಡಿ ಮಾಡಿ ನಗಲಿಕ್ಕಿಲ್ಲವೆ? ಎಂಬ ವಿಚಾರ ಬಂದಿದ್ದೇ ಬಿಕ್ಕಿ ಬಿಕ್ಕಿ ಅತ್ತಿದ್ದೆ. ಆಮೇಲೆ ಕೋಣೆಗೆ ಹೋಗಿ ಬಾಗಿಲು ಹಾಕಿಕೊಂಡು ಮತ್ತೆ ಅತ್ತೆ. ಶರಯೂ ಮಾವಶಿ ಅರ್ಧ ತಾಸು ಬಾಗಿಲು ಬಾರಿಸುತ್ತಿದ್ದಳು. ಅತ್ತತ್ತು ನನ್ನ ಉಸಿರು ಸಿಕ್ಕಿಹಾಕಿಕೊಂಡಂತಾಯ್ತು. ಪಾಪ ಮಾವಶಿ ನಿಚ್ಚಣಿಕೆ ಇಟ್ಟು ಏರಿ ಕಿಟಕಿಯಲ್ಲಿ ಕೂಗಿದ ಮೇಲೆ ನಾನೆದ್ದು ಬಾಗಿಲು ತೆಗೆದಿದ್ದೆ. ಅವಳು ಯಾವುದೋ ಗುಳಿಗೆ ಕೊಟ್ಟು ಮಲಗಿಸಿ ಚಾದರ ಹೊದಿಸಿ ಹೋದಮೇಲೂ ವಸ್ತ್ರ ಬಾಯಿಗೆ ತುರುಕಿಕೊಂಡು ನಾ ಬಿಕ್ಕುತ್ತಲೇ ಇದ್ದೆ.

ನಾವಿಬ್ಬರೂ ಇಲ್ಲಿಂದ ಹೋಗುವಾಗ ಅವನ ಮೂಡ್ ಹೇಗಿತ್ತೆಂದು ಇವತ್ತು ನಾ ನೆನಪಿಗೆ ತಂದುಕೊಂಡೆ. ಏನೋ ಹಿಡಿದು ಬಿಟ್ಟಂತೆ ಇತ್ತವನ ವರ್ತನೆ.

"ನಿನ್ನ ಮುಖವೇಕೆ ಹೀಗಿದೆ? ಬಿಡ್ತಿರೋ ಮನೆ ನನ್ನದು, ಆದರೂ ನಾ ಚೆನ್ನಾಗಿಯೇ ಇದ್ದೇನೆ" ಅಂದಿದ್ದೆ. ಅವ ಮಾತನಾಡಿರಲಿಲ್ಲ. ಆದರೆ ರಾತ್ರಿ ನಾ ಅಟ್ಟಕ್ಕೆ ಹೋದಾಗ ಅವನ ಕ್ಯಾನವಾಸ್ ಬ್ರಶ್ ಎಲ್ಲ ಪ್ಯಾಕ್ ಆಗಿದ್ದವು. ಬ್ಯಾಗಿನಲ್ಲಿ ಬಟ್ಟೆ ತುಂಬುತ್ತಿದ್ದ. ಹೊರಡುವ ಮುಂಚೆ ನಾ ಬಾಗಿಲು ಬಡಿದ ಮೇಲೂ ಅವ ಕೋಣೆಯಿಂದ ಹೊರಬರಲು ಬಹಳ ವೇಳೆ ಮಾಡಿದ್ದ. ನಾ ಅಟ್ಟದ ಮೇಲೇನೇ ನಿಂತಿದ್ದೆ. ಅಪ್ಪನಿಗೆ ಜಗತ್ತಿನ ಅಂಜಿಕೆ ಬಹಳ, ಪೊಲೀಸ್ ಗೀಲೀಸ್ ಅನ್ನಲು ಸಾಧ್ಯವೇ ಇಲ್ಲ ಅನ್ನೋ ಕಾನ್‌ಫಿಡೆನ್ಸ್ ಇತ್ತು. ನಮ್ಮ ನೇಚರ್ ಫ್ರೆಂಡ್ಸ್ ಗುಂಪಿನ 'ಮದುಮಲಾಯಿ ಕ್ಯಾಂಪ್' ಮುಗಿದ ಮೇಲೆ ಅವ ನನ್ನನ್ನು ಪಾಂಡಿಚೆರಿಗೆ ಕರೆದೊಯ್ಯುವವನಿದ್ದ. ಮುಂದೇನು? ಎಂಬುದರ ಬಗ್ಗೆ ಇಬ್ಬರಿಗೂ ಖಾತ್ರಿಯಿರಲಿಲ್ಲ.

ಅವ ಕೋಣೆಯಿಂದ ಹೊರಬಂದ ಮೇಲೆ ಚಿಲಕ ಹಾಕಲಿಲ್ಲ.

ಬಾಗಿಲು ಹಾಕಿ ರಸ್ತೆಗೆ ಬಂದಾಗ ಮನೆಯತ್ತ ತಿರುಗಿ ನೋಡಬೇಕೆಂದು ಒಂದು ಬಾರಿ ಕೂಡಾ ನನಗನ್ನಿಸಲಿಲ್ಲ. ಅವನೇ ನಾಲ್ಕು ಬಾರಿ ಹೊರಳಿ ತನ್ನ ಅಟ್ಟದ ಕೋಣೆಯತ್ತ ನೋಡಿದ್ದ. ಬೆಳಗಿನ ಮೂರರ ಯಾವುದೋ ದಟ್ಟಣೆಯ ರೈಲಿನಲ್ಲಿ ನುಸುಳಿಕೊಂಡು ಅಂತೂ ನಾವು ಊರು ದಾಟಿದ್ದೆವು. ಮದುಮಲಾಯಿಯ ಕ್ಯಾಂಪಿಗೆ ಹೋದ ಮೇಲೆ ಕೂಡಾ ಅವ ಎಷ್ಟೋ ದಿನ ನಮ್ಮ ಮನೆಯ ಚಿತ್ರವನ್ನೇ ತೆಗೆಯುತ್ತಿದ್ದ, ಮನೆಯೆಂದರೆ ಅದೇ... ಅಟ್ಟದ ಕೋಣೆಯದು.

ಡಾಕ್ಟರ್ ಕಡೆಯಿಂದ ಬರುವಾಗ ಮೊನ್ನೆ ನಾ ಅಮ್ಮನಿಗೆ "ರಿಕ್ಷಾ ಕಾಲೇಜಿನತ್ತ ತಿರುಗಿಸಲು ಹೇಳು" ಅಂದೆ, ಈಗಂತೂ ಯಾರೂ ನನ್ನ ಮಾತು ತೆಗೆದು ಹಾಕುವುದೇ ಇಲ್ಲ. ಕಾಲೇಜ್ ಕಂಡೊಡನೆ ಮನ ಮತ್ತಷ್ಟು ಉದಾಸವಾಯ್ತು. ವರ್ಷ ಹೋಯ್ತು, ಪರೀಕ್ಷೆಯೂ ಹೋಯ್ತು. ಒಳಗೆ ಹೋಗುತ್ತಿದ್ದ ನೇಹಾ ಮತ್ತು ಅಮೃತಾರನ್ನು ಕಂಡು ಕೂಗು ಹಾಕುವಾ ಅಂದುಕೊಂಡೆ. ಪಾರ್ಕಿಂಗ್‌ನಲ್ಲಿದ್ದ ಅನುಭವ್‌ನ ಹೊಂಡಾ ಕಂಡು 'ಪಾಪ ನಾ ಹೋದ ಮೇಲೆ ಹ್ಯಾಗಿದ್ದಾನೋ?' ಅನ್ನಿಸಿತು.

ನಿಧಾನವಾಗಿ ಎಲ್ಲರಿಗೂ ಫೋನ್ ಮಾಡಬೇಕು.

ಬರುವಾಗ ರಿಕ್ಷಾದಿಂದ ತಲೆ ಹೊರತೆಗೆದು ನಾ ನೋಡುತ್ತಲೇ ಇದ್ದ. ರಸ್ತೆಯ ಅಕ್ಕಪಕ್ಕ ದೊಡ್ಡ ದೊಡ್ಡ ಹೋರ್ಡಿಂಗ್‌ಗಳು, ಅವುಗಳ ಮೇಲೆ ದೊಡ್ಡ ದೊಡ್ಡ ಮುಖಗಳು. ಮುಖಗಳ ಮೇಲೆ ಉಕ್ಕಿ ಹರಿಯುತ್ತಿರುವ ಆನಂದ! ನನ್ನ ತಲೆ ಮತ್ತೆ ನೋಯಹತ್ತಿತು. 'ಅಲ್ಲಾ ಇಂಥಾ ಭಯಂಕರ ಮಳೆ ಬಂದು ಹೋದರೂ ಏನೇನೂ ಫರಕಿಲ್ಲವೆ? ಇವರ ನಗೆ ಅಳಿಯುವುದೇ ಇಲ್ಲವೆ? ಪೂರಾ ಶಹರದ ಅಪಹಾಸ್ಯ ಮಾಡೋ ಥರಾ ಹಲ್ಕಿರಿದು ನಿಂತಿವೆ. ಕೋಲ್ಡ್ರಿಂಕ್, ಸೋಪು, ಟೀವಿ ಧಾರಾವಾಹಿಗಳು, ನ್ಯೂಸ್‌ಪೇಪರ್ ಎಲ್ಲಾ ಅಂದರೆ ಎಲ್ಲಾ ಕಡೆ ಬರೇ ನಗುವ ಮುಖಗಳೇ! ನಾ ರಿಕ್ಷಾದೊಳಗೆ ತಲೆಯೆಳೆದುಕೊಂಡೆ.

ಇಂದು ಮಧ್ಯಾಹ್ನ ನಾಲ್ಕು ಬಾರಿ ಫೋನ್ ರಿಂಗಣಿಸಿತು, ಎತ್ತಿದರೆ ಅತ್ತ ಕಡೆಯಿಂದ ಮಾತೇ ಇಲ್ಲ. ಮೊದಲ ಬಾರಿ ಬೆಲ್ ಆದಾಗ ನಾ ಜಿಗಿದೆದ್ದು ಕೂತೆ. ಅವನೇ ಇರಬೇಕು... ಹೌದು ಖಾತ್ರಿ ಅವನೇ. ನನ್ನ ಕಾಂಟಾಕ್ಟ್ ಮಾಡಲು ಯತ್ನಿಸ್ತಿರಬೇಕು ಅಂದುಕೊಂಡು ಜೋರಾಗಿ ಹಲೋ... ಹಲೋ ಅಂದೊಡನೆ ಫೋನ್ ಕಟ್ಟಾಯ್ತು. ಕೂಡಲೇ ಎರಡನೇ ಬೆಲ್ ಬಾರಿಸಿತ್ತು. ಈ ಬಾರಿ ನಾ ಫೋನೆತ್ತಿಕೊಂಡು ಅಟ್ಟಕ್ಕೆ ಧಾವಿಸಿ ಧ್ವನಿ ತೀರಾ ತಗ್ಗಿಸಿ "ನಾ ಅನುಜಾನೇ ಮಾತಾಡ್ತಿರೋದು, ಗೋ ಆನ್... ನನ್ನೊಡನೆ ಮಾತಾಡು, ನೀನೆಲ್ಲಿದ್ದೀ? ಏನೂ ಪ್ರಾಬ್ಲೆಮ್ಸ್ ಇಲ್ಲಾ ತಾನೆ? ಕೂಡಲೇ ಬಂದು ನನ್ನ ಭೆಟ್ಟಿಯಾಗು" ಅಂತ ಪಿಸುಗುಟ್ಟುತ್ತಲೇ ಪುನಃ ಫೋನ್ ಕಟ್.

ಮೂರನೆಯ ಬಾರಿ, ನಾಲ್ಕನೆಯ ಬಾರಿ ಕೂಡಾ ಯಾರೂ ಮಾತನಾಡಲಿಲ್ಲ. ನಾ ಏನೂ ತೋಚದೆ ಅಲ್ಲೇ ಗಚ್ಚಿನ ಮೇಲೆ ಆ ಕಡೆಗೊಮ್ಮೆ ಈ ಕಡೆಗೊಮ್ಮೆ ಅಡ್ಡಾಡಿದೆ. ನೆತ್ತಿಯ ಮೇಲೆ ಭಗಭಗ ಎನ್ನುತ್ತಿದ್ದ ಸೂರ್ಯ. ಕಾಯ್ದ ಫರಸಿ ಕಾಲನ್ನು ಚುರುಗುಟ್ಟಿಸಿದಾಗ ಮನೆಯೊಳಗೆ ಬಂದೆ. ಒಮ್ಮೆಲೆ ಅಂಧಕಾರ ಕಣ್ಕಟ್ಟಿತ್ತು, ಏನೇನೂ ಕಾಣಲೊಲ್ಲದು. ಕುರ್ಚಿಗಾಗಿ ತಡಕಾಡಿದೆ. ಎಷ್ಟೋ ಹೊತ್ತು ಹಾಗೆಯೇ ಕೂತಿದ್ದೆ. ಆಮೇಲೆ ಎದುರಿನದೆಲ್ಲ ಸ್ವಚ್ಛವಾಗಿ ಕಾಣತೊಡಗಿದ ಮೇಲೆ ಸಾವಕಾಶವಾಗಿ ಎದ್ದು ಬಂದು ಮಂಚದಲ್ಲಿ ಬಿದ್ದುಕೊಂಡೆ.

ನಾನು ರಾಜಗಡದಿಂದ ಮರಳಿದಾಗ ಮನೆಯ ಮುಂದೆ ರಿಕ್ಷಾ ನಿಲ್ಲಿಸಿ "ಛುಟ್ಟೆ ಪೈಸೆ..." ಅಂತ ಅಮ್ಮನಿಗೆ ಕೂಗಿಕೊಂಡಾಗ ಕೈಯಲ್ಲಿ ಹತ್ತರ ಎರಡು ನೋಟು ಹಿಡಕೊಂಡು ಅವ ಬಂದು "ನಾನು ಹೊಸ ಪೇಯಿಂಗ್ ಗೆಸ್ಟ್, ಇದು ರಿಕ್ಷಾ ಬಾಡಿಗೆ ಇಫ್ ಯೂ ಡೋಂಟ್ ಮೈಂಡ್" ಅಂದಿದ್ದ. "ಪೇಯಿಂಗ್ ಗೆಸ್ಟ್– ಹೆಸರು ಅಗದೀ ಸಾರ್ಥಕವಾಯ್ತು" ಅಂತ ನಕ್ಕೆ, ಅವ ನಗಲಿಲ್ಲ. ನನ್ನ ಜೋಕು ತಿಳಿದಿದ್ದರೆ ತಾನೆ? ಹಾಗೆ ನನ್ನ ಜೋಕ್ ಬಹುತೇಕ ಮಂದಿಗೆ ತಿಳಿಯುವುದೇ ಇಲ್ಲ. ಅವ ಬಾಯಿ ತೆರೆದು ತುಸು ದಂಗಾಗಿ ನನ್ನತ್ತ ನೋಡ್ತಿದ್ದ, ನಾನು ಥ್ಯಾಂಕ್ಸ್ ಎನ್ನುತ್ತಾ ಅವನ ಕೈ ಕುಲುಕಿದೆ. ಸಪೂರ ಬೆರಳುಗಳು! ನಾ ಅಮುಕಿದ ಹೊಡೆತಕ್ಕೆ ನಲುಗಿಹೋದವು. ತನಯ ಮೇಲಿನ ಕೋಣೆಯ ಕಿಟಕಿಯಲ್ಲಿ ನಿಂತಿದ್ದ. ಈ ಹೊಸ ಪೇಯಿಂಗ್ ಗೆಸ್ಟ್ ನೋಡಲು ಚೆನ್ನಾಗಿದ್ದ. ಆದರೆ ಅವನ ಕೈ ತೀರಾ ತಂಪು; ಥೇಟ್ ಫ್ರಿಜ್ಜಿನೊಳಗೆ ಕೈ ಹಾಕಿ ಕಾಯಿಪಲ್ಲೆ ತೆಗೆದಂತೆ.

ಮತ್ತೆ ಒಂದೆರಡು ದಿನ ಅವನ ಭೇಟಿಯೇ ಇಲ್ಲ, ಒಂದಿನ ಮುಂಜಾನೆ ನಾ ತೋಯಿಸಿದ ಅವಲಕ್ಕಿ ತಿನ್ನುತ್ತಾ ಕೂತಿದ್ದೆ, ಅಷ್ಟರಲ್ಲಿ ಫೋನು ರಿಂಗಾಯ್ತು. ಎತ್ತಿಕೊಂಡ ಅಮ್ಮ "ಅನುಜಾ ಅವನನ್ನು ಕರೆ" ಎಂದಳು. ನಾ ಅಟ್ಟದತ್ತ ಹೊರಟೆ. "ಏ ಅಲ್ಲಿಗ್ಯಾಕೆ ಹೋಗ್ಬೇಕು? ಅಂಗಳದಲ್ಲೇ ನಿಂತು ಕೂಗಲ್ಲಾ" ಅಂದಳು. ಅವ ಬಂದವನೇ ರಿಸೀವರ್ ಹಿಡಕೊಂಡು ಮಾತನಾಡ್ತಾ ನಿಂತಾಗ ಅಮ್ಮ ಅವಲಕ್ಕಿ ತಿನ್ನಲು ಒತ್ತಾಯ ಮಾಡಿದಳು. ಏನೇನೂ ಸಂಕೋಚವಿಲ್ಲದೆ ಬಂದು ಡೈನಿಂಗ್ ಟೇಬಲ್ಲಿನೆದುರಿಗೆ ಕುರ್ಚಿ ಎಳೆದು ಕೂತು ನಸುನಗುತ್ತಾ ಮುಖ ತಗ್ಗಿಸಿ ಅವಲಕ್ಕಿ

ತಿನ್ನತೊಡಗಿದ್ದನವ, ಕತ್ತೆತ್ತಿ ಕೂಡಾ ನೋಡಿರಲಿಲ್ಲ, ನನ್ನ ಪರಿಚಯವೇ ಇಲ್ಲವೇನೋ ಎಂಬಂತೆ!

ಒಮ್ಮೆ ತನಯ ಅಂಗಳದಲ್ಲಿ ಬೈಕ್ ತೊಳೆದರೆ ನಾ ಮನೆಯ ಬಚ್ಚಲಲ್ಲಿ ನನ್ನ ಕೆಸರು ತುಂಬಿದ ಕ್ಯಾನ್ವಾಸ್ ಬೂಟು ತೊಳೆಯುತ್ತಿದ್ದ. ಒಮ್ಮೆಲೆ ಅಂಗಳದಿಂದ "ಐ ಥಿಂಕ್ ಸಮ್ ವನ್ ಮಸ್ಟ್ ಬಿ ಡೆಸ್ಪರೇಟಲೀ ಲುಕಿಂಗ್ ಫಾರ್ ದಿಸ್" ಅಂತ ಕೂಗು ಕೇಳಿಬಂದಾಗ ನಾ ಕಿಟಕಿಯಲ್ಲಿ ಇಣುಕಿದ್ದೆ. ನನಗೆ ತಲೆ ದಿಂ ಅಂದಂತಾಗಿತ್ತು. ನನ್ನ ಬ್ರೇಸಿಯರ್ ಗಾಳಿಯಲ್ಲಿ ಹಿಡಿದು ಹಾರಾಡಿಸುತ್ತಾ ಕೂಗುತ್ತಿದ್ದನವ. ಮೈ ಮೇಲೆ ಒಂದು ಗಿಡ್ಡ ಶಾರ್ಟ್ ಬಿಟ್ಟರೆ ಮತ್ತೇನಿಲ್ಲ. ತನಯ ಬಕೆಟ್ ಕುಕ್ಕಿದವನೆ ತಡಬಡಿಸಿ ಮನೆಯೊಳಗೆ ನುಗ್ಗಿದ್ದ. ನಾಡಕರ್ಣಿಯ ಹಾಸ್ಟೆಲ್ಲಿನಲ್ಲಿ ಹುಶ್... ಶ್... ಇತ್ಯಾದಿ ಆವಾಜುಗಳಾದವು. ಕಡೆಗೆ ಅವ ಬ್ರೇಸಿಯರ್ ಯಾವುದೋ ಒಂದು ಗಳಕ್ಕೆ ಸಿಕ್ಕಿಸಿ ಹೊರಟುಹೋದ.

ನಾ ಬ್ರಶ್ ಕೆಳಗಿಟ್ಟು ಸ್ಲಿಪ್ಪರ್ಸ್ ಸಿಕ್ಕಿಸಿಕೊಂಡು ಅಂಗಳಕ್ಕೆ ಬಂದಿದ್ದೆ, ಗಳಕ್ಕೆ ಜೋತಾಡುತ್ತಿದ್ದ ಬ್ರೇಸಿಯರ್ ಎಳೆದುಕೊಂಡು ಅವ ಕಣ್ಮುಚ್ಚಿ ಕಿವಿಯಲ್ಲಿ ಇಯರ್ ಫೋನ್ ಸಿಕ್ಕಿಸಿಕೊಂಡು ಕೂತಿದ್ದ ಕಟ್ಟೆಗೆ ಬಂದು ಹೆಗಲ ಮೇಲೆ ಪಟ್ಟೆಂದು ಹೊಡೆದಿದ್ದೆ. ಕಣ್ತೆಗೆದವ ನನ್ನ ಕೈಲಿದ್ದ ಬ್ರೇಸಿಯರ್ ಕಂಡು ಒಮ್ಮೆಲೆ ಇಯರ ಫೋನ್ ಕಿವಿಯಿಂದೆಳೆದುಕೊಂಡಿದ್ದ. ನಾ ಸೊಂಟದ ಮೇಲಿನ ಕೈ ತೆಗೆಯದೇ "ಈ ಬ್ರೇಸಿಯರ್ ನನ್ನದು, ತಪ್ಪಿ ಅಂಗಳದಲ್ಲಿ ಬಿದ್ದಿತ್ತು. ಎನಿ ಪ್ರಾಬ್ಲೆಮ್ಸ್?" ಎಂದಾಗ ಅವ ಕಣ್ಣು ಕಿರಿದು ಮಾಡಿ ನೋಡಿದ್ದ. ಅವನ ಗಲ್ಲದಲ್ಲೊಂದು ಗುಳಿ ಮೂಡಿತ್ತು. ತುಟಿ ಬಿರಿಯದೇ ನಗುತ್ತಿದ್ದನವ.

ಡಾಕ್ಟರ್ ಹೇಳ್ತಾರೆ– ನೆನಪು ನುಗ್ಗಿ ಬಂದು ಹೈಪರ್ ಆದಕೂಡಲೇ ಕಣ್ಮುಚ್ಚು, ದೀರ್ಘ ಶ್ವಾಸ ತೆಕ್ಕೋ ಒಂದೊಂದೇ ನೆನಪನ್ನು ಹೆಕ್ಕಿ ಹೆಕ್ಕಿ ಎಸೆದುಬಿಡು.

14–07–2002

ನಾ ಡಾಕ್ಟರಿಗೆ ಹೇಳಿದೆ "ನನಗೆ ಅವನ ನೆನಪು ಸತತ ಬರುತ್ತೆ."

"ನೆನಪು ಬಂದು ತ್ರಾಸಾಗುವುದಿಲ್ಲ ಅಂತಾದರೆ ಬರಲಿ ಬಿಡು. ಯಾವುದನ್ನು ಕುರಿತೂ ಚಿಂತಿಸಬೇಡ. ನಿಧಾನವಾಗಿ ಎಲ್ಲ ಸರಿ ಹೋಗ್ತದೆ."

ಅವರು ಹೇಳ್ತಿರುವಾಗ ನನ್ನ ದೃಷ್ಟಿ ಟೇಬಲ್ಲಿನ ಅಗದೀ ಅಂಚಿನಲ್ಲಿಟ್ಟ ಒಂದು ಫೋಟೋ ಫ್ರೇಮಿನ ಕಡೆ ಹೋಯ್ತು. ಅದೆಷ್ಟು ತುದಿಗಿತ್ತೆಂದರೆ ಒಂಚೂರು ಕೈ ತಗುಲಿಸಿದರೆ ಸಾಕು ಕೆಳಬಿದ್ದು ಮುರಿದು ಚೂರು ಚೂರಾಗಿ ಹೋಗುವಷ್ಟು, ನನ್ನ ಕೈಥರಥರ ಅನ್ನತೊಡಗಿದ್ದವು, ಡಾಕ್ಟರ್‌ಗೆ ಹೇಳಿ ಅದನ್ನು ತಗೊಂಡು ಫಳಾರ್ ಎಂದು ನೆಲಕ್ಕಪ್ಪಳಿಸಿ ಒಡೆಯಬೇಕೆಂಬ ಅದಮ್ಯ ಆಸೆಯಾಯ್ತು.

ಅವ ಅಟ್ಟದ ಮೇಲಿರಲು ಬಂದ ಮೇಲೆ ನನ್ನ ಅಟ್ಟದ ಭೇಟಿಯನ್ನು ಅಪ್ಪ ಅಮ್ಮ

ಸಂಪೂರ್ಣ ಬಂದ್ ಮಾಡಿಬಿಟ್ಟರು. ಆದರೆ ಆ ಬ್ರೇಸಿಯರ್ ಪ್ರಕರಣವಾದ ಮೇಲೆ ಅವ ಖಿಲ್ಲಾ ಆಗಿ ಹೊರಗೆ ಭೇಟಿಯಾಗತೊಡಗಿದ್ದ. ಒಂದಿನ ಅಮ್ಮ ಒದರಾಡಿದಳೆಂದು ನಾ ತಲೆ ಎರೆದುಕೊಂಡು ಬಂದು ಟಾವೆಲ್ಲಿನಿಂದ ಖಸ್ ಖಸ್ ತಿಕ್ಕಿ ಒರೆಸಿಕೊಳ್ಳುವಾಗ ಮೇಲಿನಿಂದ ಗಿಟಾರಿನ ನಾದ ಕೇಳಿತ್ತು. ಮೊದ ಮೊದಲು ಒಂದೊಂದು ತಂತಿ ಒಂದೊಂದು ನಮೂನೆ ಎಳೆದು ಬಿಟ್ಟಂತೆ ವಿಚಿತ್ರ ಸ್ವರ. ನನ್ನ ಕೋಣೆ ನೇರ ಅವನ ಕೋಣೆಯ ಕೆಳಗೇನೇ. ನನ್ನ ಖೋಲಿಯ ನಟ್ಟನಡುವೆ ಹೋಗಿ ಕಿವಿ ನಿಮಿರಿಸಿ ಕೂತೆ. ಅರೆಕ್ಷಣ ನಿಶ್ಶಬ್ದ. ಆಮೇಲೆ ಗಿಟಾರ್ ಮಧುರವಾಗಿ ಮೀಟಿತ್ತು, ಹಿಂದೆಯೇ ಹಾಡು ಕೂಡಾ. ಎಲ್ಟನ್ ಜಾನ್‌ನ 'ಯುವರ್ ಸಾಂಗ್'. ನಾ ಮೇಲಕ್ಕೆ ಜಿಗಿದೆದ್ದು ಅಟ್ಟದ ಮೆಟ್ಟಿಲುಗಳನ್ನು ಹಾರುತ್ತ ಅವನ ಕೋಣೆಗೆ ನುಗ್ಗಿದ್ದೆ, ನನ್ನನ್ನು ನೋಡಿಯೂ ಅವ ಹಾಡು ನಿಲ್ಲಿಸಲಿಲ್ಲ. ನನಗೆ ಚಿಕ್ಕಂದಿನಿಂದಲೂ ಹುಚ್ಚಿತ್ತು. ಯಾರಾದ್ರೂ ಮಸ್ತ್ ಗಿಟಾರ್ ಬಾರಿಸಬೇಕು ಮತ್ತು ನಾ ಜೋರು ಜೋರಾಗಿ ಹಾಡಬೇಕು ಅಂತ. ನನಗೆ ತಿಳಿಯದೆಯೇ ನಾ ಹಾಡತೊಡಗಿದ್ದೆ ನನ್ನ ಗೊಗ್ಗರು ಧ್ವನಿಯಲ್ಲಿ!

ನನ್ನ ಹುಡುಕುತ್ತಿದ್ದ ಅಪ್ಪ ಕರ್ಕಶವಾಗಿ ಅನುಜಾ... ಅನುಜಾ ಅಂತ ಕೂಗಿದಾಗ ಗಿಟಾರ್ ಸ್ತಬ್ಧವಾಗಿತ್ತು. ನಾ ಅವರ ಕೂಗುವಿಕೆ ಮುಗಿಯುವತನಕ ಶಾಂತವಾಗಿ ಕೂತಲ್ಲೇ ಕೂತಿದ್ದೆ. ಅಕ್ಕಪಕ್ಕ ನೋಡಿದಾಗ ನನಗೆ ಆ ಕೋಣೆ ತೀರಾ ಬದಲಾದದ್ದು ತಿಳೀತು, ಗಾಂಧೀಜಿಯ ಆಶ್ರಮದಂತೆ ಕಂಡಿತ್ತು. ನೆಲಕ್ಕೊಂದು ಚಾಪೆ, ಅದರ ಮೇಲೊಂದು ಗಾದಿ, ಒಂದು ಬಿದರಿನ ಬುಟ್ಟಿಯಲ್ಲಿ ಪುಸ್ತಕಗಳು, ಮತ್ತೊಂದರಲ್ಲಿ ಸೀಡಿಗಳು... ಪೂರ್ತಿ ಕ್ರೇಝಿ. ಹಾಡು ಕೇಳ್ತಾ ಕೇಳ್ತಾ ನಾ ಅವನಿಗೆ ತೀರ ಸನಿಹ ಬಂದು ಕೂತಿದ್ದರಿವಾದಾಗ ಹಿತವಾಯಿತು, ನಾ ಸರಿಯಲೇ ಇಲ್ಲ. ಕಡೆಗೆ ಅವನೇ ಸರಿದೆದ್ದು ಹೋಗಿ ಫಿಲ್ಟರ್ ಬಸಿದು ಹಾಟ್ ಪ್ಲೇಟ್ ಮೇಲಿಟ್ಟು ಕಾಫಿ ಮಾಡತೊಡಗಿದ್ದ. ಆಮೇಲೆ ಅವ ತನ್ನ ಚಿತ್ರಗಳನ್ನು ತೋರಿಸಿ ಏನೇನೋ ವರ್ಣಿಸಿದ್ದ. ನನಗಂತೂ ಒಂದೂ ಅರ್ಥವಾಗಿರಲಿಲ್ಲ. ಇಷ್ಟೆಲ್ಲ ಮಾಡಿದವ ಅವ ಒಂದನ್ನು ಮಾಡಲು ಮಾತ್ರ ಮರೆತಿದ್ದ. ಅದೇ ಕೋಣೆಯಲ್ಲಿ ಯುವತಿಯೊಬ್ಬಳು ಬಂದು ನಿಂತಾಗಲೂ ಮೈ ತುಂಬಾ ಬಟ್ಟೆ ಹಾಕಿಕೊಳ್ಳದೇ ಶಾರ್ಟಿನಲ್ಲೇ ಇದ್ದುದು. ನನಗೆ ಅದೂ ಕೂಡ ಹಿತವಾಗೇ ಇತ್ತು.

ಇವತ್ತು ನೇಹಾ ಮತ್ತು ಅನುಭವ್ ನನ್ನ ಭೇಟಿಗೆ ಬಂದಿದ್ದರು. ಮೀಸೆ ಜಬರ್ದಸ್ತಾಗಿ ಬೆಳೆಸಿದ ಅನುಭವ್ ತೀರಾ ಅನುಭವಿಯಂತೆ ಸೀರಿಯಸ್ ಮುಖ ಮಾಡಿಕೊಂಡಿದ್ದ. ಇತ್ತೀಚೆಗೆ ನನ್ನ ಕಡೆ ಬರುವವರೆಲ್ಲ ಹೀಗೆ ಸೀರಿಯಸ್ ಆಗಿಯೇ ಬರೋದು. ನೇಹಾಳನ್ನು ಭೆಟ್ಟಿಯಾಗಿ ಹಾಯೆನಿಸಿತು. "ಕಾಲೇಜ್ ಶುರುವಾಗ್ತಿದೆ. ನೀನೂ ಜಾಯಿನ್ ಆಗು. ಬೇಕಾದ್ರೆ ನಾನೂ ಈ ವರ್ಷ ಡ್ರಾಪ್ ಮಾಡಿ ನಿನಗೆ ಕಂಪನಿ ಕೊಡ್ತೇನಿ. ನೀ ಬಂದದ್ದು ಒಳ್ಳೆಯದಾಯ್ತು ಅನು, ಎಂಥಾ ಬೋರ್ ಆಗಿದ್ದೆ ಗೊತ್ತಾ?" ಅಂದಳು. ಅನುಭವ್ ನಗಲು ಪ್ರಯತ್ನಿಸುತ್ತಿದ್ದ. ಬಹುಶಃ ಅವನಿಗೆ ನನ್ನೊಡನೆ ಪ್ರತ್ಯೇಕವಾಗಿ ಮಾತನಾಡುವುದಿತ್ತೆಂದು ಕಾಣುತ್ತದೆ. ಯಾಕೋ ಮುಖವೂ ಸಪ್ಪೆಯಾಗಿತ್ತು. ನಾನು ಅವನ ಕಣ್ಣು ತಪ್ಪಿಸುತ್ತಾ ನೇಹಾಳನ್ನೊಮ್ಮೆ ಗೋಡೆಗಳನ್ನೊಮ್ಮೆ

ನೋಡುತ್ತಾ ಕೂತೆ. ಯಾಕೆಂದರೆ ನಮ್ಮಿಬ್ಬರ ನಡುವೆ ಆದದ್ದೆಲ್ಲ ಮರೆಯುವಂಥದ್ದೇ? ಅಲ್ಲದೆ ಅನುಭವ್ ನನಗೆ ಐದನೆಯ ಕ್ಲಾಸಿನಿಂದ ಪರಿಚಯ, ಬರೇ ಪರಿಚಯವಲ್ಲ, ಸಾಕು ಸಾಕು ಎನ್ನುವಷ್ಟರ ಮಟ್ಟಿಗೆ ಒಬ್ಬರ ಬಗ್ಗೆ ಇನ್ನೊಬ್ಬರು ತಿಳಕೊಂಡಿದ್ದೆವಲ್ಲ! ಅಂತಲೇ ನನಗೀಗ ಯಾರಿಗೂ ಏನೂ ಜವಾಬು ಕೊಡಲಿಷ್ಟವಿಲ್ಲ ಅನ್ನೋದನ್ನು ಅವ ಹೇಳದೆಯೇ ಅರಿತ.

ಶಾಲೆಯಲ್ಲಿ ಮೊದ ಮೊದಲು ಈ ಹುಡುಗ– ಆ ಹುಡುಗಿ ಅಂತೆಲ್ಲ ಜೋಡಿ ಮಾಡುವುದಿತ್ತು, ಬಹಳವೆಂದರೆ ಹನ್ನೊಂದನೆಯ ಕ್ಲಾಸಿನವರೆಗೆ ಮಾತ್ರ. ನನ್ನ ಹೆಸರನ್ನು ಮಾತ್ರ ಯಾರೊಟ್ಟಿಗಾದರೂ ಜೋಡಿಸೋದು ಅಶಕ್ಯವಾಗಿತ್ತು, ಕಾರಣ ಸುಂದರವಾಗಿ ಕಾಣಬೇಕೆಂದು ಸರ್ಕಸ್ ಮಾಡುವವರ ಪೈಕಿ ನಾನಿರಲೇ ಇಲ್ಲ. ನನ್ನ ಧ್ವನಿ ಗೊಗ್ಗರು, ಬೂಟು ಗಂಡಸರದ್ದು, ಮೇಲೆ ಬೋಳು ಕೈ ಕಿವಿಗಳು! ಹಾಂ ಕೊಂಕಣಸ್ಥ ಮನೆತನದಲ್ಲಿ ಹುಟ್ಟಿದ್ದಕ್ಕೆ ಬಿಳಿ ಚರ್ಮವೊಂದಿತ್ತು. ಅದನ್ನೂ ನಾ ಕಂದಾಗಿಸಲು ಬಿಸಿಲಲ್ಲಿ ನಿಲ್ಲೋಳು. ಒಬ್ಬರಿಗೊಬ್ಬರು ಗ್ರೀಟಿಂಗ್ ಕಾರ್ಡ್ ಕೊಡೋದು, ಗಂಡು ಹುಡುಗರ ಬೈಕಿನ ಹಿಂದೆ ಮುಖ ಮುಚ್ಚುವಂತೆ ಸ್ಕಾರ್ಫ್ ಸುತ್ತಿಕೊಂಡು ಸಿಂಹಗಡಕ್ಕೆ ಹೋಗೋದು– ಇವೆಲ್ಲ ಕಾಮನ್ ಆಗಿ ನಡೆದಿತ್ತು. ನಾ ಮಾತ್ರ ಇವೆಲ್ಲದರಲ್ಲಿ ಬೀಳಬಾರದು ಅಂತ ಠರಾಯಿಸಿದ್ದೆನಲ್ಲ. ಒಮ್ಮೆ ಅಮಲಾಳ ಮನೆಗೆ ನಾವು ತರಗತಿಯವರೆಲ್ಲಾ ಕೂಡಿ ಊಟಕ್ಕೆಂದು ಹೋಗಿದ್ದೆವು. ಆಗ ನಾ ಊಟ ಮಾಡ್ತಾ ಮಾಡ್ತಾನೇ ಅಡ್ಡ ಮಲಗಿ ಗೊರಕೆ ಹೊಡೆದಿದ್ದೆ!

ಹತ್ತನೆಯ ಕ್ಲಾಸಿನ ಪರೀಕ್ಷೆ ಮುಗಿದ ಮೇಲೆ ನಾವೆಲ್ಲಾ ನೇಪಾಳಿಗೆ ಟ್ರೆಕ್ಕಿಂಗಿಗೆಂದು ಹೋಗುತ್ತಿದ್ದಾಗ ಜಲಪೈಗುಡಿಯ ಹತ್ತಿರ ಗ್ರೀನ್ ಅರ್ಥ್‌ನ ವಾಲಂಟಿಯರ್ಸ್ ಸಿಕ್ಕಿದರು. ನಾ ಮನೆಗೆ ಮರಳಿದ ಮೇಲೆ ಸೂಟಿ ಮುಗಿಯುವ ತನಕ ಏನಾದ್ರೂ ಕೆಲಸ ಹುಡುಕಬೇಕು ಅಂತ ಕಾತ್ರಜ್‌ನ ಸ್ನೇಕ್ ಪಾರ್ಕಿನಲ್ಲಿ ವಿಚಾರಿಸಿ ಕೂಡಾ ಬಂದಿದ್ದೆ. ಅವರಿಂದ ಏನೂ ಉತ್ತರ ಬರದ ಕಾರಣ ಗ್ರೀನ್ ಅರ್ಥ್ ಜೊತೇನೇ ಕೆಲಸ ಮಾಡಬೇಕೆಂಬ ಉಮೇದು ಮೂಡಿತು. ನಾ ಫಾರ್ಮ್ ತುಂಬಿದ ಮಾರನೆಯ ದಿನವೇ ಅನುಭವ್‌ನೂ ತುಂಬಿದ್ದ. ನನಗಾಗ ಕಾರಣ ತಿಳಿದಿರಲಿಲ್ಲ. ಆದರೆ ಟ್ರೆಕ್ಕಿಂಗ್ ಮಾಡುವಾಗ ಲಕ್ಷಕ್ಕೆ ಬಂತಲ್ಲ 'ಹುಡುಗಿ ಫಾರ್ಮ್ ತುಂಬಿದೊಡನೆ ಹಿಂದಿನಿಂದ ತಾನೂ ತುಂಬುವ ವಯಸ್ಸೇ ಇರೋದೀಗ ಅವನಿಗೆ' ಅಂತ. ಆಗ ಅವ ಎರಡು ಟಕ್ಸಿನ ಪ್ಯಾಂಟ್ ಮತ್ತು ಚೆಕ್ಸ್ ಶರ್ಟ್ ಹಾಕೋನು, ಮತ್ತೆ ಅದನ್ನು ಇನ್ ಸುದ್ದಾ ಮಾಡೋನು.

ಟ್ರೆಕ್ಕಿಂಗ್ ಮುಗಿಸಿ ಬಂದ ಮೇಲೆ ನಾವಿಬ್ಬರೂ ಇಲ್ಲಿಯ ಗ್ರೀನ್ ಅರ್ಥ್ ಕಚೇರಿಗೆ ಹೋದೆವು. ನನಗೊಬ್ಬ ಇಂಟರೆಸ್ಟಿಂಗ್ ಪಾರ್ಟನರ್ ಸಿಕ್ಕ ಹಾಗಾಗಿತ್ತು. ಸೂಟಿ ಚೆನ್ನಾಗಿ ಕಳೆಯುತ್ತೆ ಅಂತ ಅರಿವಾಗಿತ್ತು.

ಕೆಲಸ ಸರಳವಿತ್ತು. ಗ್ರೀನ್ ಅರ್ಥ್‌ನ ಜಗತ್ತಿನಾದ್ಯಂತ ನಡೆವ ಮಿಶನ್‌ಗಳಿಗೆ ವಾಲಂಟಿಯರುಗಳ, ದುಡ್ಡಿನ ಗರಜಿರುತ್ತದೆ. ಈ ವಿಚಾರಗಳನ್ನು ವಿಶ್ವದ ಪ್ರತಿಯೊಬ್ಬ

ಸಂವೇದನಾಶೀಲ ವ್ಯಕ್ತಿಗೆ ತಲುಪಿಸುವುದು ಅತ್ಯವಶ್ಯ. ಅದಕ್ಕಾಗಿ ಅವರು ಶಹರದ ಕೆಲವು ಸ್ಥಳಗಳನ್ನು ಆರಿಸಿದ್ದರು. ವಿದ್ಯಾಲಯಗಳು, ಥಿಯೇಟರ್‌ಗಳು, ಆರ್ಟ್ ಗ್ಯಾಲರಿಗಳು, ಪ್ಲಾನಿಟೋರಿಯಮ್‌ಗಳು, ಅಕ್ವೇರಿಯಮ್‌ಗಳು ಇತ್ಯಾದಿ. ಅಲ್ಲಿ ತುಸು ವಿಭಿನ್ನ ವಿಚಾರದ ವ್ಯಕ್ತಿಗಳು ಬರುವ ಸಾಧ್ಯತೆ ಹೆಚ್ಚೆಂದು ನನ್ನನ್ನು ಆರ್ಟ್ ಗ್ಯಾಲರಿಯ ಮುಂದೆ ನೇಮಿಸಿದರೆ, ಅನುಭವ್‌ನನ್ನು ಬ್ರಿಟಿಶ್ ಲೈಬ್ರೆರಿಯ ಮುಂದೆ. ಅವನ ಮುಖ ಚಿಕ್ಕದಾಗಿ ಹೋಗಿತ್ತು.

ವಿನಾಶದಂಚಿನಲ್ಲಿರುವ ಡೋಡೋ ಪಕ್ಷಿಯ ಲೋಗೋವಿದ್ದ ಗ್ರೀನ್ ಅರ್ಥ್‌ನ ಹಸಿರು ಟೀಶರ್ಟ್, ನೀಲಿ ಜೀನ್ಸ್ ತೊಟ್ಟು ಸೂಟಿ ಚೆನ್ನಾಗಿ ಕಳೆದರೆ ಸಾಕು ಅಂತ ಹೋದ ನಾನು ಪೂರ್ತಿ ನಾಲ್ಕು ವರ್ಷ ಆರ್ಟ್ ಗ್ಯಾಲರಿಯ ಮುಂದೆ ವಾಲಂಟಿಯರ್ ಅಂತ ನಿಂತೆ. ಆರ್ಟ್ ಗ್ಯಾಲರಿಯ ದೊಡ್ಡ ಅರ್ಧ ವರ್ತುಲಾಕಾರದ ಕಟ್ಟಡ, ಮುಂದಿನ ಚೌಕು, ಚೌಕಿನ ಚಹಾವಾಲಾ, ಬೇರೆ ಬೇರೆ ಊರುಗಳಿಂದ ಬಂದು ಗ್ಯಾಲರಿಯಲ್ಲಿ ಚಿತ್ರ ಪ್ರದರ್ಶನ ಮಾಡುವ ಕಲಾಕಾರರು– ಎಲ್ಲಾ ಪರಿಚಯವಾದರು. ಬಾಯಾರಿದಾಗ ನೀರು ಕೊಡುವ, ಊಟಕ್ಕೆಂದು ಮಧ್ಯಾಹ್ನ ಮನೆಗೆ ಹೋದಾಗ ನನ್ನ ಚೀಲ ಕಾಯ್ದಿಟ್ಟುಕೊಳ್ಳುವ, ಸೇಂಗಾ ಮಾರುವ ಸುಂದರಾಬಾಯಿಯಂತೂ ನನ್ನ ಗೆಳತಿಯೇ ಆದಳು. ಗ್ಯಾಲರಿಯ ಪ್ರದರ್ಶನ ನೋಡಿ ಜನ ಹೊರಬಂತೋ, ಅವರ ಬೆನ್ನಟ್ಟಿ ಫಾರ್ಮ್ ತುಂಬಿಸಲು ಓಡುವ ನಾನು, ನನ್ನ ಹಿಂದೆ ಸೇಂಗಾ ಮಾರುವ ಸುಂದರಾಬಾಯಿ– ಇದು ಕಾಮನ್ ಸೀನ್ ಆಯಿತು. ಇಬ್ಬರಲ್ಲಿ ಒಬ್ಬರಿಗಾದರೂ ಗಿರಾಕಿ ಪಕ್ಕಾ ಸಿಕ್ಕೇ ಸಿಕ್ಕೋದು. ಹನ್ನೆರಡನೆಯ ಕ್ಲಾಸಿನ ಸೂಟಿಯಲ್ಲಂತೂ ಸುಂದರಾಬಾಯಿ ತನ್ನ ಮನೆಯಿಂದಲೇ ನನಗೆ ಊಟದ ಡಬ್ಬ ತರೋಳು. ಪಾಪ ಬ್ರಿಟಿಶ್ ಲೈಬ್ರೆರಿಯ ಬಾಗಿಲಲ್ಲಿ ನಿಂತಿದ್ದ ಅನುಭವ್‌ದು ಮಾತ್ರ ಗೋಳೇ ಗೋಳು. ಸುತ್ತ ಮುತ್ತ ಬರಿದೇ ಶುಷ್ಕ ಮುಖದ ಲೇಡಿ ಪೊಲೀಸ್‌ಗಳು, ಎದುರಿಗೆ ಕೋರ್ಟಿನ ಹಸಿದ ವಕೀಲರು! ಹತ್ತನೆಯ ಕ್ಲಾಸಿನ ನಂತರ ಅವನ ಉತ್ಸಾಹ ಬತ್ತಿ ಹೋಯಿತು.

ಶಾಲಾ ನಂತರದ ಸೂಟಿಯನ್ನೆಲ್ಲಾ ಹೀಗೆ ಮನೆಯಿಂದ ದೂರ ದೂರವಿದ್ದೇ ಕಳೆದದ್ದಕ್ಕೋ ಏನೋ ಒಂಥರಾ ಸ್ವಾತಂತ್ರ್ಯದ ಅನುಭವ ನನಗೆ. ಪ್ರತಿ ಸಣ್ಣ ಪುಟ್ಟ ವಿಷಯಕ್ಕೂ ಅಪ್ಪ ಅಮ್ಮನ ಅನುಮತಿ ಕೇಳೋದು ಕಡಿಮೆಯಾಯಿತು. ಅಸೀಮ್‌ನ ವರ್ತನೆ, ತೀರಾ ಕಟ್ಟುನಿಟ್ಟಿನ ಕರಾರುವಾಕ್ ಬದುಕು ನನಗೆ ಬೇಜಾರಾಗಿ ಮತ್ತಷ್ಟು ಮನೆಯಿಂದ ದೂರ ಯಾವುದೋ ಕೋಟೆ ಕತ್ತಲೆಗೋ, ಕಾಡಿಗೋ ಓಡಿ ಹೋಗತೊಡಗಿದೆ. ಆಶ್ಚರ್ಯವೆಂದರೆ ತನಯ ನನ್ನೆಲ್ಲಾ ಕೆಲಸಗಳಿಗೆ ಬೆಂಬಲವಾಗಿ ನಿಂತಿದ್ದಷ್ಟೇ ಅಲ್ಲ ಝೂ ಮ್ಯಾನೇಜ್‌ಮೆಂಟ್ ಮಾಡುವುದಕ್ಕೋಸ್ಕರ ನಾ ಸಾಯನ್ಸ್ ತೆಕ್ಕೊಳ್ಳುವ ವಿಷಯದಲ್ಲಿ ಅಪ್ಪ ಅಮ್ಮ ತಕರಾರು ಮಾಡಿದಾಗ ಅವರೊಟ್ಟಿಗೆ ಎಂಥಾ ಜಗಳವಾಡಿದ್ದ! ಅನುಭವ್‌ನೂ ಸಾಯನ್ಸೇ ತೆಕ್ಕೊಂಡಿದ್ದ.

ಒಂದು ಸಂಜೆ ಸಿನಿಮಾ ನೋಡಿ ಕೆನಲ್ ಎದುರಿನ ರಸ್ತೆಯ ಮೇಲಿನಿಂದ ಮರಳುವಾಗ ಅನುಭವ್ ನನ್ನ ಕೈ ಹಿಡಕೊಂಡ. ನಾನೇನನ್ನಲಿಲ್ಲ. ಆಮೇಲೆ ಅವ

ಹೆಗಲ ಮೇಲೆ ಕೈ ಹಾಕಿ ಬಳಿಗೆಳೆದುಕೊಂಡ. ನನಗೂ ಏನೋ ಮಧುರ ಅನುಭೂತಿ. ಆದರೆ ಮುಖ್ಯ ರಸ್ತೆಗೆ ಬಂದೊಡನೆ ಚಟ್ಟನೆ ಕೈ ಬಿಟ್ಟು ದೂರ ಸರಿದಿದ್ದನವ.

ಬರುಬರುತ್ತಾ ಅವನ 'ಮುದುಕನಂಥಾ ವರ್ತನೆ' ಕಮ್ಮಿಯಾಗಿತ್ತು, ನನಗೋ ಅತೀ ಎಕ್ಸೈಟ್‌ಮೆಂಟ್ ಅನ್ನಿಸೋದು. ಮೊದಲ ಬಾರಿ ಅವನಿಂದ ಗಲ್ಲಕ್ಕೆ ಮುದ್ದು ಕೊಡಿಸಿಕೊಂಡಿದ್ದೆ; ಅದರ ಮುಂದಿನ ಸಲ ತುಟಿಗಳ ಮೇಲೆ, ಯಾವುದೋ ಲೋಕದಲ್ಲಿ ತೇಲಾಡುವ ಅನುಭವ ನನಗೆ. ಅವನ ಕಳವಳ ಕಂಡು ಒಂಥರಾ ಮಜಾ ಅನ್ನಿಸೋದು. ನಿಧಾನವಾಗಿ ನನ್ನ ಗಮನಕ್ಕೆ ಬಂದಿತ್ತಲ್ಲಾ ಅವ ಕ್ಲಾಸಿನಲ್ಲಿದ್ದಷ್ಟೂ ಹೊತ್ತು ನನ್ನನ್ನೇ ದಿಟ್ಟಿಸ್ತಿರ್ತಾನೆ ಅಂತ. ಒಂದ್ಸಲ ಪಿ.ಟಿ. ಪಿರಿಯಡ್ಡಿನಲ್ಲಿ ನನಗೆ ಕಲ್ಲು ಬಡಿದಾಗ ಎಷ್ಟು ಕಾಳಜಿಯಿಂದ ಬ್ಯಾಂಡೇಜ್ ಮಾಡಿದ್ದ? ಅರೆ ಇವ ನನ್ನ ಪ್ರೇಮ ಗೀಮದಲ್ಲೇನಾದರೂ ಬಿದ್ದಿದ್ದಾನೋ ಹೇಗೋ ಅನ್ನೋ ನನ್ನ ಗಾಬರಿ ಒಂದಿನ ನಿಜವಾಗಿಯೇ ಬಿಟ್ಟಿತ್ತು.

ನಮ್ಮ ರವಿವಾರದ ಟೈಮ್ ಟೇಬಲ್ ಪ್ರಕಾರ ಕಲೆ ಹಾಕಿದ್ದ ನಾನಾ ಹಣ್ಣುಗಳ ಬೀಜಗಳನ್ನು ನಾನೂ ಅನುಭವ್ ಗುಡ್ಡದ ಮೇಲೆ ಪಸರಿಸಲು ಹೋಗಿದ್ದೆವು. ಗುಡ್ಡದ ತುದಿ ಮುಟ್ಟಿದ್ದೆವೋ ಇಲ್ಲವೋ ಧಾರಾಕಾರ ಮಳೆ. ಓಡುತ್ತಾ ಕೆಳಗೇ ಇರುವ ಅನುಭವ್‌ನ ಬಂಗ್ಲೆಗೆ ಬಂದೆವು. ಮನೆಯಲ್ಲಿ ಅವನ ಅಪ್ಪ ಅಮ್ಮ ಇರಲಿಲ್ಲ. ಎಲ್ಲಾ ಬಟ್ಟೆಗಳನ್ನು ಕಳಚಿದ ನಗ್ನ ಪುರುಷ ಶರೀರ ನಾ ಕಂಡದ್ದು ಅದೇ ಮೊದಲು. ಅವನ ಕೈಗಳು ನನ್ನ ಹೆಗಲ ಮೇಲೆ ಎದೆಯ ಮೇಲೆ ಮಿಂಚಿನಂತೆ ಹರಿದಾಡಿದವು. ಅಪರಾಧಿ ಭಾವಕ್ಕಿಂತ ದೇಹದ ವೇದನೆ ಹೆಚ್ಚಾಗಿತ್ತು. ಉತ್ಕಂಠ ಸ್ಥಿತಿಯಲ್ಲಿ ಎಲ್ಲ ಘಟಿಸಿಹೋಗಿತ್ತು. ಮಧ್ಯಾಹ್ನವಾದಾಗ ಆವೇಶ ಕಡಿಮೆಯಾದರೂ ಏನೋ ಧನ್ಯತೆ, ರಸರಸೀತ ಮತ್ತು ಸಂಪೂರ್ಣಭಾವ!

ಸಂಜೆಯ ವೇಳೆಗೆ ನನ್ನೆದೆಯ ಢವಢವ ಕಮ್ಮಿಯಾಗಿತ್ತು, ಇಡೀ ಶಹರ ಇದೀಗ ಸ್ನಾನ ಮಾಡಿದಂತೆ ಶುಭ್ರವಾಗಿತ್ತು. ನನಗೆ ಮನೆಗೆ ಹೋಗಲು ಮನಸ್ಸಾಗದೆ ಎಲ್ಲೆಲ್ಲೋ ತಿರುಗಾಡುತ್ತಿದ್ದೆ. ಅನುಭವನಾದರೋ ಕೂಡಲೇ ಬಟ್ಟೆ ಹಾಕ್ಕೊಂಡು ನಿದ್ದೆಗೆ ಜಾರಿಬಿಟ್ಟಿದ್ದ. ಸಾಯಂಕಾಲ ಮತ್ತೆ ನನಗೆ ಫೋನ್ ಮಾಡಿ ಕರೆದ. ನಿಜ ಹೇಳಬೇಕೆಂದರೆ ಆಗ ನನಗೆ ಅವನಿಂದ ದೂರ ಕುಳಿತು ಮಸ್ತ್ ಹರಟೆ ಹೊಡೀಬೇಕೆಂಬಾಸೆ. ಆದರೆ ಅವ ಮತ್ತೆ ನನ್ನನ್ನು ಬಳಿಗೆಳೆದುಕೊಂಡು 'ಐ ಲವ್ ಯೂ' ಅಂದಿದ್ದ. ನಾ ನಕಾರಾತ್ಮಕವಾಗಿ ಗೋಣಾಡಿಸುತ್ತಾ ಅವನಿಂದ ದೂರ ಸರಿದು ಕಿಟಕಿಯ ಬಳಿ ಬಂದು ನಿಂತಿದ್ದಕ್ಕೇ ಅವನ ಕಣ್ಣು ತುಂಬಿ ಬಂದಿದ್ದವು. ಆದರದು ಸ್ಪಷ್ಟ ಮಾತನಾಡುವ ಗಳಿಗೆಯಾಗಿತ್ತು.

"ಇದೇನಾಯ್ತಲ್ಲ ಇವತ್ತು ಅದು ಗ್ರೇಟ್ ಇತ್ತು. ಇನ್‌ಫ್ಯಾಕ್ಟ್ ನನಗೆ ಫಿಸಿಕಲ್ ಎಕ್ಸಪೀರಿಯನ್ಸ್ ಬೇಕಿತ್ತೆಂದು ನಾನು ಅದನ್ನು ಆಗಲು ಬಿಟ್ಟೆ. ನಾ ನಿನ್ನನ್ನು ಪ್ರೇಮಿಸ್ತಿದ್ದೇನೆ ಅಂತ ನನಗಂತೂ ಅನ್ನಿಸೋದಿಲ್ಲ. ನಿನ್ನಂಥಾ ಹುಡುಗನಿಗೆ ನಾ ಸರಿಯಲ್ಲವೇ ಅಲ್ಲ. ನಾವು ಮಧ್ಯಾಹ್ನ ಅನುಭವಿಸಿದ ಸುಖಕ್ಕೇ ಫುಲ್ ಪಾಯಿಂಟ್

ಹಾಕು. ಕಳೆದ ಒಂದೆರಡು ವರ್ಷಗಳಿಂದ ನೋಡ್ತಿದ್ದೇನೆ, ಎಲ್ಲದಕ್ಕೂ ನೀ ಬೇರೇನೇ ಅರ್ಥ ಹಚ್ಚುತ್ತಾ ನಡೆದಿದ್ದೀ... ಯಾಕ್ಹೀಗೆ?"

ಹೇಳುತ್ತಿದ್ದಂತೆ ನನಗ್ಯಾತರ ಅಂಜಿಕೆಯಿತ್ತೋ ಅದೇ ಆಯಿತು. ಅವ ಪಟ್ಟನೆದ್ದು ಬೂಟು ಹಾಕ್ಕೊಂಡು ಧಡಪಡ ಸದ್ದು ಮಾಡುತ್ತಾ ಹೊರಟು ಹೋದ. ಹಿಂದೆಯೇ ಚಿಲಕ ಸಿಕ್ಕಿಸಿ ನಾನೂ ಹೊರಬಿದ್ದು ಮನೆಯತ್ತ ಕಾಲು ಹಾಕಿದೆ. ನಾ ಪೂರ್ತಿ ಬದಲಾಗಿಬಿಟ್ಟಿದ್ದೆ. ಹೊಟ್ಟೆಯಲ್ಲಿ ನೋವಿತ್ತು, ಆದರೂ ದೇಹದಲ್ಲಿ ಮಾತ್ರ ಏನೋ ತಾಜಾತನ, ಹೊಸತನ.

ಅಂದಾದ ಘಟನೆಯನ್ನೆಲ್ಲ ಒಂದು ಸ್ಪೋರ್ಟಿವ್ಹ್ ಸ್ಪಿರಿಟ್‌ನಲ್ಲಿ ಕೇಳಿಸಿಕೊಳ್ಳುವವರಾರೂ ನನಗೆ ಗೊತ್ತಿರಲೇ ಇಲ್ಲ. ಗೆಳತಿಯರಿಗೇನಾದರೂ ಹೇಳಿದರೆ ಮುಗೀತು, ಅವರಿಗೆ ಹಾರ್ಟ ಅಟ್ಯಾಕ್ ಬಂದರೂ ಹೆಚ್ಚಲ್ಲ. ಹಾಗೂ ಹೆಚ್ಚು ಗೆಳತಿಯರಿದ್ದರೆಲ್ಲಿ? ಅಂತೂ ನನ್ನ ಅಂದಿನ ಆನಂದವನ್ನು ನಾ ಯಾರೊಂದಿಗೂ ಹಂಚಿಕೊಳ್ಳಲಾಗಲೇ ಇಲ್ಲ.

ಅನುಭವ್‌ನ ಸಿಟ್ಟು ತಿಂಗಳ ಮೇಲೆ ಮುಂದುವರೆಯಿತು. ಕಡೆಗೆ,

"ನಾ ನಿನ್ನ ದಾರಿ ಕಾಯ್ತೇನೆ" ಅಂದ.

"ನಿನಗೇನು ಬೇಕೋ ಅದನ್ನು ಮಾಡುವ ಸ್ವಾತಂತ್ರ್ಯ ನಿನಗಿದೆ" ಅಂದೆ. ಆದರೇಕೋ ಅವತ್ತಿನಿಂದ ಅವನ ಹತ್ತಿರ ಹೋಗಬೇಕೆನ್ನಿಸಲೇ ಇಲ್ಲ. ಗೆಳತಿಯಾಗಿ ಮಾತ್ರ ಸತತ ಜೊತೆಗಿದ್ದೆ.

ಮೊನ್ನೆ ಭೇಟಿಯಾದಾಗ ಅವ ಅಸ್ವಸ್ಥನಾಗಿದ್ದ ಕಾರಣವೇನೋ ತಿಳಿಯುವಂಥದೇ. ಆದರೆ ನನ್ನ ಬೇಚೈನಿಯಿತ್ತಲ್ಲ... ಅದು ಮಾತ್ರ ಬಹುಶಃ ಅಹಂಕಾರದ್ದಿತ್ತು; ನಾನು ತಿರಸ್ಕರಿಸಿದ ಮೇಲೂ ಇವ ನನಗಾಗಿ ಕಾಯ್ತಿದ್ದಾನಲ್ಲ ಎಂದು ಉಬ್ಬಿ ಸುಖಿಸೋ ಗರ್ವದ್ದಾಗಿತ್ತು. ಅಂತೆಯೇ ನನಗೆ ಅವನ ಕಣ್ಣಲ್ಲಿ ಕಣ್ಣಿಟ್ಟು ಕೂಡಾ ನೋಡುವುದಾಗಲಿಲ್ಲ.

ಬದುಕು ಇಷ್ಟು ಕಠಿಣವೇಕಿದೆ? ಅಥವಾ ನಾವೇ ಕಠಿಣ ಮಾಡಿಕೊಳ್ತೇವೆಯೋ? ಒಬ್ಬಳೇ ಕುಳಿತು ಒಂದು ಕಾಗದದ ಮೇಲೆ ಬರೆಯುತ್ತ ಹೋದಂತೆ ನನಗೆ ನನ್ನ ತಪ್ಪುಗಳು ತಿಳಿಯುತ್ತಾ ಹೋದವು.

31-07-2002

ಮನೆಯಲ್ಲಿ ಓಡಾಡ್ತಾ ನನ್ನ ದೃಷ್ಟಿ ಸತತ ಅಟ್ಟದ ಕೋಣೆಯತ್ತ ಹೋಗ್ತದೆ, ತನಯ ಸುಮಾರಾಗಿ ಅಟ್ಟಕ್ಕೇ ಶಿಫ್ಟ್ ಆಗಿಬಿಟ್ಟಿದ್ದಾನೆಂದರೂ ಅಡ್ಡಿಯಿಲ್ಲ. ಎಷ್ಟೋ ಸಲ ಕಿಟಕಿಗೆ ಬೆನ್ನು ಹಾಕಿ ಕೂತಿದ್ದು ಕಾಣ್ತದೆ. ಯಾವತ್ತೂ ಅವನಿಗೆ ಮೇಲಿನ ಕೋಣೆ ಬೇಕಾಗಿತ್ತಲ್ಲವೆ? ಹಾಗೆಂದೇ ಅವನಾದರೂ ಖುಷಿಯಿಂದಿರಲಿ ಅಂತ ಅಪ್ಪ ಅಮ್ಮ ಆ

ಬಗ್ಗೆ ಏನೂ ಹೇಳುವುದಿಲ್ಲ. ಕೆಳಗಿನ ಕೋಣೆ ಸಿಕ್ಕ ಅಸೀಮನೂ ಖುಷ್. ನನಗೆ ಮಾತ್ರ ಹಾಗೆ ಬೇಕೆಂದಾಗ ಅಟ್ಟದ ಕೋಣೆಗೆ ಹೋಗಲು ಸುತರಾಂ ಅನುಮತಿಯಿಲ್ಲ.

ಅವ ಬಂದ ಮೊದಮೊದಲು ಪ್ರತಿ ರವಿವಾರ ಮುಂಜಾನೆ ಮೇಲಿನ ಕೋಣೆಯಲ್ಲಿ ಸಾಮಾನು ಎಳೆದಾಡುವ, ಕಪಾಟು ಜಗ್ಗುವ, ಗೋಡೆಗೆ ಮೊಳೆ ಬಡಿವ ಸದ್ದು ಕೇಳ್ತಿತ್ತು. ಈ ಹುಡುಗ ಮಾಡ್ತಿರೋದಾದ್ರೂ ಏನು? ಅಂತ ಕುತೂಹಲವಾಗಿ ಒಂದಿನ ಅಪ್ಪ ಅಮ್ಮ ಮನೆಯಲ್ಲಿಲ್ಲದಾಗ ನಾ ಅಟ್ಟಕ್ಕೆ ಹೋಗಿ ಚಿಲಕ ಸರಿಸಿದ್ದೆ. ಬಾಪ್ ರೆ! ಗಾಂಧೀಜಿ ಆಶ್ರಮದಂಥಾ ಕೋಣೆ ಏನೇನೋ ಆಗಿಹೋಗಿತ್ತು. ಆ ಕಡೆಯ ಚಾಪೆ ಈ ಕಡೆ, ಈ ಕಡೆಯ ಗಾದಿ ಆ ಕಡೆ. ಗೋಡೆಯ ಮೇಲಿನ ಆ ಚಿತ್ರ– ಒಂದೇ ಸಲಕ್ಕೆ ಯಾರಿಗಾದರೂ ಅದರರ್ಥ ತಿಳಿದರೆ ದೇವರಾಣೆ! ವ್ಹಾ ಪ್ರತಿ ರವಿವಾರ ಈ ಹುಡುಗ ನನ್ನ ಕೋಣೆಯ ಧೂಳನ್ನೂ ಜಾಡಿಸಿ, ಬಿದ್ದ ಸಾಮಾನೆಲ್ಲಾ ಕಪಾಟಿನಲ್ಲಿ ಜೋಡಿಸಿ, ಚಾದರ ಬದಲಿಸಿದರೆ ಎಷ್ಟು ಚೆನ್ನ. ಪಾಪ ಒದರಿ ಒದರಿ ಅಮ್ಮ ಗಂಟಲು ಹರಕೊಳ್ಳೋದಾದ್ರೂ ಉಳೀತಿತ್ತಲ್ಲ ಅನ್ನಿಸಿಬಿಟ್ಟು ನನಗೆ.

ಅಷ್ಟರಲ್ಲಿ ಯಾವುದೋ ಇರಾನೀ ರೆಸ್ಟೂರೆಂಟಿಗೆ ನಾಷ್ಟಾಕ್ಕೆಂದು ಹೋಗಿದ್ದವ ಕೋಣೆಯೊಳಗೆ ಬಂದಿದ್ದ. 'ನೈಸ್ ರೂಮ್' ಅನ್ನುತ್ತಾ ನಾ ನೇರ ಹೋಗಿ ಗಾದಿಯ ಮೇಲಿದ್ದ ಲೋಡಿಗೆ ಆತು ಕೂತೆ. ಅವ ಮಾತಾಡದೆ ಎದುರು ಬಂದು ನಿಂತು ಎರಡು ಬಾರಿ ತನ್ನ ಹೆಗಲ ಮೇಲಿಂದ ಕೈ ಜಾರಿಸಿದಂತೆ ಮಾಡಿದ, ಏನು ಸನ್ನೆ ಮಾಡ್ತಿದ್ದಾನೆಂದು ನನಗೆ ತಿಳಿಯಲೇ ಇಲ್ಲ. ಆಮೇಲೆ ನೋಡಿದರೆ ಹೆಗಲ ಬಳಿ ನನ್ನ ಬ್ರೇಸಿಯರ್‌ನ ಪಟ್ಟಿ ಹೊರಬಂದಿತ್ತು. ನಾವಿಬ್ಬರೂ ಹೊಟ್ಟೆ ನೋಯುವವರೆಗೂ ನಕ್ಕೆವು.

"ನನಗೆ ಗಿಟಾರ್ ಕಲಿಯುವುದಿದೆ."

"ಯಾವಾಗ ಬೇಕಾದ್ರೂ ಕಲಿಸಲು ರೆಡಿ, ಯೂ ಆರ್ ಆಲ್ವೇಸ್ ವೆಲಕಮ್."

"ಆದರೆ ಇಲ್ಲಿ ಬೇಡ. ಕಾಂಪ್ಲಿಕೇಟೆಡ್ ಆಗ್ತದೆ."

"ನಮ್ಮ ಆರ್ಟ ಸ್ಕೂಲಿನ ರಿಕ್ರಿಯೇಶನ್ ಹಾಲ್ ಹೇಗೆ? ಅಲ್ಲಿ ಗಿಟಾರ ಸುದ್ದಾ ಇದೆ."

"ಮಸ್ತ್ ಐಡಿಯಾ!"

ಬರ್ತಾ ಬರ್ತಾ ಅವನ ಬಗ್ಗೆ ಒಂದಿಷ್ಟು ತಿಳಕೊಂಡಿದ್ದೆ. ಅವನಿಗೆ ಅಡುಗೆ ಮಾಡಲು ಬರ್ತಿತ್ತಷ್ಟೇ ಅಲ್ಲ ಮಾಡಲು ಅತಿಶಯ ಪ್ರೀತಿ ಕೂಡಾ. ಫ್ರೆಂಚ್ ಭಾಷೆಯಲ್ಲಿ ಅವನ ಪ್ರೌಢಿಮೆ, ಅವನ ಗಟ್ಸ್– ತುಂಬಾ ಇಷ್ಟವಾಗಿದ್ದವು. ಆಯಿ ಬಾಬಾ ಹೋದನಂತರ ಒಬ್ಬನೇ ಹಾಸ್ಟೆಲ್ಲಿನಲ್ಲಿದ್ದೇ ಬೆಳೆದಿದ್ದ. ಅವ ನನ್ನೆಲ್ಲ ಪ್ರಶ್ನೆಗಳನ್ನು ಎಂಥಾ ಚೆನ್ನಾಗಿ ಫೇಸ್ ಮಾಡ್ತಿದ್ದ.

"ಅಲ್ಲ ನೀವು ಚಿತ್ರಕಾರರು ಅರ್ಥವೇ ಆಗದಂಥಾ ಚಿತ್ರ ತೆಗೆಯೋದ್ಯಾಕೆ? ಸ್ವಂತಕ್ಕೆ ಮಿಸ್ಟೀರಿಯಸ್ ಮಾಡಿಕೊಳ್ಳಲಾ?" ನೇರವಾಗೇ ಕೇಳಿದ್ದೆ ನಾ. ಅವನಿಗೇನೂ ಸಿಟ್ಟು ಬರಲಿಲ್ಲ, ಬದಲಿಗೆ ನಗುನಗುತ್ತಾ ಕುಳಿತಿದ್ದ. ಯಾವುದೇ ಎಕ್ಸಪ್ಲೇನೇಶನ್ ಕೊಡಲಿಲ್ಲ, ಗಾಬರಿಯಾಗಿ ತನ್ನ ತಾನೇ ಡಿಫೆಂಡ್ ಮಾಡಿಕೊಳ್ಳಲಿಲ್ಲ. ಅವ ಮಾತಾಡುತ್ತಿದ್ದ;

ಆದರೆ ತೀರಾ ಸ್ವಲ್ಪ, ಟು ದ ಪಾಯಿಂಟ್ ಅಷ್ಟೆ. ನಾನಂಥಾ ಯುವಕನನ್ನು ಕಂಡಿದ್ದೇ ಇಲ್ಲ. ನನ್ನ ಬಡಬಡ ಮುಗಿದು ನಾ ಕೆಳ ಹೊರಟಾಗ ಕೇಳಿದ್ದ,

"ನನ್ನ ಬಗ್ಗೆ ಬಲು ಆಸಕ್ತಿಯಿದ್ದಂತೆ ತೋರುತ್ತೆ ನಿನಗೆ."

ಅಟ್ಟದಿಂದ ನಾಲ್ಕು ಮೆಟ್ಟಿಲು ಒಟ್ಟಿಗೇ ಜಿಗಿಯುತ್ತಾ ನಾ ಕೂಗಿಕೊಂಡಿದ್ದೆ "ಛೇ ಅಂಥಾದ್ದೆಲ್ಲ ಏನೂ ಇಲ್ಲ."

ಆಮೇಲೆ ಬೋರ್ಡ್ ಪರೀಕ್ಷೆಯ ಗದ್ದಲದಲ್ಲಿ ಅವನನ್ನು 'ಆ ಥರಾ' ಭೇಟಿಯಾಗಲಾಗಲೇ ಇಲ್ಲ. ಪರೀಕ್ಷೆಯ ಸಮಯ ಅಮ್ಮ ತೀರಾ ಕಾಳಜಿ ತಗೋಳ್ಳೋಳು, ಅಸೀಮ ಎರಡೆರಡು ಪೆನ್ನುಗಳಲ್ಲಿ ಶಾಯಿ ತುಂಬಿಟ್ಟರೆ, ಅಪ್ಪ ರಾತ್ರಿ ಎದ್ದು ಓದುತ್ತಿದ್ದ ನನಗೆ ಚಹಾ ಮಾಡಿ ಕೊಡೋರು, ತನಯ ಪರೀಕ್ಷೆಯ ಹಾಲ್‌ಗೆ ಬೈಕಿನಲ್ಲಿ ಬಿಡುವುದು, ಕರೆತರುವುದೂ ಮಾಡೋನು. 'ಇವರೆಲ್ಲಾ ಬೋರಿಂಗ್ ಇರೋದು ನಿಜ. ಆದರೂ ಎಷ್ಟು ಒಳ್ಳೆಯವರು. ಹೀಗೆಯೇ ನನ್ನ ಮೇಲೆ ಯಾವತ್ತೂ ಪ್ರೇಮ ಮಾಡ್ತಾನೇ ಇರ್ತಾರೆ' ಅಂತ ಎದೆ ತುಂಬಿ ಬಂದಿತ್ತು.

ಅದು ಈಗ ನಿಜವೆನ್ನಿಸುತ್ತೆ. ನಾ ಮರಳಿ ಬಂದ ಮೇಲೆ ಅಪ್ಪ ಅಮ್ಮ ಕರಕೊಂಡಿದ್ದಿಲ್ಲವೆಂದರೆ ನಾನೇನು ಮಾಡುತ್ತಿದ್ದೆ?

"ನಿಮ್ಮದು ಟ್ರಾನ್ಸಿಶನ್‌ನಲ್ಲಿರುವ ಪೀಳಿಗೆ. ಅಂತಲೇ ಎಲ್ಲ ಕಡೆಯಿಂದ ಫಾಯದೆಯಿದೆ ನಿಮಗೆ, ಬೇಕೆನ್ನಿಸಿದನ್ನೇ ಹಕ್ಕಿಂಬಂತೆ ಮಾಡ್ತೀರಿ, ಈಗಿನ ಅಪ್ಪ ಅಮ್ಮನೋ ಮಕ್ಕಳು ಖುಷಿಯಾಗಿದ್ದರೆ ಸಾಕು ಎಂದು ಎಲ್ಲ ಸಹಿಸುತ್ತಾರೆ. ಅದರಲ್ಲೇ ಧನ್ಯತೆ ಪಡೀತಾರೆ! ಆದ್ದರಿಂದ ನಿಮ್ಮ ಈ ಸ್ವಾತಂತ್ರ್ಯ ಏನಿದೆಯೆಲ್ಲಾ ಅದು ಒಂಥರಾ ನಾಟಕದ ರಂಗ ತಾಲಿಮ್ ಅಂದರೆ ಡ್ರಿಲ್ ಅಷ್ಟೆ. ಇದರ ಖರೆ ಕಿಮ್ಮತ್ತು ಮಾತ್ರ ನಿಮ್ಮ ಮುಂದಿನ ಪೀಳಿಗೆಗೆ ಕಟ್ಟಬೇಕಾಗುತ್ತೆ" ಅಂತನ್ನುತ್ತಿದ್ದ ಶರಯೂ ಮಾವಶಿಯ ಮಾತು ಸತ್ಯವೆನಿಸುತ್ತದೆ.

01–08–2002

ನಾನಿಂದು ಮಧ್ಯಾಹ್ನ ಹನ್ನೆರಡಕ್ಕೆ ಎದ್ದೆ. ಅಮ್ಮ ಮತ್ತು ಮಾವಶಿ ಅಟ್ಟದ ಮೇಲೆ ಒಗೆದ ಪರದೆಗಳನ್ನು ಒಣಹಾಕುತ್ತಿದ್ದರು, ಮನೆಯಲ್ಲಿ ಅಡ್ಡಾಡಿ ಅಡ್ಡಾಡಿ ಬೇಜಾರಾಗಿ ನಾನೂ ಮೇಲೆ ಹೋದೆ.

'ಅನು ಎಷ್ಟು ದಪ್ಪಗಾಗಿದ್ದೀಯಾ? ಬೆಳಿಗ್ಗೆ ಬೇಗನೆ ಎದ್ದು ವ್ಯಾಯಾಮ, ಈಜುವುದು ಇತ್ಯಾದಿ ಶುರು ಮಾಡು' ಮಾವಶಿಯೆಂದಳು.

ಅಮ್ಮ ಕೆಳಗೆ ಹೋಗಿ ಮೂವರಿಗೂ ಚಹಾ ತಂದಳು. ಆಗಸವೂ ಕಾಯ್ದಿತ್ತು, ಫರಸಿಯೂ ಕಾಯ್ದಿತ್ತು. ನಾವು ಮೂವರೂ ಚಹಾ ಕುಡಿಯುತ್ತಿದ್ದಂತೆ ಮಳೆ ಶುರುವಾಯ್ತು. ಅಮ್ಮ ಮತ್ತು ಮಾವಶಿ ಇಬ್ಬರೂ ಶಾಲೆಯ ಹುಡುಗಿಯರಂತೆ ಪರದೆ ಎಳೆದುಕೊಂಡು ಕೆಳಗೆ ಓಡಲು ಧಡಪಡಿ ಮಾಡಿದರು.

ಅಷ್ಟರಲ್ಲಿ ಅನಿಲಕಾಕಾನ ಹಡಗು ಸಿಡ್ನಿ ಮುಟ್ಟಿದ್ದಕ್ಕೆ ಫೋನ್ ಬಂತು. ಮಾವಶಿ ಬಹಳ ಹೊತ್ತು ಕಾಕಾನ ಊಟ ತಿಂಡಿ, ಆರೋಗ್ಯ ಇತ್ಯಾದಿಗಳ ಬಗ್ಗೆ ಮಾತನಾಡಿ ಕಡೆಗೆ ನನಗೆ ಫೋನ್ ಕೊಟ್ಟಳು.

'ಅನುಜಾ ಇನ್ನು ಮೇಲೆ ನೀ ನಮ್ಮ ಜೊತೆಗೇನೇ ಇರು' ಅನಿಲಕಾಕಾ ಹೇಳುತ್ತಿದ್ದರು, ಹಾಗೂ ಚಿಕ್ಕವಳಿದ್ದಾಗ ಅವರಿಬ್ಬರೂ ನನ್ನನ್ನು ಎಡಾಪ್ಟ್ ಮಾಡಿಕೊಳ್ಳೋರೇ ಇದ್ದರಂತೆ. ಕಾಕಾ ನನಗಾಗಿ ತಗೊಂಡಿರುವ ನೀಗ್ರೋ ಸ್ಪಿರಿಚ್ಯುವಲ್ಸ್‌ನ ಸೀಡಿಗಳ ಬಗ್ಗೆ ಹೇಳುತ್ತಿದ್ದಾಗಲೇ ಫೋನ್ ಕಟ್ಟಾಯಿತು. ನಾ ಮತ್ತೂ ಹಲೋ... ಹಲೋ... ಎನ್ನುತ್ತಲೇ ಇದ್ದೆ. ಮಾವಶಿ ಬಂದು ಕೈಲಿದ್ದ ಫೋನ್ ಇಸಿದುಕೊಂಡು ನನ್ನನ್ನು ಬಚ್ಚಲುಮನೆಗೆ ತಳ್ಳಿದಳು. ನಾ ಕೂತು ಶವರಿನಿಂದ ಬರುವ ಬಿಸಿ ಆವಿಯನ್ನೇ ದಿಟ್ಟಿಸತೊಡಗಿದೆ.

ಇವತ್ತು ನನಗೇಕೋ ಮನೆಯಲ್ಲಿ ಉಸಿರುಗಟ್ಟಿದಂತಾಯ್ತು. ಸ್ವಲ್ಪ ಹೊರಬೀಳಬೇಕು. ಗ್ರೀನ್ ಅರ್ಥ್ ಕಚೇರಿಯಲ್ಲೊಮ್ಮೆ ಇಣುಕಿ ಬರಬೇಕು. ಸೂಟಿ ಕಳೆದು ಕಾಲೇಜ್ ಆರಂಭವಾಗಲಿನ್ನೂ ಸಮಯವಿದೆ. ಅಲ್ಲಿಯವರೆಗೆ ಏನಾದ್ರೂ ಕೆಲಸ ಮಾಡಬೇಕು; ಅವ ಮರಳಿ ಬಂದರೂ ಸರಿ, ಬರದಿದ್ದರೂ ಸರಿ– ವಿಚಾರ ಬಂದಿದ್ದೇ ಮಿದುಳು ಒಮ್ಮೆಲೇ ಚುರುಕಾಯಿತು.

ಹನ್ನೆರಡನೆಯ ತರಗತಿಯ ಪರೀಕ್ಷಾನಂತರ ನಾ ಮತ್ತೆ ಆರ್ಟ್ ಗ್ಯಾಲರಿಯ ಮುಂದೆ ಫಾರ್ಮುಗಳನ್ನು ಹಿಡಿದು ನಿಲ್ಲಲಾರಂಭಿಸಿದ್ದೆ; ಅಗದೀ ಪರೀಕ್ಷೆಯ ಮರು ದಿನದಿಂದಲೇ. ಹೋದಕೂಡಲೇ ಸುಂದರಾಬಾಯಿಯನ್ನು ಹುಡುಕಹತ್ತಿದ್ದೆ. ಚೌಕಿನ ಚಹಾವಾಲಾ ಅವಳು ಮಗಳ ಬಾಣಂತನಕ್ಕೆಂದು ಬುಲಢಾಣದ ಹತ್ತಿರ ಯಾವುದೋ ಹಳ್ಳಿಗೆ ಹೋಗಿದ್ದಾಳೆಂದು ಹೇಳಿದ. ಗ್ಯಾಲರಿಗೆ ಬಂದ ಚಿತ್ರಕಾರರ ನಡುವೆ ಹುಡುಗನೊಬ್ಬ ಸ್ಟೂಲ್ ಹಾಕಿಕೊಂಡು ಕೂತು ಜನರ ಸ್ಕೆಚ್ ಮಾಡುತ್ತಿದ್ದ. ಗ್ಯಾಲರಿಯಿಂದ ಜಪಾನಿ ಯುವಕರ ದಂಡು, ಅವರ ಹಿಂದೆಯೇ ಪಾರಸೀ ಮುದುಕರ ಗುಂಪು, ಟಾಯಿಮ್ಸ್‌ನ ಪ್ರಸಿದ್ಧ ಕಾಲಂ ರೈಟರ್– ಹೀಗೆ ಯಾರಾರೋ ಹೊರಬಿದ್ದರು. ಅವರಿಗೆಲ್ಲಾ ಫಾರ್ಮ್ ಕೊಡ್ತಾ ನಮ್ಮ ಉದ್ದೇಶ ವಿವರಿಸ್ತಾ ನಾ ದಣಿದು ಹೋದೆ. ಕಾಲಂ ರೈಟರಿನೊಟ್ಟಿಗೆ ನಿಂತ ನನ್ನ ಫೋಟೋ ಯಾವಳೋ ಒಬ್ಬಳು ಕ್ಲಿಕ್ಕಿಸಿದ್ದಳು. ಆಮೇಲೆ ಪಾನವಾಲಾನ ಕಡೆ ಹೋಗಿ ನೀರು ಕುಡಿದು ಬಂದು ಅಲ್ಲೇ ಗೋಡೆಗೊರಗಿ ನಿಂತಾಗ ಗ್ಯಾಲರಿಯಿಂದಿಳಿದು ಬರ್ತಿದ್ದ ಅವ ಕಾಣಿಸಿದ್ದ. ಎಂದಿನಂತೆ ತನ್ನದೇ ಗುಂಗಿನಲ್ಲಿದ್ದ. ನಾ ಅವನ ಬಳಿ ಹೋಗಿ ನಾಟಕೀಯವಾಗಿ ಬಗ್ಗಿ "ಎಕ್ಸ್ಕ್ಯೂಝ್ ಮಿ ಸರ್, ನಾ ನಿಮ್ಮ ಒಂದು ಮಿನಿಟು ತಗೋಬಹುದೆ?" ಅಂದೆ.

"ವೆಲ್, ಕಟ್ ಇಟ್ ಶಾರ್ಟ್. ನನಗೆ ಟೈಮಿಲ್ಲ"

ನಾ ಬೇರೆಲ್ಲರಿಗೂ ಹೇಳುವಂತೆ ಎಲ್ಲಾ ವಿವರಿಸಿದ್ದೆ.

"ಮೇಡಂ ನನ್ನದೇ ನನಗೆ ಸಾಕಾಗಿದೆ. ನಮಗೆ ಅಂದರೆ ಕಲಾ ವಿದ್ಯಾರ್ಥಿಗಳಿಗೆ ವರ್ಷಾನಂತರ ಆರ್ಟ್ ಗ್ಯಾಲರಿಯ ಡೇಟ್ಸ್ ಸಿಕ್ಕಿವೆ. ನಿಮ್ಮ ಪರ್ಯಾವರಣ ತಗೊಂಡು

ನಾನೇನು ಮಾಡಲಿ?" ಎಂದ.

"ಯಾಕೆ ಕಲಾಕಾರರಿಗೆ ಸಾಮಾಜಿಕ ಬದ್ಧತೆ ಇಲ್ಲವೆ?"

"ಅದು ಕಲಾಕಾರರಾದ ಮೇಲೆ ನೋಡುವಾ. ಈಗಂತೂ ಕಾಫೀ ಶಾಪ್‌ಗೆ ಕರಕೊಂಡು ಹೋಗುವಷ್ಟು ಮಾತ್ರ ನನ್ನ ಕುವ್ವತ್ತಿದೆ."

"ಆದರೆ ಒಂದು ಶರತ್ತಿನ ಮೇಲೆ. ನನ್ನ ಕಾಫಿಯ ದುಡ್ಡು ನಾನೇ ಕೊಡುವೆ. ಪರ್ಯಾವರಣಕ್ಕೆ ಬೆಂಬಲ ನೀಡದವರ ನೀರು ಕೂಡಾ ಬೇಡ ನನಗೆ."

ನನ್ನ ಮಾತು ಕೇಳಿ ಅವ ನಗುತ್ತಾ ಭುಜ ಹಾರಿಸಿದ್ದ.

ಕಾಫಿ ಶಾಪ್‌ನ ಮೆಟ್ಟಿಲೇರಿ ಒಂದು ಟೇಬಲ್ ಬಳಿ ನನ್ನ ಬ್ಯಾಗ್ ಎಸೆದು ನಾ ಆರ್ಡರ್ ಕೊಡಲು ಹೋದಾಗ ಕೌಂಟರಿನಾಚೆ ಆರ್ಟ್ಸ್ ಸೆಕ್ಷನ್ನಿನ ಶಮೀನ್ ಕಂಡ. "ಅರೆ ಬೇಸಿಗೆಯ ನೌಕರಿಯೆ?" ಎಂದು ಕೇಳಿ ಮರಳುವ ಹೊತ್ತಿಗೆಂದರೆ ಅವ ಸ್ಟ್ಯಾಂಡಿನಿಂದ ಗಿಟಾರ್ ತೆಗೆದು ಬಾರಿಸಲಾರಂಭಿಸಿದ್ದ, ಅದೂ ನನ್ನ ಕಣ್ಣಲ್ಲೇ ಕಣ್ಣಿಟ್ಟು. ಯಾರಾದ್ರೂ ಹಾಗೆ ಬಹಳ ಹೊತ್ತು ನೋಡತೊಡಗಿದರೆ ಚಡಪಡಿಕೆಯಾಗೋದಿಲ್ಲವೆ? ನಾನು ರಸ್ತೆಯ ಟ್ರಾಫಿಕ್ ಕಡೆಗೊಮ್ಮೆ ನಮ್ಮ ಹಿಂದೆ ಕುಳಿತು ತಂಪು ಕಾಫಿ ಕುಡಿಯುತ್ತಿದ್ದ ಅಜ್ಜಿಯನ್ನೊಮ್ಮೆ ನೋಡ್ತಾ ಕೂತುಕೊಂಡೆ.

ಹೊಟೆಲ್ ಕ್ಯಾಲಿಫೋರ್ನಿಯಾದ ಟ್ಯೂನ್ ಬಾರಿಸ್ತಾ ಬಾರಿಸ್ತಾ ಅವ ಒಮ್ಮೆಲೆ ಹಾಡಲಾರಂಭಿಸಿದ್ದ. ಅವನ ತುಸು ಗೊಗ್ಗರು ಧ್ವನಿ ಎದೆ ತಟ್ಟುವಂತಿತ್ತು. ಅಷ್ಟರಲ್ಲಿ ನನ್ನ ಹೆಸರನ್ನು ಯಾರೋ ಕೆಟ್ಟದಾಗಿ ಒದರಿದರು– ಅದೇ ನಾ ಕೊಟ್ಟ ತಿಂಡಿಯ ಆರ್ಡರಿನದು, ತಲ್ಲೀನನಾಗಿ ಹಾಡುತ್ತಿದ್ದವ ಒಮ್ಮೆಲೆ ನಿಲ್ಲಿಸಿಬಿಟ್ಟ, ನಾ ಸಿಡಿಮಿಡಿಗುಟ್ಟುತ್ತಲೇ ಕೌಂಟರಿನತ್ತ ಹೋದೆ.

ಟೇಬಲ್ಲಿನ ಬಳಿ ಬಂದು ನಾ "ಎಷ್ಟು ಚೆನ್ನಾಗಿ ಹಾಡ್ತೀಯಾ, ಕಲಿತಿದ್ದೀಯಾ?" ಎಂದೆ.

ಅವ ತುಂಟತನದಿಂದ "ನನ್ನ ಬಗ್ಗೆ ನಿನಗೆ ಭಾರೀ ಆಸಕ್ತಿ ಇದ್ದಂತಿದೆ" ಅಂದ.

"ಹೌದು, ಇದೆ."

"ಯಾಕೆ?"

"ನನಗೆ ಹಾಡುವ, ಗಿಟಾರ್ ಬಾರಿಸುವ, ದಟ್ಟ ಕೂದಲಿನೆದೆಯ, ಅಡುಗೆ ಮಾಡಲು ಬರುವ, ಚೆಂದ ಕಂಗಳ ಹುಡುಗರೆಂದರೆ ಯಾವಾಗ್ಲೂ ಇಷ್ಟ."

ಅವನ ಕೆನ್ನೆಗೆ ಗುಳಿ ಬಿದ್ದಿತ್ತು, ನಾಚಿ ಕೆಂಪಾಗಿದ್ದನವ.

ಮಾರನೆಯ ದಿನ ಪೇಪರಿನ ಕಾಲಂ ಬರೆಯೋ ಆ ಮಹಿಳೆ ಫಾರ್ಮ್ ತುಂಬುತ್ತಿರುವ ನನ್ನ ಫೋಟೋ ಛಾಪಿಸಿಯೂಬಿಟ್ಟಳು. ಆಯಿತು ಮುಂಜಾನೆಯಿಂದ ಫೋನ್‌ಗಳ ಸುರಿಮಳೆ. ಗ್ರೀನ್ ಅರ್ಥ್ ಆಫೀಸಿನಿಂದ ಕೂಡಾ ಅಭಿನಂದನಾ ಸಂದೇಶ ಬಂದಿತ್ತು; ಒಂಥರಾ ಸ್ಟಾರ್ ಆದಂತೆ. ಅಭಿನವ್‌ನಂತೂ ಕೇಕ್ ತಗೊಂಡು ಬಂದಿದ್ದ, ಅಮ್ಮ ಶಿರಾ ಮಾಡಿದ್ದಳು, ನಾ ಗೊಣಗಿದೆ– "ಹುಚ್ಚಿದ್ದೀರೇನು ಎಲ್ಲಾ? ನಾನೇನು ಮಾಡಿದ್ದೇನೆ ಅಂಥಾದ್ದು?"

ನಾ ಎಂದಿನಂತೆ ಗ್ಯಾಲರಿಯ ಹೊರಗಡೆ ನಿಂತಿದ್ದೆ. ಮುಂದಿನ ಆರ್ಟ್ ಸ್ಕೂಲಿನ ಗೇಟಿನಿಂದ ಅವ ಬರುತ್ತಿರುವುದು ಕಂಡಿತ್ತು. ಅವನ ಬ್ಯಾಗಿನಿಂದ ಪೇಪರ್ ಇಣುಕುತ್ತಿತ್ತು. ಆದರೆ ನನ್ನೆದುರು ಬಂದವ ಮಾತಾಡಿದ್ದೇ ಬೇರೆ. ತಪ್ಪಿಯೂ ನನ್ನ ಫೋಟೋದ ವಿಷಯವೆತ್ತಲಿಲ್ಲ. ಆಮೇಲೆಂದ,

"ಊಟಕ್ಕೇನು ಮಾಡ್ತೀದ್ದೀಯಾ? ನಾ 'ಬಗದಾದಿ' ನಲ್ಲಿ ಖೀಮಾ ಪಾವ್‌ಗೆ ಆರ್ಡರ್ ಮಾಡಿದ್ದೇನೆ. ಬರ್ತೀಯಾ?"

ನಾ ಪಾನ್‌ವಾಲಾನ ಕಡೆ ಫಾರ್ಮಗಳನ್ನು ಕೊಟ್ಟು ಅವನ ಹಿಂದೆ ನಡೆದೆ. ಊಟವಾಗಿ ಪಾನ್ ತರುವವರೆಗೂ ಸುಮ್ಮನಿದ್ದವಳಿಗೆ ಮುಂದೆ ತಡೆಯಲಾಗಲಿಲ್ಲ. ಇಡೀ ಪಾನನ್ನು ಬಾಯಲ್ಲಿ ತುರುಕಿಕೊಂಡು ಕೈಗೆ ಹತ್ತಿದ್ದ ಕೆಂಪುರಸವನ್ನು ಅವನ ಶರ್ಟ್‌ಗೆ ಒರೆಸುತ್ತಾ ಕೇಳಿದ್ದೆ

"ಪೇಪರ್ ಓದಿದೆಯಾ ಇವತ್ತಿನದು?"

"ಪೇಪರಾ, ಯಾವುದು?"

"ನಿನ್ನ ಬ್ಯಾಗಿನಿಂದ ಇಣುಕುತ್ತಿದೆಯಲ್ಲಾ ಅದು."

"ಹೋ ಅದಾ? ಓದಿದೆನಲ್ಲಾ. ನಿನ್ನ ಫೋಟೋ ಬಂದಿದೆ ಪುರವಣಿಯಲ್ಲಿ. ನೋಡಿದೆಯೋ ಇಲ್ಲೋ?" ಅಂದವನೇ ಒಮ್ಮೆಲೆ ವಿಷಯ ಬದಲಿಸಿ ತಮ್ಮ ಕಾಲೇಜಿನಲ್ಲಿ ನಡೆಯುತ್ತಿರುವ ಪಾಲಿಟಿಕ್ಸ್ ಬಗೆಗೆ ಹೇಳಲಾರಂಭಿಸಿದ್ದ.

ನಾ ದಂಗಾಗಿ ಹೋದೆ. ಮನ ಪಿಸುಗುಟ್ಟಿತು. "ವಾವ್. ಈ ಹುಡುಗ ತೀರಾ ಬೇರೆಯೇ ಇದ್ದಾನೆ... ಸೇರ್ತಾನೆ ನನಗೆ."

ಮಾರನೆಯ ದಿನ ಮುಂಜಾನೆ ನಾ ಕಾಲ್ಬೆರಳ ಉಗುರು, ಕಿವಿ ಸ್ವಚ್ಛಗೊಳಿಸುತ್ತಾ ಕೂತಿದ್ದೆ. ತನಯನ ಕಪಾಟಿನಲ್ಲಿ ಎಷ್ಟೆಲ್ಲ ವಸ್ತುಗಳಿವೆ. ಕಿವಿಯ ಇಯರ್ ಬಡ್‌ಗಳು, ಆಯುರ್ವೇದಿಕ್ ಶ್ಯಾಂಪೂ, ಡಿಯೋಡೆರೆಂಟ್, ಕಿತ್ತಳೆ ಸಿಪ್ಪೆಯ ಕ್ರೀಮ್, ಮತ್ತೇನೇನೋ. ಎಲ್ಲಾ ಬಾಟಲಿಗಳ ಮೇಲಿನ ಚಿತ್ರಗಳನ್ನು ದಿಟ್ಟಿಸಿ ಸಾಕಾಗಿ ಕಪಾಟು ಬಂದ್ ಮಾಡಿದಾಗ ಕನ್ನಡಿಯಲ್ಲಿ ನನ್ನ ಬಿಂಬ ಕಂಡಿತು. ಅದನ್ನೂ ದಿಟ್ಟಿಸಿದೆ; ತುಸು ಹಿಂದಕ್ಕೆ ಸರಿದು. ಅಂಥಾ ಕೆಟ್ಟೇನಿಲ್ಲ, ಆದರೂ ಟಿಪ್ ಟಾಪ್ ಇರಬೇಕು, ಅಮ್ಮ ಹೇಳೋದನ್ನೆಲ್ಲ ಸರಿಯಾಗಿ ಮಾಡಬೇಕು ಅನ್ನಿಸಿತು. ಮತ್ತೆ ಕಪಾಟು ತೆರೆದು ಒಂದೊಂದೇ ಬಾಟಲಿಯ ಮೇಲಿನ ಸೂಚನೆಗಳನ್ನು ಓದುತ್ತಾ ಹೋದಂತೆ ಯಾವ ಅಂಗದ ಮೇಲೆ ಯಾವ ಕ್ರೀಮ್ ಹಚ್ಚಿಕೋಬೇಕು? ಮತ್ತು ಹಚ್ಚಿಕೊಳ್ಳೋ ಪ್ರಾಸೆಸ್‌ನಲ್ಲಿ ಹಿಂದ್ಯಾವುದು? ಮುಂದ್ಯಾವುದು? ತಿಳಿಯದೆ ತಲೆ ಕೆಟ್ಟು ಹೋಯ್ತು, ಬಾಗಿಲು ಮುಚ್ಚಿಬಿಟ್ಟೆ, ಮತ್ತೊಮ್ಮೆ ನನ್ನ ಬಿಂಬ ನಾನೇ ನೋಡಿ ಮೆಚ್ಚಿಕೊಂಡೆ– ಪರವಾಗಿಲ್ಲ ಜನರಿಗೆ ಏನೇನಿಷ್ಟವಾಗುತ್ತವೆಯೋ ಅವೆಲ್ಲ ಯೋಗ್ಯ ಪ್ರಮಾಣದಲ್ಲಿ ನನ್ನ ಶರೀರದಲ್ಲಿವೆ, ಬಸ್ ಇನ್ನೇನು ಬೇಕು?

ಮಧ್ಯಾಹ್ನದ ಊಟಕ್ಕೆ ಮನೆಗೆ ಬರುವ ಹಾಗಿಲ್ಲ, ಅವನ ಆರ್ಟ್ ಸ್ಕೂಲಿಗೇ ಹೋಗುವುದು ಅಂತ ಠರಾಯಿಸಿಬಿಟ್ಟೆ, ಅದರೊಟ್ಟಿಗೇನೇ ಇನ್ನು ಹದಿನೈದು ದಿನಕ್ಕೆ

ಅವನ ಸೂಟಿ ಶುರುವಾಗುತ್ತದಲ್ಲಾ! ಮುಂದೆ ಅವನೆಲ್ಲಿ ನನಗೆ ಗ್ಯಾಲರಿಯಲ್ಲಿ ಸಿಕ್ಕುತ್ತಾನೆ? ಅನ್ನೋ ದುಗುಡಾನೂ ಶುರುವಾಯ್ತು. ಆದರೆ ಹಾಗಾಗಲೇ ಇಲ್ಲ. ಒಂದಿನ ತನ್ನಂತೆಯೇ ಗುಂಗಿನಲ್ಲಿದ್ದಂತೆ ತೋರುವ ನಾಲ್ಕಾರು ಹುಡುಗರನ್ನು ಕರೆದುಕೊಂಡು ಅವ ಗ್ಯಾಲರಿಗೆ ಬಂದ. ವಿಶ್ವಾಂಗ, ಆರೋಯನ, ಬಹಾರ, ಸಹದೇವ... ಎಂಥಾ ವಿಚಿತ್ರ ಹೆಸರುಗಳು. ಅವರಲ್ಲಿ ಸಹದೇವ "ನಮಗೆ ಸೂಟಿಯಲ್ಲಿ ಒಬ್ಬ ಮಾಡೆಲ್‌ನ ಅವಶ್ಯಕತೆಯಿತ್ತು. ಒಂದಿಷ್ಟು ಫಿಗರ್ ಇಲಸ್ಟ್ರೇಶನ್ಸ್ ಕೊಡುವುದಿತ್ತು" ಎಂದಾಗ ನಾ ಚೀರಿಕೊಂಡಿದ್ದೆ.

"ಏನು ನ್ಯೂಡ್ ಮಾಡೆಲ್ಲಾ?"

ಅವ ಮುಂದೆ ಬಂದು "ನೋ ನೋ ನ್ಯೂಡ್ ಅಲ್ಲ. ಇದ್ದಂತೆಯೇ ಹಾಗೆಯೇ. ನಮಗೆ ನಿನ್ನ ಮುಖದ ಮೇಲಿನ ಸ್ಪಿರಿಟ್ ಬಹಳ ಇಷ್ಟವಾಯ್ತೆಂದು..."

ನನಗೆ ಹಿಂದಿನ ದಿನವಷ್ಟೇ ಕನ್ನಡಿಯಲ್ಲಿ ನೋಡಿಕೊಂಡ ಬಿಂಬ ನೆನಪಾಯ್ತು. ಸ್ಪಿರಿಟ್ ಗಿರಿಟ್ ನನಗಂತೂ ಕಂಡಿರಲಿಲ್ಲ.

"ಅಲ್ಲಾ ನಾ ಮಾಡಬೇಕೇನು?" ಅಂದೆ.

"ಬರಿದೇ ಒಂದು ಕಡೆ ಕೂತುಕೊಂಡಿರೋದು ಅಷ್ಟೆ."

"ನನಗೆ ಗ್ರೀನ್ ಅರ್ಥ್‌ನಲ್ಲಿ ಮೂರುಗಂಟೆಯವರೆಗೂ ಕೆಲಸವಿರುತ್ತೆ. ಮೂರರಿಂದ ಆರು ಆಗಬಹುದೆ? ಯಾಕಂದ್ರೆ ಸಂಜೆ ಬಂದು ಇಲ್ಲಿ ಕೂತಿರಲು ನನಗೆ ಬೇಜಾರು" ಅಂದೆ.

"ಓಹೋ ನಡೀತದೆ ಆದರೆ... ವಿ ಕಾಂಟ್ ಪೇ ಯು. ಡು ಯು ಮೈಂಡ್?"

ಪೇ ಬಗ್ಗೆ ನಾನಂತೂ ಯೋಚಿಸಿರಲೇ ಇಲ್ಲ.

ನಮ್ಮ ಮಾತು ನಡೆದಷ್ಟು ಹೊತ್ತೂ ಪ್ರದರ್ಶನದ ಯಾವುದೋ ಚಿತ್ರವನ್ನು ಕಣ್ಣು ಕಿರಿದು ಮಾಡಿ ನೋಡುತ್ತ ನಿಂತಿದ್ದವ ನನ್ನತ್ತ ಹೊರಳಿ "ಇದಕ್ಕೆ ಬದಲಾಗಿ ನನ್ನ ಕಡೆಯಿಂದ ಮಧ್ಯಾಹ್ನದ ಊಟ. ಜೊತೆಗೆ ನನ್ನ ಕಂಪನಿ ಫ್ರೀ" ಅಂದ.

ಅವನ ಮಾತಿಗೆ ನಾನು ಅಷ್ಟು ನಕ್ಕಿದ್ಯಾಕೆ? ಅಂತ ಅಲ್ಲಿ ನಿಂತವರಾರಿಗೂ ತಿಳಿಯಲೇ ಇಲ್ಲ. ಅಂತೂ ನಗು ನಿಲ್ಲಿಸಿ ನಾನೆಂದೆ "ಜೊತೆಗೆ ಗಿಟಾರ್ ಕೂಡಾ, ನೀ ನನಗೆ ಗಿಟಾರ್ ಕಲಿಸುತ್ತೇನೆಂದು ಹೇಳಿದ್ದೀಯಾ ನೆನಪಿದೆ ತಾನೆ?"

ಮರುದಿನ ಬೆಳಿಗ್ಗೆ ಏಳು ಗಂಟೆಗೆ ಎಚ್ಚರವಾಗಿತ್ತು; ತನ್ನಿಂದ ತಾನೇ ಏನಲ್ಲ. ಹೊರಗಡೆ ಕೆಲಸದ ಶಕ್ಕೂಬಾಯಿ ಕಬ್ಬಿಣದ ಟೇಬಲ್ ಕರ್‍ರ್‍ರ... ಎಂದೆಳೆದಾಗ ಮೈ ಮೇಲೆ ಮುಳ್ಳೆದ್ದು ನಿಂತು ಮಬ್ಬು ಹರಿದದ್ದಷ್ಟೇ. ತಟ್ಟನೆದ್ದು ಹೊರಬಂದು "ಟೇಬಲ್ ಎತ್ತಿಡಲು ಏನು ನಿನಗೆ? ದರಾ ದರಾಂತ ಎಳೀತಿಯಲ್ಲ?" ಅಂತ ನಾ ಕೂಗಿದ ರೀತಿಗೆ ಹೆದರಿ ನಡುಗಿದಳವಳು. ಅವಳ ಮುಖ ಕಂಡು ನನಗೇ ನಾಚಿಕೆಯಾಯ್ತು. ಮೆಲ್ಲನೆ ಹೋಗಿ ಟೇಬಲ್ ಒಂದು ಕಡೆಯಿಂದ ಹಿಡಿದು ಎತ್ತಿಟ್ಟು ಸ್ವಚ್ಛ ಮಾಡಲು

ಸಹಾಯ ಮಾಡಿದೆ.

ಅಮ್ಮ ಮತ್ತು ಮಾವಶಿ ತಮ್ಮ ವಾಕಿಂಗ್ ಮುಗಿಸಿ ಮರಳಿದ್ದರು. ಅಮ್ಮ ತವರಿನ ಬಳಗದ ಮನೆಗಳಿಗೆ ಬಂದಾಗ ಮಾತ್ರ ಪಂಜಾಬಿ ಡ್ರೆಸ್ ಹಾಕ್ತಾಳೆ. ಮಾವಶಿಯ ಡ್ರೆಸ್ ಅವಳಿಗೆ ಬಿಗಿಯಾಗಿತ್ತು, ಡ್ರಮ್ಮಿಗೆ ಹಾಕಿದಂತೆ. ಆದರೂ ಅಮ್ಮ ಮುದ್ದಾಗಿ ಕಂಡಳು. ಕಾಲಲ್ಲಿ ಮಾವಶಿಯದೇ ಕೆನವಾಸ್ ಬೂಟ್ ಮತ್ತೆ. ಈ ಎಲ್ಲ ಅವತಾರದ ಜೊತೆ ಜೊತೆಗೇ ಹಣೆಯ ದೊಡ್ಡ ಕುಂಕುಮ ಮತ್ತು ಕೊರಳಲ್ಲಿ ಢಾಳಾಗಿ ಮಂಗಳಸೂತ್ರ!

ನಾ ಸ್ನಾನ ಮುಗಿಸಿ ಬ್ಯಾಗ್ ಹೆಗಲಿಗೇರಿಸಿಕೊಂಡೇ ಅಡುಗೆಮನೆಗೆ ಹೋಗಿ ಬಟ್ಟಲುತುಂಬ ಕಾರ್ನ್‌ಫ್ಲೇಕ್ಸ್ ಮತ್ತು ಹಾಲು ಕಲಿಸಿಕೊಂಡು ತಿಂದು 'ಹೊರಗೆ ಅಡ್ಡಾಡಿ ಬರ್ತೇನೆ' ಎಂದೆ. ಅಮ್ಮ ಏನೋ ಹೇಳಲು ಬಾಯ್ದೆರೆದಾಗ ಮಾವಶಿ ಅವಳನ್ನು ತಡೆಯುತ್ತಾ "ಓ ಕೆ ಆದರೆ ಊಟದ ಹೊತ್ತಿಗೆ ಬಂದುಬಿಡು ಆಯ್ತಾ? ನಾ ಊಟಕ್ಕೆ ಬೊಂಬಿಲ್ ಮೀನು ಕರಿಯುವವಳಿದ್ದೇನೆ." ಅಂದಳು.

ಬೂಟು ಹಾಕಿಕೊಂಡು ಹೊರಹೋದವಳು ಮತ್ತೆ ವಾಪಸ್ ಬಂದೆ. ಕೈಲಿ ದುಡ್ಡೇ ಇರಲಿಲ್ಲ. ಕಳೆದ ಕೆಲ ದಿನಗಳಿಂದ ನನಗದರ ಗರಜೂ ಇರಲಿಲ್ಲ. ನಾ ಬಂದಿದ್ಯಾಕೆ? ಎಂಬುದು ತಿಳಿಯಿತೋ ಎಂಬಂತೆ ಅಮ್ಮ ಪರ್ಸ್‌ನಿಂದ ಐನೂರರ ನೋಟನ್ನು ತೆಗೆಯುತ್ತಾ ನನ್ನ ಕಡೆ ಬಂದಳು. "ನಾಳೆ ಮಂಗಳವಾರ ನನ್ನ ವ್ರತವಿದೆ. ಬರುವಾಗ ಕಿರಾಣಿಯಂಗಡಿಯಿಂದ ಸಾಬೂದಾಣಿ ಮತ್ತು ಸೇಂಗಾ ತಗೊಂಡು ಬಾ, ಈ ಶರಯೂ ಕಡೆ ಇವೆಲ್ಲ ಇರೋದಿಲ್ಲ, ಬಾಕಿ ಮುನ್ನೂರು ನೀನಿಟ್ಟುಕೋ" ಎಂದಳು.

ಮಾವಶಿಯ ಮನೆ ಬಿಟ್ಟು ಊರಿನೊಳಗೆ ಬರಲು ಮುಕ್ಕಾಲು ತಾಸೇ ಹಿಡಿಯಿತು. ನಾ ಸುಮ್ಮನೆ ಆ ಕಡೆಯಿಂದ ಈ ಕಡೆ ಅಡ್ಡಾಡಿದೆ. ಆಗಿನ್ನೂ ಅಂಗಡಿಗಳ ಶಟರ್ ಮೇಲೇರುತ್ತಿದ್ದವು, ಚಹಾವಾಲಾಗಳ ಬಳಿ ಕಾಲೇಜು ಹುಡುಗರ ರಶ್ ಏರುತ್ತಿತ್ತು; ಟ್ರಾಫಿಕ್ ನಿಧಾನಕ್ಕೆ ಹೆಚ್ಚಾಗುತ್ತಿತ್ತು. ಬ್ಯಾಡ್ಮಿಂಟನ್ ಆಡಿ ಸುಸ್ತಾದ ಮುದುಕರು ಸ್ಕೂಟರಿಗೆ ಕಿಕ್ ಹೊಡೀತಾ ಗೆಳೆಯರಿಗೆ ಬಾಯ್ ಹೇಳುತ್ತಿದ್ದರು. ಅಡ್ಡಾಡ್ತಾ ಅಡ್ಡಾಡ್ತಾ ಆರ್ಟ್ ಗ್ಯಾಲರಿಯ ಮುಂದೇನೇ ಬಂದಿದ್ದೆ. 'ಇಂಥಾ ಜಾಗಗಳಲ್ಲಿ ಬರಬಾರದು' ಅಂತೊಮ್ಮೆ ಅನ್ನಿಸಿತು. ಮತ್ತೆ 'ಸಾಕಿನ್ನು ಈ ಭಯ, ಏನಾಗ್ತದೋ ಆಗಿ ಹೋಗಲಿ' ಅಂದುಕೊಂಡು ಚೌಕಿನಲ್ಲಿ ಬಂದು ಗ್ಯಾಲರಿಯತ್ತಲೇ ನೋಟ ನೆಟ್ಟು ನಿಂತೆ. ಹದಿನೈದು ಇಪ್ಪತ್ತು ನಿಮಿಷವಾಗಿರಬಹುದು. ಒಬ್ಬ ಯುವಕ ಗ್ರೀನ್ ಅರ್ಥ್‌ನ ಹಸಿರು ಟೀ ಶರ್ಟ್ ಹಾಕಿಕೊಂಡು ಬಂದು ಗ್ಯಾಲರಿಯೆದುರು ನಿಂತು ಫಾರ್ಮ್‌ಗಳನ್ನು ಬ್ಯಾಗಿನಿಂದ ತೆಗೆಯತೊಡಗಿದ್ದ.

ಒಮ್ಮೆಲೆ ಹೊಟ್ಟೆಯಲ್ಲಿ ಕೈ ಹಾಕಿ ಕಲಸಿದಂತಾಯ್ತು. ನನ್ನ ಹೊರತು ಮತ್ತೆಲ್ಲರ ಬದುಕು ಹಳಿ ಹಿಡಿದು ಸಾಗಿದೆಯನ್ನಿಸಿದ್ದೇ ಗಾಡಿಗಳ ಹಾರ್ನ್‌ನಿಂದ ತ್ರಾಸಾಗಹತ್ತಿತು. ಮತ್ತೆ ಶುರುವಾಗಿದ್ದ ಮನೆಯ ಮೋಹ ಏಕದಂ ಬಿಟ್ಟು ಹೋಯಿತು. ನಾ ಮಾವಶಿಯ ಮನೆಗೆ ಮರಳಲೆಂದು ಬಸ್ ಸ್ಟ್ಯಾಂಡಿಗೆ ಹೊರಟರೆ ರಸ್ತೆಯ ಅಕ್ಕಪಕ್ಕವೆಲ್ಲ ಕಂಡದ್ದೆಲ್ಲಾ ನಾ ಅವನೊಂದಿಗೆ ಕುಳಿತ ಠಿಕಾಣಿಗಳೇ. ಆ ಕ್ಷಣಗಳ ನೆನಪಲ್ಲಿ ತಲೆ ತಿರುಗತೊಡಗಿತ್ತು.

ನಾ ಫುಟ್ ಪಾತಿನಲ್ಲಿ ನಿಂತು ಖರೀದಿ ಮಾಡುತ್ತಿದ್ದ ಹೆಂಗಸರನ್ನು ತಳ್ಳುತ್ತಾ ಬಸ್ ಸ್ಟ್ಯಾಂಡಿಗೆ ಓಡಿದೆ. ಕಾದು ಕುಕ್ಕರಿನಂತಾಗಿದ್ದ ಬಸ್‌ನಲ್ಲಿ ಕುಳಿತು ಮಾವಶಿಯ ಮನೆಗೆ ಬಂದಿದ್ದೇ ಸಿಂಕಿಗೆ ಹೋಗಿ ತಂಪು ನೀರು ಬೊಗಸೆಯಲ್ಲೆತ್ತೆತ್ತಿ ಮುಖಕ್ಕೆ ಉಗ್ಗಿಕೊಂಡೆ.

ಅಮ್ಮ ಊಟಕ್ಕೆ ಕರೆಯಲು ಬಂದಾಗ ನಾ ಹೊರಗಡೆ ಬಿಸಿಲಿನಲ್ಲಿ ಬೀಳುತ್ತಿದ್ದ ಮಳೆಯನ್ನೇ ನೋಡುತ್ತಾ ಕೂತಿದ್ದೆ. ಅಚಾನಕ್ ಆಗಿ 'ನಾನಿನ್ನೂ ಪೂರ್ತಿ ಆರೋಗ್ಯವಾಗಿಲ್ಲ, ಬೆಳಿಗ್ಗೆ ಅಮ್ಮ ಹೇಳಿದ ಮಾತು ಕೇಳಬೇಕಿತ್ತು' ಅನ್ನಿಸಿತು. ಮಧ್ಯಾಹ್ನ ಖಾನ್ವಿಲ್ಕರ್ ಡಾಕ್ಟರ್‌ರ ಕಡೆ ಹೋಗಬೇಕಾಗಿತ್ತು. ಆದರೆ ನಾ ಅಪಾಯಿಂಟ್‌ಮೆಂಟ್ ಫೋನ್ ಮಾಡಿ ಕ್ಯಾನ್ಸಲ್ ಮಾಡಿದೆ.

ಎಲ್ಲಾ ಬಿಟ್ಟು ಮಧ್ಯಾಹ್ನ ಅನುಭವ್‌ನ ಫೋನ್ ಬರಬೇಕೆ? ನಾ ಟೆನಿಸ್ ಕೋರ್ಟ್ ಹತ್ತಿರ ಬೆಳಿಗ್ಗೆ ವಾಕಿಂಗ್ ಹೋಗಿದ್ದನ್ನು ನೋಡಿದ್ದನವ. ಅಲ್ಲಿಯವರೆಗೆ ಬಂದು ಅವನ ಮನೆಗೇಕೆ ಬರಲಿಲ್ಲವೆಂದು ಕಸಿವಿಸಿಯಾಗಿ ಫೋನ್ ಮಾಡಿದ್ದ. ಇವನಿಗೇನೆಂದು ಹೇಳಲಿ ನಾ? "ಇನ್ನು ಮೇಲೆ ಊರೊಳಗೆ ಬರಬೇಕೆನ್ನಿಸಿದಾಗ ನನಗೆ ಫೋನ್ ಮಾಡು, ನಾ ಬಂದು ಬೈಕ್ ಮೇಲೆ ಕರೆದೊಯ್ತೇನೆ. ಬಸ್ಸಿಗಾಗಿ ಧಡಪಡ ಮಾಡೋದು ಬೇಡ" ಅಂತ ಸೆಟೆದು ಹೇಳಿದ. "ಅಬ್ಬಾ ಏನು ಪ್ರಬುದ್ಧನಂತೆ ಮಾತಾಡ್ತಾನೆ? ಕೆಲ ತಿಂಗಳುಗಳ ಹಿಂದೆ ನಾನೇ ಇವನಿಗೆ ಮೋಟಾರ್ ಬೈಕ್ ನಡೆಸಲು ಕಲಿಸಿದ್ದು ಇವ ಮರೆತಿದ್ದಾನೆಯೆ? ಅಥವಾ ನಾನಾ?" ತಿಳಿಯದಂತಾಯ್ತು. ವರ್ಲ್ಡ್ ಈಸ್ ಸ್ಮಾಲ್ ಅಂತಾರಲ್ಲ ಹಾಗೆ, ಮನೆಯಿಂದ ಹೊರಬಿದ್ದರೆ ಸಾಕು ಹತ್ತಿಪ್ಪತ್ತು ಮಂದಿ ಗುರುತಿನವರು ಸಿಕ್ತಾರೆ.

ಶಾಲೆಯ ಹಳೆಯ ಮಿತ್ರರೇನಿರ್ತಾರಲ್ಲ, ಅವರು ಫಾಸಿಲ್ಸ್ ಆಗಿಬಿಟ್ಟಿರ್ತಾರೆ ಅಂತ ಒಮ್ಮೊಮ್ಮೆ ಅನ್ನಿಸುತ್ತೆ. ಅಪ್ಪ ಹಾಕಿದ ಆಲದಮರಕ್ಕೆ ಜೋತು ಬಿದ್ದವರನ್ನು ಕಿತ್ತಿ ತೆಗೆಯೋದು ಹೇಗೆ? ಆದರೆ ಹೊಸ ಗೆಳೆಯರೋ ಸಿಗೋದೇ ಕಮ್ಮಿ, ಸಿಕ್ಕವರಲ್ಲೂ ಮೋಸ ಮಾಡೋರೇ ಹೆಚ್ಚು.

ಅನುಭವ್ ನನ್ನ ಬದುಕಲ್ಲಿ ಮತ್ತೊಮ್ಮೆ ಏಕೆ ಬರಬಾರದು?

03–08–2002

ನದಿದಂಡೆಯ ಮೇಲಿದ್ದ ಆರೋಗಮನನ ತಂದೆಯ ಬಂಗಲೆಯೇ ಅವರ ಸೂಟಿಯ ಸ್ಟುಡಿಯೋವಾಗಿತ್ತು. ಅದರ ನೆಲಮನೆಯಲ್ಲಿ ಆರು ಫೂಟು ಎತ್ತೆತ್ತರದ ಕಾಜಿನ ಕಿಟಕಿಗಳಿದ್ದವು. ಸಾಯಂಕಾಲ ಅವುಗಳ ಮೇಲೆ ಇಳಿಬಿಸಿಲಿನ ಕೆಂಪು ಬೀಳೋದು. ಗೋಡೆಗಳ ಮೇಲೆ ನಾನಾ ಬಣ್ಣ ಉಗ್ಗಿ ಅರೋಗಮನ ಆ ಕೋಣೆಗೊಂದಿಷ್ಟು ಸಿಂಗಾರವನ್ನೂ ಮಾಡಿದ್ದ. ನೆಲಕ್ಕೆಲ್ಲ ಪಟ್ಟೆ ಪಟ್ಟೆಯ ಕಟ್ಟಿಗೆಗಳನ್ನು ಕೂಡಿಸಿದ್ದರಿಂದ ನಡೆವಾಗ ಭಾರೀ ಸದ್ದಾಗೋದು.

ಹನ್ನೆರಡನೆಯ ತರಗತಿಯ ಸೂಟಿ ಪೂರ್ತಿ ಆ ಬಂಗಲೆಯಲ್ಲೇ ಮಾಡೆಲ್ ಆಗಿ ಕಳೆದೆ. ಅವ ನಿತ್ಯ ಭೆಟ್ಟಿಯಾಗುತ್ತಿದ್ದರಿಂದ ಅಟ್ಟದ ಕೋಣೆಗೆ ಹೋಗಲಾಗೋದಿಲ್ಲವೆಂಬ ನನ್ನ ತಕರಾರು ಕಮ್ಮಿಯಾಗಿತ್ತು.

ಕೋಣೆಯ ನಡುವೆ ಸ್ಟೂಲ್ ಮೇಲೆ, ಕುರ್ಚಿಯ ಮೇಲೆ, ನೆಲದ ಮೇಲೆ, ಮಣೆಯ ಮೇಲೆ ಒಮ್ಮೊಮ್ಮೆಯಂತೂ ಏಣಿಯನ್ನು ಅಡ್ಡವಿಟ್ಟು ಅದರ ಮೇಲೆ ಕೂಡಲು ಹೇಳೋರು ನನಗೆ. ನಾಲ್ಕೂ ಕಡೆ ಎಝೆಲ್‌ಗೆ ಸಿಕ್ಕಿಸಿದ ಬೋರ್ಡುಗಳ ಮುಂದೆ ಯುವಕರು; ಅವರ ದೃಷ್ಟಿ ನನ್ನ ಕಡೆ– ಬೋರ್ಡ್ ಕಡೆ– ಮತ್ತೆ ನನ್ನ ಕಡೆ, ಹೀಗೆ ಗಿರಕಿ ಹೊಡೆಯೋದು. ಸರಸರ ಮ್ಯಾಜಿಕ್‌ನಂತೆ ಕ್ಯಾನವಾಸಿನ ಮೇಲಾಡೋ ಕೈಗಳು. ನನಗೋ ಚಿತ್ರ ಹ್ಯಾಗೆ ಬಂದಿದೆ ಅಂತ ನೋಡಲು ಕಾತುರ. ಆದರೆ ಅವರು ನೋಡಲು ಕೊಟ್ಟರೆ ತಾನೆ? ಮಧ್ಯಾಹ್ನ ಉಂಡೊಡನೆ ಅವರ ಸೆಶನ್ ಆರಂಭವಾಗ್ತಾ ಇದ್ದದ್ದರಿಂದ ಕೂತಲ್ಲೇ ನನಗೆ ನಿದ್ದೆ ಬಂದು ಬಿಡೋದು. ನಾ ಒಂದು ಸಣ್ಣದೊಂದು ಝೊಂಪು ತೆಗೆದು ಎದ್ದಾಗಲೂ ಎದುರಿಗೆ ಅವೇ ಕಣ್ಣುಗಳು; ಅವೇ ಸರಸರ ಆಡುವ ಕೈಗಳು. ನಾನಂತೂ ನಾಲ್ಕೂವರೆಯಾಗುವ ದಾರಿಯನ್ನೇ ಕಾಯುತ್ತಿದ್ದೆ.

ನಾಲ್ಕೂವರೆಗೆ ಟೀ ಬ್ರೇಕ್. ಕೋಣೆಯಲ್ಲಿದ್ದ ಇಲೆಕ್ಟ್ರಿಕ್ ಒಲೆಯ ಮೇಲೆ ಚಹಾ ಮಾಡೋರು, ಹೊರಗಡೆ ಒಂದು ಇದ್ದಿಲೊಲೆಯೂ ಇತ್ತು. ಅದರಲ್ಲಿ ಸಹದೇವ ಗೋವಿಂಜೋಳ ಸುಟ್ಟು ತರೋನು. ಇಪ್ಪತ್ತು ನಿಮಿಷದ ಬ್ರೇಕ್, ಬಸ್ ಖತಂ. ಮತ್ತೆ ಭರಭರ ಕೆಲಸ ಶುರು. ಆದರೆ ಆರಾಯಿತೋ ನಾ ಯಾರಿಗೂ ಹೇಳ್ತಿರಲಿಲ್ಲ– ಕೇಳ್ತಿರಲಿಲ್ಲ, ಚಪ್ಪಲಿ ಹಾಕ್ಕೊಂಡು ಹೊರಡ್ತಿರೋದು ಅಷ್ಟೆ.

ಈ ಮಾಡೆಲಿಂಗ್ ಶುರುವಾಗಿ ಎಂಟು ದಿನಗಳ ನಂತರ ಚಿತ್ರ ಎಷ್ಟಾಗಿದೆಯೋ ಅಷ್ಟನ್ನೇ ಎಲ್ಲರೂ– ಎಲ್ಲರಿಗೂ ತೋರಿಸೋದು ಅಂತ ಠರಾವಾಯ್ತು. ಬಹಾರ ತೆಗೆದ ಚಿತ್ರ ನೋಡಿ ನನಗೆ ಸಿಡಿಮಿಡಿಯಾಯ್ತು, ಒಂಚೂರೂ ನನ್ನ ಹಾಗೆ ಕಾಣುತ್ತಲೇ ಇರಲಿಲ್ಲವದು, "ವಾವ್! ಖರೆ ಚಿತ್ರಕಾರನೆಂದರೆ ನೀನೇ ನೋಡು. ಥೇಟ್ ಫೋಟೋ ತೆಗೆದ ಹಾಗೆ ತೆಗೆದಿದ್ದೀಯಾ?" ಅಂತ ನಾನೆಂದಾಗ ಚೇಷ್ಟೆ ತಿಳಿದ ಸಹದೇವ ಬಾಯಿಗೆ ಕೈ ಹಚ್ಚಿ ಮುಸಿಮುಸಿ ನಕ್ಕ, ಬಹಾರ ಕೆಂಪು ಕೆಂಪಾದ. ಅಷ್ಟೆ ಅರೆಗಳಿಗೆಯ ಗಮ್ಮತ್ತು, ಮತ್ತೆ ಯಾವುದೋ ಅಗಮ್ಯ ಚರ್ಚೆಯಲ್ಲಿ ಮುಳುಗಿಹೋದರೆಲ್ಲ.

"ಮನೆಯಲ್ಲಿ ಕೂತಲ್ಲೇ ಅದೆಂಥಾ ಚಿತ್ರ? ಒಂದಿಷ್ಟು ಹೊರ ಬೀಳಿ, ಗಿಡಾ ಪಡಾ ನೋಡ್ತಾ ಸೂರ್ಯ ಪ್ರಕಾಶದ ಕೆಳಗೆ ಕೂತು ಚಿತ್ರಾ ತೆಗೀರಿ"– ನಾ ಒಂದಿನ ಸಿಡಿಮಿಡಿಗುಟ್ಟಿದೆ. ಅದರ ಮುಂದಿನ ರವಿವಾರ ಜಿಲ್ಲಾ ಪರಿಷದ್ ಶಾಲೆಯ ಮಕ್ಕಳನ್ನು ನದಿದಂಡೆಗೆ ಬಿದ್ದ ಪ್ಲಾಸ್ಟಿಕ್ ಚೀಲ ಹೆಕ್ಕಲು ಕರಕೊಂಡು ಹೋಗುವವಳಿದ್ದೆ. "ಅಲ್ಲೇ ನಡೀರಿ ಎಲ್ಲ. ಹಾಂ ಪ್ಲಾಸ್ಟಿಕ್ ಚೀಲ ಆಯುವಾಗಿನ ನನ್ನ ಚಿತ್ರ ತೆಗೀಬೇಕು ಮತ್ತೆ" ಅಂದಾಗ ನಿಜವಾಗಿ ತಮ್ಮ ತಮ್ಮ ಸ್ಟ್ಯಾಂಡ್, ಬ್ರಶ್, ಪೇಯಿಂಟ್ ಎತ್ತಿಕೊಂಡು ಬಂದೇಬಿಟ್ಟರೆಲ್ಲ! ನಾನೂ ಅದೇ ಚಾನ್ಸ್ ಅಂತ ಚೆನ್ನಾಗಿ ಅವರ ಕ್ಲಾಸ್ ತೆಕ್ಕೊಂಡೆ. 'ಚಿತ್ರ ಬರೆದದ್ದಾಯಿತು, ತುಸು ಮೋಜ್ ಮಸ್ತಿಯೂ ಆಯಿತು ಇನ್ನು ಎಲ್ಲರೂ

ಪ್ಲಾಸ್ಟಿಕ್ ಚೀಲ ಆಯಿರಿ' ಅಂದೆ. ಶಾಲಾ ಹುಡುಗರೆಲ್ಲ ಕಿಸಿಪಿಸಿ ನಕ್ಕರು.

ಸೂಟಿ ಮುಗಿಯುವ ಹೊತ್ತಿಗೆಂದರೆ ಒಂದು ಪ್ರದರ್ಶನಕ್ಕಾಗುವಷ್ಟು ನನ್ನ ಸ್ಕೆಚ್ ತೆಗೆದಿದ್ದರು ಅದರಿಂದ ಅದೇನು ಕಲಿತರೋ ಗೊತ್ತಿಲ್ಲ, ಪುಣ್ಯಕ್ಕೆ ಪ್ರದರ್ಶನ ಗಿದರ್ಶನ ಏನೂ ಮಾಡಲಿಲ್ಲ, ಬರಿದೇ ಪ್ರಾಕ್ಟೀಸಿಗಾಗಿ ಬರೆದಿದ್ದಂತೆ. ಕಡೆಗೆ ನಮ್ಮ ಅಟ್ಟದ ಕೋಣೆಯಲ್ಲೇನಾದರೂ ಒಂದು ಫ್ರೇಮ್ ತೂಗುಬಿಡ್ತಾರೋ ಹ್ಯಾಗೆ? ಅಂತ ನನಗೆ ಕುತೂಹಲವಿತ್ತು, ಆದರೆ ಮುಂದೆಂದೂ ಆ ಚಿತ್ರಗಳನ್ನು ನಾ ನೋಡಲೇ ಇಲ್ಲ.

ಕಾಲೇಜು ಆರಂಭವಾಗುವ ಹೊತ್ತಿಗೆ ಒಂದು ಮಾತ್ರ ಪಕ್ಕಾ ತಿಳಿದಿತ್ತು– ನನಗವ ಬಹಳ ಇಷ್ಟ, ಬರೀ ಶಾರೀರಿಕವಾಗಲ್ಲ ಮಾನಸಿಕವಾಗಿ ಕೂಡಾ ಎಂಬ ಮಾತು. ನನಗೆ ಅರ್ಧಂಬರ್ಧ ಭಾವನೆಗಳೆಂದೂ ಬರೋದೇ ಇಲ್ಲ. 'ಆರ್ ಯಾ ಪಾರ್'– ಒಂದೋ ಸಂಪೂರ್ಣ ಇಷ್ಟ, ಇಲ್ಲಾಂದರೆ ಎಳ್ಳಷ್ಟೂ ಇಷ್ಟವಿಲ್ಲ. ಎಲ್ಲಾ ಖಡಾಖಂಡಿತ ಮತ್ತು ಭರಪೂರ! ಅವ ನನಗೆ ಭರಪೂರ್ ಇಷ್ಟವಾಗತೊಡಗಿದ್ದ. ಅವನ ಶಾಂತ ಸ್ವಭಾವ, ಇತರರಂತೆ ಮೇಲ್ಬಿದ್ದು ಬಣ್ಣದ ಮಾತನಾಡದ ಅವನ ಸಾಚಾತನ, ಸ್ವತಂತ್ರವಾಗಿ ತಾನೂ ಬದುಕಿ ಇತರರನ್ನೂ ಹಾಗೆಯೇ ಬದುಕಲು ಬಿಡುವ ಅವನ ಜೀವನಕ್ರಮ ನನಗೆ ತೀರಾ ಸೇರಿತ್ತು. ನಾ ಈವರೆಗೆ ಪ್ರೇಮ–ಗೀಮದಲ್ಲಿ ಬಿದ್ದದ್ದೇ ಇಲ್ಲ. ಪ್ರೇಮವೆಂದರೆ ಇದೇನಾ? ಅಂತ ದಿಗಿಲಾಯಿತು. ಅಲ್ಲದೆ ಅವನ ಪ್ರತಿಕ್ರಿಯೆ ಏನಂತ ಗೊತ್ತಿರಲೇ ಇಲ್ಲವಲ್ಲ. ಕಡೆಗೆ 'ನನಗಂತೂ ಅವನಲ್ಲಿ ಪ್ರೇಮವಾಗಿದೆ, ಅವನಿಗಾಗಿದೆಯೋ ಇಲ್ಲವೋ ಅನ್ನೋದು ಅವನ ಪ್ರಾಬ್ಲೆಮ್. ನಾನಂತೂ ನನ್ನದೇ ರೀತಿಯಿಂದ ಅವನ ಸಮೀಪ ಹೋಗುವ ಯತ್ನ ಮಾಡೋದಪ್ಪ' ಅಂದುಕೊಂಡಾಗ ಸಮಾಧಾನವಾಯ್ತು.

ಒಂದೆರಡು ಬಾರಿ "ಸಿನಿಮಾಗೆ ಬರ್ತೀಯಾ?" ಅಂತ ಕೇಳಿದಾಗ ಅವ "ನನಗೆ ಪರಗ್ರಹ ವಾಸಿಗಳ ಆಕ್ರಮಣ, ಡಾಯನೋಸರ್ಸ್ ಮತ್ತು ವಿವಾಹಬಾಹ್ಯ ಸಂಬಂಧಗಳ ಅಮೇರಿಕನ್ ಫಿಲ್ಮಗಳೆಂದರೆ ಅಲರ್ಜಿ" ಅಂದುಬಿಟ್ಟಿದ್ದ. ಮರಾಠಿ, ಹಿಂದಿ ಸಿನಿಮಾ ನೋಡುವ ಆಸಕ್ತಿ ನನಗಿರಲಿಲ್ಲ, ಹೀಗಾಗಿ ಫಿಲ್ಮ ಪ್ರೋಗ್ರಾಮ್ ಠುಸ್ ಆಗಿಹೋಯ್ತು.

ನಾ ಒಂದಿನ ಅವನನ್ನು ಬೈಕಿನ ಮೇಲೆ ಕೂರಿಸಿಕೊಂಡು ಜೋರದಾರ್ ವೇಗದಲ್ಲಿ ಶಹರದ ಹೊರಗೆ ಕರಕೊಂಡು ಹೋದೆ. ಘಾಟನ್ನೇರಿ ಹಾಯವೇಯಲ್ಲಿ ಬರುವಾಗ ಪಕ್ಕಕ್ಕೆ ದೊಡ್ಡ ಮಾವಿನ ಮರವೊಂದಿತ್ತು; ಅದರ ಹಿಂದೆ ಯಾವುದೋ ಮುಖ್ಯರಸ್ತೆಗೆ ತಿರುಗುವ ಹಾದಿ. ಬೈಕ್ ನೆರಳಿನಲ್ಲಿ ನಿಲ್ಲಿಸಿ ನಾವಿಬ್ಬರೂ ಅದರ ಬೊಡ್ಡೆಗಾತು ಕೂತೆವು, ಅಷ್ಟರಲ್ಲಿ ಧೂಳಿನಲ್ಲಿ ಆಡ್ತಾ ಒಂದು ಹುಡುಗ ಮತ್ತವನ ಹಿಂದೆಯೇ ನೇಲ್ ಪಾಲಿಶ್ ಹಚ್ಚಿದ ಭಡಕ್ ಸೀರೆಯುಟ್ಟ ಅವನಮ್ಮ ಬಂದರು. ಒಂಬತ್ತು ವಾರಿ ಸೀರೆಯ ಅಜ್ಜಿ, ಭಯಂಕರವಾಗಿ ಕಾಣುತ್ತಿದ್ದ ಪೇಟ ಸುತ್ತಿದ ನಾಲ್ಕಾರು ಜನ ಹೀಗೆ ಯಾರಾರೋ ಬಂದರು, ಸ್ವಲ್ಪ ಸಮಯದ ನಂತರ ಒಂದು ಎಸ್‌ಟಿ ಬಂದು ಅವರನ್ನೆಲ್ಲ ಕೂರಿಸಿಕೊಂಡು ಭರ್ ಎಂದು ಹೊರಟುಹೋಯ್ತು, ಉಳಿದವರು ನಾವಿಬ್ಬರೇ.

ಮಾತಾಡದೇ ನಾ ಸರಸರ ಮರವನ್ನೇರಿ ಕೂತು ಅವನಿಗೂ ಕೈ ಚಾಚಿ ಬಾ ಎಂದೆ. ಅವ ನಾ ಏರುವುದನ್ನೇ ನೋಡ್ತಾ ನಿಂತವ ನಕ್ಕು ಒಲ್ಲೆ ಎಂಬಂತೆ ಕೈಯಾಡಿಸಿದ. ಆಕಾಶ, ಹೊಲ, ಬಾವಿ ಹೀಗೇನೇನೋ ನೋಡ್ತಾ ನಾ ರೆಂಬೆಯ ಮೇಲೇನೇ ಕುಳಿತಿದ್ದೆ. ಸ್ವಲ್ಪ ಸಮಯ ಇಬ್ಬರೂ ಗಪ್ ಚಿಪ್. ಕಡೆಗೆ ಅವ ಮೈ ಮುರಿಯುತ್ತಾ "ನಿನಗೇನಾದ್ರೂ ಹೇಳೋದಿದೆಯಾ? ಇಲ್ಲ್ಯಾಕೆ ಕರಕೊಂಡು ಬಂದೆ ನನ್ನ?" ಅಂದ. ಹಾಂ, ಈ ಮಾತಿನ ಹಾದಿಯನ್ನೇ ನಾ ಕಾಯುತ್ತಿದ್ದೆ. ಅಂದರೆ 'ಅವ ಕೇಳಿದ ಹಾಗಾಗಿ ನಾ ಹೇಳಿದೆ' ಅಂತಾಗಬೇಕು ಎಂಬುದೇ ನನ್ನ ಉದ್ದೇಶ.

ನಾ ಎಲ್ಲ ಅಂದರೆ ಎಲ್ಲ ಹೇಳಿಬಿಟ್ಟೆ, ನನ್ನ ಅನುಭವ್‌ನ ವಿಚಾರ, ಈಗ ಅವನ ಮೇಲೆ ನನಗಿರೋ ಭಾವನೆ... ಹೀಗೆ ಹೇಳ್ತಾ ಹೇಳ್ತಾ ಹೊತ್ತು ಮುಳುಗಿ ಸೂರ್ಯ ಕಂತಲು ಬಂದಿದ್ದ. ಮೊದಮೊದಲು ನನಗೆ ಇಳಿಬಿಸಲಲ್ಲೂ ಅವನ ಮುಖದ ಭಾವನೆ ಕಾಣಿಸ್ತಾ ಇದ್ದದ್ದು ಕತ್ತಲಾಗ್ತಾ ಬಂದಂತೆ ಬರಿದೇ ಹುಂಕಾರ ಕೇಳಿಸೋದು. ಸುಮಾರು ಒಂದೂವರೆ ತಾಸಾದರೂ ಅವ ನನ್ನ ಮಾತು ಕೇಳಿದ್ದ, ನಡುವೆ ಚಕಾರವೆತ್ತದೆ. ಹಾಂ ಅವನ ಈ ಸ್ವಭಾವ ಹಾಗೆ ಹೊಸದೇನಲ್ಲ.

ಕೊನೆಗೆ "ಇಲ್ಲಿ ಜಿಮ್ ಕಾರ್ಬೆಟ್ ವನದಂಥಾ ಪರಿಸ್ಥಿತಿಯಿದೆ. ನೀ ಮರದ ಮೇಲೆ, ನಾ ಹುಲಿಯಂತೆ ಕೆಳಗೆ, ಸುತ್ತಲೂ ಗಾಢಾಂಧಕಾರ, ಇದೆಲ್ಲ ಹೀಗೆ ಆಗೋದಲ್ಲ, ನೀ ಮುಂಚೆ ಕೆಳಗಿಳಿದು ಬಾ, ಈ ಹುಲಿಯೇನು ನಿನ್ನನ್ನು ತಿನ್ನೋದಿಲ್ಲ" ಅಂದ.

ನಾ ಬಂದು ಬೈಕನ್ನೇರಿ ಹಿಂದೆ ಕುಳಿತವನ ಎರಡೂ ಕೈಗಳನ್ನು ನನ್ನ ಸೊಂಟದ ಸುತ್ತ ಸುತ್ತಿಕೊಂಡೆ. ಅವ ತನ್ನ ಗದ್ದ ನನ್ನ ಹೆಗಲಿಗೊತ್ತಿದ್ದ. ನಾ ಬೈಕಿಗೆ ಕಿಕ್ ಹೊಡೆಯುತ್ತಾ "ದೀಡ ತಾಸಿನಿಂದ ಏನೇನೋ ಹೇಳಿದೆನೆಲ್ಲಾ ನಿನಗೆ ಅದಕ್ಕೆ ಪ್ರತಿಯಾಗಿ ಏನೂ ಹೇಳೋದಿಲ್ಲವೆ?" ಅಂದೆ.

ಅವ ಒಮ್ಮೆಲೆ ಹಾಡತೊಡಗಿದ್ದ, ಯಾವುದೋ ಹಳೆಯ ಫ್ರೆಂಚ್ ಹಾಡು. ಗಾಳಿ ಅಬ್ಬರಿಸಿ ಬೀಸುತ್ತಿತ್ತು, ಹೆಡ್ ಲೈಟಿನ ಬೆಳಕಲ್ಲಿ ರಸ್ತೆ ಬೆಳ್ಳಗಾಗಿತ್ತು. ಘಾಟ್ ಮುಗಿದು ಊರು ಬಂದಾಗಲೂ ಅವ ಹಾಡುತ್ತಲೇ ಇದ್ದ.

ಸಿಗ್ನಲ್ ಬಳಿ ತನ್ನನ್ನು ನೋಡಿ ಚೇಷ್ಟೆ ಮಾಡಿದವರ, ನಕ್ಕವರ ಲಕ್ಷ್ಯ ಅವನಿಗಿದ್ದರೆ ತಾನೆ?

ನನಗಾದರೂ ಎಲ್ಲಿತ್ತು ಲಕ್ಷ್ಯ? ಕಾಲೇಜ್ ಹುಡುಗಿಯರು ಪ್ರಪೋಸ್ ಮಾಡೋದು ಅಂತಾರಲ್ಲ ನಾ ಇದೀಗ ಮಾಡಿದ್ದು ಅದನ್ನೇನಾ?

04–08–2002

ನಾನಿವತ್ತು ಕೂಡಾ ಡಾಕ್ಟರ್ ಅಪಾಯಿಂಟ್‌ಮೆಂಟ್ ಕ್ಯಾನ್ಸಲ್ ಮಾಡಿಬಿಟ್ಟೆ, ನನಗೆ ಯಾರೊಡನೆಯೂ ಮುಂಚಿತವಾಗೇ ಠರಾಯಿಸಿ ಮಾತಾಡಿಸುವ ಉಮೇದಿ ಇರಲಿಲ್ಲ.

ಕಳೆದ ತಿಂಗಳಿನಲ್ಲೇ ಆಗಿದ್ದ ಹತ್ತು ಸೆಷನ್‌ಗಳು ಸಾಕೆನಿಸಿತ್ತು. 'ನಿನಗೆ ಆರಾಮಿಲ್ಲ' ಅಂತ ಯಾರ ಬಾಯಿಂದಾದರೂ ಕೇಳುವ ಭಾತಿಯೂ ಇರಲಿಲ್ಲ. ಆದರೆ ಡೈರಿಯಲ್ಲಿ ಬರೆವಾಗ ಮಾತ್ರ ನಿರಾಳ ಎನ್ನಿಸೋದು. ಅದಕ್ಕಾಗಿ ಖಾನ್ವಿಲ್ಕರ ಡಾಕ್ಟರ್‌ಗೆ ಥ್ಯಾಂಕ್ಸ್.

ಎಷ್ಟು ದಿನವಾಯ್ತು ಮಾವಶಿಯ ಮನೆಯಲ್ಲಿದ್ದು, ಮುಂಚೆಲ್ಲ ಬಲು ಬೋರೆನ್ನಿಸ್ತಾ ಇದ್ದುದು ಬರ್ತಾ ಬರ್ತಾ ಹಿತವೆನಿಸುತ್ತಿದೆ. ಮಾವಶಿ, ಕಾಕಾ ಸಣ್ಣವಳಿದ್ದಾಗ ನನ್ನನ್ನು ದತ್ತಕ ತೆಗೊಳ್ಳುವವರಿದ್ದರಲ್ಲವೆ? ಅಂದಮೇಲೆ ಇಲ್ಲಿಯ ದೇಶವಿದೇಶಗಳ ವಸ್ತುಗಳು, ನಾನಿರುವ ಈ ಕೋಣೆ ಎಲ್ಲ ನನ್ನವೇ ಆದವಲ್ಲವೆ?

ಮುಂಜಾನೆ ನಾ ಮಾವಶಿಗೆ ಕೇಳಿದ್ದೆ "ಒಂದ್ವೇಳೆ ನಾ ನಿನ್ನ ಮಗಳಾಗಿದ್ದು ಹೀಗೆಲ್ಲ ಮಾಡಿದ್ದರೆ ನೀ ಬದಲಾವಣೆಗೆಂದು ಬೇರೆ ಯಾರ ಮನೆಗೆ ಕಳಿಸುತ್ತಿದ್ದೀ?"

ಮಾವಶಿ ಬಚ್ಚಲು ಮನೆಯತ್ತ ನೋಡಿ ಅಮ್ಮ ಇನ್ನೂ ಹೊರಬಂದಿಲ್ಲ ಅಂತ ಖಾತ್ರಿ ಮಾಡಿಕೊಂಡು ಹೇಳಿದಳು.

"ಎಲ್ಲಿಗೂ ಕಳಿಸುತ್ತಿದ್ದಿಲ್ಲ, ಅಗದೀ ಅವನ ನೆನಪು ಬಂದು ನಿನಗೆ ತ್ರಾಸಾಗಿದ್ದರೂ ಕೂಡಾ ನನ್ನ ಬಳಿಯೇ ಇಟ್ಟುಕೊಳ್ಳುತ್ತಿದ್ದೆ, ನಿನ್ನನ್ನು ಇಲ್ಲಿರಿಸೋ ನಿರ್ಣಯ ನಿನ್ನಪ್ಪ ಅಮ್ಮ ತಗೊಂಡ ಮೇಲೆ ನಾನೇಕೆ ಹೂಂ ಎಂದೆ ಹೇಳು? ಯಾಕಂದ್ರೆ ನಿನಗೆ ಆ ಮನೆಯಲ್ಲಿ ಬೇಜಾರಾಗಿಹೋಗಿದೆ ಅಂತ ನನಗೆ ಗೊತ್ತಿದೆ. ಇಲ್ಲಾಂದರೆ ಅವನ ಜೊತೆಗೆ ಓಡಿ ಯಾಕೆ ಹೋಗ್ತಿದ್ದೆ?"

ನಾ ಅವಳ ಮಾತು ತುಂಡರಿಸುತ್ತಾ "ಮಾವಶೀ... ಖಾನ್ವಿಲ್ಕರ್ ಡಾಕ್ಟರ್ ನಾ ಹೇಳಿದ್ದನ್ನೆಲ್ಲಾ ನಿನಗೆ ರಿಪೋರ್ಟ ಮಾಡ್ತಾರೆ ಹೌದು ತಾನೆ?"

"ಹೇಳ್ತಾರೆ; ಆದರೆ ಟ್ರೀಟ್‌ಮೆಂಟ್ ವಿಷಯವಾಗಿ ಎಷ್ಟು ಬೇಕೋ ಅಷ್ಟನ್ನು ಮಾತ್ರ. ಬಾಕಿ ಎಲ್ಲ ನನಗೇ ತಿಳಿದಿದೆ. ಅರೆ ನಿನ್ನನ್ನೇನು ಇವತ್ತು ನೋಡ್ತಿದ್ದೇನೆಯೇ? ನನಗೆ ಗೊತ್ತಾಗುವುದಿಲ್ಲವೆ ನಿನ್ನ ಮನಸ್ಸಿನಲ್ಲಿ ಏನು ನಡೆದಿದೆ ಅಂತ?"

ಅಷ್ಟರಲ್ಲಿ ಸ್ತೋತ್ರ ಹೇಳುತ್ತಾ ಟಾವೆಲ್ ತಲೆಗೆ ಬಿಗಿಯಾಗಿ ಸುತ್ತಿಕೊಂಡ ಅಮ್ಮ ಬಚ್ಚಲುಮನೆಯಿಂದ ಬಂದಳು, ನಾನೆದ್ದು ತಟ್ಟನೆ ಕೋಣೆಯೊಳಕ್ಕೆ ಹೋದೆ.

ಅವ ಪೇಯಿಂಗ್ ಗೆಸ್ಟ್ ಇದ್ದಾಗಲೇ ನಾ ಅಪ್ಪ ಅಮ್ಮನಿಗೆ 'ಅವನ ಮೇಲೆ ನನಗೆ ಪ್ರೇಮವಿದೆ' ಅಂತ ಹೇಳಿದ್ದರೆ? ಅದೇನೂ ಅಂಥಾ ಕಠಿಣವಿರಲಿಲ್ಲ ಬಹುಶಃ ಅವರಿಗೆ ಕೋಪ ಕೂಡ ಬರುತ್ತಿರಲಿಲ್ಲವೇನೋ. ಆದರೆ ನಾನ್ಯಾಕೆ ಹಾಗೆ ಮಾಡಲಿಲ್ಲ? ಮುಚ್ಚಿಟ್ಟು ಸಂಬಂಧ ಬೆಳೆಸಿದೆನೇಕೆ? ಮನೆ ಬಿಟ್ಟು ಹೋದದ್ದೇಕೆ? ದಿನಪೂರ್ತಿ ಇದನ್ನೇ ಯೋಚಿಸುತ್ತಿದ್ದೆ. ಶತಪಥ ತಿರುಗಿದೆ, ಎದೆಯಲ್ಲಿ ಏನೋ ಹೇಳಲಾಗದ ಬೇಚೈನಿ.

ಮಧ್ಯಾಹ್ನ ನಾನು ಮಾವಶಿಯ ಜೊತೆ ಕೂತು ಅವಳ ಲಗ್ನದ ಅಲ್ಬಮ್ ನೋಡುತ್ತಿದ್ದೆ. ಫೋಟೋದಲ್ಲಿ ಅಮ್ಮ ಅಪ್ಪ ಗುರುತಿಸಲು ಬಾರದಂತಿದ್ದರು. ಅಮ್ಮನ ಹೆಗಲ ಮೇಲೆ ಅಸೀಮ್ ಮಲಗಿದ್ದ. ನಾನು, ತನಯ ಹುಟ್ಟಿರಲೇ ಇಲ್ಲ, ಅಜ್ಜ ಅಜ್ಜಿಯ ಮುಖದ ಮೇಲೆ ಮಾತ್ರ ಯಾವಾಗಿನಂತೆ ಠಾಕೋ ಠೀಕ್ ನಗೆ. ಅನಿಲ ಕಾಕಾಗೆ

ಮೀಸೆಯಿತ್ತು, ಜೊತೆಗೆ ಬೆಲ್‌ಬಾಟಮ್ ಪ್ಯಾಂಟ್, ಹೂ ಹೂವಿನ ಶರ್ಟ್! ಮಾವಶಿ ಮಾತ್ರ ಅಂದು ಹ್ಯಾಗಿದ್ದಾಳೋ ಇಂದಿಗೂ ಥೇಟ್ ಹಾಗೆಯೇ ಇದ್ದಾಳೆ, ಮಕ್ಕಳು ಮರಿಯಿಲ್ಲದ ಹೆಣ್ಣುಮಕ್ಕಳೇ ಹಾಗಲ್ಲವೆ? ಮೂರು ಮಕ್ಕಳನ್ನು ಬೆಳೆಸುವುದರಲ್ಲಿ ಅಪ್ಪ ಅಮ್ಮ ಏನಾಗಿಹೋಗಿದ್ದಾರೆ? ಎಂಬ ಫರಕು ನನಗೆ ಸ್ಪಷ್ಟ ಕಂಡಿತು.

ನಾ ಅಪ್ಪ ಅಮ್ಮನಿಗೆ ನಮ್ಮಿಬ್ಬರ ವಿಷಯ ಹೇಳಿದ್ದರೆ ಅವರು ಸೂತ್ರಧಾರಿಗಳಾಗಿ ತಮ್ಮ ಮತದಂತೆ ನನ್ನ ಜೀವನ ರೂಪಿಸಲು ಆರಂಭಿಸಿಬಿಡುತ್ತಿದ್ದರು. ಅಂದರೆ ಲಗ್ನದ ತನಕ ಮಾತು ಹೋಗಿರೋದು, ಅವನನ್ನು ಮುಂದೆ ಕೂಡಿಸಿಕೊಂಡು ಯಾವ್ಯಾವುದೋ ವಿಷಯದ ಖಾತ್ರಿ ಮಾಡಿಕೊಂಡಿರೋರು, 'ಮುಂಚೆ ಸರಿಯಾಗಿ ಅಭ್ಯಾಸ ಮಾಡಿ ಶಿಕ್ಷಣ ಪೂರ್ತಿ ಮಾಡು' ಅಂತೆಲ್ಲ ನನಗೆ ಡೋಸ್ ಕುಡಿಸಿರೋರು, ಆಮೇಲೆ ಕಲ್ಯಾಣ ಮಂಟಪ ಬಾಡಿಗೆಗೆ ತೆಕ್ಕೊಂಡು ಐನೂರು ಮಂದಿ ಬಂಧು ಬಾಂಧವರಿಗೆ ಊಟ ಹಾಕಿಸಿ ಲಗ್ನ ಮಾಡಿರೋರು, ನನಗೆ ಇದೆಲ್ಲದರ ಅಂಜಿಕೆಯಿತ್ತೆಂದೇ ನಾ ಹೇಳಲಿಲ್ಲ ಎಂಬ ಜವಾಬು ಹೊಳೆದ ಮೇಲೆ ಸಂಜೆಯ ಹೊತ್ತಿಗೆ ಚೆನ್ನಾಗಿ ನಿದ್ದೆ ಬಂತು.

ನಾ ನನ್ನ– ಅವನ ಮೈತ್ರಿಯನ್ನು ಜೋಪಾನವಾಗಿ ಕಾಯ್ದಿದ್ದೆ, ಎಲ್ಲೇ ಹೊರಗಡೆ ಹೋದರೂ ಮನೆಯ ಹಿಂದಿನ ಸಿಗ್ನಲ್‌ನಲ್ಲಿಯೇ ಅವನಿಗೆ ಇಳಿಯಲು ಹೇಳಿ ನಾನೊಬ್ಬಳೇ ಬೈಕಿನಲ್ಲಿ ಬಂದು ಸೀದಾ ಮನೆಯೊಳಕ್ಕೆ ಹೋಗುತ್ತಿದ್ದೆ. ಅಟ್ಟದ ಕೋಣೆಗೆ ಹೋಗುವುದಂತೂ ಸಂಪೂರ್ಣ ಬಂದಾಗಿತ್ತು. ಇದೆಲ್ಲ ಅನುಭವ್ ನೋಡ್ತಿದ್ದ, ನಡೀತಿರೋದೇನು ಅನ್ನೋದರ ಪೂರ್ಣ ಕಲ್ಪನೆಯೂ ಅವನಿಗಿತ್ತು. ಆದರೂ ಅವನ ಅಸಹಾಯಕ ಮುಖ ಕಾಲೇಜಿನ ತುಂಬ ಸತತವಾಗಿ ನನ್ನ ಹಿಂಬಾಲಿಸುತ್ತಿತ್ತು. ಅವನಿಗೆ ಹ್ಯಾಗೆ ಸಮಾಧಾನ ಹೇಳೋದಂತಲೇ ತಿಳೀತಿರಲಿಲ್ಲ.

ಬಿ.ಎಸ್.ಸಿ.ಯ ರಿಸಲ್ಟ್ ಆಗಿತ್ತು, ನನಗೆ 81% ಸಿಕ್ಕಿತ್ತು. ನಾ ಖುಷ್ ಇದ್ದೆ. ಮೊದಲು ಎಮ್.ಎಸ್.ಸಿ. ಮಾಡೋದು, ಆಮೇಲೆ ಝೂ ಮ್ಯಾನೇಜ್‌ಮೆಂಟ್‌ನಲ್ಲಿ ಮಾಸ್ಟರ್ಸ್ ಡಿಗ್ರಿಗಾಗಿ ಪ್ರಯತ್ನ ಮಾಡೋದು ಅಂತ ನಾ ಠರಾಯಿಸಿದ್ದೆ. ಟೆನ್ಶನ್ ಏನೂ ಇರಲಿಲ್ಲ, ಆ ವರ್ಷ ಸೂಟಿ ಮುಗಿದ ನಂತರ ಗ್ರೀನ್ ಅರ್ಥ್‌ನ ಎಲ್ಲಾ ಫಾರ್ಮಗಳನ್ನೂ ಟೈಪ್ ಮಾಡಿದ ವರದಿಯೊಂದಿಗೆ ಕಚೇರಿಯಲ್ಲಿ ಕೊಟ್ಟು ಬರುವಾಗ ಆ ವರ್ಷದಿಂದ ಶುರುವಾಗಿದ್ದ ಹೊಸ ಪದ್ಧತಿಯಂತೆ ಸೂಟಿಯ ಸ್ಟೈಪೆಂಡ್ ಎರಡೂವರೆ ಸಾವಿರ ರೂಪಾಯಿ ಕೊಟ್ಟಿದ್ದರು. ವ್ಹಾ ಜೀವನದ ಮೊದಲ ಗಳಿಕೆಯ ಚೆಕ್ ಕೈಗೆ ಬಂದಾಗ ಅದೇನು ಸಂತೋಷ ಹೇಳುವ ಹಾಗಿಲ್ಲ! ನಾನು ಮನೆಮಂದಿಗೆಲ್ಲ ಹೊರಗೆ ಊಟಕ್ಕೆ ಕರೆದೊಯ್ಯುವುದೆಂದು ಠರಾಯಿಸಿ ಅಮ್ಮನ ಬಳಿ "ಒಬ್ಬನನ್ನೇ ಬಿಟ್ಟು ಹೋದರೆ ಪಾಪ ಅವನಿಗೆ ಹೇಗನ್ನಿಸಬಹುದು?" ಎಂದಾಗ ಅವಳು "ಸರಿ ಅವನೂ ಬರಲಿ" ಎಂದಳು. ವಿಷಯ ತಿಳಿಸಲು ನಾ ಅಟ್ಟಕ್ಕೆ ಜಿಗಿದರೆ ಅವ "ಬೇಡ ನಾವಿಬ್ಬರೇ ಸ್ವತಂತ್ರವಾಗಿ ಎಲ್ಲಾದ್ರೂ ಹೋಗುವಾ" ಅಂದ. ವಾವ್ ಅದಿನ್ನೂ ಮಸ್ತ್ ಅನ್ನಿಸಿತು.

ಎಲ್ಲಾರಿಗೂ ಪಾರ್ಟಿ ಕೊಟ್ಟಾದ ಮೇಲೂ ನಾಲ್ಕುನೂರು ರೂಪಾಯಿ ಉಳಿದಿದ್ದವು, ನನಗೆ ಬಹಳ ದಿನಗಳಿಂದ ಬಿಯರ್‌ನ ರುಚಿ ನೋಡುವಾಸೆ. ಆದರೆ

ಕುಡಿದರೆ ನನ್ನದೇ ದುಡ್ಡಿನಲ್ಲಿ ಇಲ್ಲವಾದರೆ ಇಲ್ಲ ಅಂತನ್ನೋ ನಿರ್ಧಾರ ಬೇರೆ. ಅನುಭವ್‌ನನ್ನು "ನನಗೆ ಬಿಯರ್ ಕುಡಿಯಲು ಕಂಪನಿ ಕೊಡುವೆಯಾ?" ಅಂತ ಕೇಳಿದರೆ ಕುಣಿಯುತ್ತ ಒಂಟಿ ಕಾಲಿನಲ್ಲಿ ತಯಾರಾದನವ.

ಕುಡಿದು ಮರಳಿ ಬರುವಾಗ ಗಾಳಿಯಲ್ಲಿ ತೇಲಿದಂತೆ ಮೈ ಮನ ಹಗುರ, ಅರೆ ಇಂಥಾ ಅದ್ಭುತವಾದದ್ದನ್ನು ನಾ ಈವರೆಗೆ ಅನುಭವಿಸದೆ ಬಿಟ್ಟಿದ್ದೇಕೆ? ಅಂತ ಆಶ್ಚರ್ಯವೋ ಆಶ್ಚರ್ಯ. ಪೂರಾ ಜಗತ್ತಿನ ಮೇಲೇನೇ ಪ್ರೀತಿ ಉಕ್ಕಿ ಬಂದಿತ್ತು.

ಬಿಯರ್ ಪಾರ್ಟಿ ಆದ ಮೇಲೂನೂ ನನ್ನ ಕಡೆ ಎರಡು ನೂರು ರೂಪಾಯಿ ಉಳಿದಿದ್ದವು. ಆದರೆ ಮನೆಗೆ ಬಂದೊಡನೆ ಅಮ್ಮ "ತಾ ಆ ಬ್ಯಾಂಕ್‌ನ ಪಾಸ್‌ಬುಕ್. ನಾ ಉಳಿದವುಗಳೊಟ್ಟಿಗೆ ಇಡ್ತೇನೆ" ಅಂತಂದ ಮೇಲೆ ಮಜಾಕ್ಕೆ ಬ್ರೇಕ್ ಬಿದ್ದಿತ್ತು.

ಒಟ್ಟಿಗೆ ಎಲ್ಲ ಊಟಕ್ಕೆ ಹೋದಾಗ ಒಂಥರಾ ಥ್ರಿಲ್ ಎನಿಸಿತ್ತು. ನಾವೆಲ್ಲ ಮನೆಯಲ್ಲಿ ಎಂದೂ ಒಟ್ಟಿಗೆ ಊಟಕ್ಕೆ ಕೂತದ್ದೇ ಇಲ್ಲ. ಹೀಗೆ ಉದ್ದ ಟೇಬಲ್ಲಿನಾಚೆ ಈಚೆ ಕೂತದ್ದೇ ಏನೋ ಹೊಸತನ. ಅಪ್ಪ ಬಹಳ ಹೊತ್ತು ಮೆನು ಕಾರ್ಡ ಓದುತ್ತಲೇ ಇದ್ದರು, ಅಸೀಮ್ ಯಾರಿಗೋ ಸಂದೇಶದ ಮೇಲೆ ಸಂದೇಶ ಕಳಿಸುತ್ತಿದ್ದ. ಅಮ್ಮ ಪ್ರಕಾಶಕಾಕಾನ ಮಗಳಿಗೆ 'ದಿನ ಹೋಗಿವೆ...' ಅಂತೇನೋ ಹೇಳುತ್ತಿದ್ದರೆ, ತನಯ ನನಗಿಷ್ಟವಾದ ಬೋನ್ ಜೋವ್ಹಿಯ ಕ್ಯಾಸೆಟ್ ತಂದುಕೊಟ್ಟು ಊಟವಾದ ಮೇಲೆ ಎಲ್ಲಿಯೋ ಹೋಗಿಯೂ ಬಿಟ್ಟ. ನಾವೂ ಅಷ್ಟೆ ಬೇರೆ ಬೇರೆ ಮನೆಯಲ್ಲಿದ್ದವರಂತೆ ಒಬ್ಬರಿಗೊಬ್ಬರು 'ಬಾಯ್ ಬಾಯ್, ಸೀ ಯೂ' ಅಂತ್ಹೇಳಿ ಎಲ್ಲ ಹೋಟಲ್‌ನಿಂದ ಹೊರಬಿದ್ದೆವು.

ನಾ ಒಮ್ಮೆಯಷ್ಟೇ ಆರೋಗನ ಮತ್ತು ಸಹದೇವರ ತಂಡದೊಂದಿಗೆ ಬಿಯರ್ ಹೌಸಿಗೆ ಹೋಗಿದ್ದೆ, ಆದರೆ ಕುಡಿದಿರಲಿಲ್ಲ, ಹೀಗಾಗಿ ಮೊದಲ ಬಿಯರ್‌ನ ಬಾಟಲಿ ಟೇಬಲ್ ಮೇಲೆ ಬಂದಾಗ ಅದನ್ನೆತ್ತಿ ಗಲ್ಲಕ್ಕೆ ಹಚ್ಚಿಕೊಂಡು ಕೂತಿದ್ದೆ. ವೇಟರ್ ಓಪನರ್ ಹಿಡಿದು ನಿಂತಿದ್ದಾನೆಂದು ಅರಿವಾದಾಗ ನಾಚಿ ಅವನ ಕೈಗೆ ಕೊಟ್ಟೆ, ಅವ ಓಪನ್ ಮಾಡಿ ಭುಸ್ಸೆಂದು ಆವಿ ಹೊರಹೋಗಬಿಟ್ಟು ಗ್ಲಾಸು ಸೊಟ್ಟ ಮಾಡಿ ಸುರಿದು ಹೋಗಿಬಿಟ್ಟ, ನಾ ಗ್ಲಾಸೆತ್ತಿ ಅವನ ಗ್ಲಾಸಿಗೆ ಬಡಿದು ಚಿಯರ್ಸ್ ಎಂದಾಗ ಅನುಭವ್ "ಹೇ ಬಿಯರ್ ಬರೀ ದೂರದಿಂದಾನೇ ಟೋಸ್ಟ್ ಮಾಡ್ಬೇಕು ಮುಟ್ಟಿಸಿಯಲ್ಲಾ" ಅಂತ ತಿದ್ದಿದ. ಅವ "ಟು ಯುವರ್ ಫಸ್ಟ್ ಸ್ಯಾಲರಿ" ಅನ್ನುತ್ತಾ ಗ್ಲಾಸ್ ಎತ್ತರಿಸಿದರೆ ನಾ "ಟು ಮೈ ಲೈಫ್... ಮೈ ಗ್ರೇಟ್ ಲೈಫ್" ಎಂದು ಕಣ್ಮುಚ್ಚಿ ಬಿಯರ್‌ನ ಮೊದಲ ಗುಟುಕು ತಗೊಂಡೆ. ಐದು ಮಿನಿಟುಗಳಲ್ಲಿ ಬಂದ ಗಾರ್ಲಿಕ್ ಮಶ್ರೂಮ್‌ಗಳೊಟ್ಟಿಗೆ ನಾ ಮೆಲ್ಲ ಮೆಲ್ಲನೆ ಪೇಯ ಸವಿಯತೊಡಗಿದ್ದೆ; ಕಣ್ಣನ್ನೂ ಅತ್ತಿತ್ತ ಬೇಫಾಮ್ ಹರಿಯಬಿಟ್ಟೆ. ಎಲ್ಲ ಕಡೆ ಸಿಗರೇಟಿನ ಹೊಗೆಯೋ ಹೊಗೆ. ಮೂಲೆಯಲ್ಲೊಂದು ಹಳೆಯ ಜ್ಯೂಕ್ ಬಾಕ್ಸಿತ್ತು, ಮಾರಿಯೋ ಮಿರಾಂಡಾನ ಇಂಟರೆಸ್ಟಿಂಗ್ ಚಿತ್ರಗಳು ಗೋಡೆ ಆವರಿಸಿದ್ದವು, ಅಲ್ಲಿ ಹೊಗೆಯುಗುಳುತ್ತಾ ಕೂತಿದ್ದ ಮಂದಿಯೆಲ್ಲಾ ತೀರ ನನ್ನವರು ಅನ್ನಿಸತೊಡಗಿತ್ತು. ನಾ ಅನುಭವ್‌ನ ಗಲ್ಲದ ಮೇಲೆ ಕೈಯಾಡಿಸಿದೆ. 'ನಾವೆಲ್ಲ ಒಂದು

ದೊಡ್ಡ ಹಡಗಿನಲ್ಲಿ ಕೂತಿದ್ದೇವೆ, ಅದು ಸಮುದ್ರ ಕತ್ತರಿಸುತ್ತಾ ಮುಂದೆ ಮುಂದೆ ಸಾಗಿದೆ, ಹೋಗುವುದೆಲ್ಲಿಗೆ? ಅಂತ ಯಾರಿಗೂ ಗೊತ್ತಿಲ್ಲ. ಆದ್ರೆ ಹಡಗು ಒಂದೇ; ಗುರಿಯೂ ಒಂದೇ ಅನ್ನೋದು ಗ್ಯಾರಂಟಿ. ನಮ್ಮೆಲ್ಲರ ನಶೀಬು ಒಂದೇ ನಮೂನೆ ಇದೆ, ಅದಕ್ಕೇ ನಾವೆಲ್ಲ ಪರಸ್ಪರ ಪ್ರೇಮದಲ್ಲಿದ್ದೇವೆ' ಅನಿಸಿತು.

ಅನುಭವ್ ಎರಡನೆಯ ಬಾಟಲಿ ತರಿಸಿ ಗ್ಲಾಸಿಗೆ ಸುರುವಿದ, ಬುಳಬುಳನೆ ಮೇಲಕ್ಕೇರುತ್ತಿದ್ದ ಗುಳ್ಳೆಗಳ ಹಿಂದೆ ಏನಾದ್ರೂ ಕಾಣುತ್ತಾ? ಅಂತ ನೋಡಲು ನಾ ಬಾಟಲಿಯನ್ನೆತ್ತಿ ಕಣ್ಣಿನ ಮುಂದೆ ಹಿಡಕೊಂಡೆ. ಅರೆ... ಅದರ ಹಿಂದೆ ಏನೇನೋ ಬಣ್ಣಗಳು. ಗ್ಲಾಸಿಳಿಸಿ ನೋಡಿದಾಗ ಎದುರಿನ ಟೇಬಲ್ಲಿನ ಯುವಕನೊಬ್ಬ ನನ್ನತ್ತ ಕೈ ತೋರಿ ನಕ್ಕಂತೆ ಕಂಡಿತು. ಎಲ್ಲ ಗೆಳೆಯ ಗೆಳತಿಯರನ್ನು ಕರೆಯಬೇಕು ಮತ್ತು ಥಂಡಾ ಗಾರ್ ಬಿಯರ್ ಕುಡಿಯುತ್ತಾ ಇಲ್ಲೇ ಕೂತು ಬಿಡಬೇಕು, ಇನ್ನೇನೆಂದರೆ ಏನೂ ಬೇಡ ಎನ್ನಿಸಿಬಿಟ್ಟು.

ಮತ್ತೆ ಅವನಿಗೆ ಕೊಟ್ಟ ಪಾರ್ಟಿ, ಅದರ ಮಜ್ಜಾ... ಏನಂತ ಹೇಳಲಿ?

"ನನಗೆ ಭಕ್ರಿ ಮತ್ತು ಮಟನ್ ರಸ ತಿನ್ನುವುದಿದೆ" ಎಂದಿದ್ದ.

ಜಾಗ ಕೂಡ ಠರಾಯಿಸೇ ಬಿಟ್ಟಿದ್ದನವ, ಮಾರ್ಕೆಟ್ ಯಾರ್ಡನ ಕೊಲ್ಲಾಪುರ ದರ್ಬಾರ್.

ಅರೆ ಮಟನ್ ರಸ, ಭಕ್ಕರಿಯ ಪ್ರತಿ ಪ್ಲೇಟ್‌ಗೆ ಬರೇ ನೂರು ರೂಪಾಯಿ ಅಷ್ಟೇ.

"ಸೋ ವಾಟ್! ನೀನೇನು ನಿನ್ನ ಪೂರಾ ಗಳಿಕೆ ಈ ಪಾರ್ಟಿಯ ಮೇಲೆಯೇ ಹಾಕಬೇಕೆಂದಿದ್ದೀಯೋ ಹ್ಯಾಗೆ?" ಅಂದ.

ಆ ಕೊಲ್ಲಾಪೂರ್ ದರಬಾರ್ ಹಮಾಲರು, ಟ್ರಕ್ ಚಾಲಕರು, ರೈತರಿಂದ ತುಂಬಿ ತುಳುಕುತ್ತಿತ್ತು. ಉದ್ದನೆಯ ಕ್ಯೂ ಬೇರೆ... ಸಾಲು ಸಾಲಿನ ಬೆಂಚುಗಳೊಂದರಲ್ಲಿ ಅರ್ಧತಾಸಿನ ಮೇಲೆ ಸೀಟ್ ಸಿಕ್ಕಿತ್ತು. ಅದೂ ಅವನೊಂದು ಕಡೆ ನಾನೊಂದು ಕಡೆ. ಖಾರವೋ ಖಾರ. ಭಕ್ಕರಿಯ ಚೂರುಗಳನ್ನು ರಸದಲ್ಲಿ ಮುಳುಗಿಸಿ ಹ್ಯಾಗೆ ತಿನ್ನಬೇಕೆಂದು ಅವ ತೋರಿಸಿಕೊಟ್ಟ. ವ್ಹಾ ಅಳುತ್ತಳುತ್ತಾ ಮೂಗೊರೆಸಿಕೊಳ್ಳುತ್ತಾ ಸು... ಸು... ಅಂತ ಶಬ್ದ ಹೊರಡಿಸುತ್ತಾ ಖಾರದ ರಸ ಕುಡಿದಿದ್ದೇ ಕುಡಿದಿದ್ದು ಹೊಟ್ಟೆ ತುಂಬಿ ಒಡೆಯುವವರೆಗೆ. ಕಡೆಗೆ ಜಗ್‌ನಿಂದ ಕೈ ತೊಳೆಯಲು ನೀರು ಹಾಕುತ್ತಾ ಬೇಕೆಂದೇ ಅವ ಮೂಗಿನ ಧ್ವನಿ ಮಾಡಿಕೊಂಡು "ಜೋಶಿ ಇನ್ನೂ ಬಿಸಿಬಿಸಿ ತೊವ್ವೆ ಅನ್ನ, ಉಪ್ಪು ತುಪ್ಪ, ಲಿಂಬೆಹಣ್ಣು ಉಣ್ತೀರೇನು?" ಅಂದ.

ಇಬ್ಬರೂ ಜೋರಾಗಿ ನಕ್ಕೆವು, ನಾ ತೊಳೆದ ಕೈಯನ್ನು ಅವನ ಶರಟಿಗೆ ಒರೆಸಿದೆ.

'ಈ ಮಸ್ತ್ ರಜೆ ಮುಗೀತದಲ್ಲಾ?' ಅನ್ನುತ್ತಾ ಅನ್ನುತ್ತಾ ಮುಗಿದೇ ಹೋಗಿತ್ತು. ಕಾಲೇಜಿನ ರುಟೀನ್ ಚಾಲುವಾಗಿತ್ತು. ಮುಂಜಾನೆ ಪ್ರಾಕ್ಟಿಕಲ್ಸ್, ಆಮೇಲೆ ಲೆಕ್ಚರ್‌ಗಳು, ಮಧ್ಯಾಹ್ನ ಎರಡು ಗಂಟೆಗೆಂದರೆ ಕಾಲೇಜು ಸೂಟಿ. ನಾ ಕೆಲ ದಿನ ಕಾಲೇಜ್ ಮುಗಿದೊಡನೆ ಅವನ ಆರ್ಟ್ ಸ್ಕೂಲಿಗೆ ನುಗ್ಗಿ ಅವನನ್ನೂ ಬಲವಂತವಾಗಿ ಹೊರಗೆ ಕರಕೊಂಡು ಬರುತ್ತಿದ್ದೆ. ಆದರೆ ವಾರದ ನಂತರ ಅವ ಸಿಟ್ಟಾಗಿಬಿಟ್ಟ. "ನೋಡು

ನಮ್ಮ ಸ್ಕೂಲಲ್ಲಿ ಸೀರಿಯಸ್ ಕೆಲಸ ನಡೀತದೆ. ನೀ ಹೀಗೆ ಸತತ ಬಂದು ಡಿಸ್ಟರ್ಬ್ ಮಾಡಬೇಡ, ನಿನಗೆ ಮಧ್ಯಾಹ್ನ ಹೊತ್ತು ಹೋಗುವುದಿಲ್ಲ ಎಂದಾದರೆ ಮನೆಗೆ ಹೋಗು, ಇಲ್ಲಾಂದರೆ ಗುಡ್ಡಕ್ಕೆ ಹೋಗಿ ಹಣ್ಣಿನ ಬೀಜ ಬಿಸಾಕುವ ಕೆಲಸ ಮಾಡು" ಅಂದ.

"ಹಾ ಅದೇನು ಸೀರಿಯಸ್ ಕೆಲಸವೋ; ಯಾರಿಗೂ ಅರ್ಥವಾಗದಂಥಾ ಚಿತ್ರ ಬರೆಯೋದು. ತಿಳಿಯುವಂಥಾ ಚಿತ್ರ ಬರೆದರೆ ಹೌದು ಎಂದೇನು."

ನನ್ನ ಮಾತಿಗೆ ಅವ ಏನೂ ಹೇಳಲಿಲ್ಲ. ಬರಿದೇ ಖಿದುಖಿದು ಅಂತ ಗಲ್ಲದಲ್ಲೇ ನಕ್ಕು ಹೋಗಿಬಿಟ್ಟ.

ಮಾರನೆಯ ದಿನ ನೋಡಿದ್ರೆ ಅವ ತನಯ ಕೂಡಿಯೇ ಗಾಯಬ್. ಎರಡು ದಿನ ಮರಳಲೇ ಇಲ್ಲ. ಅದ್ಯಾವುದೋ ಕರ್ನವಡಿಯ ಹಳ್ಳಿಯ ಹೊಲಕ್ಕೆ ಹೋಗಿದ್ದಾರೆಂದು ಅಮ್ಮ ಹೇಳಿದ್ದಳು. ನಿನ್ನೆಯ ವರ್ತನೆಗೆ ಸಾರಿ ಹೇಳೋದು ಹೋಗಲಿ, ಹೋಗಿ ಬರ್ತೇನೆ ಅಂತ ಒಂದು ಮಾತು... ಸೀದಾ ಹೀಗೆ ಘುರ್ ಆಗೋದೆಂದರೆ ಏನು? ನನಗೆ ಭಯಂಕರ ಸಿಟ್ಟು ಬಂತು. ಅಮ್ಮನ ಬಳಿ ಆ ಹೊಲದ ಅಡ್ರೆಸ್ ಇಸಿದುಕೊಂಡು ಹೋಗಿ ಕಿವಿ ಹಿಡಿದು ಕರೆತರಲೇ ಎಂದು ಕೂಡಾ ಅನ್ನಿಸಿತು. ಈ ತನಯ ಸದಾ ಅಟ್ಟದ ಮೇಲೇನೇ ಇರ್ತಾನೆ. ಮತ್ತೆ ಅವನ ಕೂಡ ಅಡ್ಡಾಡಲೇನು ಹೋಗೋದು? ಎಲ್ಲ ವಿಚಿತ್ರ!

ಎರಡು ದಿನಗಳ ಮೇಲೆ ಅವರಿಬ್ಬರೂ ಮರಳಿದರು. ಕೈಯಲ್ಲಿ ಭಟ್ಟಿಯ ಖವಾ, ಗೋವಿನ ಜೋಳ, ಹೊಲದ ಬಣ್ಣಬಣ್ಣದ ತೆನೆ ಇನ್ನೂ ಏನೇನೋ ಇದ್ದವು. ಏನೂ ಆಗಿಲ್ಲವೆಂಬಂತೆ ಅವ "ಸಂಜೆ ಈಜಲು ಹೋಗೋಣವೆ?" ಅಂತ ಕೇಳಿದ. ಜಗಳ ಬೆಳೆಸಲಿಷ್ಟವಿಲ್ಲದೆ ನಾನೂ ಹೂಂ ಗುಟ್ಟಿದೆ. ಇವನನ್ನು ತೀರಾ ಹಚ್ಚಿಕೊಂಡು ಬಿಟ್ಟಿದ್ದೇನೆ ಅನ್ನಿಸಿತು, ಎರಡು ದಿನಗಳಿಂದ ನಾ ಅವನ ಹೊರತು ಬೇರೇನೂ ವಿಚಾರವನ್ನೇ ಮಾಡಿಲ್ಲ, ಅವನ ವಿಚಿತ್ರ ವರ್ತನೆಯಿಂದ ಬಹಳ ಘಾಸಿಯೂ ಆಗಿತ್ತು, ಈ ಹಚ್ಚಿಕೊಳ್ಳೋದು ನೋವಾಗೋದು– ಇವೆಲ್ಲ ನನ್ನ ಸ್ವಭಾವಕ್ಕೆ ತೀರ ಹೊರತು.

07–08–2002

ಕಳೆದ ಒಂದೆರಡು ದಿನಗಳಿಂದ ನನಗೆ ಡೈರಿ ಬರೆಯುವುದಾಗೇ ಇಲ್ಲ. ಆದರೆ ಮೊನ್ನೆ ಬರೆಯಲು ಕುಳಿತಾಗ 'ಅರೆ ಈವರೆಗೆ ಬರೆದದ್ದನ್ನು ಒಮ್ಮೆ ಓದಿಯಾದ್ರೂ ನೋಡುವಾ' ಅನ್ನಿಸಿತು. ಬಾಕಿ ಏನಾದ್ರೂ ಇರಲಿ ನಾ ಬರೆದದ್ದು ಸಂಪೂರ್ಣ ಸತ್ಯವಾಗಿತ್ತೆಂಬ ಮಾತು ನನಗೆ ಬಹಳ ಸುಖ ಕೊಟ್ಟಿತು, ಬರೆಯುವಾಗಲೂ ಅದೆಷ್ಟು ಮನಸ್ಸಿಗೆ ಶಾಂತಿ! ಹಾಂ ಯಾರ ಕೈಗೆ ಇದು ಸಿಕ್ಕದಿದ್ದರೆ ಆಯ್ತು. ಅಮ್ಮನೇನಾದರೂ ಕದ್ದು ಮುಚ್ಚಿ ಡೈರಿ ಓದುತ್ತಿರಬಹುದೆ? ಹಾಗಿದ್ದಲ್ಲಿ ಪ್ಲೀಸ್

ಅಮ್ಮ ಈಗಲಾದ್ರೂ ಆ ಡೈರಿ ಇದ್ದಲ್ಲಿ ಇಟ್ಟುಬಿಡು ಮತ್ತೆ ತೆರೆದು ನೋಡಬೇಡ.

ಇಂದಿಗೆ ನಾ ಮನೆಗೆ ಮರಳಿ ತಿಂಗಳಾಯಿತು, ಅಮ್ಮ ನೀ ಡೈರಿ ಮರಳಿ ಇಟ್ಟೀಯೆಂದುಕೊಳ್ಳುತ್ತೇನೆ. ಕಳೆದ ತಿಂಗಳು ಅದೆಷ್ಟು ಭಯಂಕರವಾಗಿತ್ತು? ಕೈ ಕಾಲು ಮುರೀತಾವಲ್ಲ ಥೇಟ್ ಹಾಗೆಯೇ ಮನಸ್ಸು ಮುರಿದುಹೋಗಿತ್ತು. ತಲೆ ವಿಚಾರಗಳ ಜೇನುಗೂಡಾಗಿತ್ತು, ನಿಧಾನವಾಗಿ ಅವೆಲ್ಲ ಹಾರಿ ದಿಕ್ಕುದಿಕ್ಕಿಗೆ ಹೋಗ್ತಿವೆ, ಮನಸ್ಸು ಶಾಂತವಾಗ್ತಿದೆ.

ಡೈರಿ ಓದುತ್ತ ಕುಳಿತುಬಿಟ್ಟೆನಲ್ಲ ಯಾಕೋ ಬರೆಯಲು ಬೇಜಾರಾಯಿತು. ಮನೆಯ ಹೊರಗೆ ಬಂದು ಸುತ್ತಾಡುತ್ತಿದ್ದಾಗ ಅಪ್ಪ ಸ್ಕೂಟರ್ ಮೇಲೆ ಬಂದರು, ನನಗಾಗಿ ರಾಜಗೀರಿಯ ವಡೆ ತಂದಿದ್ದರು. ಹಲ್ಲು ನೋಯುವ ತನಕ ಅಗೆದಗೆದು ತಿಂದಾಗ ಬಲು ಮಜಾ ಎನ್ನಿಸಿತು. “ಅಪ್ಪಾ ನನಗೀಗ ಖರೇನ ಆರಾಮಾಗಿದೆ, ನನಗೆ ಕಾಯಿಲೆಯಿತ್ತೆಂಬುದನ್ನು ನೀವೂ ಮರೆತುಬಿಡಿ. ನಾ ಮನೆಗೆ ಬರ್ತೇನೆ” ಅಂದೆ. ಒಮ್ಮೆಲೆ ಮಾವಶಿಯ ಮುಖ ಕಂದಿತು, ನಾ ತಟ್ಟನೆ ಸಾವರಿಸಿಕೊಳ್ಳುತ್ತಾ “ಅಲ್ಲ ಹೀಗೇಕೆ ಮಾಡಬಾರದು? ಅಮ್ಮ ನೀ ಅಪ್ಪನೊಡನೆ ಹೋಗು, ನಾ ಎರಡು ಮೂರು ದಿನದಲ್ಲಿ ಬರ್ತೇನೆ. ಹೆದರಬೇಡಿ ನಾನೇನೂ ಜೀವಕ್ಕೆ ಧಕ್ಕೆ ಮಾಡ್ಕೋಳ್ಳೋದಿಲ್ಲ” ಅಂದೆ. ಅಮ್ಮ ಮನೆಗೆ ಮರಳಲು ತಯಾರಾದಳು. ಇಲ್ಲಿರುವಾಗಲೂ “ಅವರು ಊಟ ಸರಿಯಾಗಿ ಮಾಡ್ತಿದ್ದಾರೋ ಇಲ್ಲೋ? ಅಸೀಮನಿಗೆ ಆಫೀಸಿನಿಂದ ಬಂದೊಡನೆ ಬೆಚ್ಚನೆ ಹಾಲು ಬೇಕಾಗ್ತದೆ, ಅರಿಶಿಣದ ಬೇರುಗಳನ್ನು ಕುಟ್ಟಿಸುವುದಿತ್ತು” ಇಂಥಾ ಚಿಂತೆಗಳಲ್ಲೇ ಮುಳುಗಿದ್ದವಳಿಗೆ ನಿರಾಳವೆನಿಸಿರಬೇಕು. ಅವಳು ಯಾವಾಗಲೂ ಹಾಗೆಯೇ. ಹೀಗೆ ಮಾಡಿ ಮಾಡಿಯೇ ಅಪ್ಪ ಮತ್ತು ಅಪ್ಪನ ಝುರಾಕ್ಸ್ ಕಾಪಿ ಅಸೀಮನನ್ನು ಬಿಗಡಾಯಿಸಿರೋದು. ಅರಿವು ಬಂದಾಗಿನಿಂದ ನೋಡ್ತೇನೆ, ದಿನವಿಡೀ ಏನಾದ್ರೂ ಕೆಲಸ ಮಾಡ್ತಾನೇ ಇರ್ತಾಳೆ ಅಮ್ಮ. ಸೀರೆಯ ಕೆಳಗಿನಿಂದ ಇಣುಕುವ ಲಂಗ, ಹಣೆಯ ತುಂಬ ಬೆವರು– ಇದೇ ಅವಳ ಯಾವತ್ತಿನ ಅವತಾರ. ಅಪ್ಪ ಬರುವ ಮುನ್ನ ಮಾತ್ರ ತಂಪನೆಯ ಶರಬತ್ ಮಾಡಿ ಫ್ರಿಜ್ಜಿನಲ್ಲಿರಿಸಿ ಕೈ ಕಾಲು ಮುಖ ತೊಳೆದುಕೊಂಡು ಸೀರೆ ನೀಟಾಗಿ ಉಟ್ಟುಕೊಂಡು ತಯ್ಯಾರಾಗಿ ಉಪ್ಪಿಟ್ಟು ಇಲ್ಲ ಅವಲಕ್ಕಿಗಾಗಿ ಮೆಣಸಿನಕಾಯಿ ಹೆಚ್ಚಲು ಶುರು, ಅಪ್ಪ ಬಂದೊಡನೆ ಪ್ರಸನ್ನ ಮುಖದಿಂದ ಹೋಗಿ ಬಾಗಿಲು ತೆರೆಯೋಳು. ಆ ತೆರೆಯೋ ಪ್ರಾಸೆಸ್‌ನ ಒಂದು ಮಿನಿಟಿಗಾಗೇ ಇಷ್ಟೆಲ್ಲ ತಯ್ಯಾರಿ! ಅಪ್ಪ ಬಂದವರೇ ಶರ್ಟ್ ಕಳಚಿ ತೂತಾಗಿದ್ದ ಬನಿಯನ್ ಏರಿಸಿಕೊಂಡು ಕುರ್ಚಿಯಲ್ಲಿ ಕುಸಿದು ಮುಂದಿನ ಸ್ಟೂಲ್ ಮೇಲೆ ಕಾಲು ಚಾಚಿದರೆ ಮುಗೀತು. ಟೀವಿಯ ಜಗತ್ತಿನಲ್ಲಿ ಕಳೆದುಹೋಗಿಬಿಡೋರು. ಅಮ್ಮ ತನಗಾಗಿ ಒಂದೇ ದಿನವಾದರೂ ಅಲಂಕರಿಸಿಕೋಬಾರದೆ? ಅಥವಾ ಯಾವಾಗಲೂ ನೀಟಾಗೇ ಇರಬಾರದೇ? ಅನ್ನಿಸೋದು. ಆದರವಳಿಗೆ ಹಾಗಿರೋದೇ ಇಷ್ಟವಾದರೆ ಯಾರೇನು ಮಾಡಲು ಸಾಧ್ಯ?

ನಾ ಮನೆಗೆ ಮರಳುವ ಮುನ್ನ ಮಾವಶಿಯೊಟ್ಟಿಗೆ ಹೋಗಿ ಏಡಿ ತಂದು ಅಮಸೋಲಿನ ಸಾರಿನೊಂದಿಗೆ ಭರಪೂರ ಮೇಜವಾನಿ ಮಾಡಿದೆವು.

ನಿನ್ನೆ ಮುಂಜಾನೆ ನಾ ಮಾವಶಿಯೊಟ್ಟಿಗೆ ವಾಕಿಂಗ್ ಹೋಗಿದ್ದೆ. ಕ್ಯಾನವಾಸ್ ಬೂಟು, ಕತ್ತರಿಸಿದ ಬಾಬ್ ಕಟ್, ಟೀ ಶರ್ಟ್ ಮತ್ತು ಟ್ರ್ಯಾಕ್ ಪ್ಯಾಂಟಿನಲ್ಲಿ ಮಾವಶಿ ಥೇಟ್ ನನ್ನ ಕಾಲೇಜಿನ ಗೆಳತಿಯರಂತೆಯೇ ಕಾಣುತ್ತಿದ್ದಳು. ನಡೆವುದಾದರೂ ಎಂಥಾ ಫಾಸ್ಟ್! ಪಟ್ ಪಟ್ ಅಂತ ಬೂಟು ಟಕಟಕಾಯಿಸುತ್ತಾ ನನಗಿಂತ ಮುಂದೆ ಮುಂದೆ ಹೋಗುವಾಗ 'ಅಬ್ಬಾ ಇವಳಿಗೆ ಐವತ್ತಾ!' ಅನ್ನುವಂತಾಗಿತ್ತು.

'ನೀ ಹೋದ ಮೇಲೆ ನನಗೆ ತುಂಬಾ ಬೋರಾಗುತ್ತೆ ಕಣೆ' ಮಾವಶಿಯೆಂದಳು. ಪಾಪ ಅನಿಲಕಾಕಾ ಹಡಗಿನಿಂದ ಮರಳಿ ಬರುವವರೆಗೂ ಅವಳು ಒಬ್ಬಂಟಿ.

'ಅಲ್ಲ ನೀನೇಕೆ ಕಾಕಾನೊಟ್ಟಿಗೆ ಹಡಗಿಗೇ ಹೋಗಬಾರದು?'

"ಒಮ್ಮೆ ಹೋಗಿದ್ದೆ. ಆ ಟ್ರಿಪ್ ಹ್ಯಾಗಿತ್ತು ಗೊತ್ತಾ? ಥೇಟ್ ಆಫೀಸಿನಲ್ಲೇ ಪಿಕ್ ನಿಕ್ ಮಾಡಿದ ಹಾಗೆ. ಹಗಲಿಡೀ ಸಹೋದ್ಯೋಗಿಗಳ ಮಧ್ಯ ಇವರಿರೋರು, ಸಂಜೆ ಎಲ್ಲ ಕೂಡಿ ದಾರು ಕುಡಿಯೋದು, ನನ್ನ ಜೊತೆ ಕಳೆಯಲು ವೇಳೆಯೇ ಇಲ್ಲ. ಹೋಗಲಿ ಅವರ ದಿನಚರಿ ನಾನೇಕೆ ಮುರಿಯಲಿ? ಅಂತನ್ನಿಸಿ ಕೆಲ ದಿನ ಸುಮ್ಮನಾದೆ. ಆದರೆ ಕಡೆಗೆ ಇಷ್ಟು ಬೇಜಾರಾಗಿ ಹೋಯಿತಲ್ಲ, ನಡುವೆಯೇ ವಿಮಾನದಿಂದ ಮನೆಗೆ ಮರಳಿಬಿಟ್ಟೆ" ಎಂದು ನಕ್ಕಳು.

ಮರಳಿ ಬರುವಾಗ ರಸ್ತೆಬದಿಗೆ ಎಳನೀರಿನವ ಕಂಡಿದ್ದ. ಅವ ಮಾವಶಿಯನ್ನು ಬಲ್ಲವ ಅಂತ ಕಾಣುತ್ತೆ. ನಮಗೊಳ್ಳೆಯ ಸಿಹಿ ಕಾಯಿ ಆರಿಸಿ ಒಡೆದು ಕೊಟ್ಟ. ಸಮೀಪದಲ್ಲಿ ಒಂದು ಕಬ್ಬಿಣದ ಡ್ರಮ್ಮಿನ ಮುಂದೆ ನಿಂತು ಇಬ್ಬರು ಹುಡುಗರು ಕಾಯಿ ಎಸೆಯುವ ಗುರಿ ಸಾಧಿಸುತ್ತಿದ್ದರು. ಆದರೆ ಒಂದು ಕಾಯಾದರೂ ಡ್ರಮ್ಮಿನೊಳಗೆ ಬಿದ್ದರೆ ಕೇಳು!

ಕೂಡಲೇ ಅಂಗಡಿಯವ "ಯಾರು ಸರಿಯಾಗಿ ಡ್ರಮ್ಮಿನೊಳಗಡೆ ಖಾಲಿ ಕಾಯಿ ಎಸೀತಾರೋ ಅವರಿಗೆ ಕಾಯಿ ಅರ್ಧ ರೇಟಿಗೆ" ಅಂತ ಚೇಷ್ಟೆಗಾಗಿ ಅಲ್ಲ ಸೀರಿಯಸ್ಸಾಗೇ ಹೇಳಿದಾಗ ನಾ ಮಾವಶಿಯ ಕಡೆ ನೋಡಿ ಹುಬ್ಬು ಹಾರಿಸಿದೆ. ಅವಳು "ನಡೆ ಟ್ರಾಯ್ ಮಾಡೋಣ" ಅಂದವಳೇ ಖಾಲಿಯಾದ ಕಾಯಿಯನ್ನು ಎತ್ತಿಕೊಂಡು ಅಳೆದು ತೂಗಿ ಗುರಿಯಿಟ್ಟು ಎಸೆದರೆ ಅದು ಸೀದಾ ಡ್ರಮ್ಮಿನೊಳಗೆ ಬಿದ್ದಿತ್ತು. ನಾ ಜೋರಾಗಿ ಚಪ್ಪಾಳೆ ತಟ್ಟಿದೆ.

ನಾನೂ ಕಾಯಿಯನ್ನು ಡ್ರಮ್ಮಿನತ್ತ ಗುರಿಯಿಡುತ್ತಾ "ಮಾವಶಿ ನಿನ್ನ ಟ್ರಿಕ್ ಹೇಳೇ" ಎಂದೆ. "ನೋಡು ನಿನಗೆ ಯಾವುದರ ಮೇಲೆ ಗುರಿ ಇಡೋದಿದೆಯೋ ಅದನ್ನು ಮನಸ್ಸಿನಲ್ಲಿ ತಂದುಕೋ" ಅಂದಳು.

ಛಕ್ಕನೆ ಅವನ ಮುಖ ಮಿಂಚಿ ಮಾಯವಾದಂತಾಯಿತು, ಅತ್ತಲೇ ನೋಡ್ತಾ ನಾ ಜೋರಾಗಿ ಕಾಯಿ ತೂರಿದೆ. ನೇರ ಡ್ರಮ್ಮಿನೊಳಗೆ ಹೋಗಿಬಿದ್ದ ಎರಡೂ ಕಾಯಿಗಳನ್ನು ನೋಡಿ ಅಂಗಡಿಯವ ನಕ್ಕ. ಇಬ್ಬರಿಗೂ ಅರ್ಧರ್ಧ ರೇಟ್

ಮಾಡೋದೇನು? ಅಂತ ಒಂದಿಡೀ ಕಾಯನ್ನು ಫ್ರೀ ಕೊಟ್ಟ. ನಾವಿಬ್ಬರೂ ಫಿಲ್ಮ್‌ನಲ್ಲಿ ತೋರಿಸುವಂತೆ ಒಂದೇ ಕಾಯಲ್ಲಿ ಎರಡು ಸ್ಟ್ರಾ ಸಿಕ್ಕಿಸಿಕೊಂಡು ಕುಡಿಯುತ್ತಾ ಮರಳಿದೆವು. ರಸ್ತೆಗುಂಟ ನನಗೆ ಮಿಂಚಿ ಮಾಯವಾದ ಅವನ ಮುಖವೇ ನೆನಪಾಗುತ್ತಿತ್ತು, ಮತ್ತೆ ಮಂಕುತನ ಕವಿದಿತ್ತು.

ಇವತ್ತು ಮುಂಜಾನೆ ನಾ ಮನೆಗೆ ಮರಳಿದೆ. ಮಾವಶಿಯೇ ತಂದು ಬಿಟ್ಟು ಹೋದಳು. ನಾನೀಗ ಬರೀತಿರೋದು ನನ್ನ ಕೋಣೆಯ ನಾಲ್ಕು ಗೋಡೆಗಳ ನಡುವೆ ಕುಳಿತು. ನಮಗೆ ಸ್ಕೂಲಿನಲ್ಲಿ ಮರಾಠಿ ಕವಿತೆಯೊಂದಿತ್ತು. "ನಿಮ್ಮ ಗೋಡೆಗಳಿಗಿಂಥಾ ಚೆನ್ನಾಗಿ ನಿಮ್ಮನ್ನು ತಿಳಿದಿರೋರಿಲ್ಲ" ಅಂತ. ಅದನ್ನೋದಿ ನಾವು ಬಿದ್ದು ಬಿದ್ದು ನಗುತ್ತಿದ್ದೆವು, ಆಗೆಲ್ಲ ಅಷ್ಟು ಚೇಷ್ಟೆ ಮಾಡಿದ ಕವಿತೆ ನನಗೀಗ ನಿಜವೆನ್ನಿಸತೊಡಗಿತ್ತು- ಈ ಕೋಣೆಯ ಗೋಡೆಗಳು ಆರೆಂಟು ತಿಂಗಳುಗಳ ಕಾಲ ನಡೆದ ನನ್ನೆಲ್ಲ ಆಟ ನೋಡಿವೆ. ಅವುಗಳಿಗೆ ನನ್ನ ಬಗ್ಗೆ ಏನನ್ನಿಸ್ತಿರಬಹುದು?

ತಿಂಗಳ ಹಿಂದೆ ನಾ ಮರಳಿದೊಡನೆ ಪುರುಸೊತ್ತಿಲ್ಲದಂತೆ ಅಪ್ಪ ಅಮ್ಮ ನನ್ನನ್ನು ಶರಯೂ ಮಾವಶಿಯ ಕಡೆ ಕರೆದೊಯ್ದು ಬಿಟ್ಟಿದ್ದರು. ಹೀಗಾಗಿ ಸರಿಯಾಗಿ ಮನೆಯನ್ನು ನೋಡಲಾಗಿರಲೇ ಇಲ್ಲ. ಈಗ ನೋಡಿದರೆ ಕೋಣೆಯಲ್ಲಿ ಇಳಿಬಿಟ್ಟಿದ್ದ ಬಟ್ಟೆಗಳು, ನೆಲದ ಮೇಲೆ ಹರಡಿದ್ದ ನನ್ನ ಯಾವ ವಸ್ತುವೂ ಇಲ್ಲವೇ ಇಲ್ಲ, ಆ ಕೋಣೆಯನ್ನು ಗೋದಿ ಮತ್ತು ಸಕ್ಕರೆಯಿಡುವ ಉಗ್ರಾಣ ಮಾಡಿದ್ದಾರೆ, ಪಡಸಾಲೆಯ ಟೀವಿ ಕೂಡ ಒಳಗೇ ಬಂದಿದೆ. ಅದು ನನ್ನ ಕೋಣೆಯಂತ ಎನ್ನಿಸಲೇ ಇಲ್ಲ, ಬಹುಶಃ ನಾನಿನ್ನು ಮರಳುವುದೇ ಇಲ್ಲ ಎಂದುಕೊಂಡು ಇವರು ತಮಗೆ ಬೇಕಾದಂತೆ ಎಲ್ಲ ಬದಲು ಮಾಡಿಕೊಂಡುಬಿಟ್ಟಿದ್ದಾರೆ.

ಮಾವಶಿಯ ಕಾರು ಅಂಗಳದಲ್ಲಿ ಬಂದು ನಿಂತಾಗ ಬಾಗಿಲು ತೆಗೆದ ನನ್ನ ದೃಷ್ಟಿ ತಂತಾನೇ ಅಟ್ಟಕ್ಕೆ ಹೋಯ್ತು. ಮೇಲಿನ ಕೋಣೆಯಲ್ಲಿ ಯಾರೋ ಇದ್ದರು, ನಾ ಬಂದಿದ್ದು ನೋಡಿ ತನಯ ಸಾವಕಾಶವಾಗಿ ಕೆಳಗಿಳಿದು ಬಂದ.

ಊಟ ಮಾಡಿ ಮರಳುವಾಗ ಮಾವಶಿ ಅವಳ ಡಿಸ್ಕಮನ್ ಮತ್ತು ಅನಿಲ ಕಾಕಾನ ಒಂದೈವತ್ತು ಸೀಡಿಗಳು ತುಂಬಿದ ಬ್ಯಾಗ್ ನನಗೆ ಕೊಟ್ಟಳು. ಎಂಥಾ ಧಕ್ಕಾ ಹತ್ತುತ್ತದೋ ಒಮ್ಮೆ ಹತ್ತಿಯೇಹೋಗಲಿ ಅಂತ ಠರಾಯಿಸಿ ನಾ ಮಧ್ಯಾಹ್ನದ ಚಹದ ನಂತರ ಅಟ್ಟವೇರಿ ಹೋದೆ. ಕೋಣೆಯ ಬಾಗಿಲು ತೆರೆದೇ ಇತ್ತು. ಅವ ಹೋದ ಮೇಲೆ ತನಯ ಇಲ್ಲಿರ್ತಿರಬಹುದೆಂಬ ನನ್ನ ನಂಬುಗೆ ಸುಳ್ಳಾಗಿತ್ತು. ಕೋಣೆಯ ತುಂಬೆಲ್ಲಾ ಅವನ ಹರಿದ ಕ್ಯಾನವಾಸ್‌ಗಳು, ಮುರಿದ ಬಣ್ಣದ ಬಾಟಲಿ ಮತ್ತೇನೇನೋ ಚೆಲ್ಲಾಪಿಲ್ಲಿಯಾಗಿ ಬಿದ್ದಿದ್ದವು. ಎಲ್ಲೆಡೆ ಕಸ ಧೂಳು. ನನ್ನ ಕೂಡ ಓಡಿ ಹೋದ ಅವನ ಮೇಲಿನ ಸಿಟ್ಟನ್ನು ತನಯ ಹೀಗೆ ತೀರಿಸಿಕೊಂಡಿರಬಹುದೆ?

ಇವೆಲ್ಲದವುಗಳ ನಡುವೆ ಇರಾಣಿ ಹೋಟಲಲ್ಲಿರುವಂಥಾ ಗೋಲ ಕುರ್ಚಿ, ಕಿಟಕಿಯಲ್ಲಿ ಬಿಸ್ಕೀಟಿಡುವ ದೊಡ್ಡ ಭರಣಿಯೂ ಇದ್ದವು.

ನನಗೆ ಅವನ ನೆನಪು ಚಿತ್ರದಂತೆ ಮರುಕಳಿಸಿತು. ಸ್ಕೆಚ್ ಮಾಡುತ್ತಿರುವ, ಅಡುಗೆ ಮಾಡುತ್ತಿರುವ, ಕಟ್ಟೆಯ ಮೇಲೆ ಕುಳಿತು ವಾಕ್‌ಮನ್ ಕೇಳುತ್ತಿರುವ, ಕಿಟಕಿಯಲ್ಲಿ ಬಾಗಿ ಸಂಪಿಗೆ ಹೂ ಹರಿಯುತ್ತಿರುವ– ಹೀಗೇನೇನೋ ಚಿತ್ರಗಳು... ಮೆಲ್ಲನೆ ಅಸ್ವಸ್ಥಳಾಗತೊಡಗಿದ್ದೆ, ಏರಿದ್ದ ಹುರುಪೂ ಇಳಿದಿತ್ತು. ಮನದಲ್ಲಿ ನೂರಾರು ಪ್ರಶ್ನೆಗಳು; ಯಾರಿಗೂ ಜವಾಬೇ ಗೊತ್ತಿರದ ಪ್ರಶ್ನೆಗಳು.

ನಾ ಏಕದಂ ಆ ಗೋಲಕುರ್ಚಿಯಲ್ಲಿ ಕುಸಿದು ಕುಳಿತೆ. ಅವನಿಗೆ ನನ್ನ ಜೊತೆ ಬರುವುದಿದ್ದಿಲ್ಲವಾಗಿದ್ದಲ್ಲಿ ಸ್ಪಷ್ಟ ಹೇಳಬೇಕಿತ್ತು. ಆದರವನಿಗೆ ಯೋಚಿಸಲು ಸಮಯ ಕೊಟ್ಟಿದ್ದೆನೆ? ಅಥವಾ ಇದೆಲ್ಲ ನನ್ನ ತಲೆಗೇರಿರುವ ಹುಚ್ಚು, ನಾಲ್ಕು ದಿನದಲ್ಲಿ ಬಿಟ್ಟು ಹೋಗುತ್ತದೆ ಅಂತ ಎಣಿಸಿದನೇನೋ. ಹಾಗಾಗದೇ ಈ ಸಂಬಂಧದ ಕುರಿತು ನಾ ಸೀರಿಯಸ್ ಇದ್ದೇನೆ ಅಂತರಿವಾದಾಗ ಕೈ ಜಾಡಿಸಿಕೊಂಡು ಬಿಟ್ಟನಷ್ಟೆ.

ಇದೂ ತರ್ಕವಷ್ಟೆ. ಖಾತ್ರಿ ಏನೆಂಬುದು ಯಾರಿಗೂ ಗೊತ್ತಿಲ್ಲ. ಧಡಾಧಡ್ ಮಾತನಾಡಿ ಮನದಲ್ಲಿ ನಡೆದಿರುವುದನ್ನೆಲ್ಲ ಹೇಳಿ ಝುಳಝುಳವಾಗುವ ಸ್ವಭಾವ ಅವನದಲ್ಲವೇ ಅಲ್ಲ. ಗೆಳೆತನ ಸುದ್ದಾ ನಾನೇ ಮುಂದೆ ಬಿದ್ದು ಮಾಡಿಕೊಂಡೆ ಅಂತ ಆಯಿತು, ಆದದ್ದು ಬೆಳೆಯಿತು, ಅಥವಾ ನಾ ಬೆಳೆಸಿದೆ ಅಷ್ಟೆ. ಇಲ್ಲಿಂದ ಓಡಿ ಹೋಗುವುದಕ್ಕೆ ಬಲವಂತ ಮಾಡಿದ್ದೂ ನಾನೇ. ಅವನ ಕಡೆಯಿಂದ ತಗೊಂಡ ನಿರ್ಧಾರಗಳು ತೀರಾ ಕಮ್ಮಿ. ನನ್ನಿಂದ ಅವ ಬಯಸಿದ್ದೇನೂ ಇಲ್ಲವೇ ಇಲ್ಲ. ಯಾವತ್ತೂ ಯಾವುದಕ್ಕೂ ಜಬರದಸ್ತಿ ಮಾಡಿದ್ದೂ ಇಲ್ಲ, ಕೂಡಿ ಇದ್ದಷ್ಟು ದಿನ ನನ್ನ ಹಟಮಾರಿತನದ ಸ್ವಭಾವಕ್ಕೆ ಅವನೆಂದೂ ರೇಗಲಿಲ್ಲ. ಅಂದ್ರೆ... ಅಂದ್ರೆ... ನಾ ಅವನಿಗೆ ಏನೂ ಆಗಿರಲೇ ಇಲ್ಲವೆ?

ಮನೆಯಿಂದ ಹೋಗುವ ಮುನ್ನ ನಾವು ಮಿತ್ರರಾಗಿದ್ದರೂ ದೈಹಿಕ ಸಂಬಂಧ ಏರ್ಪಟ್ಟಿರಲಿಲ್ಲ. ನಾ ಅದೆಲ್ಲಾ ಆಗಲೇ ಅನುಭವಿಸಿಬಿಟ್ಟಿದ್ದರಿಂದ ಅಂಥಾ ಉತ್ಸುಕತೆ ಇರಲಿಲ್ಲ, ಅದೇನು ಅಂತ ಗೊತ್ತಾಗಿಹೋಗಿತ್ತು, ಹಪಾಹಪಿತನವಿರಲಿಲ್ಲ. ಒಂದಿನ ಅಟ್ಟದ ಕೋಣೆಯಲ್ಲಿ ಬಹಳ ಹೊತ್ತು ಅವ ನನ್ನ ಬಳಿಸಿ ಕೂತಿದ್ದು, ಬೈಕಿನ ಮೇಲಿದ್ದಾಗ ಎಲ್ಲೋ ತುಸು ಸ್ಪರ್ಶವಾಗಿದ್ದು ಬಿಟ್ಟರೆ ನಾವು ದೂರದೂರಾನೇ ಇದ್ದಿದ್ದು. ಗಿಟಾರ್ ಕ್ಲಾಸಿನ ಮಾತು ಮಾತ್ರ ಬೇರೆ. ಅವ ನನ್ನನ್ನು ತೊಡೆಯ ಮೇಲೆ ಕೂರಿಸಿಕೊಳ್ಳುತ್ತಿದ್ದ, ಇಬ್ಬರೂ ಕೂಡಿಯೇ ಗಿಟಾರಿನ ತಂತಿಯನ್ನು ಮೀಟುತ್ತಿದ್ದೆವು. ಆಗೆಲ್ಲ ಅವನ ಮೈಯಿಂದ ಬರುತ್ತಿದ್ದ ಆರ್ದ್ರ ವಾಸನೆಯನ್ನು ನಾ ಶ್ವಾಸಕೋಶ ತುಂಬುವತನಕ ಎಳೆದುಕೋತಿದ್ದೆ. ಅವನ ಉರುಟು ಗಡ್ಡ ಗಲ್ಲಕ್ಕೆ ಚುಚ್ಚುವಾಗ ಮೈಯೆಲ್ಲ ರೋಮಾಂಚನ! ಬೆರಳು ತಪ್ಪು ತಂತಿ ಮೀಟುತ್ತಿತ್ತು.

ಅವನೇ ಮುಂದಾಗಿದ್ದನಲ್ಲವೆ ಸಮುದ್ರದಂಡೆಯ ಆ ಮಿಲನಕ್ಕೆ? ಒಮ್ಮೆ ಅವ ಲೈಬ್ರರಿಯಿಂದ ಬರುವ ಮುನ್ನ ನಾ ಅವನಿಗೊಂದು ಚೀಟಿ ಬರೆದಿಟ್ಟು ಸೈಕಲ್ ಮೇಲೆ ಸಮುದ್ರದಂಡೆಗೆ ಬಂದಿದ್ದೆ. ಬೆಳಗಿನ ಸೂರ್ಯ ಮತ್ತೆ ಸಂಜೆಯ ಸೂರ್ಯ– ಇವರ ಮಧ್ಯೆ ಅದೆಷ್ಟು ಅಂತರ ಅಂತ ಅಚ್ಚರಿ ಪಡುತ್ತಾ ಎಷ್ಟೊತ್ತು ಕೂತಿದ್ದೆನೋ.

ಇದೆಲ್ಲಾ ಆದದ್ದು ಮಧುಮಲಾಯಿಯ ಕ್ಯಾಂಪ್ ಮುಗಿಯುವ ನಾಲ್ಕು ದಿನ ಮುಂಚೆ. ಮುಂದೇನು ಮಾಡುವುದು? ನಾವಿರೋದು ಎಲ್ಲಿ? ಹ್ಯಾಗೆ? ಎಂಬೆಲ್ಲ ವಿಷಯಗಳ ಬಗ್ಗೆ ನನಗೆ ಕ್ಲ್ಯಾರಿಟಿಯಿರಲಿಲ್ಲ. ಅದೇ ಚಿಂತೆಯಲ್ಲಿ ನಾ ಬಾಡಿದ್ದರೆ ಅವನ ಮುಖದಲ್ಲಿ ಎಂದಿನ ಶಾಂತಿ.

ನನ್ನ ಹಿಂದಿನಿಂದ ಅವ ಬಂದಾಗ ಕತ್ತಲಾವರಿಸುತ್ತಿತ್ತು. ಎರಡೂ ಕೈಯಲ್ಲಿ ಬಾಡಿದ ನನ್ನ ಮುಖ ಹಿಡಿದುಕೊಂಡು ಮುತ್ತಿಡುತ್ತಾ ಹೋಗಿದ್ದ. ನಾನೂ ಬಳಿ ಸರಿದು ಅವನ ಜೊತೆಯಾಗುತ್ತ ಹೋದೆ. ಇಷ್ಟುದಿನ ದುರ್ಲಕ್ಷ್ಯ ಮಾಡಿದ್ದ ನಮ್ಮಿಬ್ಬರ ದೈಹಿಕ ಹಸಿವು ಭುಗಿಲ್ ಎಂದಿತ್ತು. ಆ ಸಮುದ್ರ ದಂಡೆ, ಆ ಶಾಂತತೆಯಲ್ಲಿನ ಅನುಭವ ನನ್ನ ಮೊದಲ ಅನುಭವಕ್ಕಿಂತ ಏನೇನೂ ಕಮ್ಮಿಯಿರಲಿಲ್ಲ. ಆದರೆ ನನ್ನ ನರಘುರಿನಲ್ಲಿ ಅವ ಬೆಳೆದು ನಿಂತಿದ್ದು ನಂತರದ ಅವನ ಪ್ರೇಮ ತುಂಬಿದ ವರ್ತನೆಯಿಂದ. ಎಲ್ಲ ಮುಗಿದ ಮೇಲೂ ಅವ ಉಸುಕು, ಕೆಸರಿನಲ್ಲಿ ಮುಳುಗಿದ್ದ ನನ್ನ ದೇಹವನ್ನು ತನಗೊತ್ತಿಕೊಂಡು ಮುದ್ದಿಸುತ್ತಲೇ ಇದ್ದ. ಭರತಕ್ಕೆ ಬಂದ ಸಮುದ್ರ ಕಾಲನ್ನು ಮುತ್ತಿಕ್ಕಿದ ಮೇಲೇನೇ ನಾವಿಬ್ಬರೂ ದೂರ ಸರಿದಿದ್ದು. ಕತ್ತಲಲ್ಲೇ ನಮ್ಮ ನಮ್ಮ ಬಟ್ಟೆಗಳನ್ನು ಹುಡುಕಿ ಹಾಕಿಕೊಂಡು ಸೈಕಲ್ ನೂಕಿಕೊಂಡೇ ರೂಮಿಗೆ ಮರಳಿದ್ದೆವು.

ನನ್ನದೇ ಗುಂಗಿನಲ್ಲಿ ಕೂತಿದ್ದ ನನಗೆ ಹೊರಗೆ ಕತ್ತಲಾಗಿದ್ದೂ ಗೊತ್ತಾಗಲಿಲ್ಲ, ಕಡೆಗೊಮ್ಮೆ ಕೋಣೆಗೆ ಚಿಲಕ ಸಿಕ್ಕಿಸಿ ಕೆಳಗೆ ಬಂದಾಗ ಅಪ್ಪ, ಅಸೀಮ್ ಇಬ್ಬರೂ ಆಫೀಸಿನಿಂದ ಬಂದಿದ್ದರು. ಅವರೊಟ್ಟಿಗೆ ಮಾತನಾಡಿ ಕೋಣೆಗೆ ಮರಳುವಾಗ ದೇವರ ಮನೆಯ ಕತ್ತಲೆಯಲ್ಲಿ ಕಿಟಕಿಯಾಚೆ ನೋಡುತ್ತ ನಿಂತಿದ್ದ ತನಯ ಕಂಡಿದ್ದ.

"ಅರೆ ದೀಪವಾದರೂ ಹಚ್ಚು" ಅನ್ನುತ್ತಾ ನಾ ಟ್ಯೂಬ್ ಲೈಟಿನ ಗುಂಡಿಯೊತ್ತಿದಾಗ ಜಗ್ಗನೆ ಬಿದ್ದ ಬೆಳಕಲ್ಲಿ ಅವನ ಕಣ್ಮಣಿಗಳು ಬೆಳಗಿದ್ದವು. ಅವ ಬಳಿಗೆ ಬಂದು "ಹ್ಯಾಗಿದ್ದೀ? ನೀ ಮರಳಿ ಬಂದಿದ್ದು ಭಾಳ ಒಳ್ಳೇದಾಯ್ತು ಅನು" ಅನ್ನುತ್ತಾ ತಟ್ಟನೆ ಅಳಲಾರಂಭಿಸಿದ್ದ.

"ನಾನು ಇನ್ನೆಲ್ಲಿಯೂ ಹೋಗೋಲ್ಲ ಕಣೋ. ಇಲ್ಲೇ ಇರ್ತೇನಿ ಅಳಬೇಡ" ಅಂತ ನಾ ಸಮಾಧಾನಿಸಿದ ಎಷ್ಟೋ ಹೊತ್ತಿನ ಮೇಲೆ ಅವ ಸುಮ್ಮನಾಗಿದ್ದ. ಆಮೇಲೆ ಕೋಣೆಯಿಂದ ಹೊರಟು ಹೋಗಿದ್ದ.

ಅಮ್ಮ ನನ್ನನ್ನು ಊಟಕ್ಕೆ ಕರೆಯಲು ಕೋಣೆಗೆ ಬಂದಾಗ "ನೀ ಹೋದದ್ದು ಎಲ್ಲರಿಗಿಂತ ಮನಸ್ಸಿಗೆ ಹಚ್ಚಿಕೊಂಡವನೆಂದರೆ ತನಯ ನೋಡು. ಮಾತೇ ನಿಂತು ಹೋಗಿದೆ ಅವನದ್ದು, ಮುಖ ಇಳಿದು ಹೋಗಿದೆ. ಕಣ್ಣಲ್ಲಂತೂ ಯಾವಾಗ್ಲೂ ನೀರಿದೆಯೇನೋ ಅನ್ನಿಸುತ್ತೆ" ಅಂದಳು. ಅವಳಿಗೆ ನಾವು ಅಣ್ಣ ತಂಗಿಯರ ಮಧ್ಯ ಅಂಥಾ ಹೇಳಿಕೊಳ್ಳುವ ಬಾಂಧವ್ಯ ಇಲ್ಲವೆಂದು ನೋವಿತ್ತು, ತನಯನ ಈ ಕಾಳಜಿಯಿಂದ ಅವಳ ಮನಸ್ಸು ತುಂಬಿ ಬಂದಿತ್ತು.

ಅಮ್ಮ ಅಡುಗೆ ಮನೆಯೊಳಕ್ಕೆ ಹೋಗ್ತಾ "ಅನು ಏನೇ ಹೇಳು ರಕ್ತ ಸಂಬಂಧ ರಕ್ತ ಸಂಬಂಧವೇ ನೋಡು, ಅದೇ ಕಷ್ಟಕ್ಕಾಗೋದು. 'ನಮ್ಮ ಕುಟುಂಬ' ಅನ್ನೋದಿದೆಯಲ್ಲ ಅದು ಬಹಳ ಮಹತ್ವದ್ದು" ಅಂದಳು.

08–08–2002

ಮಾರನೆಯ ದಿನ ನನಗೆ ಎಚ್ಚರಾಗಿದ್ದು ಏಳು ಗಂಟೆಗೆ, ಅದೂ ಅಪ್ಪನ ಸ್ಕೂಟರ ಕಿಕ್ಕಿನ ಸಪ್ಪಳದಿಂದ. ಅಡುಗೆಮನೆಯಿಂದ ಪಾತ್ರೆಯುಜ್ಜುವ ಜೋರುಜೋರಿನ ಸದ್ದಿನ ಜೊತೆಗೇನೇ "ಅಮ್ಮಾ... ನನಗೆ ಸ್ನಾನಕ್ಕೆ ನೀರು, ಅಮ್ಮಾ...ನನ್ನ ಚಹಾ ಆರಿಹೋಗಿದೆ, ಬಿಸಿ ಮಾಡಿ ಕೊಡು" ಅಂತ ಕೂಗುತ್ತಿದ್ದ ಅಸೀಮನ ಧ್ವನಿಯೂ ಕೇಳಿತ್ತು. ಹೊರಗೆ ಬಂದಾಗ ತನಯ ಬೂಟು ಕಟ್ಟಿಕೊಂಡು ಎಲ್ಲಿಗೋ ಹೋಗುವ ತಯಾರಿಯಲ್ಲಿದ್ದ.

"ಎಲ್ಲಿಗೆ ಹೊರಟೆ?" ನಾನಂದೆ.

"ಎಲ್ಲಿಗೆ ಎಂದರೇನರ್ಥ? ಯುನಿವರ್ಸಿಟಿಗೆ, ಇವತ್ತು ಕಾನ್ವಕೇಷನ್ ಇದೆ" ಅಂದ.

ಅರೆ, ಅಂದರೆ ಇವನ ರಿಸಲ್ಟ್ ಕೂಡಾ ಆಗಿಹೋಯಿತೆ? ನನಗೆ ಗೊತ್ತೇ ಆಗಲಿಲ್ಲವಲ್ಲ. ಪರ್ಸೆಂಟೇಜ್ ಎಷ್ಟಾಯ್ತು? ಅಂತ ಕೇಳುವ ಮುನ್ನವೇ ಅವ ಹೊರಟು ಹೋಗಿದ್ದ.

ಎಲ್ಲ ಹೊರಟು ಹೋದ ಮೇಲೆ ನಾನು ಅಮ್ಮ ಇಬ್ಬರೇ ಉಳಿದೆವು ಮನೆಯಲ್ಲಿ, ಅಮ್ಮನೂ ಕೆಲಸದ ರಗಳೆಯಲ್ಲಿ ಮುಳುಗಿಹೋಗಿದ್ದಳು, ಹೀಗಾಗಿ ನಾ ಒಬ್ಬಳೇ ಉಳಿದಂತೆಯೇ. ನನಗೆ ಗಾಬರಿಯಾಯಿತು– ಹೀಗಾದರೆ ನಡೆಯುವುದಿಲ್ಲ. ಎಡ್ಮಿಷನ್ ಆಗೋತನಕ ಏನಾದ್ರೂ ಮಾಡಬೇಕು, ಇಲ್ಲಾಂದ್ರೆ ತಲೆಗೆ ಜಂಗು ಹಿಡಿದು ಹೋದೀತು.

ರೆಡಿಯಾಗಿ ಮನೆಯಿಂದ ಹೊರಬಿದ್ದು ಜಿಮ್‌ನಲ್ಲಿ ಹೆಸರು ನೋಂದಾಯಿಸಿ ಬರುವಾಗ ಗ್ರೀನ್ ಅರ್ಥ್ ಕಚೇರಿಯಲ್ಲಿಣುಕಿದೆ. ರಿಸೋರ್ಸ್ ಪರ್ಸನ್ ಸಬೀನಾಳ ದಾರಿಯನ್ನು ತಾಸಿಗಿಂತಲೂ ಹೆಚ್ಚು ಕಾಯ್ದೆ. ಅವಳು ಮಧ್ಯಾಹ್ನವಾದರೂ ಬರದಾದಾಗ ಮನೆಗೆ ಬಂದು ನೇಹಾಳಿಗೆ ಫೋನ್ ಮಾಡಿದರೆ ಅವಳು ಗೆಳತಿಯೊಟ್ಟಿಗೆ ಸಿನಿಮಾಗೆ ಹೋಗಿದ್ದಾಳೆಂದು ಗೊತ್ತಾಯ್ತು. ಎಲ್ಲರ ಜೊತೆ ಮರಳಿ ಕೊಂಡಿ ಬೆಸೆಯಲು ಸಮಯ, ಸಹನೆ ಎರಡೂ ಬೇಕಾದೀತು, ಎಲ್ಲರ ಬದುಕು ನೆಟ್ಟಗೆ ನಡೆದಿದೆ. ಹೌದು, ಎಲ್ಲ ಬಿಟ್ಟು ನಡೆದವಳು ನಾನಲ್ಲವೆ? ಎಂಬ ಭಾವದಲ್ಲೇ ಅನುಭವ್‌ಗೆ ಫೋನ್ ಮಾಡಲು ರಿಸೀವರ್ ಎತ್ತಿದೊಡನೆ 'ಛೇ ಇದು ತೀರಾ ಸ್ವಾರ್ಥ' ಎನ್ನಿಸಿತು. ತಿರುಗಿ ಇಟ್ಟುಬಿಟ್ಟೆ. ನಾ ಮರಳಿ ಬರೋದು ಯಾರಿಗಾದರೂ ಬೇಕಾಗಿತ್ತೇ ಇಲ್ಲವೇ? ಅನ್ನೋ ವಿಚಾರದಲ್ಲಿ ಸಿಲುಕಿ ಇಡೀ ಸಂಜೆ ಕಳೆದೆ.

ಐದು ಗಂಟೆಗೆ ಅಮ್ಮ ಬಂದು ನಿನಗೆ ಫೋನಿದೆ ಎಂದಳು. 'ಯಾರಿರಬಹುದಪ್ಪಾ?' ಅಂತ ವಿಚಾರ ಮಾಡುತ್ತಾ ನಾ ರಿಸೀವರ್ ಎತ್ತಿದಾಗ ಅತ್ತಕಡೆಯಿಂದ ಅನುಭವ್‌ನ ಧ್ವನಿ ಕೇಳಿತ್ತು.

ಅವ ಕೇಳಿದ ಯಾವ ಮಾತಿಗೂ ಇಲ್ಲವೆನ್ನಲಿಲ್ಲ. ಬೈಕಿನಲ್ಲಿ ಅವನೊಟ್ಟಿಗೆ ಯುನಿವರ್ಸಿಟಿ ಸುತ್ತಲು ಹೋದೆ. ಬೈಕಿಳಿದು ನಾವಿಬ್ಬರೂ ಎಷ್ಟೋ ಹೊತ್ತು ಹಾಗೆಯೇ ನಡೆಯುತ್ತಿದ್ದೆವು. ಆಮೇಲೆ ಒಂದು ಕಲ್ಲಿನ ಮೇಲೆ ಕೂಡುತ್ತಾ ಅವನೆಂದ.

ನಿನಗೆ ಯಾವಾಗ ಏನು ಸಹಾಯ ಬೇಕಾದ್ರೂ ನನ್ನ ಕೇಳು, ಹರಟೆ ಹೊಡೀಬೇಕೆಂದೆನ್ನಿಸಿದರೆ ಕೂಡಾ... ನನಗೆ ಆಗಾಗ ಫೋನ್ ಮಾಡ್ತಿರು, ನಿನಗೆ ಉತ್ತರ ಹೇಳಲಿಕ್ಕೆ ಕಷ್ಟವಾಗುವ ಯಾವ ಪ್ರಶ್ನೆಯನ್ನೂ ನಾ ಕೇಳುವುದಿಲ್ಲ.

ಕೆಳಗೆ ತಗ್ಗಿಸಿದ್ದ ಕತ್ತನ್ನು ಬರಿದೇ ಆಡಿಸಿದ್ದೆ. ಈ ಹುಡುಗ ಎಲ್ಲರಂತೆ ನನಗೇಕೆ ಬಯ್ಯುತ್ತಿಲ್ಲ? ನಾಲ್ಕು ಮಾತು ಹೇಳುತ್ತಿಲ್ಲ? ಅಂತ ಅಚ್ಚರಿಯಿಂದ ಅವನ ಮುಖವನ್ನೇ ನೋಡುತ್ತ ಕೂತೆ.

ಅನುಭವ್ ಮರಳಿ ನನ್ನನ್ನು ಬೈಕಿನ ಮೇಲೆ ಮನೆ ಮುಟ್ಟಿಸಿದ. ಇಳಿದ ಮೇಲೆ ನಾವಿಬ್ಬರೂ ಸುಮ್ಮನೆ ಒಬ್ಬರನ್ನೊಬ್ಬರು ನೋಡುತ್ತ ನಿಂತಿದ್ದೆವು. ಆಮೇಲೆ ಅವ ಬೈಕ್‌ಗೆ ಕಿಕ್ ಹೊಡೆದು ಹೊರಟುಹೋದ. ನಾ ಮನೆಯೊಳಕ್ಕೆ ಬಂದೆ.

ನಾವಾಗ ಐದನೆಯ ಆರನೆಯ ಕ್ಲಾಸಿರಬಹುದೇನೋ, ನಾನೊಮ್ಮೆ ಶಾಲೆಗೆ ಊಟದ ಡಬ್ಬಿ ಒಯ್ಯಲು ಮರೆತಿದ್ದೆ. ಮಧ್ಯಾಹ್ನದ ಸೂಟಿಯಲ್ಲಿ ಸುಮ್ಮನೆ ಕೂತಿದ್ದೆ. ಕ್ಲಾಸಿನಲ್ಲಿ ಯಾರೇ ಡಬ್ಬಿ ತಂದಿರದಿದ್ದರೂ ಅನುಭವ್ ತನ್ನ ಚಪಾತಿಯಲ್ಲಿ ಅರ್ಧ ಭಾಗ ಮಾಡಿಯೇ ಬಿಡುತ್ತಿದ್ದ. ನಾ ಅವನೊಡನೆ ಚಪಾತಿ ಪಲ್ಯ ತಿನ್ನುತ್ತಲೇ ಖಾಯಂ ಆಗಿ ಅವನ ಬ್ಯಾಗಿನಲ್ಲಿರುತ್ತಿದ್ದ ದೊಡ್ಡ ಸೇಬುವನ್ನೆತ್ತಿಕೊಂಡು ಕಚ ಕಚವೆಂದು ಪೂರ್ತಿ ತಿಂದು ಹಾಕಿದರೂ ಅವ ಅತ್ತಿರಲಿಲ್ಲ, ಸಿಟ್ಟು ಮಾಡಿರಲಿಲ್ಲ.

ಅನುಭವ್ ಹೋದ ಮೇಲೆ ನಾ ಮನೆಯೊಳಗೆ ಬಂದೆ. ಮತ್ತದೆ ಸೀನ್. ಟೀವಿಯ ಮುಂದೆ ಮ್ಯಾಚ್ ನೋಡುತ್ತ ಊಟ ಮಾಡುತ್ತಿದ್ದ ಅಪ್ಪ ಮತ್ತು ಅಸೀಮ್. ಶೂನ್ಯದಲ್ಲಿ ದೃಷ್ಟಿ ನೆಟ್ಟು ಕೂತ ತನಯ, ಅಡುಗೆ ಮನೆಯಲ್ಲಿ ಕಡಬಡ ಮಾಡುತ್ತಿದ್ದ ಅಮ್ಮ. ನಾ ಯಾರೊಟ್ಟಿಗೂ ಮಾತನಾಡದೆ ಕೋಣೆಗೆ ಹೋಗಿ ಬಾಗಿಲು ಹಾಕಿಕೊಂಡೆ. ಒಂದೇ ನಿಮಿಷದಲ್ಲಿ ಚಿಲಕ ಸದ್ದಾಗಿತ್ತು.

ಅಮ್ಮ 'ಊಟಕ್ಕೆ ಕೂಡು ಬಾ' ಅಂದಳು.

ಅಮ್ಮ ಹೇಳಿದಳೆಂದು ಉಂಡೆ, ಅಪ್ಪ ಹೇಳಿದರೆಂದು ಔಷಧಿ ತೆಕ್ಕೊಂಡೆ. ಮರಳಿ ಚಾದರಿನೊಳಗೆ ನುಸುಳಿಕೊಂಡೆ. ಇಂಥಾ ಸ್ಟ್ಯಾಟಿಕ್ ಲೈಫ್ ನಾನೆಂದೂ ನೋಡಿರಲೇ ಇಲ್ಲ. ಮೇಲೆ ಗೋಲ ಗೋಲ ತಿರುಗುವ ಫ್ಯಾನ್‌ನ ಸದ್ದು, ಹೊರಗೆ ನಾಡಕರ್ಣಿ ಕಾಕಾನ ಹುಡುಗಿಯರು ಕಟ್ಟಿದ್ದ ಹಾಡಿನ ಬಂಡಿಯ ಸದ್ದು, ನನಗೆ ನಿದ್ರೆ ಮೈಲಿ ದೂರ. ಎದ್ದು ಟೇಬಲ್ಲಿನ ಮೇಲಿದ್ದ ಕಾಗದ ಪೆನ್ನನ್ನು ಎತ್ತಿಕೊಂಡೆ.

ಏನೆಲ್ಲ ಆಗಿ ಹೋದರೂ ಕಡೆಗೆ ಉಪಾಯವಿಲ್ಲವೆಂದು ನಾ ಮನೆಗೆ ಮರಳಿದೆ, ಎಲ್ಲ ಸರಿಯಾಗಿ ನಡೆದು ಹೋಗಿತ್ತೆಂದರೆ ನಾ ಮರಳುತ್ತಿದ್ದೆನೆ? ಇವರೆಲ್ಲರನ್ನು ಭೇಟಿಯಾಗ್ತಿದ್ದೆನೆ? 'ಉಪಾಯವಿಲ್ಲದೆ'- ಈ ಶಬ್ದದರ್ಥವೇನು? ತನ್ನ ಹೊಟ್ಟೆ

ತಾನೇ ತುಂಬಿಸಿಕೊಳ್ಳಲಾಗದ, ಸ್ವಂತದ ಕಾಳಜಿ ತಗೊಳ್ಳಿಕ್ಕಾಗದ ರೋಗಿಷ್ಠ ಮನಸ್ಸಿಗೆ ಹೊಳೆದ ಮಾರ್ಗ ಅಂತಷ್ಟೇ.

'ನನಗೆ ಜೊತೆ ಎನ್ನೋದೇ ಬೇಡ' ಎನ್ನುತ್ತಿದ್ದೆನಲ್ಲವೇ? ಬದುಕಿನಲ್ಲಿ ಪ್ಲಾನಿಂಗ್ ಅಂತ ಮಾಡಿದ್ದೇ ಇಲ್ಲ. ಆದರೆ ಇಂಥಾ ಬದುಕನ್ನೂ ಕಲ್ಪಿಸಿರಲಿಲ್ಲ. 'ಸ್ವತಂತ್ರವಾಗಿ, ನನ್ನದೇ ದುಡ್ಡು ಗಳಿಸಿಕೊಂಡು ನಾ ಜೀವಿಸಬೇಕು, ಮೊದಮೊದಲು ಬಲು ಜಪ್ಪಿಸಿ ಇರಬೇಕಾಗಬಹುದು, ಕಷ್ಟವಾಗಬಹುದು. ಆದರೇನಂತೆ? ಆಮೇಲೆ ಕೆಲ ವರ್ಷಗಳ ಮೇಲೆ ಚಿಕ್ಕದೇ ಇರಲಿ, ನನ್ನದು ಅಂತ ಒಂದು ಜಾಗ ಬೇಕು. ಅದು ಕೇವಲ ನನ್ನದಾಗಿರಬೇಕು. ದಿನಪೂರ್ತಿ ನನ್ನಿಷ್ಟದ ಕೆಲಸ ಮಾಡಿ ದಣಿದು ಮನೆಗೆ ಮರಳಿದಾಗ ಅಲ್ಲಿ ಆರಾಮ್ ಮಾಡಲು ಬಂದಿರಬೇಕು. ಮನೆ ದೊಡ್ಡದಿದ್ದು ಅಲ್ಲಿ ಪ್ರೈವಸಿಯೇ ಇರದಿದ್ದರೆ ತಗೊಂಡು ಮಾಡೋದೇನು? ಮನೆಯ ವಸ್ತುಗಳನ್ನು ನಾ ಹ್ಯಾಗೆ ಬೇಕೆಂದರೆ ಹಾಗೆ ಒಗೆದಾಡುವಾಕೆ. ಅಷ್ಟೇ ಏಕೆ, ಬೇಸರ ಬಂತೆಂದರೆ ಧೂಳು ಕೂಡಾ ಝಾಡಿಸುವವಳಲ್ಲ ನಾ. ಮತ್ತೆ ಮನೆಯ ಅಕ್ಕ ಪಕ್ಕ ಭರಪೂರ ಗಿಡ ಹಚ್ಚುವೆ...' ಏನೆಲ್ಲಾ ವಿಚಾರಗಳು...

ನನ್ನ ಇಂಥಾ ವಿಚಾರ ಅವನಿಗೂ ಹೇಳಿದ್ದೆನೊಮ್ಮೆ. "ಅನು ನಿನ್ನೊಳಗೇ ನೀ ಪೂರ್ಣಳಿದ್ದೀ, ಏನು ಬೇಕೆಂಬುದರ ಬಗ್ಗೆ ಅದೆಷ್ಟು ಕ್ಲ್ಯಾರಿಟಿ ಇದೆ ನಿನಗೆ!" ಅಂದಿದ್ದನವ, ಅಂತೂ ನನ್ನನ್ನು ಹೊಗಳಿದನಲ್ಲ ಅಂತ ಎಂಥಾ ಖುಷಿಯಾಗಿತ್ತು. ಆದರೆ ನಾನೆಂದಾದರೂ ಕೇಳಿದ್ದೆನೆ, ಬದುಕಿನಿಂದ ಅವನಿಗಾವ ಆಪೇಕ್ಷೆ ಇತ್ತು ಅಂತ?

ನನಗೆ ಇನ್ನೂ ಒಂದು ಇಚ್ಛೆಯಿತ್ತು. ನಾ ಪಾಂಡಿಚೆರಿ ಮುಟ್ಟಿದೊಡನೆಯೇ ಆ ಇಚ್ಛೆ ಈಡೇರಿಸಿಕೊಂಡಿದ್ದೆ. ಕಾಲೇಜಿನಲ್ಲಿದ್ದಾಗ ಇಂಗ್ಲೀಷ್ ಕಾದಂಬರಿಗಳನ್ನು ಓದಬೇಕೆಂಬ ಮಹದಾಸೆ. ಭಾಷೆ ಅರ್ಥವಾಗಲಾರಂಭಿಸಿದ ಮೇಲೆ ಇಂಗ್ಲೀಷ್ ಸಿನಿಮಾದ ಸಂಭಾಷಣೆ ಸುದ್ದಾ ತಿಳಿಯತೊಡಗಿತ್ತು. ಅಲ್ಲಿನ ಟೀನೇಜ್ ಮಕ್ಕಳು ಸೂಟಿಯಲ್ಲಿ ಸಣ್ಣ ಪುಟ್ಟ ಕೆಲಸ ಮಾಡಿ ದುಡ್ಡು ಗಳಿಸ್ತಾರೆಂದು ತಿಳಿದು ನನಗೆ ಬಲು ಉತ್ಸಾಹವಾಗೋದು. ನಾನೂ ಯಾವುದಾದರೂ ಹೋಟಲಿನಲ್ಲಿ ವೇಟ್ರೆಸ್ ಅಂತ ಕೆಲಸ ಮಾಡಬೇಕೆಂಬ ಇಚ್ಛೆ ಉಂಟಾಗಿದ್ದೂ ಅದರಿಂದಲೇ ಇರಬೇಕು.

ಅಲ್ಲಿನ ಬಾಝಾರಿನಲ್ಲಿ ವೃದ್ಧೆ ಎವಲೀನ್ ಬಾಯಿ ಸಿಕ್ಕಾಗ ಸಾಕ್ಷಾತ್ ದೇವರು ಸಿಕ್ಕಂತಾಗಿತ್ತು. ಒಂದು ಕೈಯಲ್ಲಿ ಕಟ್ಟಿಗೆಯ ಬುಟ್ಟಿ ಇನ್ನೊಂದರಲ್ಲಿ ಕೋಲು ಹಿಡಿದು ಜಬರದಸ್ತ್ ಲಿಪ್ಸಟಿಕ್ ಹಚ್ಚಿಕೊಂಡು ಕಾಲೆತ್ತೆತ್ತಿ ತೋಲ ಸಂಭಾಳಿಸುತ್ತಾ ಆಕೆ ಮೀನು ಮಾರುವವಳ ಮುಂದೆ ನಿಂತು ಒಂದೊಂದೇ ಮೀನನ್ನು ಕಣ್ಣು ಕಿರಿದು ಮಾಡಿ ಪರೀಕ್ಷಿಸಿ ನೋಡುತ್ತಿದ್ದಳು. ಮೀನುಗಾರ್ತಿಗೆ ಇದು ನಿತ್ಯದ ಸೀನ್ ಇರಬೇಕು. ಅವಳು ಹಲ್ಲು ಕಿಸಿದುಕೊಂಡು ನೋಡುತ್ತ ಸುಮ್ಮನೆ ಕೂತಿದ್ದಳು, ನನ್ನನ್ನು ಕಂಡೊಡನೆ ತಮಿಳಿನಲ್ಲಿ ಒಂದೇ ಸಮನೆ ಬಡಬಡಿಸಿದಾಗ ನಾ ಸನ್ನೆ ಮಾಡುತ್ತಾ ಮೀನಿನ ಬೆಲೆ ಕೇಳಿದೆ. ಅಜ್ಜಿಬಾಯಿ ಕೂಡಲೇ ಇಂಗ್ಲೀಷಿನಲ್ಲಿ ನನಗೆ ಮೀನು ಆಯುವ ಟಿಪ್ಸ್ ಕೊಡತೊಡಗಿದ್ದಳು. ತನ್ನ ಕೆಲಸ ಬಿಟ್ಟು ಉತ್ತಮ ಮೀನು, ಸೀಗಡಿಗಳನ್ನು ಒಂದೊಂದೇ

ಆಯ್ದು ಬದಿಗಿಟ್ಟಳು. ನಾನು "ಅರೆ ಇಟ್ಸ ಓಕೆ. ನೀವು ತ್ರಾಸು ತಗೋಬೇಡಿ" ಅಂದೆ. ಮೀನುಗಾರ್ತಿ ನನ್ನನ್ನು ತಡೆಯುತ್ತಾ "ಅವರಿಗೆ ಏನು ಬೇಕು ಅದನ್ನು ಮಾಡಲಿ ನೀ ತಡೆಯಬೇಡ" ಅಂತ ಸನ್ನೆ ಮಾಡಿ ಹೇಳಿದಳು. ಮೀನುಗಾರ್ತಿಯ ಬಳಿ ಒಂದು ಈಳಿಗೆಯಿತ್ತು, ಪಕ್ಕ ಒಂದು ಬೆಕ್ಕು ಎಸೆವ ಮೀನಿನ ಚೂರುಗಳಿಗಾಗಿ ಜೊಲ್ಲು ಸುರಿಸುತ್ತಾ ಕೂತಿತ್ತು. ನನಗ್ಯಾಕೋ ಈ ಅಜ್ಜಿಬಾಯಿಯ ತಲೆ ಚೂರು ಹಂಗಂಗೇ ಅನ್ನಿಸಿತು. ಆದರೆ ಹಾಗೇನೂ ಇರಲಿಲ್ಲ. ಅವಳು ಪ್ರೇಮಮಯಿ, ಆದರೆ ತುಸು ವಿಕ್ಷಿಪ್ತವಿದ್ದಳೆಂದು ಆಮೇಲೆ ತಿಳಿಯಿತು.

ನಾ ಮನೆಯಿಂದ ತಂದ ಹಣ ತೀರುತ್ತ ಬಂದಿತ್ತು. ಏನು ಬೇಕಾದ್ರೂ ಅವನ ಮುಂದೆ ಕೈಯೊಡ್ಡುವ ಪಾಳಿ. ಅವ ತನ್ನ ಪಾಕೀಟೇ ಎತ್ತಿ ನನ್ನ ಕೈಗೆ ಎಂದೂ ಕೊಟ್ಟವನಲ್ಲ, ಬಾರ್ಝಾರಿಗೂ ಎಂದೂ ಬಂದವನಲ್ಲ. ಎಷ್ಟು ಬೇಕು ಅಷ್ಟೇ ಹಣ ಎಣಿಸಿ ಕೊಡುತ್ತಿದ್ದನಷ್ಟೇ.

ಎವಲಿನ್ ಬಾಯಿ "ನಿನಗೆ ಮೀನಿನ ಪಲ್ಯ ಮಾಡಲು ಬರುತ್ತದೆಯೆ?" ಎಂದಳು.

"ನನಗೆ ಅಡುಗೆ ಬರೋದಿಲ್ಲ, ನನ್ನ ಗೆಳೆಯ ಮಾಡ್ತಾನೆ, ಚೆನ್ನಾಗಿ ಮಾಡ್ತಾನೆ" ಅಂದರೆ ಅವಳು ಕಣ್ಣು ಮಿಟುಕಿಸಿ "ನನ್ನ ಗೆಳೆಯನೂ ಚೆನ್ನಾಗಿ ಮಾಡ್ತಾನೆ ಅಡುಗೆ ಮತ್ತು ಹಾಸಿಗೆಯಲ್ಲಿ ಎರಡೂ... ಹಾ ಹಾ ಹಾ" ಜೋರಾಗಿ ನಕ್ಕಿದ್ದಳು. ನಾ ಅವಾಕ್ಕಾಗಿ ಅವಳತ್ತಲೇ ನೋಡುತ್ತಿದ್ದೆ. ರಸ್ತೆಗೆ ಬಂದಾಗ ಅವಳ ಎಪ್ಪತ್ತೈದು ವರ್ಷದ ಗೆಳೆಯ ಫಿಲಿಪ್ ಜೀಪಿನಲ್ಲಿ ಕೂತಿದ್ದ. ಅವರಿಬ್ಬರೂ ತಮ್ಮ ಹಳೆಯ ಮನೆಯ ನೆಲಮಾಳಿಗೆಯಲ್ಲಿ ಒಂದು ರೆಸ್ಟೂರೆಂಟ್ ನಡೆಸುತ್ತಿದ್ದಾರಂತೆ. ಅಡುಗೆ ಫಿಲಿಪ್ ಸಂಭಾಳಿಸಿದರೆ ಇವಳು ಕೌಂಟರ್ ಮತ್ತು ಸಾಫ್ ಸಫಾಯಿ ನೋಡಿಕೊಳ್ಳೋಳು. ಒಂದಿಪ್ಪತ್ತು ಟೇಬಲ್ಲುಗಳಿರಬೇಕು ಹೋಟಲಿನಲ್ಲಿ. ಪ್ರತಿದಿನ ಎರಡೇ ಐಟಂ, ಆದರೆ ದಿನಾ ಮೆನು ಮಾತ್ರ ಬೇರೆ. ಸಿಕ್ಕ ಮೀನಿನ ಜಾತಿಯ ಮೇಲೆ ಇವರ ಐಟಂ ನಿರ್ಧಾರ. ಒಂದು ದೊಡ್ಡ ಫಳಿಯ ಮೇಲೆ ಅಂದಿನೆರಡು ಐಟಂ ಹೆಸರು ಬರೆದು ಎವಲಿನ್ ಹೊಟೆಲ್ ಮುಂದೆ ನಿಲ್ಲಿಸುತ್ತಿದ್ದಳು. ಫಿಲಿಪ್ ಮರೆಗುಳಿ, ಅವಳು ಬರೆದದ್ದೇ ಒಂದು ಇವ ಮಾಡಿದ್ದೇ ಒಂದು ಆಗತೊಡಗಿದಾಗ ಅವಳು ರೇಗಿ ಅಡುಗೆಮನೆಯಲ್ಲೂ ಒಂದು ದೊಡ್ಡ ಫಳಿ ಇಟ್ಟಳಂತೆ. ಎರಡು ಹುಡುಗಿಯರನ್ನೂ ಕೆಲಸಕ್ಕಿಟ್ಟು ಕೊಂಡಿದ್ದಳಂತೆ. ಆದರೆ ಕೂಡಲೇ ಜಗಳಾಡಿ ತೆಗೆದೂ ಹಾಕಿದ್ದಳು. ನಾ ಯಾಕೆ? ಅಂತ ಕೇಳಿದೆ. ಕಾರಣ ಸರಳವಿತ್ತು, ಕಳ್ಳತನ– ಒಬ್ಬಳು ಹಣ ಕದ್ದರೆ, ಮತ್ತೊಬ್ಬಳು ಅನ್ನ.

ನಾ ಜೀಪಿನಲ್ಲಿ ಕೂಡುತ್ತಾ "ನಿಮ್ಮ ರೆಸ್ಟೂರೆಂಟ್ ತೋರಿಸಿರಲ್ಲ?" ಅಂದೆ.

ಮನೆಗೆ ಬಂದೊಡನೆ ಅವನಿಗೆ "ನಾ ನೌಕರಿ ಮಾಡಬೇಕೆಂದು ಠರಾಯಿಸಿದ್ದೇನೆ ಮತ್ತದು ಸಿಕ್ಕಿದೆ ಕೂಡಾ" ಎಂದು ಘೋಷಿಸಿದಾಗ ಅವನೂ ಖುಷಿಯಾಗೆಂದ "ನಿಜ ಅನು ಮುಂಜಾನೆಯಿಂದ ಸಂಜೆಯತನಕ ನಿನ್ನದೇ ಅಂತ ಏನಾದ್ರೂ ಕೆಲಸ ಬೇಕೇಬೇಕು."

ನಾ ಮಾಡಿಯೇ ಮಾಡಿದೆನಲ್ಲ, ಪ್ರತಿದಿನ ಮುಂಜಾನೆಯಿಂದ ಸಂಜೆಯವರೆಗೆ ವೇಟ್ರೆಸ್ ಕೆಲಸ; ಭರಪೂರ ನಾಲ್ಕು ತಿಂಗಳು. ಆದರೆ ಮುಂದೆ ಅದರ ಕಷ್ಟವನ್ನೂ ಸೋಸಿದೆ.

ನಾಳೆ ಗ್ರೀನ್ ಅರ್ಥ್‌ಗೆ ಹೋಗಿ ಸಬೀನಾಳನ್ನು ಭೇಟಿಯಾಗಲೇ ಬೇಕು. ಸ್ವಂತಕ್ಕೆ ಏನಾದರೂ ಮಾಡಿಕೋ ಬೇಕು. ಒಂದಂತೂ ನಿಜ, ನನಗೆ ಹ್ಯಾಗೆ ಬೇಕೋ ಹಾಗೆಯೇ ಬದುಕುವವಳು ನಾ, ಎಷ್ಟೇ ಕಷ್ಟವಾಗಲಿ. ಕಳೆದ ಕೆಲ ತಿಂಗಳಿಂದ ನಾ ನಡಕೊಂಡ ರೀತಿ ನೋಡಿದರೆ ಅದು ನಾನೇನಾ ಅಂತ ಅನುಮಾನ ನನಗೆ.

ತಿಂಗಳು ಕಳೆದುಹೋಗಿದ್ದೇ ಗೊತ್ತಾಗಲಿಲ್ಲ, ಒಂದಿನ ಕೂಡ ಮೇಜು-ಕುರ್ಚಿಯಲ್ಲಿ ಕುಳಿತು ಡೈರಿ ಬರೆಯಲಿಲ್ಲ, ಯಾಕೋ ಹಾಗೆ ಮಾಡಬೇಕೆಂದೆನಿಸಿರಲೇ ಇಲ್ಲ.

ಮುಂಜಾನೆಯೆದ್ದು ಭರಾಟೆಯಿಂದ ವ್ಯಾಯಾಮ ಶುರು ಮಾಡಿದ್ದೆ. ಜಿಮ್‌ನಲ್ಲಿ ವಾರ್ಮಪ್‌ಗೆಂದು ಜಾಗಿಂಗ್ ಮಾಡುವಾಗ ನನ್ನ ಸ್ಟ್ಯಾಮಿನಾ ಸಂಪೂರ್ಣ ಸೋರಿ ಹೋಗಿರೋದು ಲಕ್ಷಕ್ಕೆ ಬಂತು, ಮೂರೇ ಸುತ್ತಿನಲ್ಲಿ ನೀರು ನೀರಾಗಿದ್ದೆ, ಆದರೂ ಬೆವರೊರೆಸಿಕೊಳ್ಳುತ್ತಾ ಬೈಕಿಗೆ ಕಿಕ್ ಹೊಡೆವಾಗ ಏಕದಂ ತಾಜಾ ಎನ್ನಿಸಿತು; ದೇಹದೊಂದಿಗೆ ಮನಸ್ಸೂ ಹಿಗ್ಗಿ ಸಡಿಲವಾದಂತೆ. ಮನೆಗೆ ಬಂದವಳೇ ನನ್ನ ಕೋಣೆಯನ್ನು ಮುಂಚಿನಂತೆ ಅಸ್ತವ್ಯಸ್ತ ಮಾಡಿದೆ, ಸಕ್ಕರೆ ಗೋದಿ ಚೀಲಗಳನ್ನು ಹೊರಗಿಟ್ಟು ಟೀವಿಯನ್ನು ಪಡಸಾಲೆಗೆ ಸಾಗಿಸಿದೆ. ನಡುನಡುವೆ ಬಂದು ಒದರಾಡಿ ಹೋಗುತ್ತಿದ್ದ ಅಮ್ಮನತ್ತ ಲಕ್ಷ್ಯ ಕೊಡಲೇ ಇಲ್ಲ.

ಮರುದಿನ ನಾ ಗ್ರೀನ್ ಅರ್ಥ್ ಕಚೇರಿಗೆ ಹೋಗಿ ಸಬೀನಾಳನ್ನು ಭೇಟಿಯಾದಾಗ ಅವಳು ಬಲು ಖುಷಿಯಾದಳು. "ಅರೆ ಅನುಜಾ ಇಷ್ಟು ದಿನ ಎಲ್ಲಿಗೆ ಹೋಗಿದ್ದಿ? ನಿನ್ನಂತೆ ಪೇಶಂಟ್ಲೀ ಕೆಲಸ ಮಾಡೋ ಹುಡುಗರೇ ಸಿಕ್ಕೋಲ್ಲ ಈಗ..."

ನಾ ಅವಳು ಮಾತು ಮರೆಸುತ್ತಾ,

"ಸಬೀನಾ ನನಗೆ ಕೆಲಸದ ಜರೂರಿ ಇದೆ, ಹೆಚ್ಚು ಜವಾಬ್ದಾರಿಯ, ಕಷ್ಟದ ಕೆಲಸ ಕೊಟ್ಟರೂ ನಡೀತದೆ. ಆದರೆ ಪೇ ಮಿ ವೆಲ್, ನನ್ನನ್ನು ನಾನೇ ಸಪೋರ್ಟ ಮಾಡಿಕೊಳ್ಳುವ ಅವಶ್ಯಕತೆಯಿದೆ. ನಾ ಫುಲ್ ಟೈಮ್ ಕೆಲಸ ಮಾಡುವೆ."

"ಅರೆರೆ ರಿಲಾಕ್ಸ್ ನಾನೂ ಅದನ್ನೇ ಹೇಳುವವಳಿದ್ದೆ. ನನಗೆ ಫುಲ್ ಟೈಮ್ ಆನ್ ನೌಕರಿ ಮಾಡೋ ಜನವೇ ಬೇಕಾಗಿದೆ; ಫೀಲ್ಡ ವರ್ಕ್ ಮಾಡಲು. ನಾವು ಟ್ರೇನಿಂಗ್ ಕೊಡ್ತೇವೆ, ಆರ್ ಯು ಇಂಟರೆಸ್ಟೆಡ್?"

ನನ್ನ ಕಣ್ಣಲ್ಲಿ ಏಕದಂ ನೀರು ಬಂತು. ನನ್ನ ಬುದ್ಧಿ, ಕಣ್ಣು, ಕೈಕಾಲುಗಳು ಯಾರ ಕೆಲಸಕ್ಕಾದರೂ ಬರುತ್ತವೆ ಅನ್ನೋ ಭಾವನೆಯಿಂದ ಮನ ತುಂಬಿ ಬಂತು. ತೋಳಿನಿಂದ ಕಣ್ಣೊರೆಸಿಕೊಳ್ಳುತ್ತಾ ನಾ "ಎಸ್..." ಅಂದೆ.

ಮನೆಯಲ್ಲಿ ಹಾಹಾಕಾರವೆದ್ದಿತು. ಅಸೀಮನಿಗೇನೂ ಅಂಥಾ ವ್ಯತ್ಯಾಸವಾಗಲಿಲ್ಲ. ಆದರೆ ಅಮ್ಮ ಅಪ್ಪ ಮಾತ್ರ ಬಹಳ ವಿರೋಧಿಸಿದರು. 'ಮೊದಲು ಎಮ್ ಎಸ್ಸಿ ಪೂರ್ಣ

ಮಾಡು, ನಿನ್ನ ಆರೋಗ್ಯ ಇನ್ನೂ ಚೆನ್ನಾಗಿಲ್ಲ...' ಇತ್ಯಾದಿ ಇತ್ಯಾದಿ. ನಾ ಅವರಿಗೆ ತಿಳಿಸಿ ಹೇಳುವ ಪ್ರಯತ್ನ ಮಾಡಿದೆ. ಅಪ್ಪನಂತೂ ಸೂರು ಹಾರಿಹೋಗುವಂತೆ ಒದರಾಡಿದರು.

"ನಾನೀಗ ಪೂರ್ಣ ಆರಾಮಿದ್ದೇನೆ, ಇನ್ನೂ ಮನೆಯಲ್ಲಿ ಕೂತರೆ ಮತ್ತೆ ನನಗೆ ತ್ರಾಸಾಗುತ್ತದೆ."

"ನಿನ್ನ ಲಗ್ನ ಮಾಡಿಕೊಟ್ಟಾದ ಮೇಲೆ ಏನು ಬೇಕೋ ಅದನ್ನು ಮಾಡು, ಆಮೇಲೆ ಈ ಮನೇಲಿ ಇರೋದೂ ಬೇಡ ನೀ. ನೌಕರಿ ಮಾಡಬೇಕೋ ಬೇಡವೋ ಅಂಬೋದರ ಬಗ್ಗೆಯೂ ನಿನ್ನ ಗಂಡನ ಜೊತೆಗೇನೇ ಜಗಳ ಮಾಡು, ಇಲ್ಲಿ ಇಂಥಾದ್ದೇನೂ ನಡೆಯೋ ಹಾಗಿಲ್ಲ."

"ಅಪ್ಪಾ ಯಾವ ಪುರಾಣಕಾಲದ ಮಾತಾಡ್ತೀರಿ ನೀವು? ಬರೇ ಲಗ್ನ ಲಗ್ನ ಲಗ್ನ. ಲಗ್ನ ಮಾಡಿಕೊಂಡು ಮಕ್ಕಳನ್ನು ಹುಟ್ಟಿಸೋದು ಬಿಟ್ಟರೆ ನೀವು ಮತ್ತ್ಯಾವ ಕರ್ತವ್ಯ ಮಾಡಿದ್ದೀರಿ?" ಅಂದೊಡನೆ ನನ್ನ ಮೇಲೇರಿ ಹೊಡೆಯಲು ಬಂದರು. ಅಮ್ಮ ನಡುವೆ ಬಂದು ಬಿಡಿಸಿ ಅವರನ್ನು ಶಾಂತಪಡಿಸಿ ಒಳಕೋಣೆಗೆ ಕರೆದೊಯ್ದಳು. ಆಮೇಲೆ ಹೊರ ಬಂದು ನನ್ನ ಮೂಗಿನ ಮೇಲೊಮ್ಮೆ ಮೊಟಕಿ ಹೊರಟು ಹೋದಳು. ತನಯ ಮಾತ್ರ ಎಂದಿನಂತೆ ಸ್ಟೇಟಸ್ ಕೋ. ಅದೇ ಕಳೆಗುಂದಿದ ಮುಖ, ತೇಜೋಹೀನ ಕಂಗಳು.

'ಅರೆ ತನಯ್ ನಾ ಮರಳಿ ಬಂದಿದ್ದೇನೆ. ಇನ್ನಾದ್ರೂ ನಿನ್ನ ಸೂತಕ ಮುಗಿಸು ಮಹರಾಯಾ.'

ಅವ ಮಾತನಾಡದೆ ಎದ್ದು ಹೋದ, ನನಗೆ ತೀರ ಒಂಟಿಯಾದಂತೆನಿಸಿ ಕೋಣೆಗೆ ನುಗ್ಗಿ ಬಾಗಿಲು ಹಾಕ್ಕೊಂಡೆ.

ಬೆಳಿಗ್ಗೆದ್ದು ಜಿಮ್‌ಗೆ ಹೋಗಿ ಬಂದ ನಂತರ ಯಾರೊಂದಿಗೂ ಮಾತನಾಡದೆ ಅಮ್ಮ ತಂದಿಟ್ಟ ನಾಷ್ಟಾ ತಿಂದು ನಿವಾಂತ ಟೈಮ್ಸ್ ಓದಿದೆ. ಹನ್ನೊಂದಕ್ಕೆ ಸರಿಯಾಗಿ ಸಬೀನಾಳ ಮುಂದೆ ನಿಂತಿದ್ದೆ. ಕೆಲಸದ ಬಗ್ಗೆ ಬ್ರೀಫಿಂಗ್ ಕೇಳ್ತಾ, ಸ್ಲೈಡ್ಸ್ ನೋಡ್ತಾ, ನೋಟ್ ಮಾಡಿಕೊಳ್ತಾ ನಿನ್ನೆ ಅಪ್ಪ ಅಮ್ಮನಿಂದಾದ ನೋವು, ಮನೆ, ಜಗಳ ಇತ್ಯಾದಿಗಳು ತಂತಾನೇ ಮರೆಯುತ್ತಾ ಹೋಗಿದ್ದವು.

ಎರಡು ವಾರಗಳ ಟ್ರೇನಿಂಗ್ ಆದಮೇಲೊಂದು ಮಹತ್ವದ ಇಂಟರ್‌ವ್ಯೂ, ಆಮೇಲೆ ನೌಕರಿ– ಹೀಗೆ ಕ್ರಮವಿತ್ತು. ನಾ ನೂರು ಪ್ರತಿಶತ ಮನಸ್ಸು ಹಾಕಿ ಕೆಲಸ ಮಾಡುತ್ತಿದ್ದೆ, ಸಂಜೆ ಮನೆಗೆ ಹೋಗುವಾಗ ಸಬೀನಾ ಎರಡು ಫೋಲ್ಡರ್‌ಗಳನ್ನು ನನ್ನ ಕೈಗೆ ತುರುಕಿ "ಶಹರದ ಮುಖ್ಯ ಚೌಕುಗಳ ಪೋಲ್ಯುಶನ್‌ನ ಅಂಕಿ–ಅಂಶಗಳು. ಅದರ ಬಗ್ಗೆ ಕಾರ್ಪೋರೇಷನ್‌ನಲ್ಲಿ ಆದ ನಿರ್ಧಾರಗಳು ಮತ್ತು ನದಿಯಲ್ಲಿ ಡ್ರೇನೇಜ್ ಡಂಪಿಂಗ್‌ನ ವರದಿಗಳಿವೆ. ರಾತ್ರಿ ಲಕ್ಷಗೊಟ್ಟು ಓದು" ಎಂದಳು.

ಮುಂಜಾನೆ ಆಫೀಸಿಗೆ ಬರುವಾಗ ಸಂಜೆ ಮಾವಶಿಯ ಕಡೆ ಹೋಗೋದು ಅಂತ ಠರಾಯಿಸಿದ್ದೆ. ಆದರೆ ಸಂಜೆಯ ಹೊತ್ತಿಗೆ ಇಷ್ಟು ದಣಿದಿದ್ದೆನಲ್ಲಾ,

ಯಾವುದೂ ಬೇಡವಾಗಿ ಮನೆಯತ್ತ ಕಾಲೆಳೆದುಕೊಂಡು ನಡೆದಿದ್ದೆ. ಸೇತುವೆಯ ಮೇಲೆ ಹೋಗುವಾಗ ಕೆಳಗೆ ಬಗ್ಗಿ ನೋಡಿದೆ. ನದಿಯಲ್ಲಿ ಭರಪೂರ ಕಚಡಾ ಮತ್ತು ಜಲಪರ್ಣೀ ಬಳ್ಳಿಗಳು ತುಂಬಿದ್ದವು. ನನ್ನ ಕೈಯಲ್ಲಿ ಅವುಗಳ ಅಂಕಿ ಅಂಶಗಳಿದ್ದವು. ಮನೆಗೆ ಬಂದು ಗಾದಿಯ ಮೇಲೆ ಎಲ್ಲಾ ಫೋಲ್ಡರುಗಳನ್ನು ಪಸರಿಸಿಟ್ಟೆ. ಅದರಲ್ಲಿ ಬಲು ಕಷ್ಟದಿಂದ ತಯ್ಯಾರು ಮಾಡಿದ ವರದಿಗಳು ಮತ್ತು ಪೇಪರಿನ ಕಟ್ಟಿಂಗ್‌ಗಳಿದ್ದವು; ನಮ್ಮ ಶಹರದ ಆರೋಗ್ಯದ ಎಕ್ಸರೇ ರಿಪೋರ್ಟೇನೋ ಎನ್ನುವಂತಿತ್ತು.

ಜನರಿಗೆ 'ಎನ್.ಜಿ.ಓ.'ದ ಕೆಲಸವೂ ಒಂದು ಕೆಲಸವೇ? ವೈಭವಯುತ ಆಫೀಸ್‌ಗಳು, ವಿಮಾನ ಪ್ರವಾಸ; ಏನೋ ಮಜಾ ಮಾಡಿಕೊಂಡು ತಿರುಗಾಡೋದು' ಎಂಬಭಿಪ್ರಾಯವಿದೆ. ಆದರದೆಷ್ಟು ಸುಳ್ಳು! ತಮ್ಮ ತಮ್ಮ ಮಿಶನ್‌ಗಾಗಿ ಯುದ್ಧ ಮಾಡ್ತಿರ್ತಾರೆ ಅವರೆಲ್ಲ; ಮತ್ತೊಂದು ಸಪೋರ್ಟ್ ವ್ಯವಸ್ಥೆಯನ್ನೇ ಎಬ್ಬಿಸಿ ನಿಲ್ಲಿಸಲು ಜೀವ ತೇಯ್ತಾರೆ. ನನ್ನ ಜೊತೆ ಎಮ್.ಎಸ್.ಡಬ್ಲ್ಯೂ ಮಾಡಿದ ಇಬ್ಬರು ಮಹಿಳೆಯರಿದ್ದರು, ಅವರಲ್ಲೊಬ್ಬಳು ಸಂವೇದನಾಶೀಲ ಆದರ್ಶವಾನ್ ಇದ್ದರೆ, ಇನ್ನೊಬ್ಬಳು ಕರಿಯರ್ ಮೈಂಡೆಡ್ ಹಾಗೂ ಅದಕ್ಕಾಗಿ ಕಷ್ಟ ಸೋಸಲು ತಯ್ಯಾರಿನ ಟೈಪ್. ಬಹುಶಃ ಎಮ್.ಬಿ.ಎ. ಸೀಟ್ ಸಿಕ್ಕಿಲ್ಲವೆಂದು ಇಲ್ಲಿ ಬಂದಿದ್ದಳೇನೋ. ಸೀನಿಯರ್ ಜನರಲ್ಲೂ ಅನೇಕ ನಮೂನೆಯ ಜನವಿತ್ತು. ವಾಲಂಟೀಯರ್ ಇದ್ದಾಗ ಹೊರ ಹೊರಗೇ ಕೆಲಸ ಮಾಡುತ್ತಿದ್ದರಿಂದ ಅವರೆಲ್ಲರ ಸಂಬಂಧ ಹೆಚ್ಚಾಗಿ ಬಂದಿರಲೇ ಇಲ್ಲ, ಈಗ ಟ್ರೇನಿಂಗಿನಲ್ಲಿ ಮಾತ್ರ ಸಂಪರ್ಕ ಹೆಚ್ಚಾಗಿತ್ತು.

ಒಂದಿನ ಮೂರೂವರೆ ನಾಲ್ಕಕ್ಕೆಂದರೆ ಕೆಲಸ ಮುಗಿದುಬಿಟ್ಟಿತ್ತು. ದೆಲ್ಲಿಯಿಂದ ಪ್ರೆಸೆಂಟೇಶನ್ ಕೊಡಲು ಬಂದಿದ್ದ ಅಶ್ವಮೇಧ ಎಂಬ ಸ್ಮಾರ್ಟ್ ಯುವಕ ಅದೇ ಸಂಜೆ ವಿಮಾನ ಹಿಡಿದು ಮರಳಿ ಹೋಗುವವನಿದ್ದ. ನಾ ಶಾಲೆ ಅರ್ಧಕ್ಕೇ ಬಿಟ್ಟ ಹುಡುಗಿಯಂತೆ ಜಿಗಿಯುತ್ತಾ ಓಡುತ್ತಾ ಶರಯೂ ಮಾವಶಿಯ ಕಡೆ ಹೋಗಿಬಿಟ್ಟೆ. ಅವಳು ನನ್ನೆಲ್ಲ ಮಾತು ಕೇಳಿಕೊಂಡು ಖುಷಿಪಟ್ಟಳು; ಬೆಂಬಲ ಕೊಟ್ಟಳು, ಆಮೇಲೆ ಅಮ್ಮನಿಗೆ ಫೋನ್ ಮಾಡಿ 'ನಾನಿವತ್ತು ಮಾವಶಿಯ ಕಡೆಯೇ ಊಟ ಮಾಡುತ್ತೇನೆ' ಎಂದೆ.

'ಅಲ್ಲಿಯೇ ಖಾಯಂ ಆಗಿ ಇರಲು ಹೋದರೂ ಹರಕತ್ತಿಲ್ಲ. ಇಷ್ಟೆಲ್ಲ ಮಾಡಿಕೊಂಡು ಬಂದಮೇಲೂ ನಮ್ಮ ಮಾತು ಕೇಳುವುದಿಲ್ಲವೆಂದಮೇಲೆ ಮನೆಗಾದರೂ ಏಕೆ ಬರುತ್ತೀ? ಆ ಶರಯೂಗೂ ನಿನ್ನ ವಯಸ್ಸೇ ಅಲ್ಲವೆ? ಇಬ್ಬರೂ ಕೂಡಿ ಸುಖವಾಗಿ ಬದುಕಿ' ಅಂತ ಕೂಗಾಡಿದಳು, ನಾ ಫೋನಿಟ್ಟುಬಿಟ್ಟೆ.

ನಾನು ಮಾವಶಿ ಇಬ್ಬರೂ ಗಚ್ಚಿನ ಮೇಲೆ ಕುರ್ಚಿ ಹಾಕಿಕೊಂಡು ಕೂತುಕೊಂಡೆವು. ಮಾವಶಿಗೆ ನಾನು ಬಹಳ ಬದಲಾದಂತೆ ತೋರಿದೆನಂತೆ. "ನಿನ್ನ ಮುಖದ ಕಳೆಯೇ ಹೇಳುತ್ತದೆ ನೀನೀಗ ಪೂರಾ ಆರಾಮಾಗಿದ್ದೀ" ಅಂತನ್ನುವಾಗ ನಾನು ಮನೆಯಲ್ಲಾದ ಆವಾಂತರವನ್ನೆಲ್ಲ ಹೇಳಿದೆ. ಅವಳು ಮಾತಾಡದೆ ಕೆಳಗೆದ್ದು

ಹೋದಳು. ಬರುವಾಗ ಅವಳ ಕೈಯಲ್ಲಿ ವೈನ್ ಬಾಟಲಿ, ಎರಡು ಗ್ಲಾಸುಗಳು ಮತ್ತು ಒಂದು ಬೀಗದ ಕೈಗೊಂಚಲಿತ್ತು.

'ನೀ ಆರಾಮಾಗಿದ್ದರ ಸೆಲಿಬ್ರೇಶನ್' ಅಂದಳು, ನಾ ಬಾಯ್ದೆರೆದು ಅವಳತ್ತ ನೋಡುತ್ತಲೇ ಇದ್ದೆ. "ಅರೆ ವೈನಿನ ಒಂದು ಸಿಪ್ ಆದರೂ ತೆಕ್ಕೋ ಹೇಳ್ತೇನೆ ಎಲ್ಲ" ಅಂದಾಗ ಅವಳ ಕೈಲಿದ್ದ ಬೀಗದಕ್ಕೆ ಒಗಟಿನಂತೆ ಸತಾಯಿಸಿತ್ತು. ನಾನು ಗಟಕ್ಕೆಂದು ಒಂದು ಗುಟುಕು ಕುಡಿದು ಮತ್ತೆ ಅವಳನ್ನೇ ದಿಟ್ಟಿಸತೊಡಗಿದೆ. ಅವಳಾದರೋ ಸಾವಧಾನದಿಂದ ಕೂತು, ಗ್ಲಾಸ್‌ನ್ನು ಮೆಲ್ಲಗೆ ಘಲ್ಲಿಸಿ ಹೌದೋ ಅಲ್ಲೋ ಅನ್ನುವಂತೆ ತುಟಿಗಂಟಿಸಿ ಪುಟ್ಟ ಗುಟುಕೊಂದನ್ನು ಕುಡಿದು ಅದು ಗಂಟಲಿಗಿಳಿವುದನ್ನು ಅನುಭವಿಸುತ್ತಾ ಕಣ್ಮುಚ್ಚಿ ಕೂತಳು. ಆಮೇಲೆ "ನೋಡು ಹಳ್ಳಿಯಲ್ಲಿ ನಮ್ಮ ಮನೆಯೊಂದಿದೆ, ಖಾಲಿ ಬಿದ್ದಿದೆ. ನಿನಗೆ ಬೇಕಾದರೆ ಅಲ್ಲಿ ಹೋಗಿರು" ಅನ್ನುತ್ತಾ ಬೀಗದಕ್ಕೆ ಕೊಟ್ಟಳು.

ಈ ಮಾತಿಗೆ ಹತ್ತು ಹನ್ನೆರಡು ದಿನಗಳಾದವು ಆ ಬೀಗದ ಕೈ ಹಾಗೆಯೇ ನನ್ನ ಬ್ಯಾಗ್‌ನಲ್ಲಿ ಕೂತಿದೆ. ಏನಾದರೂ ತೆಗೆವಾಗ ಸತತ ಕೈಗೆ ಹತ್ತುತ್ತಿರುತ್ತದೆ.

ನಾನಂದು ಮನೆಗೆ ಮರಳಿದಾಗ ರಾತ್ರಿ ಹನ್ನೆರಡಾಗಿತ್ತೇನೋ. ಬಾಗಿಲು ತೆರೆದವರು ಅಪ್ಪ. ಅವರ ಒದರಾಟ ನಾ ಮೆದುಳಿಗಿಳಿಯಲು ಬಿಡಲೇ ಇಲ್ಲ, ಮುಗಿಯುವ ತನಕ ಅವರ ಮುಂದೆ ನಿಂತಿದ್ದು ಕೋಣೆಯೊಳಕ್ಕೆ ಹೋಗಿ ಬಾಗಿಲು ಹಾಕಿಕೊಂಡೆ. ಟೀವಿಯ ವಾಲ್ಯೂಮ್ ಶೂನ್ಯಕ್ಕಿಳಿಸಿದರೆ ಹ್ಯಾಗೋ ಹಾಗೆ ನಾ ತಲೆಯ ಬಟನ್ ಬಂದ್ ಮಾಡಿಕೊಂಡುಬಿಟ್ಟಿದ್ದೇನೆ. ಹೀಗಾಗಿ ಅಪ್ಪ ಅಮ್ಮ ನನಗೀಗ ಮೂಕಿ ಚಿತ್ರಗಳಷ್ಟೆ.

ಮರುದಿನ ರವಿವಾರ ಮುಂಜಾನೆಯೇ ಅಪ್ಪ ಅಮ್ಮ ಒಳ್ಳೆ ಬಟ್ಟೆ ಧರಿಸಿ ತಯ್ಯಾರಾಗಿದ್ದರು. ತನಯ ನನಗೆ ಚಹಾ ಮಾಡಿ ಕೊಟ್ಟ, ನಾವಿಬ್ಬರೂ ಟೇಬಲ್ ಬಳಿ ಕುಳಿತು ಚಹಾ ಕುಡಿವಾಗ ಅಸೀಮ್‌ನೂ ಫುಲ್ ಶರಟಿನ ಬಟನ್ ಹಾಕಿಕೊಳ್ಳುತ್ತಾ ಹೊರಬಂದ. ನಾ "ಅರೆ ಇಷ್ಟು ಮುಂಜಾನೆ ಎಲ್ಲಿಗೆ ಹೊರಟಿದ್ದೀ?" ಎಂದೆ. ಅವ ಒಮ್ಮೆಲೆ ನಕ್ಕು ಮಾತಾಡದೆ ಬೂಟು ಹಾಕಿಕೊಳ್ಳಲು ಹೋದ. ಅಮ್ಮ ಮುತ್ತಿನ ಕಡಗ ಹಾಕ್ಕೊಂಡು ಬಂದು ಅಪ್ಪನ ಮುಂದೆ ಕೈಚಾಚಿ ನಿಂತಾಗ ಅಪ್ಪ ಅದರ ಸ್ಕ್ರೂ ತಿರುಗಿಸಿ ಬಿಗಿ ಮಾಡಿದರು.

ನಾ ಅಮ್ಮನ ಕಡೆ ತಿರುಗಿ "ಅರೆ ಅಮ್ಮಾ ನೀನಾದ್ರೂ ಹೇಳು ಎಲ್ಲಿಗೆ ಹೊರಟಿದ್ದೆಂತ?"

"ನಿನ್ನೆ ಹೇಳಿದ್ದನ್ನೆಲ್ಲಾ ಮರೆತು ಬಿಟ್ಟಿಯೋ ಹ್ಯಾಗೆ? ಚಿತ್ ಪಾವನ ಮನೆತನದ ಸಂಬಂಧ ಬಂದಿದೆ, ಸಾನೆ ಅಂತ ಅಡ್ಡ ಹೆಸರು. ಅಸೀಮ್‌ನಿಗೆ ಫೋಟೋ ಮನಸ್ಸಿಗೆ ಬಂದಿದೆ. ನಿನ್ನೆ ಅಷ್ಟೆಲ್ಲಾ ನಿಮ್ಮಪ್ಪ ಹೇಳಿದಾಗಲೂ ನೀ ಗುಮ್ಮನ ಗುಸುಕಿನಂತೆ ನಿಂತಿದ್ದೆ. ಅಸೀಮ್‌ನಿಗಾದರೋ ಮನೆಯಲ್ಲಿ ಲಗ್ನವಾಗದ ತಂಗಿಯಿದ್ದಾಳೆ ಅಂತ ಚೂರು ಅಳುಕು. ಅದಕ್ಕೇ ನೀನೂ ಲಗ್ನ ಮಾಡಿಕೊಂಡು

ಅವನಿಗೆ ಹಾದಿ ಮಾಡಿಕೊಡಬೇಕೆಂಬುದು ನಮ್ಮ ಅಭಿಪ್ರಾಯ. ಆದರೆ ನಿನ್ನೆ ನೀ ಏನೂ ಮಾತನಾಡಲೇ ಇಲ್ಲವೆಂದ ಮೇಲೆ ಇವತ್ತು ಕನ್ಯೆ ನೋಡಿಕೊಂಡು ಬಂದೇ ಬಿಡುವಾ. ಸಂಬಂಧ ಖಾತ್ರಿ ಆದರೆ ಲಗ್ನವನ್ನೂ ನಿರ್ಧರಿಸುವಾ ಅಂತ ಠರಾಯಿಸಿದೆ" ಅಂದಳು. ಅಪ್ಪನಂತೂ ನನ್ನ ಕಡೆ ನೋಡಿ ನಗಲಿಲ್ಲ ಕೂಡಾ. ಮೂವರೂ ಹೊರಟು ಹೋದ ಮೇಲೆ ನಾನು ತನಯ ಇಬ್ಬರೇ ಉಳಿದೆವು.

ತನಯನ ಚಹರೆ ಉದಾಸವಾಗಿರಲಿಲ್ಲ, ಆದರೆ ಭಾವರಹಿತವಾಗಿತ್ತು. ಗಲ್ಲದ ತುಂಬ ಗಡ್ಡದ ಕುರುಚಲು. ಒಂದು ಕಾಲು ಕುರ್ಚಿಯ ಮೇಲೆ ಮತ್ತೊಂದನ್ನು ನೆಲದ ಮೇಲಿಟ್ಟು ಅವ ಟೈಮ್ಸ ಪೇಪರ್ ಓದುತ್ತಿದ್ದ. ನಾನು "ಚಹಾ ಮಸ್ತ್ ಆಗಿದೆ" ಅಂದಾಗ ಪೇಪರನಿಂದ ಮುಖ ಕೂಡ ಎತ್ತದೆ ಅವ ಹೂಂ ಅಂದ. "ಏನು ನಡೆದಿದೆ ತನಯ್ ಎಷ್ಟು ದಿನವಾಯ್ತು ನೀ ನನ್ನೊಡನೆ ಚೆನ್ನಾಗಿ ಮಾತನಾಡಿಲ್ಲ ಕೂಡ" ಅಂದೆ. ಅವ "ಮುಂಬಯಿಯಲ್ಲಿ ಒಬ್ಬ ಮಿತ್ರನಿದ್ದಾನೆ, ಅವ ಒಂದು ಇಂಗ್ಲೀಷ್ ನಾಟಕ ಮಾಡಿಸುತ್ತಿದ್ದಾನೆ. ಮಂಟೋ ಅಂತ ಒಬ್ಬ ಲೇಖಕರ ಕೃತಿ ಅನುವಾದಿಸಿ ಸ್ಕ್ರಿಪ್ಟ್ ತಯ್ಯಾರಿಸೋ ಉದ್ದೇಶ; ಅದೇ ಕೆಲಸದಲ್ಲಿ ನನ್ನನ್ನು ಅಸಿಸ್ಟೆಂಟ್ ಅಂತ ತಗೊಂಡಿದ್ದಾನೆ. ಮುಂಬೈನ ಅಮರೀಶ ಮತ್ತವನ ಗೆಳೆಯರಿಗೂ ನಾ ಅವರೊಟ್ಟಿಗೆ ಖೋಲಿಯಲ್ಲಿದ್ದರೆ ಏನೂ ಪ್ರಾಬ್ಲೆಂ ಇಲ್ಲವಂತೆ" ಅಂತೊಮ್ಮೆಲೆ ಎಲ್ಲ ಸುದ್ದಿ ಹೇಳಿ ಖಾಲಿಯಾಗುವಂತೆ ಬಡಬಡಿಸಿದ.

"ಅಂದರೆ ಇನ್ನು ನೀ ಮುಂಬೈಯಲ್ಲಿರುವವ" ಅಂದೆ.

"ಹೌದು ಇನ್ನೊಂದು ಆಡ್ ಫಿಲ್ಮಮೇಕರ್‌ಗೆ ಕೂಡಾ ಅಸಿಸ್ಟ್ ಮಾಡುವವನಿದ್ದೇನೆ. ದುಡ್ಡೂ ಸಾಕಷ್ಟು ಸಿಗುತ್ತದೆ. ಅಲ್ಲದೆ ನನಗಿದು ಇಷ್ಟವಾಗುವ ಫೀಲ್ಡ್. ಲೆಟ್ಸ್ ಸೀ" ಅನ್ನುತ್ತಾ ಪೇಪರ್ ಕೆಳಗಿಟ್ಟು ಚಪ್ಪಲಿ ಮೆಟ್ಟಿ ಅಂಗಳಕ್ಕಿಳಿದ.

ನಾವೆಲ್ಲ ನಮ್ಮ ನಮ್ಮ ಬ್ಯಾಗ್ ತುಂಬಿಸಿಕೊಂಡು ಸ್ಟೇಶನ್‌ಗೆ ಬಂದಿದ್ದೇವೆ. ಆದರಿಲ್ಲಿಂದ ಹಿಡಿಯೋ ರೈಲೇ ಬೇರೆ, ಹೋಗೋ ದಿಕ್ಕೇ ಬೇರೆ. ಹೋಗಲಿ ಅದೂ ಓಕೇ ನೇ, ಆದರೆ ನಾ ಹೋದಾಗ ಇಷ್ಟು ದುಖಿಸಿದ ತನಯ ನಾ ಬಂದ ಮೇಲೆ ಹೀಗೇಕೆ ಒಗಟಾಗಿದ್ದಾನೆ?

ಮಧ್ಯಾಹ್ನ ಕೀಲಿ ತೆಗೆದು ಫ್ಲಾಟಿನೊಳಗೆ ಹೋದೆ. ಈ ಮನೆಯ ವಾಸ್ತುಶಾಂತಿಗಾಗಿ ಬಂದಿದ್ದಷ್ಟೇ ನಾನು, ಯಾಕಾಗಿ ಅನಿಲ್ ಕಾಕಾ ಇಷ್ಟು ದೊಡ್ಡ ಮನೆ ಕಟ್ಟಿಸಿಟ್ಟಿದ್ದಾರೋ ಯಾರಿಗೆ ಗೊತ್ತು? ನೆಲದ ಮೇಲೆ ಧೂಳಿನ ಹಾಸಿತ್ತು. ಬೇಕಾಗುವ ಎಲ್ಲ ಫರ್ನೀಚರ ಪಡಸಾಲೆಯಲ್ಲಿ ಕೂತಿದ್ದವು; ಮನೆಯ ತುಂಬ ಧೂಳಿನ, ಮತ್ತೇನೋ ಆರ್ದ್ರ ವಾಸನೆ. ಬೆಡ್ ರೂಮಿನಲ್ಲಿ ಕಿಟಕಿಯ ಗಾಜು ಒಡೆದಿತ್ತು. ಫ್ಯಾನ್ ಮೇಲೆ ಪುಟ್ಟದೊಂದು ಗುಬ್ಬಚ್ಚಿಯ ಗೂಡಿತ್ತು. ಖಡಪಡ ಸದ್ದು ಮಾಡುತ್ತಾ ಗುಬ್ಬಿ ಮನೆಯೊಳಗೆ ಹಾರಿ ಬಂದು ಫ್ಯಾನಿನ ಮೇಲೆ ಕೂತಾಗ ತೆರೆದಿಟ್ಟಿದ್ದ ಬಾಗಿಲುಗಳನ್ನು ಒಂದೊಂದಾಗಿ ಮುಚ್ಚುತ್ತಾ ನಾ ಹಾಲ್‌ಗೆ ಬಂದೆ. ಬಾಲ್ಕನಿಗೆ ತೆರೆದುಕೊಳ್ಳುತ್ತಿದ್ದ ದೊಡ್ಡ ಕಾಜಿನ ಬಾಗಿಲು ಸರಿಸಿದರೆ ಎದುರಿಗೆ ಗುಡ್ಡ ಮತ್ತದರ ದಟ್ಟ ಹಸಿರಿನ ಸಾಮ್ರಾಜ್ಯ; ಅದರಿಂದ

ಹಿತವಾಗಿ ತೀಡಿ ಬರುವ ಗಾಳಿ. ಕೆಳಗೆ ಸ್ವಿಮಿಂಗ್ ಪೂಲಿತ್ತು, ಆದರೆ ಜನರೇ ಇರಲಿಲ್ಲ. ನಾ ಹಾಗೆಯೇ ಬಾಲ್ಕನಿಗಾತು ಎಷ್ಟೋ ಹೊತ್ತು ಕೂತಿದ್ದೆ. ಕೈಯಲ್ಲಿ ಬೀಗದ ಕೈ; ಮನದಲ್ಲಿ ನೂರಾರು ಗೊಂದಲ. ಏನು ಮಾಡಬೇಕೆಂದುಕೊಂಡಿದ್ದೇನೋ ಅದು ಸಾಧ್ಯವಾಗುತ್ತೋ ಇಲ್ಲವೋ ಅಂತ ಖಾತ್ರಿಯಿರಲಿಲ್ಲ. ಮನೆಗೆ ಮರಳಿದ್ದೆ.

ನಾನು ಅಂದು ಡೈರಿ ಬರೆಯಲು ಕುಳಿತಾಗ ಅರೇ ತಾರೀಖಿನ ಲೇಬಲ್ ಹಾಕಿ ಬರೀಬೇಕ್ಯಾಕೆ? ಅನ್ನಿಸಿತ್ತು. ಮತ್ತೆ ಅವ ನೆನಪಾಗಿದ್ದ. ಅವನ ಕಡೆ ಒಂದು ಸುಂದರ ಡೈರಿಯಿತ್ತು ಅದಕ್ಕೆ ನೀಲಿ ಬಣ್ಣದ ಖಾದಿ ಬಟ್ಟೆಯ ಕವರ್ ಹೊದಿಸಿಟ್ಟಿದ್ದ. ಮರೆತು ಹೋಗಬಾರದೆಂದು ಕೆಲಸಗಳ ಪಟ್ಟಿ ಬರೆದಿಡುತ್ತಿದ್ದನವ. ನೆಲದ ಮೇಲೆ ಕಾಲೆರಡೂ ಹೊಟ್ಟೆಯ ಬಳಿ ಎಳೆದುಕೊಂಡು ಬಗ್ಗಿ ಚಿಕ್ಕಮಕ್ಕಳು ಬರೀತಾರಲ್ಲಾ ಹಾಗಿ ಕಣ್ಣು ಚಿಕ್ಕದು ಮಾಡಿಕೊಂಡು ಬರೆಯೋನು. ಒಂದಿನ ನಾ ಹಿಂದಿನಿಂದ ಬಗ್ಗಿ ನೋಡಿದರೆ ಅದರಲ್ಲಿ ಮಾಡಬೇಕಾದ ಕೆಲಸಗಳ ಉದ್ದ ಪಟ್ಟಿಯಿತ್ತು. ನಾನೆಂದೆ "ಅರೆ, ಹೀಗೆ ಬರಿದೇ ಪಟ್ಟಿ ಬರೆದಿಟ್ಟರೆ ಯಾವ ಕೆಲಸ ಯಾವಾಗ ಮಾಡೋದೆಂದು ಹ್ಯಾಗೆ ತಿಳಿಯೋದು? ನೀ ತಾರೀಖಿರುವ ಡೈರಿ ಯಾಕೆ ಕೊಳ್ಳಬಾರದು?"

"ಮನಸ್ಸಿಗೆ ಬಂದಾಗ ಮನಸ್ಸಿಗೆ ಬಂದಂತೆ ಒಂದೊಂದೇ ಕೆಲಸ ಮಾಡ್ತಾ ಹೋಗೋದಪ್ಪ. ಅದಕ್ಕೆ ತಾರೀಖೇಕೆ ಬೇಕು?" ಅಂದಿದ್ದ.

ನಾ ಚಿಕ್ಕವಳಿದ್ದಾಗ ಅಡುಗೆಯಾಟ ಆಡಿದ್ದೇ ಇಲ್ಲ. ಆದರೆ ನನ್ನ ಕಡೆ ಕಡ್ಡಿಯಂಥಾ ಕೈಕಾಲಿನ ವಿದೇಶಿ ಗೊಂಬೆಯ ಮನೆಯೊಂದಿತ್ತು. ನನ್ನ ಗೆಳತಿಯರು ಸದಾ ಅದರೊಟ್ಟಿಗೆ ಆಡೋರು. ಜೊತೆಗೆ ತಮ್ಮ ಗೊಂಬೆಗಳಿಗೆ ನಾನಾ ನಮೂನೆಯ ಫ್ರಾಕ್ ಹೊಲಿಸಿ ತರೋದು, ಅವುಗಳ ಕೂದಲು ಬಾಚೋದು, ಮನೆ ಮಾಡೋದು... ಇಂಥವೇ ಆಟ. ಮತ್ತೆ ಬಾಕಿ ಸಮಯದಲ್ಲೂ ಅದರದ್ದೇ ಚರ್ಚೆ. ನಾ ಮಾತ್ರ ಬಲು ದಂಗೆಕೋರ್ ಇದ್ದೆನೆಂದು ಅಮ್ಮ ಹೇಳ್ತಾಳೆ. ಎದುರು ಮನೆಯ ನಾಡಕರ್ಣಿ ಕಾಕಾನ ಮನೆಗೆ ಅವರ ತಮ್ಮನ ಮಗ ಸೂಟಿಯಲ್ಲಿ ಬರೋನು. ನಾನೊಮ್ಮೆ ಅವನಿಗೆ ನುಣ್ಣಗೆ ಮಣ್ಣು ಕಲಿಸಿ ಮಾಡಿದ ಗೋಲಿಗಳನ್ನು ಚಾಕಲೇಟೆಂದು ತಿನ್ನಿಸಿ, ರಾತ್ರಿ ಅವನ ಹೊಟ್ಟೆ ನೋಯ್ದು ದವಾಖಾನೆಗೆ ಒಯ್ದು ದೊಡ್ಡ ರಾಮಾಯಣವಾಗಿತ್ತು. ದೀಪಾವಳಿಯ ಮುಂದೆ ಕೋಟೆ ಕಟ್ಟಲೂ ನನಗೆ ತುಂಬಾ ಉತ್ಸಾಹ. ನಾನೂ ಅಸೀಮ್ ಹಾರೆ, ಸಲಕೆ ಹಿಡಿದು ಎದುರಿನ ಖಾಲಿಯಿದ್ದ ಪ್ಲಾಟ್‌ಗೆ ಹೋಗುತ್ತಿದ್ದೆವು. ಅವ ನೆಲ ಅಗೆವಾಗ ನಾ ಬುಟ್ಟಿಯಲ್ಲಿ ಮಣ್ಣು ತುಂಬಿ ನಾಲ್ಕಾರು ಬಾರಿ ತಂದು ಅಂಗಳಕ್ಕೆ ಒಗೆಯುತ್ತಿದ್ದೆ. ಅಲ್ಲಿಲ್ಲಿ ಬಿದ್ದ ಚಿಕ್ಕ ದೊಡ್ಡ ಕಲ್ಲಾರಿಸಿ ತಂದು ಅದರ ಮೇಲೆ ಮಣ್ಣು ಮೆತ್ತಿ ರಾತ್ರಿಯೆಂದರೆ ನನ್ನ ಕೋಟೆ ತಯ್ಯಾರು, ಆಮೇಲೆ ಅಮ್ಮ ಕೊಟ್ಟ ಗೋದಿಕಾಳುಗಳನ್ನು ತಂದು ಕೋಟೆಯ ಮುಂದಿನ ಮಣ್ಣಲ್ಲಿ ಒಗೆಯುತ್ತಿದ್ದೆ. ಭಾವ ಬಿದಿಗೆಯ ಹೊತ್ತಿಗೆಂದರೆ ಅಲ್ಲೊಂದು ಪುಟ್ಟ ಹೊಲ ತಯ್ಯಾರ್. ಮತ್ತೆ ಹಬ್ಬದ ಕಡೆಯ ದಿನ ಸುತಳೀ ಬಾಂಬ್ ಇಟ್ಟು ಕೋಟೆ ಹಾರಿಸಿ ಒಗೆಯುವುದರಲ್ಲೂ ನಾನೇ ಮುಂದು!

ನಾ ಎಂಟನೆಯ ಕ್ಲಾಸಿನಲ್ಲಿದ್ದಾಗ ಅಮ್ಮ ಒಮ್ಮೆ ಈರುಳ್ಳಿ ಸಿಪ್ಪೆ ತೆಗೆದು ಹೆಚ್ಚಿಡಲು ಕೂಗಿದ್ದಳು; ಮತ್ತೊಮ್ಮೆ ಪಲ್ಯಕ್ಕೆ ಒಗ್ಗರಣೆ ಹಾಕಲು. ಒಮ್ಮೊಮ್ಮೆ ಹಪ್ಪಳ ಸಂಡಿಗೆ ಕರೆಯಲು ಹಚ್ಚೋಳು. ಮುಂಜಾನೆ ಇನ್ನೂ ನಿದ್ದೆಯ ಮಬ್ಬು ಹರಿವ ಮುನ್ನವೇ 'ನಡಿ ಚಹಾನಾದ್ರೂ ಮಾಡು' ಅಂತ ಅಡುಗೆಮನೆಗೆ ಅಟ್ಟೋಳು. ಕಾಲೇಜಿಗೆ ಬರುವ ವೇಳೆಗೆಂದರೆ ಕುರುಕುರು ಮಾಡದೇ ನಾ ಅಮ್ಮನಿಗೆ ಸಹಾಯ ಮಾಡುವಷ್ಟಾಗಿದ್ದೆ. ಆದರೆ ಅದರಲ್ಲಿ ರುಚಿ ಮಾತ್ರ ಬೆಳೆಯಲೇ ಇಲ್ಲ, ಅಡುಗೆ ಮಾಡೋದೆಂದರೆ ಭಾರೀ ಬೇಜಾರಿನ ಕೆಲಸ ನನಗೆ. ಆ ಬೇಜಾರು ನಾ ಮಾಡೋ ಪದಾರ್ಥಗಳಲ್ಲಿ ಸ್ಪಷ್ಟ ಕಾಣಿಸುತ್ತಿತ್ತು, ಅಮ್ಮ ಕೆನ್ನೆಗೆರಡು ಬಿಗಿದು ಮಾಡಲು ಹಚ್ಚಿದಾಗ ನಾ ಸಿಕ್ಕಾಪಟ್ಟೆ ಜಗಳವಾಡಿದ್ದೆ. ಜಪ್ಪಯ್ಯ ಅಂದರೂ ಅವಳು ಕೇಳದಾದಾಗ ಚೂರು ಪಾರು ಕಲಿತೆನಷ್ಟೆ. ಅದರೆ ದೊಡ್ಡವಳಾದ ಮೇಲೆ ಖಂಡಿತ ಅಡುಗೆ ಮಾಡುವುದಿಲ್ಲ ಅಂತ ಆಗಲೇ ಠರಾಯಿಸಿಬಿಟ್ಟಿದ್ದೆ.

ಪರ್ಸಿನಲ್ಲಿರುವ ಬೀಗದ ಕೈ ಕೈಗೆ ಹತ್ತಿದಾಗೊಮ್ಮೆ ಇದೆಲ್ಲ ನೆನಪಾಗೇ ಆಗುತ್ತದೆ.

ಅವನದೆಷ್ಟು ಚೆನ್ನಾಗಿ ಅಡುಗೆ ಮಾಡುತ್ತಿದ್ದ, ಇಲ್ಲಿ ಅಟ್ಟದ ಕೋಣೆಯ ಮೇಲಿದ್ದಾಗ ಅವನ ಬಳಿ ಒಂದು ಹಾಟ್‌ಪ್ಲೇಟ್ ಇತ್ತು, ಅದೇ ಅವನ ಪಾಕಶಾಲೆ. ಮಾಡಿದ್ದೆಲ್ಲ ಬೇರೆ ದೇಶಗಳ, ಕೆಲವೊಮ್ಮೆ ಹೆಸರೇ ಗೊತ್ತಿಲ್ಲದ ತಿನಿಸುಗಳು! ನಾವು ಮದುಮಲಾಯಿಯಿಂದ ಪಾಂಡಿಚೆರಿಗೆ ಹೋದಾಗ ನನ್ನನ್ನು ಬ್ಯಾಗುಗಳೊಟ್ಟಿಗೆ ಕೂಡಿಸಿ ಅವ ಮನೆ ಹುಡುಕಲು ಹೋಗಿದ್ದ. ತಾಸಿನ ಮೇಲೆ ಬಂದು ಬ್ಯಾಕ್ ಪ್ಯಾಕ್ ಬೆನ್ನಿಗೇರಿಸಿದವನೇ ಹಿಂಬಾಲಿಸುವಂತೆ ಸನ್ನೆಮಾಡಿದ್ದ. ಮನೆಯೆಂದರೆ ರಸ್ತೆಯ ತುದಿಗಿದ್ದ ಕಟ್ಟಡದ ನೆಲಮಾಳಿಗೆಯಲ್ಲಿ ಪುಟ್ಟ ಖೋಲಿ. ಅಧರೊಂದು ಮೂಲೆಯಲ್ಲಿಯೇ ಅಡುಗೆಮನೆ; ಮತ್ತು ಸ್ವಲ್ಪ ಪಾತ್ರೆ ಪಗಡಿಗಳು. ಆ ಜಾಗದಲ್ಲಿ ಸತತ ಟೂರಿಸ್ಟಗಳು ಬರೋದರಿಂದ ಖೋಲಿ ಮಾತ್ರ ಸುಸ್ಥಿತಿಯಲ್ಲಿತ್ತು.

ಸಾಮಾನಿರಿಸಿ ಮತ್ತೆ ಹೊರಗೆ ಹೋದವ ನಾ ಸ್ನಾನ ಮುಗಿಸಿ ಬರುವಷ್ಟರಲ್ಲಿ ಅಕ್ಕಿ, ಬೇಳೆ ತಂದು ಬಿಸಿಬಿಸಿ ಅನ್ನ ಝುಣಕ ಸಿದ್ಧ ಮಾಡಿಟ್ಟಿದ್ದ. ನನಗೆ ಒಮ್ಮೆಲೆ ಮನೆಯ ನೆನಪಾಗಿ ಅವನನ್ನು ಬರಸೆಳೆದು ಅಪ್ಪಿಕೊಂಡಿದ್ದೆ. ಮರುದಿನ ಮುಂಜಾನೆಯ ಚಹಾ, ಮಧ್ಯಾಹ್ನದಡಿಗೆ ಕೂಡ ಅವನೇ ಮಾಡಿದ್ದ, ನನಗಾಗಿ ಏನೆಲ್ಲಾ ಮಾಡುತ್ತಿದ್ದನವ.

ಆ ದಿನ ಸಂಜೆ ಹೊರಹೋದವ ರಾತ್ರಿಯ ಊಟ ಮಾಡೇ ಬಂದಿದ್ದ. ನಾ ಅಡುಗೆ ಮಾಡಿಟ್ಟು ಅವನ ದಾರಿ ಕಾಯ್ತಿರೋದನ್ನು ನೋಡಿ "ಇದೇನಿದು ಮನೇಲೇ ಕೂತಿದ್ದೀಯಾ? ಎಲ್ಲಾದರೂ ಹೊರಹೋಗಿರಬಹುದೆಂದುಕೊಂಡಿದ್ದೆ" ಎಂದ. ನನಗೇನೂ ತಿಳಿದಿರಲಿಲ್ಲ. ನಾ ಬರೀ ನೀರು ಕುಡಿದು ಮಲಗಿಬಿಟ್ಟಿದ್ದೆ. ಆದರೆ ನಿದ್ರೆ ಬಂದರೆ ತಾನೇ? ಮತ್ತೆ ಎದ್ದು ಕಿಟಕಿಯ ಹತ್ತಿರ ಬಂದು ಹೊರಗಿನಿಂದ ಬರುತ್ತಿದ್ದ ಮಂದ ಪ್ರಕಾಶದಲ್ಲಿ ಖೋಲಿಯನ್ನೇ ನೋಡುತ್ತ ಕುಳಿತೆ.

ಮತ್ತೆರಡು ದಿನಗಳ ಮೇಲೆ ನಾ ಹೊರಗಿನಿಂದ ಬರುವ ವೇಳೆಗೆಂದರೆ ಕೋಣೆಯ ನಟ್ಟ ನಡುವೆ ಕ್ಯಾನವಾಸ್, ಪೇಂಟಿಂಗ್ ಸ್ಟ್ಯಾಂಡ್, ಬಣ್ಣ, ಬ್ರಶ್ ಇತ್ಯಾದಿ ಬಂದು

ಬಿದ್ದಿದ್ದವು. ಅವ ಆರ್ಡರ್ ಕೊಟ್ಟಿದ್ದನೇನೋ; ಬಂದು ತೆಗೆದಿಟ್ಟಾನೆಂದು ನಾ ಅದನ್ನೆಲ್ಲ ಹಾಗೆಯೇ ಬಿಟ್ಟುಬಿಟ್ಟೆ, ಸಂಜೆ ಬಂದವನ ಕೈಯಲ್ಲಿದ್ದುದು ಕವಿತೆಯ ಪುಸ್ತಕ! ಅದನ್ನೇ ಓದುತ್ತಾ ರಾತ್ರಿ ಬಹಳ ಹೊತ್ತಿನವರೆಗೂ ಉರುಳಾಡುತ್ತಿದ್ದನವ. ಮುಂದಿನೆರಡು ದಿನಗಳೂ ಸಾಮಾನೆಲ್ಲಾ ಹಾಗೆಯೇ ಬಿದ್ದುಕೊಂಡಿದ್ದವು. ಕಡೆಗೆ ಹೋಗುವಾಗ, ಬರುವಾಗ ಎಡವತೊಡಗಿದ ನಾನೇ ತೆಗೆದು ಹೊಂದಿಸಿಟ್ಟಿದ್ದೆ.

ನಾನೀನ ನೌಕರಿಗಾಗಿ ಮಾಡುತ್ತಿರುವ ಪ್ರಯತ್ನ, ಟ್ರೇನಿಂಗ್ ಬಗ್ಗೆ ಅನುಭವ್‌ಗೆ ಹೇಳಬೇಕೆನ್ನಿಸಿ ಅವನಿಗೆ ಫೋನ್ ಮಾಡಿದ್ದೆ. ಅವನ ನಂಬರ್ ಬದಲಾಗಿದ್ದು ನನಗೆ ಗೊತ್ತಿರಲೇ ಇಲ್ಲ. ಎತ್ತಿಕೊಂಡಾಕೆ ಮನೆಯ ಕೆಲಸದಾಕೆ. 'ಯಾರು ಬೇಕಿತ್ತು?' ಅಂತ ಉದ್ಧಟ ಧ್ವನಿಯಲ್ಲಿ ಕೇಳಿದಳು. ಅನುಭವ್‌ನ ಹೆಸರು ಹೇಳಿದ ಮೇಲೆ ನನಗೆ ಬೇರೆ ಬೇರೆ ಸದ್ದು ಕೇಳಲಾರಂಭಿಸಿದ್ದವು, ಬಹುತೇಕ ಕಾರ್ಡಲೆಸ್ ಫೋನ್ ಹಿಡಕೊಂಡು ಅವನ ಕೋಣೆಯತ್ತ ನಡೆದಿರಬೇಕಾಕೆ. ಟೀವಿಯ ವಾರ್ತೆ, ರಸ್ತೆಯ ಮೋಡ್ಕಾದವನ ಕೂಗು, 'ಅರೆ ಚಹಾನಾದ್ರೂ ಕುಡಿದು ಹೋಗಿ' ಅನ್ನುವ ಕಾಕುನ ಧ್ವನಿ... ಇನ್ನೂ ಏನೇನೋ ಸದ್ದುಗಳು. ಕಡೆಗೊಮ್ಮೆ ಅಬ್ಬರದ ಸಂಗೀತ ಕೇಳಿಬಂದಾಗ 'ಹಾಂ ಅಂತೂ ಅನುಭವ್‌ನ ಕೋಣೆ ಬಂತು' ಅಂತ ಗೊತ್ತಾಗಿತ್ತು. ಕೆಲಸದಾಕೆ 'ಯಾರೋ ಅನುಜಾ ಅಂತೆ ಮಾತಾಡ್ತೀಯಾ? ಇಲ್ಲಾ ಸ್ನಾನಕ್ಕೆ ಹೋಗಿದ್ದೀಯೆಂದು ಹೇಳಲಾ?' ಅನ್ನುವಷ್ಟರಲ್ಲಿ ಅನುಭವ್ ಫೋನ್ ಕಿತ್ತುಕೊಂಡಿದ್ದ. ಆನಂದ ತುಂಬಿದ ಅವನ ಹಲೋ... ಕಿವಿಯಲ್ಲಿ ಮೊಳಗಿತ್ತು. ಬಹಳ ದಿನಗಳ ಮೇಲೆ ನಾನೇ ನೆನಪಿಸಿಕೊಂಡು ಫೋನ್ ಮಾಡಿದ್ದೆನೆಂದೇ ಬಲು ಖುಷಿಯಾಗಿದ್ದನವ.

ಇವತ್ತು ಟ್ರೇನಿಂಗಿನ ಕಡೆಯ ದಿವಸ. ಸಬೀನಾ ಎಷ್ಟು ಉತ್ಸಾಹದಿಂದ ವರ್ತಿಸುತ್ತಿದ್ದಳೆಂದರೆ ಅದರಿಂದಲೇ ನನಗೆ ನೌಕರಿ ಖಾತ್ರಿ ಅನ್ನಿಸಿತ್ತು. ನಾ ಹೊರಡುವಾಗ ಹೇಳಿದ್ದಳು "ಇಂಟರವ್ಯೂನ ಬಾಜಿ ಹೊಡೆಯೋದು ನಿನ್ನ ಕೈಲಿದೆ, ಟ್ರೇನಿಂಗಿನ ನಿನ್ನ ರಿಪೋರ್ಟಗಳು ತುಂಬಾ ಚೆನ್ನಾಗಿವೆ. ಅಲ್ಲದೆ ನೀ ಇಷ್ಟು ವರ್ಷ ವಾಲಂಟಿಯರ್ ಅಂತ ಕೆಲಸ ಮಾಡಿದ್ದು ಕೂಡಾ ನಿನ್ನ ಪ್ಲಸ್ ಪಾಯಿಂಟ್ ಆಗುತ್ತೆ. ಆದರೆ ಪ್ಯಾನೆಲ್‌ನಲ್ಲಿ ಒಬ್ಬ ಜರ್ಮನ್ ಹೆಂಗಸಿದ್ದಾಳೆ. ಅವಳ ಬಗ್ಗೇನೇ ನನಗೆ ತುಸು ಕಾಳಜಿ" ಎಂದಾಗ ನಾ "ಡೋಂಟ್ ವರಿ. ಐ ವಿಲ್ ಡೂ ಮೈ ಬೆಸ್ಟ್" ಎಂದಿದ್ದೆ.

ನಾ ಬೈಕಿನಲ್ಲಿ ಮರಳುವಾಗ ಬದುಕಿನಲ್ಲಿ ಏನೇನು ಮಾಡಬೇಕೆಂದಿದ್ದೆ ಆದರೆ ಮಾಡಿದ್ದೇನು? ಝೂ ಮ್ಯಾನೇಜ್‌ಮೆಂಟ್ ಕೋರ್ಸ್ ಮಾಡಿ ಒಂದೊಳ್ಳೆಯ ಪ್ರಾಣಿಸಂಗ್ರಹಾಲಯ ಕಟ್ಟಿ ಅವುಗಳ ಕಾಳಜಿ ತಗೋಬೇಕೆಂಬ ಆಸೆಯಿತ್ತು. ಹೋಗಲಿ ಈಗ ಮಾಡ್ತಿರೋದು ನೇರವಾಗಿ ಅದೇ ಅಲ್ಲವಾದರೂ ಎಲ್ಲೋ ಒಂದು ಕಡೆ ಅದಕ್ಕೆ ಹತ್ತಿರವಾದದ್ದೇ ಅನ್ನಿಸಿತು.

ನಾ ಅವನಿಗೆ ನನ್ನ ಪ್ರಾಣಿ ಸಂಗ್ರಹಾಲಯದ ಇಚ್ಛೆ ಹೇಳಿದಾಗ ನಾವಿಬ್ಬರೂ ಸಮುದ್ರದಂಡೆಯಲ್ಲಿ ಹೊರಳಾಡುತ್ತಿದ್ದೆವು. ಅವ "ಈ ಮ್ಯಾನೇಜ್‌ಮೆಂಟ್ ನಿನಗೆ ಹೇಳಿ ಮಾಡಿಸಿದಂತಿದೆ. ಮನುಷ್ಯರನ್ನು ಬೇರೆ ಬೇರೆ ಕಂಪಾರ್ಟ್‌ಮೆಂಟ್‌ಗಳಲ್ಲಿ ಹಾಕಿ ಅವರ ಮೇಲೆ ಅಧಿಕಾರ ಚಲಾಯಿಸುವುದೆಂದರೆ ನಿನಗೆ ಬಲು ಪ್ರೀತಿ. ಪ್ರಾಣಿಗಳಿಗೂ ಅದನ್ನೇ ಮಾಡು" ಅಂದಿದ್ದ.

ಚೇಷ್ಟೆ ಮಾಡುತ್ತಿರಬಹುದೆಂದು ಉಸುಕಿನಲ್ಲಿ ಬರೆಯುತ್ತಿದ್ದ ಬೆರಳನ್ನೆತ್ತಿ ನಾ ನೋಡಿದರೆ ಅವನ ಮುಖ ತೀರ ಗಂಭೀರವಾಗಿತ್ತು, ತಟ್ಟನೆ ಅವ ಮೇಲೆದ್ದು ಬಟ್ಟೆ ಬಿಚ್ಚಿ ಬಿಸಾಕಿದವನೇ ಸಮುದ್ರದಲ್ಲಿ ಹಾರಿದ್ದ; ಸ್ವಚ್ಛಂದ ಮೀನಿನಂತೆ ಈಜತೊಡಗಿದ್ದ.

ಹೀಗನ್ನಿಸುತ್ತದಲ್ಲಾ –ಬರುವ ಅವನ ಸೊಗಸಿನ ನೆನಪುಗಳೆಲ್ಲಾ ನಾವೀ ಅಟ್ಟದ ಕೋಣೆ ಬಿಡುವ ಮುಂಚಿನವೇ, ಆಮೇಲಿನ ನೆನಪುಗಳೇಕೆ ಅದೇ ರಭಸದಲ್ಲಿ ಉಕ್ಕುವುದಿಲ್ಲ?

ನನಗೆ ಜೀವನಪೂರ್ತಿಯಾಗಿ ಅವನೊಡನೆಯೇ ಇರೋದಿತ್ತು, ಅವ ಪೂರ್ತಿ ನನ್ನವನಾಗಿ ಇರಬೇಕೆಂಬ ಆಸೆಯಿತ್ತು. ನನ್ನ ಆಯ್ಕೆ, ನನ್ನ ಆಸೆ ಇದೆಲ್ಲ ಖರೆ, ಅವನ ಬದುಕಿನಾಯ್ಕೆ ಏನಿತ್ತೆಂದು ನಾ ವಿಚಾರ ಮಾಡಿದ್ದೇ ಇಲ್ಲ.

'ಪಾಂಡಿಚೆರಿಗೆ ಹೋದ ಮೇಲೆ ಅವ ಇಪ್ಪತ್ನಾಲ್ಕು ಗಂಟೆಯೂ ನನ್ನ ಮುಂದೆಯೇ ಇರ್ತಾನೆ ಅವನೀಗ ಬರೀ ನನ್ನವ' ಅಂತ ಅತಿ ಆನಂದವಾಗಿತ್ತು. ಆದರೆ ಅವನ ಸ್ವಭಾವಕ್ಕೆ ಇನ್ನೂ ಅನೇಕ ಡೈಮೆನ್ಶನ್ ಇವೆ ಅಂತ ಗಮನಕ್ಕೇ ಬಂದಿರದ್ದು ನಿಧಾನವಾಗಿ ಗೊತ್ತಾಗಿತ್ತು– ಅವ ಎಲ್ಲರ ಮಾತು ಶಾಂತವಾಗಿ ಕೇಳ್ತಾನೆಯಾದರೂ ತನ್ನ ಮನಸ್ಸಿಗೆ ಬಂದಂತೆ ಮಾಡ್ತಾನೆ. ಒಮ್ಮೆ ಪೇಂಟಿಂಗ್ ಶುರು ಮಾಡಿದನೆಂದರೆ ದಿನಗಟ್ಟಳೆ ಮಾತೇ ಆಡುವುದಿಲ್ಲ, ಕೆಲವೊಮ್ಮೆ ರಾತ್ರಿ–ಅಪರಾತ್ರಿ ಎದ್ದು ಜಾಗಿಂಗ್ ಹೋಗ್ತಾನೆ. ಅವನ ಇಂಥಾ ವಿಚಿತ್ರ ರೂಢಿಗಳಿಗೆ ಕಷ್ಟಪಟ್ಟು ಹೊಂದಿಕೊಂಡಿದ್ದೆ, ಕಾರಣ ನನ್ನಲ್ಲೂ ಅಂಥಾ ಗುಣಗಳಿದ್ದೇ ಇದ್ದವಲ್ಲ. ಎವಲಿನ್ ಬಾಯಿಯ ಬಳಿ ವೇಟ್ರೆಸ್‌ನಂತೆ ಕೆಲಸ ಮಾಡುತ್ತಿರಲಿಲ್ಲವೆ? ಅದರ ಹಿಂದಿನ ನನ್ನ ಇಂಗಿತ ಅವನಿಗೆ ತಿಳಿದಿರಲಿಕ್ಕಿಲ್ಲವೆ? ಆದರೆ ಪ್ರತಿದಿನ ರಾತ್ರಿ ಅವನಿಗೆ ನಾ ಹೋಟೆಲ್ಲಿನಲ್ಲಿ ನಡೆದ ವಿಷಯವನ್ನೆಲ್ಲ ಹೇಳುತ್ತಿದ್ದರೆ ಅವ ಬಿಸಿ ಬಿಸಿ ಅಡುಗೆ ಮಾಡಿ ಬಡಿಸುತ್ತಾ ತನ್ನ ಅನುಭವವನ್ನೂ ಹೇಳೋನು, ಶನಿವಾರ ಸಾಕು ಸಾಕಾಗುವಷ್ಟು ಎಣ್ಣೆ ತಲೆಗೆ ತಿಕ್ಕಿ ರವಿವಾರ ಬೆಳಿಗ್ಗೆ ಬಿಸಿ ಬಿಸಿ ನೀರು ಎರೆಯಲು ಹಾಕೋನು. ಅವನ ಟೀ ಶರ್ಟ್ ಮೇಲೆ ಉಳಿಯುತ್ತಿದ್ದ ಎಣ್ಣೆಯ ಕಲೆಗಳ ಬಗ್ಗೆ ಕೂಡಾ ಕುರುಕುರು ಮಾಡುತ್ತಿರಲಿಲ್ಲ.

ಆ ಎವಲಿನ್ ಬಾಯಿ ನನ್ನನ್ನೂ ಬಿಡಲಿಲ್ಲ! ಕಳ್ಳತನದ ಅಪವಾದ ಹೊರೆಸೇಬಿಟ್ಟಿದ್ದಳು. ನಾ ಆಗಿಂದಾಗಲೇ ನೌಕರಿ ಬಿಟ್ಟು ಮನೆಯತ್ತ ಓಡಿದ್ದೆ. ಮನೆಗೆ ಬಂದಾಗ ಅವ ಕಸ ಗುಡಿಸುತ್ತಿದ್ದ. ನಾ ನೌಕರಿ ಬಿಟ್ಟ ಸುದ್ದಿ ಕೇಳಿ ತಲೆಯೆತ್ತಿ ಕೂಡಾ ನೋಡಲಿಲ್ಲ, ಬರಿದೇ ಹೂಂ ಅಂತೇನೋ ಅಸ್ಪಷ್ಟ ಗೊಣಗಿದ್ದ. ಬಹುಶಃ ನನಗೆಂದೂ

ಅವ ಅರ್ಥವಾಗಿರಲೇ ಇಲ್ಲ. ಅವನೊಡನೆ ಕಳೆದ ಕಾಲ ಬರೀ ಆರುತಿಂಗಳೆಂದರೆ ಬಹು ಚಿಕ್ಕ ಶಬ್ದವಾಯಿತು. ಬದುಕಿನ ದೊಡ್ಡ ಭಾಗ ಕಳೆದಂತಾಗಿತ್ತು.

ಮನೆ ಬಿಟ್ಟು ಎಲ್ಲಿಂದೆಲ್ಲಿಗೆ ಬಂದಿದ್ದೆ? ನಾ ಮಾಡಿದ್ದು ಸರಿಯೋ ತಪ್ಪೋ? ಮರಳಿದ ಕೆಲದಿನವಂತೂ ನನಗೇನೂ ಹೊಳೀತಾನೇ ಇರಲಿಲ್ಲ. ಆಮೇಲೆ ಒಮ್ಮೊಮ್ಮೆ ಶುದ್ಧ ತಪ್ಪೆನಿಸೋದು. ಒಮ್ಮೊಮ್ಮೆ ಬಂದಿದ್ದೇ ಒಳ್ಳೆಯದಾಯ್ತು ಎಂಬ ಭಾವ. ಅವ ಅಡುಗೆ ಮಾಡುವಾಗ ಕಟ್ಟೆಯ ಮೇಲೆ ಕುಳಿತು ಅಥವಾ ಸಮುದ್ರದಲ್ಲಿ ಕುತ್ತಿಗೆಯವರೆಗೆ ನೀರಲ್ಲಿ ಮುಳುಗಿ ನನ್ನ ಬಾಲ್ಯದ ಎಷ್ಟು ಘಟನೆಗಳನ್ನು ಹೇಳಿದ್ದೆ. ಮನೆಯ ನೆನಪುಕ್ಕಿ ಬಂದಾಗ ಅವನ ತೊಡೆಯ ಮೇಲೆ ಮಲಗಿಕೊಂಡೂ ಬಿಟ್ಟಿದ್ದೆ. ಆದರೆ ಅವ ಮಾತ್ರ ನಮ್ಮ ಅಟ್ಟದ ಕೋಣೆಗೆ ಬಂದ ಮೇಲೇನೇ ಹುಟ್ಟಿದನೇನೋ! ಏಕೆಂದರೆ ಅದಕ್ಕೆ ಮುಂಚಿನ ಒಂದೇ ಒಂದು ಸಂಗತಿ ಕೂಡಾ ನನಗೆ ಹೇಳಿರಲಿಲ್ಲ.

ಅವ ನನಗೆ ಕೊಟ್ಟ ಸುಂದರ ಕೊಡುಗೆಯೆಂದರೆ ಗಿಟಾರ್ ನುಡಿಸುವುದನ್ನು ಕಲಿಸಿದ್ದು. ಅವನೊಟ್ಟಿಗೆ ಕಳೆದ ಅತ್ಯಂತ ಮಧುರ ಕ್ಷಣಗಳೆಂದರೆ ಅದನ್ನು ನುಡಿಸುವಾಗಿನ ಕ್ಷಣಗಳು. ನಾವಿಬ್ಬರೂ ಕೂಡಿ ನುಡಿಸಿದ್ದೇ ಹೆಚ್ಚು. ಕೆಲವೊಮ್ಮೆಯಂತೂ ಬೇರೆ ಬೇರೆ ಪಟ್ಟಿಗಳಲ್ಲಿ ಒಂದೇ ಹಾಡನ್ನು ಪೂರ್ತಿ ಬೇಸುರ್ ಆಗಿ ಹಾಡಿದ್ದೂ ಇದೆ; ಮನೆಯಲ್ಲಿ, ಗುಡ್ಡದ ಮೇಲೆ, ರಸ್ತೆಯ ಬದಿಯ ಬಾಕಿನ ಮೇಲೆ, ಸಮುದ್ರ ದಂಡೆಯಲ್ಲಿ ಹಸಿ ಮೈ ಒಣಗಿಸುತ್ತಾ, ಬಸ್‌ನಲ್ಲಿ ಕೂಡಾ.

ಈಗ ಎಲ್ಲಾ ಮುಗಿದು ಹೋದ ಮೇಲೆ ಪಡೆದದ್ದೆಷ್ಟು? ಕಳಕೊಂಡಿದ್ದೆಷ್ಟು? ಅಂತ ಲೆಕ್ಕ ಹಾಕಲು ಹೋದರೆ ತಕ್ಕಡಿ ನನ್ನ ಕಡೆಯೇ ವಾಲಿದೆ ಎನ್ನಬಹುದು, ನಾ ಆನಂದದಲ್ಲಿಯೇ ಇದ್ದೆ. ಆದರೆ ಅವ ಅಚಾನಕ್ ಹೊರಟುಹೋದದ್ದು ನೋಡಿದರೆ ಅವ ಅಷ್ಟೊಂದು ಸಂತೋಷವಾಗಿರಲಿಕ್ಕಿಲ್ಲ ಅನ್ನಿಸುತ್ತೆ. ಹೋಗುವ ಮುಂಚೆ ಅವನೂ ಹೀಗೆ ಕಳಕೊಂಡ ಪಡಕೊಂಡ ಬಾಬುಗಳನ್ನು ಲೆಕ್ಕ ಹಾಕಿರಲಿಕ್ಕೇ ಬೇಕಲ್ಲವೆ?

ಪ್ರತಿಯೊಬ್ಬ ವ್ಯಕ್ತಿಗೂ ಇನ್ನೊಂದು ಜೀವದ ಜೊತೆ ಕೂಡಿ ಇರುವ ಅದಮ್ಯ ಆಸೆಯಾಗ್ತದೆ. ಆಮೇಲೆ ಕೂಡಿ ಇರಲಾರಂಭಿಸಿದ ಮೇಲೆ, ಬೆಳಗು- ಸಂಜೆ ಸತತ ಒಬ್ಬರ ಮುಂದೊಬ್ಬರು ಹಾಯ್ದಾಡತೊಡಗಿದ ಮೇಲೆ ಈ ಮನುಷ್ಯನನ್ನು ಪಡೆಯಲು ನಾನಿಷ್ಟು ಕಷ್ಟ ಪಟ್ಟನೆ? ಅನ್ನಿಸತೊಡಗುತ್ತದೆ.

ಅವನಿಗೂ ಹಾಗೆಯೇ ಅನ್ನಿಸಿರಬಹುದೆ? ಇಲ್ಲವಾದರೆ ಒಂದು ರಾತ್ರಿ ಅವ ಹಠಾತ್ತಾಗಿ ತನ್ನ ಗಾದಿಯನ್ನು ಕೆಳಗೆ ಹರಡಿ ಮಲಗಿದ್ದೇಕೆ?

ಸ್ವತಂತ್ರ ವಿಚಾರದವಳೂ ತೆರೆದ ಮನದವಳೂ ಅಂತ ನನ್ನನ್ನೇ ನಾ ಕರೆದುಕೊಳ್ತೇನೆ. ಆದರೆ ಅವನಿಗೆ ಹೋಗುವಾಗ ನನಗೆ ಹೇಳಿ ಹೋಗಬೇಕೆಂದು ಕೂಡಾ ಅನ್ನಿಸಲಿಲ್ಲವೆಂದ ಮೇಲೆ ಗೊತ್ತಿದ್ದೋ ಗೊತ್ತಿಲ್ಲದೆಯೋ ನಾ ಅವನನ್ನು ಬಂಧಿಸಿಟ್ಟಿದ್ದೇನೋ? ನನ್ನ ಸತತ ಸಾಮೀಪ್ಯ ಅವನ ಉಸಿರು ಗಟ್ಟಿಸಿರಬೇಕು.

ಒಂದು ಸಂಬಂಧ ವರ್ಷ ವರ್ಷ ಕಾಲ ಟಿಕಾಯಿಸಿದರೆ ಮಾತ್ರ ಅದು ಗಟ್ಟಿ ಸಂಬಂಧ ಅಂತೇಕೆ ಭಾವಿಸಬೇಕು? ನನಗೀಗ ಅಳು ಬರೋದಿಲ್ಲ, ಮನೆಗೆ ಮರಳಿದ

ಹೊಸದರಲ್ಲಿ "ಒಮ್ಮೆ... ಒಮ್ಮೆ ಅವ ನನ್ನ ಮುಂದೆ ಬರಬೇಕು. ಇಲ್ಲಾ ಫೋನ್ ಆದ್ರೂ ಮಾಡಬೇಕು. ಆಗ ನಾ ಅವನಿಗೆ 'ಜವಾಬು ಕೊಡು' ಅಂತ ಘಟ್ಟಿಸಿ ಕೇಳಬೇಕು" ಅಂತೆಲ್ಲ ಅನ್ನಿಸೋದು. ಅನುಭವ್‌ನನ್ನು ನೋಡಿದ ಮೇಲೇನೂ ಜವಾಬು ಎಂಥದು? ಯಾರನ್ನು ಕೇಳೋದು? ಬೇರೊಬ್ಬರನ್ನೇ ಎಲ್ಲದಕ್ಕೂ ಕಾರಣ ಮಾಡಿ ಸಿಗೋದೇನು? ಅವ ಬರಲಿ ಅನ್ನೋ ಆಸೆ ನನಗೀಗ ಇಲ್ಲವೇ ಇಲ್ಲ.

ಅಸೀಮನ ಲಗ್ನ ಠರಾವಾಗಿತ್ತು. ಮಧ್ಯಾಹ್ನ ನಾ ಪುಸ್ತಕದಂಗಡಿಯಿಂದ ಅನುಭವ್‌ನೊಟ್ಟಿಗೆ ಮರಳಿದಾಗ ಅಮ್ಮ ಬಾಗಿಲು ತೆಗೆದಿದ್ದಳು. ಮುಖದ ಮೇಲೆ ಎಂಥಾ ನಗೆ! ಅಪ್ಪ ಉತ್ಸಾಹದಿಂದ ಫೋನಿನಲ್ಲಿ ಅಸೀಮನೊಟ್ಟಿಗೆ ಮಾತನಾಡುತ್ತಿದ್ದರು. ಎಂದೂ ಇಲ್ಲದ ಇಂಥಾ ಗರಿಮುರಿ ಬಟ್ಟೆ ಯಾಕಪ್ಪಾ? ಅಂದುಕೊಳ್ಳೋದರಲ್ಲಿ ಹುಡುಗಿಯ ಅಪ್ಪ ಇದೀಗ ಮನೆಗೆ ಬಂದು ಹೋದರೆಂದು ತಿಳಿದಿತ್ತು.

ಸುಪ್ರಿಯಾ– ಹುಡುಗಿಯ ಹೆಸರು, ಅರ್ಥಾತ್ ಅಸೀಮ್‌ನ ಉಡ್‌ಬಿಯ ಹೆಸರು. ಅಸೀಮನಿಗೇನೋ ಅವಳು ಹಿಡಿಸಿದ್ದಳು. ಆದರೆ ಜಾತಕ ಕೂಡಿದ್ದವೋ ಇಲ್ಲವೋ ತಿಳಿದಿರಲಿಲ್ಲ. ಇದೀಗ ಅವಳಪ್ಪ ಬಂದು 'ಇಬ್ಬರ ಪತ್ರಿಕೆ ಚೆನ್ನಾಗಿ ಹೊಂದುತ್ತವೆ' ಅಂತ ಹೇಳಿ ಹೋಗಿದ್ದರಿಂದಲೇ ಈ ಉತ್ಸಾಹ– ಗಲಾಟೆಯೆಲ್ಲ. ಅಪ್ಪ ಜಗಳ ಮರೆತು ನನ್ನ ಬಾಯಿಯಲ್ಲಿ ಪೇಡೆ ತುರುಕಿದರೆ. ತನಯ್ ಅಪ್ಪನಿಂದ ಫೋನ್ ಇಸಿದುಕೊಂಡು ಅಸೀಮ್‌ಗೆ ಅಭಿನಂದಿಸಿದ. ಅಮ್ಮ ತನಯನ ಬಾಯಲ್ಲಿ ಪೇಡೆ ಹಾಕುತ್ತ ಅವನ ಮುಖದ ಮೇಲೆ ಕೈಯಾಡಿಸಿ "ಒಬ್ಬ ಸೊಸೆಯಂತೂ ಬಂದಳು, ಇಂಥಾ ಒಳ್ಳೆಯ ಇನ್ನೊಬ್ಬ ಸೊಸೆ ತಂದರೆ ಮನೆ ತುಂಬೀತು" ಅಂದಳು. ನಾ ಕೋಣೆಯ ಪ್ರತಿ ಇಂಚಿನ ಮೇಲಿದ್ದ ಫರ್ನಿಚರ್ ಕಡೆ ನೋಡುತ್ತಾ 'ಈಗೇನು ಕಡಿಮೆ ತುಂಬಿದೆಯೆ ಮನೆ?' ಎಂದುಕೊಂಡೆ. ಅಪ್ಪನ ಕೈಯಿಂದ ಫೋನ್ ಕಸಿದುಕೊಂಡು ಅಸೀಮನಿಗೆ 'ಬೇಗ ಮನೆಗೆ ಬಾ' ಅಂತ ಕೂಗಿದೆ.

ಸುಪ್ರಿಯಾ ನನಗಿಂತ ಕೆಲವು ತಿಂಗಳು ಚಿಕ್ಕವಳೇ. 'ಯಾವುದೋ ಔಷಧಿ ಕಂಪನಿಯಲ್ಲಿ ಅಕೌಂಟಂಟ್ ಅಂತ ಕೆಲಸ ಮಾಡ್ತಾಳೆ, ಎಂಟು ಸಾವಿರ ಪಗಾರ' ಅಂತ ಅಮ್ಮ ಹೇಳುವಾಗ ನನಗೆ ತಟ್ಟನೆ ಸಬೀನಾ ಕೊಟ್ಟ ಫೋಲ್ಡರಿನ ನೆನಪಾಯಿತು. ನದಿಯಲ್ಲಿ ರಾಸಾಯನಿಕಗಳನ್ನು ಬಿಡುವ ಕಂಪನಿ ಅಂತ ಗ್ರೀನ್ ಅರ್ಥ್ ಅದರ ಮೇಲೆ ಕೇಸ್ ಹಾಕಿತ್ತು. ಅವಳಿಗೆ ಅಡುಗೆ ಮಾಡುವುದು ಬಂಧುಬಾಂಧವರೊಡನೆ ಕೂಡಿಕೊಂಡಿರುವುದು– ಇವೆಲ್ಲ ಇಷ್ಟವಂತೆ. ಪ್ರತಿ ರವಿವಾರ ಬಣ್ಣದ ಮೇಣಬತ್ತಿ ಮಾಡುವ ಕ್ಲಾಸಿಗೆ ಹೋಗ್ತಾಳೆ, ಒಬ್ಬಳೇ ಮಗಳು, ಅವಳಪ್ಪ ವಿಶ್ರಾಂತ ಪೋಲೀಸ್ ಆಫೀಸರ್, ದೊಡ್ಡ ಬಂಗಲೆಯಿದೆ, ಮೈಮೇಲೆ ಇಪ್ಪತ್ತೈದು ತೊಲ ಬಂಗಾರ ಹಾಕುತ್ತಾರೆ, ಹುಡುಗಿ ಸ್ವಲ್ಪ ತೆಳು, ಆದರೇನಂತೆ ಹುಡುಗಿಯರು ಲಗ್ನವಾದ ಮೇಲೆ ಮೈ ಹಿಡೀತಾರೆ. ಅವಳಜ್ಜಿ ಕ್ರಿಟಿಕಲ್ ಇದ್ದಾರೆ ಅಂತೆಯೇ ಲಗ್ನಕ್ಕೆ ತುಸು ಗಡಿಬಿಡಿ. ಮುಂದಿನವಾರ ನಿಶ್ಚಿತಾರ್ಥ, ಮುಂದಿನ ತಿಂಗಳು ಮದುವೆ ಅಂತ ಠರಾಯಿಸಿಯಾಗಿದೆ. ನಾವು "ಖರ್ಚು ಇಬ್ಬರೂ ಹಂಚಿಕೊಳ್ಳೋಣ" ಎಂದರೆ

ಸುಪ್ರಿಯಾಳ ತಂದೆ "ಬೇಡ, ನಮ್ಮ ಮನೆಯ ಮೊದಲ ಲಗ್ನವಿದು. ನಾವು ಬಲು ಹುರುಪಿನಿಂದ ಎಲ್ಲಾ ನಮ್ಮ ಖರ್ಚಲ್ಲೇ ನಡೆಸಿಕೊಡ್ತೇವೆ. ವೈದಿಕ ಪದ್ಧತಿಯಲ್ಲಿ ಲಗ್ನ, ಆದ್ದರಿಂದ ಖರ್ಚೇನೂ ಹೆಚ್ಚಿಲ್ಲ. ನಿಮ್ಮ ಕಡೆಯಿಂದ ನಾಲ್ಕುನೂರು ಜನ, ನಮ್ಮ ಕಡೆಯಿಂದ ಐನೂರು ಅಷ್ಟೆ! ಲಗ್ನದ ಹಿಂದಿನ ದಿನ ದಾಂಡಿಯಾ ಇದೆ. ರಿಸೆಪ್ಷನ್ ಇಲ್ಲ" ಅಂದರು.

ಎಲ್ಲರೂ ವಿರೋಧ ಮಾಡಿದರೂ ಚಿಂತಿಲ್ಲ ನಾ ಆಮಂತ್ರಣ ಪತ್ರಿಕೆಯ ಮೇಲೆ 'ಆಶೀರ್ವಾದವೇ ಉಡುಗೊರೆ' ಅಂತ ಖಾತ್ರಿ ಛಾಪಿಸುವವಳೇ. ಕಾಲದೊಟ್ಟಿಗೆ ತುಸುವಾದರೂ ಮುಂದೆ ಸಾಗುವಾ. ಅಮ್ಮ ನಾಡಕರ್ಣಿ ಕಾಕುವಿಗೆ ಇದೆಲ್ಲ ಹೇಳುವಾಗ ಅಸೀಮ ಆಫೀಸಿನಿಂದ ಬಂದ. ಅವನ ನಾಚಿಕೆಯೇನು? ಅಮ್ಮ ದೃಷ್ಟಿ ತೆಗೆವುದೇನು? ಅಪ್ಪ ತಮ್ಮ ಕಿಮ್ಮತ್ತಿನ ಪೆನ್ ಅವನ ಶರ್ಟಿಗೆ ಸಿಕ್ಕಿಸೋದೇನು? ಹೇ, ಎಲ್ಲಾ ಏಕದಂ ಧಮಾಲ್ ನಡೆದಿತ್ತು.

ತನಯ ಮಾತ್ರ ಎಂದಿನಂತೆ ಒಂದು ನೀರಸ ಪ್ರತಿಕ್ರಿಯೆ ಚೆಲ್ಲಿದ್ದ. ರಾತ್ರಿ ಅಮ್ಮ ಎಲ್ಲರಿಗೂ ಒಟ್ಟಿಗೆ ಕೂಡಿಸಿ ಗರಂ ಗರಂ ಚಪಾತಿ ಲಟ್ಟಿಸಿ ತಂದು ಹಾಕುತ್ತಿದ್ದಳು. ಅಸೀಮ್‌ನಿಗೆ ಇಷ್ಟವೆಂದು ದ್ರಾಕ್ಷಿ ಹಾಕಿದ ಶ್ಯಾವಿಗೆ ಖೀರು ಕೂಡಾ ಮಾಡಿದ್ದಳು. ಅಪ್ಪ ನಗುತ್ತಾ "ನೋಡೋ ಅಸೀಮ, ಎಲ್ಲ ಸರಿಯಾಗಿ ಆಗಬೇಕು ನೋಡು. ನಿನಗೆ ಏನಾದ್ರೂ ಇಚ್ಛೆಯಿದ್ದರೆ ಹೇಳು. ಫ್ಲಾಟ್ ತಗೊಂಡೀ ಅಂತ್ಹೇಳಿ ಲಗ್ನವಾದ ಕೂಡಲೇ ಶಿಫ್ಟ್ ಆಗಿಬಿಡಬೇಡ. ಸುಪ್ರಿಯಾಗೆ ಸ್ವಲ್ಪ ದಿನ ಅತ್ತೆಮನೆಯ ವಾಸ ಸಹನ ಮಾಡಿಕೋಬೇಕೆಂದು ಹೇಳು" ಅಂದರು. "ಏನು ನೀ ಫ್ಲಾಟ್ ತೊಗೊಂಡೀಯಾ?" ನಾ ಚೀರಿದಂತೆ ಕೇಳಿದೆ. ಅಸೀಮ "ತಗೊಂಡಿಲ್ಲ ಕಣೆ ತಗೋಬೇಕೆಂದುಕೊಂಡಿದ್ದೆ. ಇನ್ನೇನು ಎಲ್ಲ ಠರಾವಾಯ್ತಲ್ಲ, ಇನ್ನು ಬುಕ್ ಮಾಡ್ತೇನೆ. ಈಗೀಗ ಲೋನ್ ಈಸಿಯಾಗಿ ಸಿಗ್ತಾವೆ" ಅಂದ. ಅಮ್ಮ ಅಡುಗೆಮನೆಯಿಂದಲೇ ಒದರಿದಳು "ಮನೆಯ ಸಂಗತಿಗಳು ತಿಳಿಯಬೇಕೆಂದರೆ ಮನೆಯಲ್ಲಿ ಇರಬೇಕಾಗ್ತದೆ ಅನುಜಾ." ನಾ ಮಾತು ಬೆಳೆಸಲಿಲ್ಲ.

ಸುಪ್ರಿಯಾ ಮನೆಗೆ ಬಂದಿದ್ದಳು, ಜೊತೆಗೆ ಅವಳ ಅಪ್ಪ ಅಮ್ಮ ಮತ್ತು ಹತ್ತು ಹನ್ನೆರಡರ ಬಾಲಕ. ಅವ ಯಾರೆಂದು ನಮಗೆ ತಿಳಿಯಲೇ ಇಲ್ಲ. 'ಇವ ನಮ್ಮ ಮುಕುಲ್' ಅಂತಿಷ್ಟೇ ಅವಳಮ್ಮ ಪರಿಚಯ ಹೇಳಿದ್ದರು. ಕಾಣಲು ಸುಪ್ರಿಯಾ ಚೆನ್ನಾಗಿದ್ದಳು, ಹೂ ಹೂವಿನ ಸಲ್ವಾರ್ ಕಮೀಜ್ ಹಾಕಿ ತುಸು ಮೇಕಪ್ ಕೂಡಾ ಹಾಕಿಕೊಂಡಿದ್ದಳು, ಮಹಾರಾಷ್ಟ್ರದ ಕೋಸ್ಟಲ್ ಎಲಿಮೆಂಟ್ ಭರಪೂರ್ ತುಂಬಿತ್ತು. "ನೀ ತುಂಬಾ ಪ್ರವಾಸ ಹೋಗ್ತೀಯಲ್ಲಾ... ಟ್ರೆಕಿಂಗ್ ವಗೈರೆ..." ನನಗೆಂದಳು. ಅವಳ ಮಾತು ಶಾಲೆಯ ಕ್ರಾಫ್ಟ್ ಟೀಚರ್‌ನ ಮಾತಿನಂತಿತ್ತು– "ಈಗ ಕಾಗದ ಮಡಚಿರಿ..." ಮಕ್ಕಳು ಕಾಗದ ಮಡಚಿದರು, "ಹಾಂ ಈಗ ಮತ್ತೊಂದು ಮಡಿಕೆ..." ಹೀಗೆ ನಿಲ್ಲಿಸಿ ನಿಲ್ಲಿಸಿ ಮಾತನಾಡುತ್ತಿದ್ದರೂ ಭರಪೂರ್ ಓದಿಕೊಂಡಿದ್ದಳು. ಮೇಣಬತ್ತಿಯ ಕೆಲಸ ಮಾತ್ರ ನನಗೆ ಕಿರಿಕಿರಿ ಎನ್ನಿಸಿತು. ತನಯ ಬಂದವನೇ ನೇರ ಅವಳ ಕೈ ಕುಲುಕಿದ,

ಅವಳು ಬಿಳಚಿಕೊಂಡಳು. ಅವಳೇ ಚಹಾ ಮಾಡಿ ಟ್ರೇಯಲ್ಲಿಟ್ಟುಕೊಂಡ್ಹೋಗಿ ಹೊರಗೆ ಹಿರಿಯರಿಗೆಲ್ಲ ಕೊಟ್ಟು ಬಂದ ನಂತರ ನನ್ನ ಕೋಣೆಗೆ ಬಂದಿದ್ದಳು. ಅಸೀಮ ಐದೂವರೆಗೆ ಬಂದವನೇ ಅವಳನ್ನು ತಿರುಗಾಡಲು ಕರೆದೊಯ್ದು ಬಿಟ್ಟ. ಸುಪ್ರಿಯಾಳ ಅಪ್ಪ ಅಮ್ಮ ನಮ್ಮ ಅಪ್ಪ ಅಮ್ಮ ಮತ್ತು ಆ ಮುಕುಲ ಎಲ್ಲ ಸೇರಿ ಮದುವೆಯ ಹಾಲ್ ಬುಕ್ ಮಾಡಲು ಹೋದರು.

ಮನೆಯ ವಾತಾವರಣವೇ ಬದಲಾಗಿದೆ. ಅಪ್ಪ ಅಮ್ಮನಿಗೆ ತಲೆಯಲ್ಲಿ ಹಾಕ್ಕೊಳ್ಳಲು ಹೊಸ ವಿಷಯ ಸಿಕ್ಕಿದಂತಾಗಿದೆ. ಹೀಗಾಗಿ ನನ್ನ ನೌಕರಿ, ಇಂಟರ್‌ವ್ಯೂ ನಾ ಹೋಗ್ತೇನೆಲ್ಲಿಗೆ? ಬರೋದ್ಯಾವಾಗ? ಎಂಬೆಲ್ಲ ವಿಷಯಗಳ ಮೇಲೆ ಲಕ್ಷ್ಯ ಕಡಿಮೆಯಾಗಿದೆ. ಅಮ್ಮನಿಗೆ ಸಹಾಯ ಮಾಡಲು ಶರಯೂ ಮಾವಶಿ ಸತತ ಮನೆಗೆ ಬರುತ್ತಿರುತ್ತಾಳೆ. ಹೀಗಾಗಿ ನನಗೂ ಮನೇಲಿರೋಕೆ ಒಮ್ಮೊಮ್ಮೆ ಆಸೆಯಾಗುತ್ತೆ, ಮೊನ್ನೆ ಮಾವಶಿ ನನ್ನನ್ನೂ ಎಳಕೊಂಡೇ ಲಗ್ನದ ಖರೀದಿಗಾಗಿ ನಡೆದಿದ್ದಳು. ಅದೇನು ಸೀರೆಗಳ ಅಂಗಡಿಯೋ ಹೋಟೆಲೋ ಗೊತ್ತಾಗದಂತಿತ್ತು. ಅಮ್ಮ ಖರೀದಿಯ ಪಟ್ಟಿಯನ್ನೇ ತಂದಿದ್ದರಿಂದ ಮಾವಶಿ ಪಟಪಟ ಸೀರೆ ಆಯ್ದು ಹದಿನೈದು ನಿಮಿಷದಲ್ಲಿ ಗಂಟು ಕಟ್ಟಿಸಿಟ್ಟಿದ್ದಳು, ಒಡವೆಗಳ ಖರೀದಿ ಮಾತ್ರ ಅಷ್ಟು ಸರಳವಿರಲಿಲ್ಲ, ಚೌಕಾಶಿ ಶುರು ಮಾಡಿದ ಅಮ್ಮನನ್ನು ತಡೆಯುತ್ತಾ ಬೇಕಾದ ವಸ್ತುಗಳನ್ನು ಪಕ್ಕಕ್ಕಿಡುತ್ತಾ ಹೋದಳು. ಎರಡೇ ಗಂಟೆಯಲ್ಲಿ ನಾವು ಲಗ್ನದ ಪೂರ್ಣ ಖರೀದಿ ಮುಗಿಸಿದ್ದೆವು. ಅವರಿಬ್ಬರೂ ಒಡವೆ ಹರಡಿಕೊಂಡು ಕೂತಾಗ ನಾ ಅಂಗಡಿಯ ಶೋಕೇಸ್ ನೋಡುತ್ತ ಅಡ್ಡಾಡುತ್ತಿದ್ದೆ, ಅಮ್ಮ "ಅನು ನಿನಗೇನಾದ್ರೂ ಬೇಕಾ?" ಅಂತ ಕೇಳಿದಳು. ನಾ ಬೇಡವೆಂದೆ.

ಕೊಂಡ ಸಾಮಾನು ಇಷ್ಟಾದವಲ್ಲಾ ಎರಡು ರಿಕ್ಷಾ ಮಾಡಬೇಕಾಯಿತು. ಬರ್ತಾ ಬರ್ತಾ ಅಮ್ಮ "ನಾ ಜೋಗೇಶ್ವರಿಗೆ ಹೋಗಿ ಬರ್ತೇನೆ. ನೀವಿಬ್ಬರೂ ಮನೆಗೆ ಹೋಗಿ" ಅಂದಳು. ಮಾವಶಿ ರಿಕ್ಷಾದ ದಿಕ್ಕು ಹೊರಳಿಸಿ ಜಿಮಖಾನಾದ ಹಿಮ್ಮಗ್ಗುಲಿಗೆ ತಂದಳು. ಚರ್ಮದ ಉತ್ಪಾದನೆಗಳ ಉತ್ಕೃಷ್ಟ ಅಂಗಡಿಯಿದೆಯಲ್ಲಿ. "ನಿನಗೆ ಲಗ್ನಕ್ಕೆಂದು ನನ್ನ ಕಡೆಯಿಂದ" ಅನ್ನುತ್ತಾ ಒಂದು ಬ್ಯಾಗ್ ಆರಿಸಿದಳು, ಅದರೆ ಬೆಲೆ ನೋಡಿ ನನಗೆ ಮೂರ್ಛೆ ಬಂದಂತಾಯಿತು, ಆ ಮೊತ್ತ ನನ್ನ ಮೊದಲ ಪಗಾರವಾಗುವುದಿತ್ತು!– ನಾ ಇಂಟರವ್ಯೂಗೆ ನಡೆದಿದ್ದೇನೆ, ಹೆಗಲಿಗೆ ಹೊಸ ಬ್ಯಾಗ್, ಜೀನ್ಸ್ ಮತ್ತು ಜಾಕೆಟ್. ಕಣ್ಣಿನ ಗಾಗಲ್ ತಲೆಗೇರಿದೆ– ಈ ಚಿತ್ರ ಕಣ್ಮುಂದೆ ಬಂದು ರೋಮಾಂಚನವಾಯ್ತು. ನಾ ಮನೆಗೆ ಬಂದವಳೇ ಸುಮ್ಮನೆ ತಮಾಷಾ ಬೇಡವೆಂದು ಅದನ್ನು ಕೋಣೆಗೊಯ್ದು ಇಟ್ಟುಕೊಂಡೆ. ಹೊಸ ಸೀರೆಗಳಿಗೆ ಚೀಟಿ ಅಂಟಿಸಿ ಫಾಲ್ ಪಿಕೋ ಗೆ ಕೊಡಲೆಂದು ಬಿಚ್ಚಿದಾಗ ಮನೆತುಂಬ ಅದರ ಹೊಸಖರಿಯ ವಾಸನೆ ಹಬ್ಬಿತ್ತು. ವಾವ್! ಅನ್ನುತ್ತಾ ನಾ ಒಂದು ಸೀರೆಯನ್ನೆತ್ತಿ ಮೂಗಿಗೆ ಹಿಡಿದು ಆಘ್ರಾಣಿಸಿದೆ, ಅಮ್ಮ ಅದು ನನಗಿಷ್ಟವಾಯಿತೆಂದುಕೊಂಡು "ಮತ್ತೆ ಅಂಗಡಿಯಲ್ಲಿ ಏನಾದ್ರೂ ತಗೋತೀಯಾ? ಅಂದರೆ ಬೇಡವೆಂದೆ. ಲಗ್ನದ ದಿನ ಹಿಪ್ಪಿಯಂತೆ ಪ್ಯಾಂಟು ಹಾಕಿ ಆಡ್ಡಾಡಿದರೆ

ನೋಡು, ಕನಿಷ್ಟ ಪಂಜಾಬಿ ಡ್ರೆಸ್ ಆದರೂ ಹೊಲಿಸಿಕೋ" ಅಂದಳು. ಅಷ್ಟರಲ್ಲಿ ಎದುರಿನ ನಾಡಕರ್ಣಿ ಕಾಕು ಗಡಿಗೆ ನೀರಿಗೆ ಆಮಂತ್ರಣ ಕೊಡಲು ಬಂದದ್ದರಿಂದ ಮಾತಿನ ದಿಕ್ಕು ಬದಲಾಯಿತು.

ನಾ ಬೈಕಿಗೆ ಕಿಕ್ ಕೊಟ್ಟು ಅನುಭವ್‌ನನ್ನು ಹಿಂದೆ ಕೂಡ್ರಿಸಿಕೊಂಡು ಊರಹೊರಗೆ ಒಂದು ಚಕ್ಕರ್ ಹೊಡೆದು ಬಂದೆ. ಮರಳುವಾಗ 'ಯಾಕೋ ಮನೆಗೆ ಹೋಗಬೇಕೆಂದೇ ಅನ್ನಿಸೋದಿಲ್ಲ ಕಣೋ' ಅಂದೆ. ಅವ ತನ್ನ ಮನೆಗೆ ಊಟಕ್ಕೆ ಕರಕೊಂಡು ಹೋದ. ಅವರ ಮನೆಯಲ್ಲಿ ಅವನ ಅಪ್ಪ ಅಮ್ಮ ಇದ್ದದ್ದರಿಂದ ನನಗೇಕೋ ತುಸು ಹಿಡಿದು ಬಿಟ್ಟಂತೆ ಆಯಿತು. ನಾ ಅವನಿಗೆ ಬಾಯ್ ಹೇಳಿ ಪೂಲ್ ಮೇಲೆ ಬಂದು ಚೈನೀಸ್ ಗೂಡಂಗಡಿಯಲ್ಲಿ ನೂಡಲ್ಸ ತಿನ್ನುತ್ತಾ ಕೆಳಗಿನ ನೀರನ್ನೇ ನೋಡುತ್ತ ಕೂತೆ. ನದಿಯಿಂದ ಒಂಥರಾ ಮಣುಕು ವಾಸನೆ ಬರುತ್ತಿತ್ತು. ನನ್ನ ಹಿಂದೇನೇ ಅನುಭವ್‌ನೂ ಬಂದಾನೇನೋ ಎಂಬ ಪುಟ್ಟ ಆಸೆ ಇಣುಕಿ ಮಾಯವಾಯ್ತು. ಪಾಪ ಅವ ನನಗೆ 'ಊಟ ಮಾಡಿಯೇ ಹೋಗು' ಅಂತ ಎಷ್ಟು ಒತ್ತಾಯ ಮಾಡಿದ? ನಾನೇ ಹಾಗೆಯೇ ಬಂದೆ. ಮತ್ತೆ ಊರ ತುಂಬೆಲ್ಲ ನಿರರ್ಥಕವಾಗಿ ಅಲೆದು ಕಡೆಗೆ ಪೆಟ್ರೋಲಿನ ಮುಳ್ಳು ಎಂಪ್ಟಿಯತ್ತ ತೋರಿಸಿದಾಗ ಮನೆಗೆ ವಾಪಸಾಗಿದ್ದೆ.

ಅಮ್ಮ ಬಂದು ಬಾಗಿಲು ತೆರೆಯುವಷ್ಟರಲ್ಲಿ ನಾ ಕಿವಿಗಳನ್ನು ಒಳಗಿನಿಂದ ಬಂದ್ ಮಾಡಿಕೊಂಡಿದ್ದೆ. ಆದರೆ ಕೈಯಲ್ಲಿ ಒಂದು ಹಾಳೆ ಒಂದು ಪೆನ್ ಹಿಡಕೊಂಡವಳು ಏನೂ ಮಾತಾಡಲೇ ಇಲ್ಲ. ಅಪ್ಪ ಹರಕು ಬನಿಯನ್‌ನಲ್ಲಿ ಸೋಫಾದಲ್ಲಿ ಕೂತು ಕಾಗದದ ಮೇಲೆ ಏನೋ ಕಳೆದು ಕೂಡಿಸಿ ಲೆಕ್ಕ ಮಾಡುತ್ತಿದ್ದರು. ನಾ ಕೋಣೆಗೆ ನುಗ್ಗಿ ಗಾದಿಯ ಮೇಲೆ ಕುಸಿದೆ. ಅರಿವಿಲ್ಲದೆಯೇ ಕಣ್ತುಂಬಿ ಬಂದವು. ನಾ ನಿದ್ರಿಸಿದ್ದೇನೆ ಅಂತ ತಿಳಿದು ಚಾದರ ಹೊದೆಸಲು ಬಂದ ಅಮ್ಮನಿಗೆ ಮಾತ್ರ ನಾ ಅತ್ತುದು ತಿಳಿಯಲೇ ಇಲ್ಲ.

ಅಷ್ಟು ದಿನಗಳ ಕಳವಳ ಇಂಟರವ್ಯೂನ ದಿನ ಮಾತ್ರ ಮಾಯವಾಗಿತ್ತು. ನಾ ಮಾವಶಿ ಕೊಟ್ಟ ಬ್ಯಾಗಿನಲ್ಲಿ ಒಂದು ಪೆನ್, ಒಂದಿಷ್ಟು ಖಾಲಿ ಹಾಳೆಗಳು, ರೆಸ್ಯೂಮೆ, ಟ್ರೇನಿಂಗಿನ ಫೈಲು, ಕ್ಯಾಲ್ಕುಲೇಟರ್ ಮತ್ತು ಒಂದು ಚಿಕ್ಕ ನೀರಿನ ಬಾಟಲಿಯನ್ನು ತುಂಬಿಕೊಂಡು ಯಾರಿಗೂ ಏನೂ ಹೇಳದೆ ಬೈಕಿಗೆ ಕಿಕ್ ಹೊಡೆದಿದ್ದೆ.

ಕಾಜಿನ ಬಾಗಿಲು ನೂಕಿಕೊಂಡು ಒಳಗೆ ಹೋದಾಗ ಸಬೀನಾ ಮೆಟ್ಟಲಿಳಿದು ಬರುತ್ತಿದ್ದಳು, ನನ್ನ ಬಳಿ ಬಂದವಳೇ ಕೈ ಕುಲುಕಿ ನಕ್ಕು ಹೋದಾಗ ಕ್ಯಾಬಿನ್ ನೊಳಗೆ ಮೊದಲ ಯುವಕ ಹೋಗುತ್ತಿದ್ದ. ನನ್ನ ಪಾಳಿ ಬರುವವರೆಗೆ ನಾ ಬ್ಯಾಗ್‌ನ ಸರಪಳಿಯೊಂದಿಗೆ ಆಡುತ್ತ ಕೂತೆ.

ಇಂಟರವ್ಯೂ ತೀರ ಸರಳವೆನ್ನಿಸಿತು. ಹೊರಬಂದು ಎದುರು ಕಂಡ ಒಂದು ಕಾಫಿ ಶಾಪ್‌ನಲ್ಲಿ ಹೋಗಿ ಕೂತೆ. ನಾ ಎಲ್ಲ ಪ್ರಶ್ನೆಗಳಿಗೆ ಸರಿಯಾಗಿ ಉತ್ತರಿಸಿದೆನೋ ಇಲ್ಲವೋ? ನಾ ಹೇಳಿದ ಕೆಲಕೆಲವು ವಾಕ್ಯಗಳಿಗೆ ಅವರೇನು ಅರ್ಥ ಹಚ್ಚುವರೋ?

ಅಂತೆಲ್ಲ ವಿಚಾರ ತಲೆಯಲ್ಲಿ ತುಂಬಿಕೊಂಡೇ ಮನೆಗೆ ಬಂದಾಗ ಪಡಸಾಲೆಯಲ್ಲಿ ತನಯನ ಸ್ಯಾಕ್, ಸೂಟಕೇಸ್ ಇತ್ಯಾದಿ ಪಸರಿಸಿದ್ದವು. ಆದರೆ ಅಮ್ಮನೇಕೋ ಅಸ್ವಸ್ಥಳಂತೆ ಕಂಡಳು. ತನಯ ಒಳಗಿಂದ ಪುಸ್ತಕಗಳ ಕಟ್ಟೊಂದನ್ನು ತಂದು ಸ್ಯಾಕ್‌ನಲ್ಲಿ ತುಂಬಿಕೊಂಡು ಅಂಗಳಕ್ಕಿಳಿದು ಅಟ್ಟದ ಕೋಣೆಗೆ ಹೊರಟುಹೋದ. ಅಪ್ಪ ತಮ್ಮ ಕೋಣೆಯಿಂದ ಬಾಬಾನ ಅಂಗಾರದ ಪುಡಿಕೆ ತಂದು ಅವನ ಬ್ಯಾಗಿನಲ್ಲಿರಿಸಿದರು. ಅಮ್ಮನ ಬಡಬಡಿಕೆಯಲ್ಲಿಯೇ ನನಗೆ ಅವ ತನ್ನ ಹೊಸ ನಾಟಕ, ಆಡ್ ಫಿಲ್ಮ್ ಬಗ್ಗೆ ಹೇಳಿಯೇ ಇರಲಿಲ್ಲವೆಂದೂ ಇಂದು ಮುಂಜಾನೆ ಮುಂಬಯಿಯಿಂದ ಬಂದ ಫೋನಿನ ನಂತರವೇ ಇವರಿಗೆ ತಿಳಿದಿದ್ದು ಎಂದರಿವಾಯಿತು. ತನಯ ಸೂಟಕೇಸ್ ತುಂಬಿಸಿ ಸಿದ್ಧವಾದಾಗ, "ನಾಡಿದ್ದು ನಿಶ್ಚಿತಾರ್ಥ ಅದ್ಹೇಗೆ ಹೋಗ್ತಿಯಾ?" ಎಂದು ಅಮ್ಮ ಸಖತ್ ವಿರೋಧ ಮಾಡಿದಳು. ಅಪ್ಪ ನಿರ್ಲಿಪ್ತರಂತೆ ಸುಮ್ಮನೇ ಕೂತಿದ್ದರು. ಬಹುಶಃ ನನ್ನ ಜೊತೆ ಏಗಿ ಏಗಿ ಅವರಿಗೆ ದಡ್ಡು ಬಿದ್ದು ಹೋಗಿತ್ತೇನೋ. ತನಯ "ನಾ ನಾಡಿದ್ದು ಸಂಜೆಯ ಕಾರ್ಯಕ್ರಮಕ್ಕೆ ಬಂದು ಹೋಗ್ತೇನೆ" ಅಂತ ವಚನ ಕೊಟ್ಟಿದ್ದ. ಆದರೂ ಅವ ಎಲ್ಲಿರ್ತಾನೋ? ಊಟಕ್ಕೇನು ಮಾಡ್ತಾನೋ? ಲೋಕಲ್‌ನಲ್ಲಿ ಅಡ್ಡಾಡಿ ರೂಢಿಯಿಲ್ಲ. ಅಷ್ಟೇಕೆ ಮುಂಬೈಗೆ ಬಹಳ ಸಲ ಹೋಗಿಲ್ಲ ಕೂಡಾ... ಎಂಬೆಲ್ಲ ಚಿಂತೆಯಲ್ಲಿ ಅಮ್ಮ ಹಣ್ಣಾಗಿದ್ದಳು.

ತನಯ ಅಟ್ಟದಿಂದ ಮತ್ತೆ ಇಳಿದು ಬಂದ. ನನಗೆ ಅವ ಮೇಲೆ ಏನಾದ್ರೂ ಮರೆತಿದ್ದನೇನೋ ತರಲು ಹೋಗಿದ್ದಾನೆ ಎಂದೆನ್ನಿಸಿತ್ತು, ಆದರೆ ಬರುವಾಗ ಅವನ ಕೈ ಖಾಲಿಯಿತ್ತು, ಮುಖ ಎಂದಿನಂತೆ ಬಿಳಿ ಹಾಳೆ! ಕಣ್ಣಿನ ಕೆಳಗೆ ಕಪ್ಪು ವರ್ತುಲಗಳು. ನಾನೆಷ್ಟೋ ದಿನದಿಂದ ಅವನನ್ನು ಸರಿಯಾಗಿ ನೋಡಿಯೇ ಇರಲಿಲ್ಲ. ನನಗೇನೋ ಸಂಕಟವಾದಂತಾಯ್ತು. ಅವನ ಹೆಗಲ ಮೇಲೆ ಕೈಯಿಟ್ಟು "ಹೋದ ಕೂಡಲೇ ಇರಲು ಜಾಗವಿದೆಯಲ್ಲಾ? ಮುಟ್ಟಿದ ಕೂಡಲೇ ಫೋನ್ ಮಾಡು" ಅಂದೆ, ಅವ ಬರಿದೇ ಗೋಣು ಹಾಕಿದ. "ಮರಳಿ ಯಾವಾಗ ಬರ್ತೀಯಾ ಎಲ್ಲ ಮುಗಿಸಿ?" ಎಂದರೆ ಅವ ಉತ್ತರ ಕೊಡಲೇ ಇಲ್ಲ. ಅಮ್ಮ ಅಡುಗೆ ಮನೆಯಿಂದ ನೀರಿನ ಬಾಟಲಿ ತುಂಬಿಸಿ ತಂದು ಕೊಟ್ಟಳು. ತನಯ ಹೊರಡುತ್ತಿದ್ದಂತೆ "ನಿನ್ನ ಫೋನಿನ ಹಾದಿ ಕಾಯ್ತಿರ್ತಿನೋ" ಅಂತ ಅಮ್ಮ ನಿಂತಲ್ಲಿಂದಲೇ ಕೂಗಿದಳು. ಅಪ್ಪ ಅವನ ಸೂಟಕೇಸ್ ಹಿಡಕೊಂಡು ಬಾಗಿಲಲ್ಲಿ ನಿಂತಿದ್ದ ರಿಕ್ಷಾದತ್ತ ನಡೆದರು. ಸಾವಕಾಶ ಹೆಜ್ಜೆ ಹಾಕುತ್ತಿದ್ದ ಅಪ್ಪ, ಕತ್ತು ಒಂದೆಡೆ ವಾಲಿಸಿ ಜೋರು ಜೋರಿನಿಂದ ಮುಂದೆ ಹೋಗುತ್ತಿದ್ದ ತನಯ ಕಣ್ಮರೆಯಾಗುವವರೆಗೂ ನಾ ನೋಡುತ್ತಲೇ ಇದ್ದೆ.

"ನಿಶ್ಚಿತಾರ್ಥ ಮುಗಿಸಿಕೊಂಡಾದರೂ ಹೋಗಬಾರದಿತ್ತೆ? ಯಾರ ಕಡೆ ಇರ್ತಾನೋ? ಎಂಥಾ ನಾಟಕ ಮಾಡ್ತಾನೋ? ದೇವರೇ ಬಲ್ಲ" ಅಮ್ಮನ ಬಡಬಡಿಕೆ ನಡೆದೇ ಇತ್ತು. ನಾ ಫೋನ್ ಬಳಿಗೆ ಹೋದಾಗ 'ಅಮರಿಷ್ ದುಭಾಷ್, 5– ಸಮರ್ ಕ್ವೀನ್, ಆರ್ಥರ್ ರೋಡ್, ಕುಲಾಬ" ಅಂತ ಬರೆದ ನೋಟ್ ಪ್ಯಾಡ್ ಸಿಕ್ಕಿತು.

"ದುಭಾಷ್ ಅಂದರೆ ಎಂಥಾ ಜನವೇ?"

"ಪಾರಸಿ."

"ಇವನಿಗೆ ಪಾರಸಿ ಮನುಷ್ಯ ಗೆಳೆಯ ಹೆಂಗಾದನೋ ಯಾರಿಗೆ ಗೊತ್ತು? ಎಲ್ಲಾ ಸೇರಿ ನಮ್ಮ ತಲೆಬಿಸಿ ಮಾಡ್ರಿ ಆತು."

ಸಂಜೆ ತನಯನ ಫೋನ್ ಬಂತು, ನಾನೇ ತೆಗೆದುಕೊಂಡೆ. "ನಾ ಸರಿಯಾಗಿ ಮುಟ್ಟಿದ್ದೇನೆ, ಬರೆದಿಟ್ಟ ಅಡ್ರೆಸ್‌ನಲ್ಲಿಯೇ ಇದ್ದೇನೆ. ನೋಡು ಅನುಜಾ ನಿನಗೆ ಖರೆ ಹೇಳ್ತಿದ್ದೇನೆ, ನಿಶ್ಚಿತಾರ್ಥಕ್ಕೆ ನನಗೆ ಬರಲಾಗೋಲ್ಲ, ನಾಳೆಯಿಂದಾನೇ ರಿಹರ್ಸಲ್ ಶುರು. ಅಲ್ದೇನೇ ನನಗೆ ಕೆಲಸಾನೂ ಹುಡುಕೋದಿದೆ" ಅಂದ. ಮಾತನಾಡ್ತಾ ಮಾತನಾಡ್ತಾ ಅವನಿಗೆ ಗಂಟಲಿಗೆ ಹತ್ತಿ ಕೆಮ್ಮತೊಡಗಿದಾಗ ಹಿಂದಿನಿಂದ ಯಾವುದೋ ಇಂಗ್ಲೀಷ್ ಧ್ವನಿ ಕೇಳಿಸಿತ್ತು. ನಾ ನನ್ನ ಗ್ರೀನ್ ಅರ್ಥ್ ಇಂಟರವ್ಯೂ ಬಗ್ಗೆ ಹೇಳಿದಾಗ ಬೆಸ್ಟ್ ಆಫ್ ಲಕ್ ಹೇಳಿ ಫೋನಿಟ್ಟು ಬಿಟ್ಟ. ನಾ ಕೋಣೆಗೆ ಹೋಗುವಾಗ ಅಸೀಮ "ಅನು ಡು ಮಿ ಎ ಫೇವರ್. ನಿಶ್ಚಿತಾರ್ಥ ಮತ್ತು ಲಗ್ನಕ್ಕೆ ಪಂಜಾಬಿ ಡ್ರೆಸ್ ಹಾಕಿಕೋ ಪ್ಲೀಸ್, ಫಾರ್ ಮೈ ಸೇಕ್" ಅಂದ.

ನಿಶ್ಚಿತಾರ್ಥ ಎಂದಾಕ್ಷಣ ಏನಾಯಿತು? ಅಂತ ನನಗೆ ಮಾತ್ರ ತಿಳಿಯಲಿಲ್ಲ. ತನಯನ ದಾರಿ ಕಾಯ್ದು ಕಾಯ್ದು ಅಪ್ಪ ಅಮ್ಮ ಸೋತರು, ಮನೆ ತುಂಬ ಸಂಬಂಧಿಗಳು, ಎಲ್ಲ ನನ್ನ ಕಡೆ ಬಂದು ಗಲ್ಲದ ಮೇಲೆ ಕೈಯಾಡಿಸಿ ಹ್ಯಾಗಿದ್ದೀ? ಅಂತ ವಿಚಾರಿಸಿ ಹೋದರು. ದುರ್ಗಾ ಅಜ್ಜಿಯನ್ನು ಬಿಟ್ಟು ಉಳಿದೆಲ್ಲರಿಗೆ ಸುಪ್ರಿಯಾ ಬಹಳ ಇಷ್ಟವಾದಳು. ಅಜ್ಜಿ ಮಾತ್ರ 'ಏನೇ ಆದ್ರೂ ನಮ್ಮ ಅಸೀಮನ ಮುಂದೆ ಅವಳು ಎಡವೇ' ಅಂದು ಸಮಾಧಾನಪಟ್ಟುಕೊಂಡಳು. ರಾತ್ರಿ ಅಪ್ಪ, ಸುಪ್ರಿಯಾಳ ತಂದೆ, ಅವಳ ಮಾಮಾ ಹೊರಗೆ ಅಂಗಳದಲ್ಲಿ ವಿಸ್ಕಿ ಹಿಡಕೊಂಡು ಕೂತರು. ಕುಡಿದದ್ದು ಜಾಸ್ತಿಯಾಯಿತೇನೋ ಆ ಮಾಮಾ ತಮಾಷಾ ಮಾಡಿಬಿಟ್ಟ. ನಾಡಕರ್ಣಿ ಕಾಕಾನ ಹಾಸ್ಟೆಲ್ ಹುಡುಗಿಯರು ಬಾಲ್ಕನಿಯಲ್ಲಿ ಬಂದು ನಿಂತರು ತಮಾಷಾ ನೋಡಲು. ಕಡೆಗೆ ಮಾಮಾನನ್ನು ನುಗಿಸಿಕೊಂಡು ನುಗಿಸಿಕೊಂಡು ನನ್ನ ಕೋಣೆಗೆ ತಂದು ನನ್ನ ಮಂಚದ ಮೇಲೆ ಉರುಳಿಸಿದ್ದರು.

ನಿಶ್ಚಿತಾರ್ಥದ ಮರುದಿನ ಅಪ್ಪ ಅಂಗಳದಲ್ಲಿ ಬಂದು ನಿಂತಿದ್ದ ಇಬ್ಬರು ಆಳುಗಳ ಕೂಡ ಮಾತನಾಡುತ್ತಿದ್ದರು, 'ಲಗ್ನಕ್ಕೆಂದು ಬಂದು ಹೋಗುವರಿರ್ತಾರೆ ಆದ್ದರಿಂದ ಮೇಲಿನ ಕೋಣೆ ಸ್ವಚ್ಛಗೊಳಿಸಿಡು' ಅಂತ ದುರ್ಗಾಅಜ್ಜಿ ಫರಮಾನ್ ಹೊರಡಿಸಿದ್ದರಿಂದ ಅಪ್ಪ ಆ ಕೋಣೆಯ ಸಾಮಾನುಗಳನ್ನೆಲ್ಲ ಬಿಸಾಡಿ ಶುಚಿಗೊಳಿಸಲು ಅವರನ್ನು ಕರೆಸಿದ್ದರು, ಕಣ್ಮುಂದೆ ನಡೆಯುತ್ತಿದ್ದುದನ್ನು ನೋಡಲಸಾಧ್ಯವೆಂದು ಮನಸ್ಸು ಹೇಳಿದರೂ ಎದ್ದು ಓಡಿ ಹೋಗಲು ಕಾಲು ಮೇಲೇಳಲಿಲ್ಲ.

ಕ್ಯಾನವಾಸ್‌ಗಳ ಗಂಟು, ಪೇಂಟಿಂಗ್ ಸ್ಟ್ಯಾಂಡ್, ಗೋಡೆಯ ಮೇಲಿನೆರಡು ಚಿತ್ರಗಳು, ಮುರಿದ ಲ್ಯಾಂಪ್ ಶೇಡ್, ಚಾಪೆ, ಬಕೆಟ್, ಬಟ್ಟೆಗಳ ರಾಶಿ, ಹಾಟ್

ಪ್ಲೇಟ್, ಎರಡು ಕಾಜಿನ ಪ್ಲೇಟುಗಳು, ಚಮಚೆಗಳು... ಇನ್ನೂ ಏನೇನೂ ತಂದು ಆಳುಗಳು ಒಗೆಯುವುದನ್ನೇ ನಾ ನೋಡುತ್ತ ಕೂತಿದ್ದೆ. ಕಿಟಕಿಯಲ್ಲಿಟ್ಟಿದ್ದ ಕಾಜಿನ ಭರಣಿಯನ್ನು ತರುವಾಗ ಕೈ ಜಾರಿ ಬಿದ್ದು ಒಡೆದು ಚೂರು ಚೂರಾಗಿ ಕೋಣೆಯ ತುಂಬ ಹರಡಿತ್ತು. ಇರಾಣಿ ಹೋಟಲ್ಲುಗಳಲ್ಲಿರುವಂಥಾ ಗೋಲ ಕುರ್ಚಿಯನ್ನು ನನಗೆ ತೋರಿಸುತ್ತಾ "ಅಕ್ಕಾ ಇದು ಚೆನ್ನಾಗಿದೆ ಇಡಬೇಕೆ ಎಸೀಬೇಕೆ?" ಅಂತ ಆಳುಗಳು ಕೇಳಿದಾಗ ನಾ ಉತ್ತರಿಸುವ ಮುನ್ನವೇ ಅಮ್ಮ ಒದರಿದ್ದಳು "ಎಲ್ಲಾ ಒಯ್ದು ಕಸದ ತೊಟ್ಟಿಗೆ ಬಿಸಾಕಿ. ಮೇಲಿನ ಒಂದು ನೂಲಿನ ತುಂಡು ಕೂಡಾ ಕೆಳಗೆ ಬರೋದು ಬೇಡ." ಎಲ್ಲಾ ಸಾಮಾನುಗಳನ್ನು ಒಗೆದ ನಂತರ ಆಳುಗಳು ಪೂರಾ ಫರಸಿಯನ್ನು ಪೈಪ್ ಬಿಟ್ಟು ತೊಳೆದರು. ಒಡೆದ ಬಾಟಲಿಯ ಬಣ್ಣ ಕರಗಿ ಮೆಟ್ಟಿಲುಗಳ ಮೇಲಿನಿಂದ ನೀಲಿ ನೀರಿಳಿಯತೊಡಗಿತ್ತು.

ನಿಶ್ಚಿತಾರ್ಥದ ಮರುದಿನವೇ ಬೆಳಿಗ್ಗೆ ಫೋನು ಹೊಡೆದುಕೊಂಡಿತು, ಎತ್ತಿದರೆ ಸಬೀನಾ ಆಚೆಕಡೆಯಿಂದ ಉತ್ಸಾಹದಿಂದ ಕೂಗಿದ್ದಳು, ಮಾತು ಅರ್ಥವಾಗುವ ಮುನ್ನವೇ ಸುದ್ದಿ ತಿಳಿದಿತ್ತು. ನನಗೆ ಒಮ್ಮೆಲೆ ಫ್ರೆಶ್ ಅನ್ನಿಸಿತು. ತುಂಬತೊಡಗಿದ್ದ ಉತ್ಸಾಹ ತಡೆಯಲಾಗದೆ "ಮಾವಶಿ ಮಾವಶಿ..." ಅಂತ ಕೂಗಿದ್ದೆ. ಅಟ್ಟದ ಮೇಲೆ ಮಲಗಿದ್ದ ಶರಯೂ ಮಾವಶಿ ಇಳಿದು ಬರುತ್ತಿದ್ದಂತೆ ಕೂಗಿ ನೌಕರಿ ಸಿಕ್ಕ ಸುದ್ದಿ ಹೇಳಿದ್ದೆ. ಎಷ್ಟು ಖುಷಿಯಾದಳವಳು; ಅನುಭವ್ ಕೂಡಾ.

ಅಪಾಯಿಂಟ್‌ಮೆಂಟ್ ಲೆಟರ್ ಕೈಗೆ ಬಂದ ಮೇಲೆ ಅಪ್ಪ ಅಮ್ಮನನ್ನು ಮುಂದೆ ಕೂಡಿಸಿಕೊಂಡು ಎಲ್ಲ ಹೇಳಿದ್ದೆ. "ಮತ್ತೆ ಎಮ್‌ಎಸ್ಸಿ..." ಅಂತ ಅಪ್ಪ ರಾಗವೆಳೆದಾಗ "ಮುಂದಿನ ವರ್ಷ ಎಡ್ಮಿಶನ್ ತಗೊಂಡು ಪೂರ್ತಿ ಮಾಡ್ತೇನೆ. ಆದರೆ ನನಗೆ ಈ ಜಾಬ್ ಬಹಳ ಇಷ್ಟವಾಗಿದೆ ಆದ್ದರಿಂದ ನಾ ಮಾಡುವವಳೇ. ಹಾಂ ವಿಷಯ ತೆಗೆದಿದ್ದೇನೆಂದ ಮೇಲೆ ಇದನ್ನೂ ಹೇಳಿಯೇ ಬಿಡ್ತೇನೆ. ಇನ್ನು ಮೇಲೆ ನಾ ಇಲ್ಲಿ ಇರೋದಿಲ್ಲ, ನಿಮ್ಮ ಕಡೆಯಿಂದ ತ್ರಾಸು ಗೀಸು ಅಂತೇನಿಲ್ಲ, ಆದರೆ ಶರಯೂ ಮಾವಶಿಯ ಖಾಲಿ ಫ್ಲಾಟ್‌ನಲ್ಲಿರಲು ಅದಕ್ಕೂ ಹೆಚ್ಚಾಗಿ ಸ್ವತಂತ್ರವಾಗಿರಲು ನನಗೆ ಹೆಚ್ಚು ಭಲೋ ಅನ್ನಿಸ್ತದೆಯಷ್ಟೆ."

ನಂತರದ ಪ್ರತಿಕ್ರಿಯೆ ಗೊತ್ತಿದ್ದದ್ದೇ ಆದ್ದರಿಂದ ಹೇಳುವುದೆಲ್ಲ ಹೇಳಿದ ಕೂಡಲೆ ನಾ ಕಿವಿಯೊಳಗಣ ಮಾಯಾ ಗುಂಡಿಯನ್ನದುಮಿಕೊಂಡಿದ್ದೆ.

ನಾನಿಲ್ಲಿ ಹೆಚ್ಚೇನೂ ತಂದಿಲ್ಲ, ಆ ಮನೆಯಿಂದ ನನ್ನ ಬಟ್ಟೆಬರೆ ತಗೊಂಡೆಯಷ್ಟೆ; ಬೈಕ್, ಕೆಸಟ್ಟುಗಳು, ಸರ್ಟಿಫಿಕೇಟಗಳು ಇತ್ಯಾದಿ ಯಾವುದೂ ಇಲ್ಲ. ಸಿಟ್ಟಿನಲ್ಲಿರೋ ಅಮ್ಮನಿಂದ ಹೆಚ್ಚೇನೂ ಅಪೇಕ್ಷಿಸೋ ಹಾಗಿಲ್ಲ. ಶರಯೂ ಮಾವಶಿ ಅಡುಗೆಯ ಭಾಂಡಿ, ಸುಪರ್ ಮಾರ್ಕೆಟ್ಟಿನಿಂದ ಬೇಕಾದ ಸಾಮಾನುಗಳನ್ನು ತಂದು ಕೊಟ್ಟಳು. ಅನುಭವ್‌ನಂತೂ ಎರಡು ದಿನದಿಂದ ಸತತ ಕೆಲಸ ಮಾಡ್ತಿದ್ದಾನೆ, ಸಾಫ್ ಸಫಾಯಿ, ಪರದೆ ಹೊಲೆಯಲು ಕೊಟ್ಟು ಬರುವುದು, ಸೋರುವ ನಳಗಳನ್ನು ದುರಸ್ತಿ ಮಾಡುವುದು, ಗ್ಯಾಸ್ ಸಿಲೆಂಡರ್ ತರುವುದು, ಬಾಪ್ ರೇ...

ಫ್ಲಾಟ್ ಎಷ್ಟು ದೊಡ್ಡದಿದೆಯೆಂದರೆ ಎರಡು ಬೆಡ್‌ರೂಮ್‌ಗಳನ್ನು ಬಂದ್ ಮಾಡಿಡುವುದೇ ಯೋಗ್ಯವೆಂದು ನಾ ಠರಾಯಿಸಿದೆ. ಶರಯೂ ಮಾವಶಿ ಎರಡು ದಿನ ನನ್ನ ಕಡೆ ನಿಂತಳು. ಇವತ್ತು ಹಾಲು ಹೆಪ್ಪು ಹಾಕಿ ಹಾಲಿನ ಚಕ್ರ ನನಗೆ ತಿಳಿ ಹೇಳಿ ಮನೆಗೆ ಹೋದಳು. ಅವಳಿಗೂ, ನನಗೂ ಅಮ್ಮ ಎಲ್ಲರ ಮುಂದೆಯೇ ಬಾಯಿಗೆ ಬಂದಂತೆ ಬಯ್ದಿದ್ದಳು. ಅಸೀಮನೂ ಬಹಳ ಉದ್ಧಟತನದಿಂದ ಭಸಾ ಭಸಾ ನನಗೆ ಬಯ್ಯುತ್ತಿದ್ದ. ಅಪ್ಪ ನನ್ನ ಮುಂದೆ ನಿಂತು ಕೈ ಜೋಡಿಸಿದ್ದರು, ಈಗ ಲಕ್ಷಕ್ಕೆ ಬರುತ್ತದಲ್ಲಾ ಅವರಿಗೆ ನಾ ಹೋಗುತ್ತಿದ್ದೇನೆ ಅನ್ನೋದಕ್ಕಿಂತಾ ಲಗ್ನದ ತಾರೀಖು ಎದೆಯ ಮೇಲೆ ಬಂದು ನಿಂತಿರುವಾಗ ಇವಳು ಹೀಗೆ ಮಾಡಿದರೆ ಹೇಗೆ? ಎಂಬಂಶ ಕಿತ್ತು ತಿನ್ನುತ್ತಿತ್ತೆಂದು.

ನಾ ಇಲ್ಲಿಗೆ ಬಂದು ಎರಡು ತಿಂಗಳಾದರೂ ತನಯನನ್ನು ಭೇಟಿಯಾಗೇ ಇಲ್ಲ. ನಾ ಮನೆ ಬಿಟ್ಟು ಬರುವಾಗಲೂ ಅವ ಬಂದಿರಲಿಲ್ಲ. ಕೆಲ ವಿಷಯಗಳೊಮ್ಮೆಮ್ಮೆ ಚೂರುಚೂರೇ ತಿಳಿದಂತೆ ಭಾಸವಾಗ್ತಾವೆ. ಮತ್ತೆ ಏಕದಂ ಪಝಲ್‌ಗಳಂತಾಗಿಬಿಡುತ್ತವೆ. ಅವನ ಬಗ್ಗೆ ಅಮ್ಮ ಅಪ್ಪ ನಿಜವಾಗಿ ವಿಚಾರ ಮಾಡಿದ್ದಾರೆಯೇ? ಮುಂಬಯಿಯಲ್ಲಿ ಅವ ಹೇಗಿದ್ದಾನೆ? ಏನು ಉಣ್ತಾನೆ, ತಿಂತಾನೆ? ಇದಕ್ಕೂ ಮುಂದಕ್ಕೆ... ಅವನ ಮನಸ್ಸಿನಲ್ಲಿ ಏನು ನಡೆದಿದೆ? ಎಂಬುದನ್ನು ಅರಿಯಲು ನಾವ್ಯಾರೂ ಯತ್ನಿಸಲೇ ಇಲ್ಲ. ನಾ ಹೇಳದೆ ಕೇಳದೆ ಮನೆ ಬಿಟ್ಟು ಹೋಗಿದ್ದಕ್ಕೇನೇ ಅವ ಅಸ್ವಸ್ಥನಾದ ಅಂತ ನಾವು ನಾವೇ ಠರಾಯಿಸಿಕೊಂಡು ನಮ್ಮ ನಮ್ಮ ಬದುಕಿನೋಟದಲ್ಲಿ ಮುಳುಗಿಬಿಟ್ಟೆವಷ್ಟೆ.

ಮನೆ ಬಿಟ್ಟು ಸ್ವತಂತ್ರವಾಗಿರುವ ನನ್ನ ಮೊದಲ ಅನುಭವವಿದು. ಇದರ ರಂಗತಾಲೀಮು ನಾ ಮಾಡಿಕೊಂಡಿದ್ದಿಲ್ಲ ಅಂತಲ್ಲ. ಆದರೂ ಮುಂಜಾನೆದ್ದ ಕೂಡಲೇ ಯಾರೊಂದಿಗಾದರೂ ಮಾತನಾಡಬೇಕು ಎನ್ನಿಸುತ್ತದೆ. ಮನೆಯಲ್ಲಿ ಫೋನಿಲ್ಲ, ಹೀಗಾಗಿ ಒಮ್ಮೆ ಕೆಳಗಿಳಿದು ಹೋದೆನೋ ಆಫೀಸಿನ ಕರೆಗಳನ್ನೆಲ್ಲ ಮುಗಿಸಿ ಸಣ್ಣ ಪುಟ್ಟ ಖರೀದಿ ಮಾಡಿಯೇ ಮೇಲೆ ಬರುತ್ತೇನೆ. ಬೇಕು ಬೇಕೆಂದಲ್ಲಿ ಓಡಾಡಲು ಕೈಲಿ ಬೈಕಿಲ್ಲ, ಬಸ್‌ನ ರೂಟುಗಳು, ಟೈಮ್ ಟೇಬಲ್ ಇತ್ಯಾದಿ ತಿಳಕೊಳ್ಳೋ ಸರ್ಕಸ್ ನಡೆಸಿದ್ದೇನೆ.

ಕೆಡಬಾರದೆಂದರೆ ಹಾಲನ್ನು ಸತತ ಬಿಸಿ ಮಾಡ್ತಾನೇ ಇರಬೇಕು, ನಾನಾ ನಮೂನೆಯ ಮೊಟ್ಟೆಗಳು ಮತ್ತು ಮ್ಯಾಗಿಯ ಮೇಲೇನೇ ಎಷ್ಟು ದಿನ ಬದುಕಲು ಸಾಧ್ಯ? ಇವತ್ತಂತೂ ಬಟಾಟೆಯ ಪಲ್ಯ ಕೆಟ್ಟು ಏನೇನೋ ಆಯಿತು, ಕೆಳಗೆ ಅಂಗಡಿಯಲ್ಲಿ ಚಪಾತಿಗಳ ಪಾಕೀಟು ಸಿಗ್ತದೆ. ಸಂಜೆ ಮನೆಗೆ ಬಂದ ಕೂಡಲೇ ಯಾರಾದ್ರೂ ಬಾಗಿಲು ತೆರೆದು ಬಿಸಿ ಬಿಸಿ ಚಹಾದ ಕಪ್ ಕೈಲಿಡಬೇಕೆನ್ನಿಸುತ್ತೆ. ಒಂದು ಮಾತ್ರ ಭಾರಿ ನಿರಾಳ– ಕಸ ಗುಡಿಸು ಒರೆಸು, ಇವೆಲ್ಲಾ ದಿನಾ ದಿನಾ ಇಲ್ಲವೇ ಇಲ್ಲ. ಏಕದಂ ರವಿವಾರದ ದಿನವೇ ಸ್ವಚ್ಛತಾ ಕಾರ್ಯಕ್ರಮವೆಲ್ಲಾ. ಬಾಕಿ ದಿನ ಮನೆ ಹಾಗೆಯೇ ಹರವಿಕೊಂಡೇ ಇಟ್ಟಿರೋದು. ಬಾಪ್ ರೇ ಕಾಯಿಪಲ್ಯೆ ಮಾತ್ರ ಖರೇನೇ ಭಾರಿ ದುಬಾರಿಯಪ್ಪ, ಆದರೆ ಒಂದು ದೊಡ್ಡ ಕ್ಯಾಬೇಜ್ ಮೂರು ದಿನ

ಬರ್ತದೆ. ಫ್ರಿಜ್ ಹಳೆಯದು, ಹೀಗಾಗಿ ಪ್ರತಿ ಎರಡನೆಯ ರಾತ್ರಿ ಬಂದ್ ಮಾಡಿಟ್ಟು ಮಾರನೆ ದಿನ ಮುಂಜಾನೆ ಟ್ರೇ ತೆಗೆದು ಕೂಡಿರೋ ನೀರು ಚೆಲ್ಲಬೇಕಾಗುತ್ತದೆ. ನಿನ್ನೆ ಇಬ್ಬರು ಮನೆಕೆಲಸದವರು ಬಂದು ವಿಚಾರಿಸಿಕೊಂಡು ಹೋದರು. ನಾನೊಬ್ಬಳೇ ಇರೋದರಿಂದ ಕೆಲಸವೇನೂ ಬಹಳವಿಲ್ಲ. ಮೇಲಾಗಿ ನನಗೆ ಮನೆತುಂಬ ಓಡಾಡೋ ಅಪರಿಚಿತ ಮೊಗಗಳೇ ಬೇಕಿಲ್ಲ. ಪೇಪರಿನ ಹುಡುಗನಿಗೆ ಟೈಮ್ಸ್ ಹಾಕಲು ಹೇಳಿದ್ದೇನೆ. ನಾಲ್ಕೋ ಐದೋ ಇಯತ್ತೆಯಿರಬಹುದು. ಒಳ್ಳೆಯ ಚುರುಕಾದ ಹುಡುಗ, ನಾ ಅವನಿಗೆ ಒಳ್ಳೊಳ್ಳೆ ಪುಸ್ತಕ ತಂದು ಕೊಡುವವಳಿದ್ದೇನೆ. ಹಾಲಿನ ಪಾತ್ರೆ ತೊಳೆಯುವಂಥಾ ಬೋರಿಂಗ್ ಕೆಲಸ ಮತ್ತೊಂದಿಲ್ಲ. ಕಸ ಒಯ್ಯುವವಳು ನಿತ್ಯ ಡಸ್ಟ ಬಿನ್ ಎತ್ತಿಕೊಳ್ಳುವಾಗ ಕತ್ತು ಉದ್ದ ಮಾಡಿ ಮನೆಯೊಳಗೆ ನೋಡುತ್ತಾಳೆ, ಏನು ನೋಡ್ತಾಳೋ ಯಾರಿಗೆ ಗೊತ್ತು? ದಿನಕ್ಕೆ ಇಪ್ಪತ್ನಾಲ್ಕು ತಾಸು ಸಾಲದು ಅನ್ನುತ್ತಿದ್ದ ಅಮ್ಮನ ಮಾತೀಗ ಚೆನ್ನಾಗಿ ಅರ್ಥವಾಗುತ್ತದೆ.

ಆದರೆ ಜಗತ್ತಿನಲ್ಲಿ ಯಾರ ಬಳಿಯೂ ಇರದ ಒಂದು ಸಂಗತಿ ನನ್ನ ಕಡೆಯಿದೆ. ಸಂಜೆಯ ಹೊತ್ತು ಸಮಯ ಇದ್ದರೆ ನಾ ನನ್ನ ಪುಟ್ಟ ಪ್ಲಾಸ್ಟಿಕ್ ಚೀಲ ಹಿಡಕೊಂಡು ಸೊಸಾಯಿಟಿಯ ಸುತ್ತು ಹಾಕಿ ಹಿಂದೆ ಹೋಗುತ್ತೇನೆ. ಸ್ವಚ್ಛ ನೀರಿನ ಸ್ವಿಮ್ಮಿಂಗ್ ಪೂಲ್ ಸಂಜೆಯ ಬೆಳಕಲ್ಲಿ ಮನೋಹರವಾಗಿ ಕಾಣುತ್ತದೆ. ಅಲ್ಲಿ ಆ ಹೊತ್ತು ಯಾರೂ ಇರೋದೇ ಇಲ್ಲ.

ನಾ ಸ್ವಿಮ್ಮಿಂಗ್ ಕಾಸ್ಟೂಮ್ ಹಾಕಿಕೊಂಡು ಕಲ್ಲಿನ ಮೇಲೆ ನಿಲ್ತೇನೆ. ಕೈಯೆರಡೂ ಮೇಲೆತ್ತಿ ತಂಪು, ನೀಲಿ ನೀರಿನಾಳಕ್ಕೆ ಜಿಗಿಯುತ್ತೇನೆ.

ಛಂದ ಪುಸ್ತಕ ಬಹುಮಾನ

ಪುಟ್ಟ ಪಾದದ ಗುರುತು – ಸುನಂದಾ ಪ್ರಕಾಶ ಕಡಮೆ – ₹ 120
ಈ ಕತೆಗಳ ಸಹವಾಸವೇ ಸಾಕು – ಅಲಕ ತೀರ್ಥಹಳ್ಳಿ – ₹ 60
ಹಟ್ಟಿಯೆಂಬ ಭೂಮಿಯ ತುಣುಕು – ಲೋಕೇಶ ಅಗಸನಕಟ್ಟೆ – ₹ 180
ಗೋಡೆಗೆ ಬರೆದ ನವಿಲು – ಸಂದೀಪ ನಾಯಕ – ₹ 60
ಮೊದಲ ಮಳೆಯ ಮಣ್ಣು – ಕಣಾದ ರಾಘವ – ₹ 140
ಆಟಿಕೆ – ಬಸವಣ್ಣೆಪ್ಪಾ ಕಂಬಾರ – ₹ 100
ಮಾಯಾಕೋಲಾಹಲ – ಮೌನೇಶ ಬಡಿಗೇರ – ₹ 140
ಕೇಪಿನ ಡಬ್ಬಿ – ಪದ್ಮನಾಭ ಭಟ್, ಶೇವ್ಕಾರ – ₹ 150
ಮನಸು ಅಭಿಸಾರಿಕೆ – ಶಾಂತಿ ಕೆ ಅಪ್ಪಣ್ಣ – ₹ 230
ದೇವರು ಕಚ್ಚಿದ ಸೇಬು – ದಯಾನಂದ – ₹ 120
ಧೂಪದ ಮಕ್ಕಳು – ಸ್ವಾಮಿ ಪೊನ್ನಾಚಿ – ₹ 120
ಡುಮಿಂಗ – ಶಶಿ ತರೀಕೆರೆ – ₹ 90
ಬಯಲರಸಿ ಹೊರಟವಳು – ಛಾಯಾ ಭಟ್ – ₹ 120
ಮಾಕೋನ ಏಕಾಂತ – ಕಾವ್ಯಾ ಕಡಮೆ – ₹ 130

ಕಥಾಸಂಕಲನ

ಶಕುಂತಳಾ – ಗುರುಪ್ರಸಾದ್ ಕಾಗಿನೆಲೆ – ₹ 80
ಜುಮುರು ಮಳೆ – ಸುಮಂಗಲಾ – ₹ 160
ಶಾಲಭಂಜಿಕೆ – ಡಾ. ಕೆ. ಎನ್. ಗಣೇಶಯ್ಯ – ₹ 130 (6ನೆಯ ಮುದ್ರಣ)
ಕಾರಂತಜ್ಜನಿಗೊಂದು ಪತ್ರ – ಸಚ್ಚಿದಾನಂದ ಹೆಗಡೆ – ₹ 150
ಹಕೂನ ಮಟಾಟ – ನಾಗರಾಜ ವಸ್ತಾರೆ – ₹ 80
ಕಾಲಿಟ್ಟಲ್ಲಿ ಕಾಲುದಾರಿ – ಸುಮಂಗಲಾ – ₹ 80
ಹುಲಿರಾಯ – ಕೀರ್ತಿರಾಜ್ – ₹ 80
ನಿರವಯವ – ನಾಗರಾಜ ವಸ್ತಾರೆ – ₹ 125
ಹನ್ನೊಂದನೇ ಅಡ್ಡರಸ್ತೆ – ಸುಮಂಗಲಾ – ₹ 170
ಗಾಳಿಗೆ ಮೆತ್ತಿದ ಬಣ್ಣ – ಕರ್ಕಿ ಕೃಷ್ಣಮೂರ್ತಿ – ₹ 120
ಕನ್ನಡಿ ಹರಳು – ಪದ್ಮನಾಭ ಭಟ್, ಶೇವ್ಕಾರ – ₹ 130
ಒಂದು ಚಿಟಿಕೆ ಮಣ್ಣು – ಲಕ್ಷ್ಮಣ ಬಾದಾಮಿ – ₹ 130
ಬಂಡಲ್ ಕತೆಗಳು – ಎಸ್ ಸುರೇಂದ್ರನಾಥ್ – ₹ 160
ದೇವರ ರಜಾ – ಗುರುಪ್ರಸಾದ್ ಕಾಗಿನೆಲೆ – ₹ 150
ಕಟ್ಟು ಕತೆಗಳು – ಎಸ್ ಸುರೇಂದ್ರನಾಥ್ – ₹ 210
ಮಡಿಲು (ನೀಳ್ಗತೆ) – ನಾಗರಾಜ ವಸ್ತಾರೆ – ₹ 15
ತಿರಾಮಿಸು – ಶಶಿ ತರೀಕೆರೆ – ₹ 210

ಪ್ರಬಂಧ

ಪೂರ್ವ ಪಶ್ಚಿಮ – ಎಂ. ಆರ್. ದತ್ತಾತ್ರಿ – ₹ 80
ರಾಗಿಮುದ್ದೆ – ರಘುನಾಥ ಚ. ಹ. – ₹ 120
ಕುಟ್ಟವಲಕ್ಕಿ / ಗೊಜ್ಜವಲಕ್ಕಿ – ಪ್ರಶಾಂತ ಆಡೂರ – ₹ 140 / ₹ 140
ಕಿಲಿಮಂಜಾರೋ – ಪ್ರಶಾಂತ್ ಬೀಚಿ – ₹ 80
ಮಿಸಳ್ ಭಾಜಿ – ಭಾರತಿ ಬಿ ವಿ – ₹ 160
ನೀ ಮಾಯೆಯೊಳಗೋ... – ವಿಕ್ರಮ ಹತ್ವಾರ – ₹ 120
ಸಾವೆಂಬ ಲಹರಿ – ಗುರುಪ್ರಸಾದ ಕಾಗಿನೆಲೆ – ₹ 140
ವೈದ್ಯ, ಮತ್ತೊಬ್ಬ – ಗುರುಪ್ರಸಾದ ಕಾಗಿನೆಲೆ – ₹ 120
ಅಪ್ಪನ ರ್‍ಯಾಲೀಸ್ ಸೈಕಲ್ – ದರ್ಶನ್ ಜಯಣ್ಣ – ₹ 110

ಅನುವಾದ

ದಿ ಚಾಯ್ಸ್ – ಈಡಿತ್ ಎವಾ ಎಗರ್ (ಜಯಶ್ರೀ ಭಟ್) – ₹ 280
ದೇಹವೇ ದೇಶ – ಗರಿಮಾ ಶ್ರೀವಾಸ್ತವ (ವಿಕ್ರಮ ವಿಸಾಜಿ) – ₹ 250
ಪರ್ಸೆಪೊಲಿಸ್– ಮಾರ್ಜಾನ್ ಸತ್ರಪಿ (ಪ್ರೀತಿ ನಾಗರಾಜ) – ₹ 395
ಗಾಳಿ ಪಳಗಿಸಿದ ಬಾಲಕ – ವಿಲಿಯಂ ಕಾಂಕ್ವಾಂಬಾ (ಕರುಣಾ ಬಿ ಎಸ್) – ₹ 180
ಅಮೋಸ್ ಫಾರ್ಚೂನ್ – ಎಲಿಝಬೆತ್ ಯೇಟ್ಸ್ (ಜಯಶ್ರೀ ಭಟ್) – ₹ 100
ನವ ಜೀವಗಳು – ವಿಲಿಯಂ ಡಾಲ್ರಿಂಪಲ್ (ನವೀನ ಗಂಗೋತ್ರಿ) – ₹ 250
ಮೈಕೆಲ್ ಕೆ – ಜೆ.ಎಂ. ಕುಟ್‌ಸೀ (ಸುನಿಲ್ ರಾವ್) – ₹ 170
ಲೇರಿಯೊಂಕ – ಹೆನ್ರಿ ಆರ್. ಓಲೆ ಕುಲೆಟ್ (ಪ್ರಶಾಂತ ಬೀಚಿ) – ₹ 140
ಅರೆಶತಮಾನದ ಮೌನ – ಯಾನ್ ರಫ್–ಓ'ಹರ್ನ್ (ಅರುಣ್) – ₹ 190
ಪರ್ವತದಲ್ಲಿ ಪವಾಡ – ನ್ಯಾಂಡೊ ಪರಾಡೊ (ಸಂಯುಕ್ತಾ ಪುಲಿಗಲ್) – ₹ 320
ಚಂದಿರ ಬೇಕೆಂದವನು – ಮಿಮಿ ಬೇರ್ಡ್ (ಪ್ರಜ್ಞಾ ಶಾಸ್ತ್ರಿ) – ₹ 180
ಬಂಡೂಲ – ವಿಕಿ ಕಾನ್‌ಸ್ಟಂಟೀನ್ ಕ್ರುಕ್ (ರಾಜ್ಯಶ್ರೀ ಕುಳಮರ್ವ) – ₹ 425
ರೆಬೆಲ್ ಸುಲ್ತಾನರು – ಮನು ಎಸ್ ಪಿಳ್ಳೈ (ಸಂಯುಕ್ತಾ ಪುಲಿಗಲ್) – ₹ 420
ಫಾಲೋಯಿಂಗ್ ಫಿಶ್ – ಸಮಂತ್ ಸುಬ್ರಮಣಿಯನ್ (ಸಹನಾ ಹೆಗಡೆ) – ₹ 280
ಜಗವ ಚುಂಬಿಸು – ಸುಬ್ರೊತೋ ಬಾಗ್ಚಿ (ವಂದನಾ ಪಿ ಸಿ) – ₹ 190
ಪರ್ದಾ ಅಂಡ್ ಪಾಲಿಗಮಿ – ಇಕ್ಬಾಲುನ್ನೀಸಾ ಹುಸೇನ್ (ದಾದಾಪೀರ್) – ₹ 380
ವಾಡಿವಾಸಲ್ – ಚಿ. ಸು. ಚೆಲ್ಲಪ್ಪ (ಸತ್ಯಕಿ) – ₹ 70
ನಾಲ್ಕನೇ ಎಕರೆ – ಶ್ರೀರಮಣ (ಅಜಯ್ ವರ್ಮಾ ಅಲ್ಲೂರಿ) – ₹ 100
ಮಾವೋನ ಕೊನೆಯ ನರ್ತಕ – ಲೀ ಕ್ಷಿನ್‌ಶಿಂಗ್ (ಜಯಶ್ರೀ ಭಟ್) – ₹ 340
ಕೋಬಾಲ್ಟ್ ಬ್ಲೂ – ಸಚಿನ್ ಕುಂಡಲ್‌ಕರ್ (ಸಪ್ನಾ ಕಟ್ಟಿ) – ₹ 150

ವಸುಧೇಂದ್ರ

ಮನೀಷೆ – ಕತೆಗಳು – ₹ 120 (8ನೆಯ ಮುದ್ರಣ)

ಯುಗಾದಿ – ಕತೆಗಳು – ₹ 190 (9ನೆಯ ಮುದ್ರಣ)

ಚೇಳು – ಕತೆಗಳು – ₹ 120 (8ನೆಯ ಮುದ್ರಣ)

ಹಂಪಿ ಎಕ್ಸ್‌ಪ್ರೆಸ್ – ಕತೆಗಳು – ₹ 195 (9ನೆಯ ಮುದ್ರಣ)

ಮೋಹನಸ್ವಾಮಿ – ಕತೆಗಳು – ₹ 200 (6ನೆಯ ಮುದ್ರಣ)

ವಿಷಮ ಭಿನ್ನರಾಶಿ – ಕತೆಗಳು – ₹ 280 (4ನೆಯ ಮುದ್ರಣ)

ಕೋತಿಗಳು – ಪ್ರಬಂಧ – ₹ 120 (8ನೆಯ ಮುದ್ರಣ)

ನಮ್ಮಮ್ಮ ಅಂದ್ರೆ ನಂಗಿಷ್ಟ – ಪ್ರಬಂಧ – ₹ 75 (25ನೆಯ ಮುದ್ರಣ)

ರಕ್ಷಕ ಅನಾಥ – ಪ್ರಬಂಧ – ₹ 110 (5ನೆಯ ಮುದ್ರಣ)

ವರ್ಣಮಯ – ಪ್ರಬಂಧ – ₹ 200 (5ನೆಯ ಮುದ್ರಣ)

ಐದು ಪೈಸೆ ವರದಕ್ಷಿಣೆ – ಪ್ರಬಂಧ – ₹ 280 (5ನೆಯ ಮುದ್ರಣ)

ಹರಿಚಿತ್ತ ಸತ್ಯ – ಕಾದಂಬರಿ – ₹ 140 (5ನೆಯ ಮುದ್ರಣ)

ತೇಜೋ–ತುಂಗಭದ್ರಾ – ಕಾದಂಬರಿ – ₹ 450 (13ನೆಯ ಮುದ್ರಣ)

ಮಿಥುನ – ಶ್ರೀರಮಣರ ಕತೆಗಳು – ₹ 120 (8ನೆಯ ಮುದ್ರಣ)

ಎವರೆಸ್ಟ್ – ಜಾನ್ ಕ್ರಾಕೌರ್ – ₹ 360 (4ನೆಯ ಮುದ್ರಣ)

ಕಾದಂಬರಿ

ಎನ್ನ ಭವದ ಕೇಡು – ಎಸ್ ಸುರೇಂದ್ರನಾಥ್ – ₹ 75

ನ್ಯಾಸ – ಹರೀಶ ಹಾಗಲವಾಡಿ – ₹ 250

ಗುಣ – ಗುರುಪ್ರಸಾದ್ ಕಾಗಿನೆಲೆ – ₹ 150

ದ್ವೀಪವ ಬಯಸಿ – ಎಂ. ಆರ್. ದತ್ತಾತ್ರಿ – ₹ 250

ತಾರಾಬಾಯಿಯ ಪತ್ರ – ದತ್ತಾತ್ರಿ ಎಂ ಆರ್ – ₹ 160

ಅಗೆದಷ್ಟೂ ನಕ್ಷತ್ರ – ಸುಮಂಗಲಾ – ₹ 230

ಪ್ರಿಯೇ ಚಾರುಶೀಲೆ – ನಾಗರಾಜ ವಸ್ತಾರೆ – ₹ 295

ಋಷ್ಯಶೃಂಗ – ಹರೀಶ ಹಾಗಲವಾಡಿ – ₹ 125

ಅಂತು – ಪ್ರಕಾಶ ನಾಯಕ್ – ₹ 200

ಚುಕ್ಕಿ ಬೆಳಕಿನ ಜಾಡು – ಕರ್ಕಿ ಕೃಷ್ಣಮೂರ್ತಿ – ₹ 200

ಬರೀ ಎರಡು ರೆಕ್ಕೆ – ಸುನಂದಾ ಪ್ರಕಾಶ ಕಡಮೆ – ₹ 220

ದೀಪವಿರದ ದಾರಿಯಲ್ಲಿ – ಸುಶಾಂತ್ ಕೋಟ್ಯಾನ್ – ₹ 160

ದಾರಿ – ಕುಸುಮಾ ಆಯರಹಳ್ಳಿ – ₹ 395

ಕವಿತೆ

ಮದ್ಯಸಾರ – ಅಪಾರ – ₹ 60

ಪೂರ್ಣನ ಗರಿಗಳು – ಪೂರ್ಣಪ್ರಜ್ಞ – ₹ 30

ಹಲೋ ಹಲೋ ಚಂದಮಾಮ – ರಾಧೇಶ ತೋಳ್ಪಾಡಿ – ₹ 50

* ನಮ್ಮ ಪ್ರಕಟಣೆಯ ಎಲ್ಲ ಪುಸ್ತಕಗಳ ಪ್ರತಿಗಳೂ ಲಭ್ಯ
* ಪುಸ್ತಕದ ಪ್ರತಿಗಾಗಿ ವಾಟ್ಸಾಪ್ ಮಾಡಿ 98444 22782

ಓದಿ ಓದಿ ಮರುಳಾಗಿ!

ಛಂದ ಪುಸ್ತಕ ಬಹುಮಾನ

ಹೊಸ ಕತೆಗಾರರನ್ನು ಗುರುತಿಸುವ ಸಲುವಾಗಿ ನಮ್ಮ ಪ್ರಕಾಶನ ಸಂಸ್ಥೆಯು ಕಳೆದ ಹದಿಮೂರು ವರ್ಷಗಳಿಂದ ಕತೆಗಳ ಹಸ್ತಪ್ರತಿ ಸ್ಪರ್ಧೆಯನ್ನು ನಡೆಸುತ್ತಾ ಬಂದಿದೆ. ಈವರೆಗೆ ಒಂದೂ ಕಥಾಸಂಕಲನವನ್ನು ಪ್ರಕಟಿಸದವರು ಈ ಸ್ಪರ್ಧೆಯಲ್ಲಿ ಭಾಗವಹಿಸಬಹುದು. ಇತರ ಪ್ರಕಾರಗಳಲ್ಲಿ ಒಂದೆರಡು ಪುಸ್ತಕಗಳನ್ನು ಪ್ರಕಟ ಮಾಡಿದವರೂ ಇದರಲ್ಲಿ ಭಾಗವಹಿಸುವ ಅವಕಾಶವಿರುತ್ತದೆ. ಮೊದಲ ಸುತ್ತಿನ ಆಯ್ಕೆಯನ್ನು ಪ್ರಕಾಶನದ ಸದಸ್ಯರು ಮಾಡಿ, ಕೊನೆಯ ಆಯ್ಕೆಗಾಗಿ ಸುಮಾರು ಹತ್ತು ಹಸ್ತಪ್ರತಿಗಳನ್ನು ನಾಡಿನ ಹಿರಿಯ ಸಾಹಿತಿಗಳಿಗೆ ಒಪ್ಪಿಸುತ್ತಾರೆ. ಆಯ್ಕೆಯಾದ ಹಸ್ತಪ್ರತಿಯನ್ನು ಪುಸ್ತಕ ರೂಪದಲ್ಲಿ ಪ್ರಕಟಿಸಿ, ಪ್ರಶಸ್ತಿ ಪತ್ರ, ಫಲಕ ಹಾಗೂ ಮೂವತ್ತು ಸಾವಿರ ರೂಪಾಯಿ ಬಹುಮಾನವನ್ನು ನೀಡಲಾಗುತ್ತದೆ. ಈವರೆಗೂ ಈ ಪ್ರಶಸ್ತಿಯಲ್ಲಿ ಬಹುಮಾನ ಪಡೆದವರ ವಿವರಗಳ ಪಟ್ಟಿಯನ್ನು ಮುಂದಿನ ಪುಟದಲ್ಲಿ ನೀಡಿದ್ದೇವೆ.

ಇವರಲ್ಲಿ ಮೌನೇಶ ಬಡಿಗೇರ, ಶಾಂತಿ ಕೆ ಅಪ್ಪಣ್ಣ, ಪದ್ಮನಾಭ ಭಟ್ ಶೇವ್ಕಾರ ಮತ್ತು ಸ್ವಾಮಿ ಪೊನ್ನಾಚಿ ಅವರಿಗೆ ಕೇಂದ್ರ ಸಾಹಿತ್ಯ ಅಕಾಡೆಮಿಯ ಯುವ ಪುರಸ್ಕಾರ ದೊರೆತಿದೆ. ವಿನಯಾ, ಶಾಂತಿ ಕೆ ಅಪ್ಪಣ್ಣ ಮತ್ತು ಪದ್ಮನಾಭ ಭಟ್ ಶೇವ್ಕಾರರ ಪುಸ್ತಕಗಳಿಗೆ ಕರ್ನಾಟಕ ಸಾಹಿತ್ಯ ಅಕಾಡೆಮಿಯ ಪುಸ್ತಕ ಬಹುಮಾನ ಅಥವಾ ದತ್ತಿ ಬಹುಮಾನಗಳು ಸಂದಿವೆ. ಇನ್ನೂ ಹಲವಾರು ನಾಡಿನ ಪ್ರಮುಖ ಪ್ರಶಸ್ತಿ ಮತ್ತು ಬಹುಮಾನಗಳೂ ಈ ಕೃತಿಗಳಿಗೆ ಲಭ್ಯವಾಗಿವೆ.

ನೀವು ಈ ಸ್ಪರ್ಧೆಯಲ್ಲಿ ಭಾಗವಹಿಸಬೇಕೆ? ಹಾಗಿದ್ದರೆ ನಮ್ಮ ಮುಂದಿನ ವರ್ಷದ ಸ್ಪರ್ಧೆಯ ಆಹ್ವಾನವನ್ನು ಖ್ಯಾತ ಕನ್ನಡ ನಿಯತಕಾಲಿಕಗಳಲ್ಲಿ ಅಥವಾ ಸಾಮಾಜಿಕ ಜಾಲತಾಣಗಳಲ್ಲಿ ನಿರೀಕ್ಷಿಸಿರಿ. ಹೆಚ್ಚಿನ ವಿವರಗಳಿಗೆ 98444 22782 ಗೆ ಸಂದೇಶ ಕಳುಹಿಸಿರಿ.

ಛಂದ ಪುಸ್ತಕ ಬಹುಮಾನ ಪಡೆದ ಕೃತಿಗಳು

ಕತೆಗಾರರು	ಕಥಾಸಂಕಲನ	ತೀರ್ಪುಗಾರರು
ಸುನಂದಾ ಪ್ರಕಾಶ ಕಡಮೆ	ಪುಟ್ಟ ಪಾದದ ಗುರುತು	ಅಶೋಕ ಹೆಗಡೆ/ ಸುಮಂಗಲಾ
ಅಲಕ ತೀರ್ಥಹಳ್ಳಿ	ಈ ಕತೆಗಳ ಸಹವಾಸವೇ ಸಾಕು	ಕೇಶವ ಮಳಗಿ/ ಸುಮಂಗಲಾ
ಲೋಕೇಶ ಅಗಸನಕಟ್ಟೆ	ಹಟ್ಟಿಯೆಂಬ ಭೂಮಿಯ ತುಣುಕು	ಬೊಳುವಾರು ಮಹಮದ್ ಕುಂಞಿ
ವಿನಯಾ	ಊರ ಒಳಗಣ ಬಯಲು	ನೇಮಿಚಂದ್ರ
ಸಂದೀಪ ನಾಯಕ	ಗೋಡೆಗೆ ಬರೆದ ನವಿಲು	ಅಮರೇಶ ನುಗಡೋಣಿ
ಕಣಾದ ರಾಘವ	ಮೊದಲ ಮಳೆಯ ಮಣ್ಣು	ಕೆ. ಸತ್ಯನಾರಾಯಣ
ಬಸವಣ್ಣೆಪ್ಪಾ ಕಂಬಾರ	ಆಟಿಕೆ	ಕುಂ. ವೀರಭದ್ರಪ್ಪ
ಮೌನೇಶ ಬಡಿಗೇರ	ಮಾಯಾಕೋಲಾಹಲ	ಓ.ಎಲ್. ನಾಗಭೂಷಣಸ್ವಾಮಿ
ಪದ್ಮನಾಭ ಭಟ್ ಶೇವ್ಕಾರ	ಕೇಪಿನ ಡಬ್ಬಿ	ಎಂ. ಎಸ್. ಆಶಾದೇವಿ
ಶಾಂತಿ ಕೆ ಅಪ್ಪಣ್ಣ	ಮನಸು ಅಭಿಸಾರಿಕೆ	ಎಚ್.ಎಸ್. ರಾಘವೇಂದ್ರ ರಾವ್
ದಯಾನಂದ	ದೇವರು ಕಚ್ಚಿದ ಸೇಬು	ನಾ. ಡಿಸೋಜಾ
ಸ್ವಾಮಿ ಪೊನ್ನಾಚಿ	ಧೂಪದ ಮಕ್ಕಳು	ಎಂ. ಎಸ್. ಶ್ರೀರಾಮ್
ಶಶಿ ತರೀಕೆರೆ	ಡುಮಿಂಗ	ಲಲಿತಾ ಸಿದ್ಧಬಸವಯ್ಯ
ಛಾಯಾ ಭಟ್	ಬಯಲರಸಿ ಹೊರಟವಳು	ತಾರಿಣಿ ಶುಭದಾಯಿನಿ
ಕಾವ್ಯಾ ಕಡಮೆ	ಮಾಕೋನ ಏಕಾಂತ	ಟಿ.ಪಿ. ಅಶೋಕ

www.ingramcontent.com/pod-product-compliance
Lightning Source LLC
LaVergne TN
LVHW090419051026
849518LV00006B/2385
* 9 7 8 8 1 9 5 7 9 0 4 8 7 *